സംസ്കാരം, രാഷ്ട്രീയം,
ബഹുജനമാധ്യമങ്ങൾ

ഡോ. സിസ്റ്റർ നോയൽ റോസ്

കർമ്മലീത്താസന്യാസിനീ സമൂഹത്തിലെ അങ്കമാലി പ്രവിശ്യാംഗം. എംജി യൂണിവേഴ്സിറ്റി പി.ജി. ബോർഡ് ഓഫ് സ്റ്റഡീസ് അംഗവും റിസർച്ച് ഗൈഡും. മഹാത്മാഗാന്ധി സർവ്വകലാശാലയിൽ നിന്ന് ബി.എ.യും എം.എ.യും റാങ്കോടെ പാസായി. സ്ത്രൈണദൈവശാസ്ത്രത്തെയും മലയാളസാഹിത്യത്തെയും ബന്ധപ്പെടുത്തി ആനുകാലികങ്ങളിൽ നിരവധി ലേഖനങ്ങൾ പ്രസിദ്ധീകരിച്ചിട്ടുണ്ട്. ആകാശവാണിയിൽ വിവിധ വിഷയങ്ങളെ അധികരിച്ച് പ്രഭാഷണങ്ങൾ നടത്തിവരുന്നു. സ്ത്രീ ശാക്തീകരണവുമായി ബന്ധപ്പെട്ട് വിവിധ സ്ഥാപനങ്ങളിൽ പരിശീലനം നൽകുന്നുണ്ട്. സ്ത്രീയും ആത്മീയതയും, നഷ്ടപ്പെട്ട നാണയം (എഡി), ബൈബിൾ ഒരു സ്ത്രീപക്ഷ വായന, മലയാള നോവൽ: ആഖ്യാനവും പ്രതിനിധാനവും (എഡി), ദി നൺ (ടെലിഫിലിം തിരക്കഥ) കാറ്റ് എന്നോടു പറഞ്ഞത്, നീ ഇവിടെ ഉണ്ടായിരുന്നെങ്കിൽ, അകക്കൊട്ടാരത്തിന്റെ കാവൽക്കാരി തുടങ്ങി പതിനഞ്ചോളം ഗ്രന്ഥങ്ങൾ. സ്ത്രീയും ആത്മീയതയും ബനീഞ്ഞാക്കവിതകളിൽ എന്ന ഗവേഷണപ്രബന്ധത്തിന് 2014-ലെ ബസ്റ്റ് വുമൺ റിസർച്ച് അവാർഡ് ലഭിച്ചിട്ടുണ്ട്.

വിലാസം:
അസോസിയേറ്റ് പ്രൊഫസർ
ന്യൂമാൻ കോളേജ്, തൊടുപുഴ
മൊബൈൽ: 9497366767

നീന തോമസ്

തൊടുപുഴ സ്വദേശിനി. മൂവാറ്റുപുഴ നിർമല കോളേജ് മലയാള വിഭാഗം അസിസ്റ്റന്റ് പ്രൊഫസർ. മലയാള സ്ത്രീ നിരൂപണം മുൻനിർത്തി ഗവേഷണം നടത്തുന്നു.

സംസ്കാരം, രാഷ്ട്രീയം, ബഹുജനമാധ്യമങ്ങൾ

(പഠനങ്ങൾ)

എഡിറ്റേഴ്സ്
ഡോ. സിസ്റ്റർ നോയൽ റോസ്
നീന തോമസ്

FEMINGO BOOKS
കോട്ടയം
2023

വില: 460 രൂപ

Samskaram, Rashtreeyam, Bahujana Madhyamangal
Edited By:
Dr Sr Noel Rose & Neena Thomas
Malayalam Studies

Published by:-
FEMINGO BOOKS
femingobooks@gmail.com
Ph: 90740 98776, 8301034604

Cover Pic Courtsey:
Freepik

Cover Design:
Maxlab

Printed in India
at Max

Edition:
First Editon December 2023

Price: Rs. 460

ISBN: 978-81-19940-31-8

പ്രസാധകക്കുറിപ്പ്

സ്വന്തം സംസ്കാരത്തിന്റെ അടിസ്ഥാനത്തിലാണ് ഒരു സംസ്കാരപഠിതാവ് വ്യത്യസ്ത സംസ്കാരങ്ങളെ മാറ്റുരച്ചുനോക്കുക. ഇന്ന് സംസ്കാരം എന്നത് രാഷ്ട്രീയവുമായി ഇഴചേർന്നു കിടക്കുന്നു. ഒരാളുടെ ജീവിതത്തിൽ നിന്നും സംസ്കാരവും രാഷ്ട്രീയവും അടർത്തിമാറ്റാനാകാത്തതുപോലെയാണ് മാധ്യമങ്ങളുടെ ഇടപെടലും. സംസ്കാരം, രാഷ്ട്രീയം, മാധ്യമങ്ങൾ എന്നിവ എങ്ങനെ പരസ്പരം ബന്ധപ്പെട്ടിരിക്കുന്നുവെന്നും അവ ജനങ്ങളെ എങ്ങനെ സ്വാധീനിക്കുന്നുവെന്നും സംസ്കാരം, രാഷ്ട്രീയം, ബഹുജന മാധ്യമങ്ങൾ എന്ന, ഡോ. സിസ്റ്റർ നോയൽ റോസും ഗവേഷകയായ നീനാ തോമസും ചേർന്ന് എഡിറ്റ് ചെയ്ത ഈ ലേഖന സമാഹാരത്തിലൂടെ വിശദമാക്കുന്നു. ഗൗരവമായ വായന തേടുന്ന ഈ പുസ്തകം വായനക്കാർക്കായി സമർപ്പിക്കുന്നു.

ദുർഗ മനോജ്
ഫെമിൻഗോ ബുക്സ്

ഉള്ളടക്കം

ആമുഖം

മനുഷ്യർ പൊതുവായി പങ്കുവയ്ക്കുന്ന ചില അടിസ്ഥാന സ്വഭാവങ്ങളുടെ കൂട്ടമാണ് സംസ്കാരം എന്ന പരമ്പരാഗത പരിപരിപ്രേക്ഷ്യത്തിൽ നിന്ന് സംസ്കാരപഠനം ബഹുദൂരം മാറിസഞ്ചരിച്ചു കഴിഞ്ഞു. സംസ്കാരത്തെ സംബന്ധിച്ച പരമ്പരാഗത സാമൂഹിക സങ്കല്പങ്ങളുടെ വിനിർമ്മിതിയാണ് വിയർ ബോർദ്യു ഉൾപ്പടെയുള്ള പുതിയ കാലസംസ്കാരപഠനചിന്തകരുടെ സങ്കല്പനങ്ങളിൽ സംഭവിക്കുന്നത്. സംസ്കാരനിരീക്ഷണം എത്ര കണ്ട് വസ്തുനിഷ്ഠമാണ് എന്ന അന്വേഷണവും വിശകലനവും സംസ്കാരപഠനത്തിന്റെ ഭാഗമാണ്. സംസ്കാരപഠിതാവ് സ്വന്തം സംസ്കാരത്തിന്റെ കാഴ്ചപ്പാടിലൂടെതന്നെയാണ് ഏതൊരു സംസ്കാരത്തെയും വിശകലനം ചെയ്യുന്നത്. ഇങ്ങനെയുള്ള വിശകലനത്തിന്റെ വസ്തുനിഷ്ഠത ചോദ്യം ചെയ്യപ്പെടുന്നുണ്ട് ഇത്തരമൊരു തിരിച്ചറിവാണ് സംസ്കാരപഠനത്തിന്റെ പരിസരത്തെ പഴയകാല സാംസ്കാരിക വിശകലനത്തിൽ നിന്ന് വിഭിന്നമാക്കുന്നത്.

ഉത്തരാധുനിക സിദ്ധാന്തങ്ങളിലും സംസ്കാരപഠനത്തിലും നിരന്തരം സന്നിഹിതമാകുന്ന ഒരു സംങ്കല്പനമാണ് സാംസ്കാരിക രാഷ്ടീയം. വിശാലാർത്ഥത്തിൽ ഉപയോഗിക്കപ്പെടുന്ന രാഷ്ടീയം എന്നപദം ഒരാൾ അയാളുടെ വാക്കിലൂടെയും കാഴ്ചയിലൂടെയും രൂപീകരിക്കുന്ന നിലപാടുകളുടെ സൈദ്ധാന്തിക വിശദീകരണമാണ്. “സാംസ്കാരികരൂപങ്ങളെ സാമൂഹിക-സാമ്പത്തിക ക്രമത്തിന്റെ പ്രതിഫലനമായിക്കണ്ട സാമ്പ്രദായിക വിശകലനങ്ങളുടെ സ്ഥാനത്ത് അർത്ഥങ്ങളുടെയും ആശയങ്ങളുടെയും ഉല്പാദനവുമായി ബന്ധപ്പെട്ട സാമൂഹിക പ്രയോഗത്തിന്റെ പ്രത്യക്ഷങ്ങളായി അവയെ കാണാൻ നമ്മെ അനുവദിക്കുന്നു എന്നതാണ് സാംസ്കാരികരാഷ്ട്രീയ സങ്കല്പനത്തിന്റെ സൗകര്യം” എന്ന പി. പി. രവീന്ദ്രന്റെ നിരീക്ഷണം ശ്രദ്ധേയമാണ്.

സംസ്കാരത്തെ നിത്യജീവിതത്തിൽ നിന്ന് അടർത്തിമാറ്റി വിശദീകരിക്കുന്ന രീതി വിട്ട് അതിനെ നിത്യജീവിതത്തിന്റെ രാഷ്ടീയവുമായി വിളക്കി ചേർക്കുന്നതിലാണ് പുതിയകാല സംസ്കാരപഠനം ശ്രദ്ധിക്കുന്നത്. മനുഷ്യർ പല മട്ടിൽ അനുഭവിക്കുന്ന ജാതി-വർഗ്ഗ-ലിംഗ-സാമ്പത്തിക അസമത്വങ്ങളുടെ പ്രശ്നപരിസരം സംസ്കാര വിശകലനത്തിൽ പ്രത്യക്ഷപ്പെടുന്നതിന്റെ കാരണം അതാണ്. അതോടെ സമൂഹത്തിന്റെ പൊതുബോധം നിർമ്മിക്കുന്ന സമസ്ത രൂപങ്ങളും ഏറ്റവും പ്രത്യേകമായി മാധ്യമ പഠനവും ചലച്ചിത്ര പഠനവുമെല്ലാം സാംസ്കാരികരാഷ്ടീയ പഠനത്തിന്റെ പ്രധാനഘടകമായി വരുന്നു. സാംസ്കാരപഠനത്തെ സിദ്ധാന്തമായല്ല, രാഷ്ടീയ പ്രയോഗമായാണ് കാണേണ്ടത് എന്ന ഡഗ്ലസ് കെൽമർ, മൈക്കൽ റ്യാൻ തുടങ്ങിയവരുടെ അഭിപ്രായങ്ങൾ, സംസ്കാരപഠനത്തിന്റെ അനക്കാദമിക സ്വഭാവത്തെക്കൂടി സൂചിപ്പിക്കുന്നുണ്ട്.

സംസ്കാരപഠനത്തിന്റെ അവിഭാജ്യഘടകമായ മാധ്യമപഠനം സമകാലിക ജീവിതപരിസരങ്ങളിൽ സവിശേഷശ്രദ്ധയർഹിക്കുന്നു. മാധ്യമങ്ങളില്ലാത്ത ഒരു ലോകത്തെക്കുറിച്ച് സങ്കല്പിക്കാൻപോലും കഴിയാത്ത ഇന്നിന്റെ സാമൂഹിക പരിസരങ്ങളിൽ, അച്ചടി, ഇലക്ട്രോണിക് മാധ്യമങ്ങളുടെ രാഷ്ടീയം ചരിത്രപരമായും സാംസ്കാരികമായും തിരിച്ചറിയപ്പെടേണ്ടതുണ്ട്.

കേരള സമൂഹത്തിന്റെ ആധുനികീകരണത്തോടൊപ്പം തന്നെ എപ്രകാരമാണ് മലയാളഭാഷയുടെ ആധുനികീകരണം സംഭവിച്ചതെന്ന് അന്വേഷിക്കുകയാണ് ഡോ.ബാബു ചെറിയാൻ ആദ്യകാല പത്രമാസികകളും മലയാള ആധുനികതയുടെ രൂപങ്ങളും എന്ന ലേഖനത്തിൽ. കേരളത്തിന്റെ സാംസ്കാരിക ജീവിതത്തിൽ കോളനി ആധുനികത പ്രസരിച്ചത് അച്ചടിയിലൂടെയും അതിന്റെ ബഹുമുഖ വ്യാപാരങ്ങളായ പത്ര-മാസികാ പ്രസിദ്ധീകരണം, പുസ്തക പ്രസാധനം, ആധുനിക ഗദ്യത്തിന്റെ വികാസം, ഗദ്യഭാഷയുടെ മാനകീകരണം, വിവിധ ഗദ്യസാഹിത്യശാഖകളുടെ ഉല്പത്തി-വികാസം എന്നിവയിലൂടെയുമാണെന്ന് അദ്ദേഹം നിരീക്ഷിക്കുന്നു.

ആഗോളീകരണത്തിന്റെ ആശയങ്ങളും നടപടികളും ആഗോള മാധ്യമകുത്തകകളുടെ വളർട്ടയെയും പ്രതിഷ്ഠയെയും എപ്രകാരം സഹായിച്ചു എന്ന് വിശദമാക്കിക്കൊണ്ട് ഈ പ്രവണതകൾ മലയാളപത്രങ്ങളുടെ സാംസ്കാരികവും രാഷ്ട്രീയവുമായ നില

പാടുകളിൽ സൃഷ്ടിച്ച അപഭ്രംശങ്ങളെ വിലയിരുത്തുകയാണ് ശ്രീ. എൻ.പി. രാജേന്ദ്രൻ, "ആഗോളവത്ക്കരണവും മലയാളപത്രങ്ങളുടെ സാംസ്കാരിക രാഷ്ട്രീയവും" എന്ന ലേഖനത്തിൽ. മലയാളത്തിലെ ഏറ്റവും ജനപ്രിയ കലാരൂപവും മാധ്യമവുമായ സിനിമയിലെ കേരളീയ നവോത്ഥാനത്തിന്റെ കാപട്യങ്ങളെ അതിവിദഗ്ധമായി സൂക്ഷ്മവിശകലനത്തിന് വിധേയമാക്കുന്നു, ശ്രീ. ജി.പി. രാമചന്ദ്രൻ. കേരളത്തിലുണ്ടായ നവോത്ഥാനത്തിന്റെ സ്വഭാവം വിശദമായി അപഗ്രഥിച്ചശേഷം, സമാന്തരമായി വികസിച്ച മലയാളസിനിമയിലെ നവോത്ഥാന ദർശനങ്ങൾ അദ്ദേഹം വിലയിരുത്തുന്നു, "കേരളീയ നവോത്ഥാനവും മലയാള സിനിമയും" എന്ന തന്റെ സുദീർഘപഠനത്തിൽ. ഓരോ സിനിമയുടെയും വിശദമായ അപഗ്രഥനം സമഗ്രപഠനങ്ങൾ തന്നെയാണ്.

പരസ്യം പരിണാമിയായ ഒരു സ്ഥാപനമാണ് എന്നും ചരിത്രപരമായി അതിന്റെ പരിണാമങ്ങളെയും സൂഷ്മവൃത്തികളെയും അന്വേഷിക്കുന്നതിലൂടെയേ മുതലാളിത്തലോകം നമ്മെ രൂപപ്പെടുത്തിക്കൊണ്ടിരിക്കുന്നതെങ്ങനെയാണെന്ന് വ്യക്തമാകുകയുള്ളൂ എന്ന് സന്തോഷ് മാനിച്ചേരി ഓർമ്മപ്പെടുത്തുന്നു. തദ്ദേശീയ അധികാരഭ്രമത്തേയും സൗന്ദര്യ സങ്കല്പങ്ങളേയും തങ്ങൾക്കനുകൂലമായി ഉപയോഗപ്പെടുത്താനും ആഗോളീയമായ സങ്കരമാതൃകകൾ രൂപപ്പെടുത്താനും പരസ്യങ്ങളുടെ അനുശീലന ഉപഭോഗത്തിനു സാധിക്കുന്നുണ്ടെന്ന് സൂചിപ്പിച്ച് ഇവയുടെ ചേരുവകളെക്കുറിച്ചുള്ള സവിശേഷ പഠനസാധ്യതയെ ചൂണ്ടിക്കാട്ടിയാണ് മാനിച്ചേരി ലേഖനം അവസാനിപ്പിക്കുന്നത്.

സംസ്കാര നിർമ്മിതിയിൽ, തങ്ങളുടെ പങ്ക് അവഗണിക്കപ്പെടുകയോ വിസ്മൃതമാക്കപ്പെടുകയോ തമസ്കരിക്കപ്പെടുകയോ ചെയ്തിട്ടുണ്ടെന്ന തിരിച്ചറിവിൽ, പാർശ്വവല്ക്കൃതസമൂഹങ്ങൾ, സാംസ്കാരിക മൂലധനത്തിൽ തങ്ങളുടെ പങ്കിനു വേണ്ടി ആവശ്യമുന്നയിച്ചു തുടങ്ങുമ്പോൾ സംസ്കാരപഠനത്തിന്റെ ചക്രവാളങ്ങൾ വികസ്വരമാകുന്നു. ഈ ലക്ഷ്യത്തോടെ സമൂഹത്തിലെ സംസ്കാര ചിഹ്നങ്ങളെ ഉല്പാദിപ്പിക്കുന്ന വ്യവഹാരങ്ങളെ പൂർവ്വകാലത്ത് കലാസാഹിത്യമാധ്യമങ്ങളാണെങ്കിൽ വർത്തമാനകാലത്ത് നവമാധ്യമങ്ങളടക്കമുള്ള ഇലക്ട്രോണിക് മാധ്യമങ്ങൾ - നവമായ വായനക്കും വിശകലനത്തിനും വിധേയമാക്കുന്നു. ഈ പശ്ചാത്തലത്തിലാണ് മലയാളസിനിമയിലെ സ്ത്രീപ്രതിനിധാനങ്ങൾ എന്ന ടി. ജിതേഷിന്റെ ലേഖനം പ്രസക്തമാകുന്നത്.

നവമാധ്യമങ്ങൾ - സാങ്കേതികതയും സംസ്കാരവും എന്ന ലേഖനത്തിൽ ജീവിതത്തിന്റെ അഞ്ചാംമാനമായ സൈബറിടം ഭാഷയിലും സാഹിത്യത്തിലും വരുത്തിയ മാറ്റങ്ങളെ അന്വേഷിക്കുന്നു. ബ്ലോഗ് കവിതയെയും കഥയെയുംക്കുറിച്ചുള്ള സാമാന്യ വിവരവും ലേഖനം പങ്കുവയ്ക്കുന്നുണ്ട്.

മലയാള ടെലിവിഷൻ വാർത്തകൾ, മാധവിക്കുട്ടി എന്ന എഴുത്തുകാരിയുടെ മരണവാർത്താവിതരണത്തിൽ പ്രകടിപ്പിച്ച ആഖ്യാന വൈവിധ്യങ്ങളുടെ രാഷ്ട്രീയം അന്വേഷിക്കുകയാണ് സുനിൽ ജോസ് "എഴുത്തുകാരിയുടെ മരണം - മലയാള ടെലിവിഷൻ വാർത്തകളിൽ" എന്ന തന്റെ പ്രബന്ധത്തിൽ. നവമാധ്യമ പഠനങ്ങളുടെ വൈജ്ഞാനിക സമീപനത്തെ ആതിര ടി. ആറും ഫെയ്സ്ബുക്കിലെ സാംസ്കാരിക അപചയത്തെ സൗമ്യ പി. ആറും പഠിക്കുവാൻ ശ്രമിക്കുന്നു, തുടർന്നുള്ള ലേഖനങ്ങളിൽ.

-എഡിറ്റേഴ്സ്

1

ആദ്യകാല പത്രമാസികകളും മലയാള ആധുനികതയുടെ രൂപങ്ങളും

ഡോ. ബാബു ചെറിയാൻ

കേരളസമൂഹത്തിന്റെ ആധുനികീകരണത്തിനൊപ്പം സംഭവിച്ച ഒരു സാമൂഹിക പ്രക്രിയയാണ് മലയാളഭാഷയുടെ ആധുനികീകരണം. കേരളസമൂഹം ആധുനികപൂർവ്വഘട്ടത്തിൽ നിന്ന് ആധുനികഘട്ടത്തിലേക്ക് മാറിയപ്പോൾ കേരളത്തിന്റെ ഭാഷയും അതിന്റെ ഉല്പന്നങ്ങളും അത്തരമൊരു മാറ്റത്തിന് വിധേയമാകുകയാണുണ്ടായത്. സമൂഹപരിണാമത്തിന്റെ പിന്നിൽ പ്രവർത്തിച്ച ഘടകങ്ങൾ ഭാഷയുടെ പരിണാമത്തിനു പിന്നിലും പ്രവർത്തിച്ചിട്ടുണ്ട്. പാശ്ചാത്യ സമൂഹത്തിന്റെ ആധുനികതയ്ക്കും തൽഫലമായി നവോത്ഥാന നവീകരണങ്ങൾക്കും കാരണമായിത്തീർന്ന ആധുനികതയുടെ (Modernity) ഇന്ത്യൻ രൂപമായ കോളനി ആധുനികതയാണ് (Colonial modernity) കേരളസമൂഹത്തിന്റെ ആധുനികതയ്ക്കു നിമിത്തമായിത്തീർന്നത്.

പത്തൊമ്പതാം നൂറ്റാണ്ടോടു കൂടിയാണ് കേരളീയ സമൂഹം ആധുനീകരിക്കപ്പെട്ടു തുടങ്ങിയത്. അതിന് മുമ്പ് കേരളത്തിൽ നിലവിലിരുന്ന ഫ്യൂഡൽ സാമൂഹിക ബന്ധങ്ങളെയും അതിനെ നിലനിർത്തിപ്പോന്നിരുന്ന സാംസ്കാരികമേല്പുരയെയും പറിച്ചെറിഞ്ഞ്, കോളനി ആധുനികത കേരളത്തിലേക്കു പ്രവേശനം നേടിയത് രണ്ടു കാര്യങ്ങളിലൂടെയായിരുന്നു. ആ രണ്ടു കാര്യങ്ങളിൽ ഒന്ന് ഒരു സാമൂഹിക പ്രക്രിയയും രണ്ടാമത്തേത് ഒരു സാങ്കേതിക വിദ്യയുമായിരുന്നു. സാമൂഹിക പ്രക്രിയ, സൗജന്യവും സാർവത്രികവും

സമസ്ത ജനവിഭാഗങ്ങൾക്കും ലഭ്യവുമായ ആധുനിക വിദ്യാഭ്യാസവും സാങ്കേതികവിദ്യ അച്ചടിയുമായിരുന്നു. ചുരുക്കത്തിൽ, കേരളത്തിന്റെ നവോത്ഥാനത്തിനു കാരണമായിത്തീർന്ന കോളനിആധുനികതയുടെ പ്രചണ്ഡവാതം കേരളത്തിലേക്കു പ്രവഹിച്ചത് ഈ രണ്ടു വാതായനങ്ങളിൽക്കൂടിയായിരുന്നു. കേരളത്തിന്റെ സാംസ്കാരിക ജീവിതത്തിൽ കോളനി ആധുനികത പ്രസരിച്ചത് അച്ചടിയിലൂടെയും അതിന്റെ ബഹുമുഖ വ്യാപാരങ്ങളായ പത്ര-മാസികാ പ്രസിദ്ധീകരണം, പുസ്തക പ്രസാധനം, ആധുനിക ഗദ്യത്തിന്റെ വികാസം, ഗദ്യഭാഷയുടെ മാനകീകരണം (Standardisation) വിവിധ ഗദ്യസാഹിത്യശാഖകളുടെ ഉല്പത്തി -വികാസം എന്നിവയിലൂടെയാണ്. കോളനി ആധുനികത, കേരള സമൂഹത്തിന്റെ ആധുനികീകരണം, ആധുനികീകരണത്തിന്റെ പ്രചാരണ-പ്രയോഗങ്ങൾക്ക് നിമിത്തമായിത്തീർന്ന ഘടകങ്ങൾ എന്നീക്കാര്യങ്ങൾ മുൻനിർത്തി ആലോചിക്കുമ്പോൾ മലയാളഭാഷയുടെ ആധുനികീകരണത്തിൽ ആദ്യകാല പത്രമാസികകൾ വഹിച്ച സുപ്രധാനമായ പങ്ക് വ്യക്തമാകും.

മലയാളം അച്ചടി, പത്രമാസികകൾ; ആധുനിക കാലത്തും ആധുനിക സങ്കേതിക വിദ്യയിലും

മലയാളം അച്ചടിയുടെ പ്രാരംഭഘട്ടം, ആദ്യകാല പത്രമാസികകൾ എന്നിവയെ സംബന്ധിച്ച്, കാലഗണനാടിസ്ഥാനത്തിലുള്ള ചില സൂചനകൾ അറിഞ്ഞിരിക്കേണ്ടത് ആവശ്യമാണ്.

കേരളത്തിൽ മലയാളം അച്ചടിക്കും പുസ്തക പ്രസാധനത്തിനും തുടക്കംകുറിച്ചത് സി.എം.എസ് മിഷനറിയായ ബെഞ്ചമിൻ ബെയിലിയാണ്. 1821-ൽ കേരളത്തിലെ ആദ്യകാലബഹുഭാഷാമുദ്രണാലയം (കോട്ടയം സി.എം.എസ്. പ്രസ്സ്) സ്ഥാപിച്ചുകൊണ്ട്, അദ്ദേഹം അച്ചടിക്കു തുടക്കമിട്ടു.

1824: കേരളത്തിൽ അച്ചടിച്ച ആദ്യ മലയാള പുസ്തകം ചെറുപൈതങ്ങൾക്ക ഉപകാരാർത്ഥം ഇംക്ലീശിൽ നിന്ന പരിഭാഷപ്പെടുത്തിയ കഥകൾ കോട്ടയം സി.എം.എസ് പ്രസ്സിൽ അച്ചടിച്ചു പ്രസിദ്ധപ്പെടുത്തി. ബെഞ്ചമിൻ ബെയിലിയായിരുന്നു ഈ കൃതിയുടെ പരിഭാഷകൻ (ഇതിനു മുമ്പ് മത്തായിയുടെ സുവിശേഷം എന്ന ലഘുകൃതിയും മറ്റു ചില ലഘുലേഖകളും സി.എം.എസ് പ്രസ്സിൽ അച്ചടിച്ചതായി രേഖകളുണ്ടെങ്കിലും അവയൊന്നും ലഭ്യമായിട്ടില്ല). ഇതിനെത്തുടർന്ന് ധാരാളം കൃതികൾ (പൊതുഗ്രന്ഥങ്ങളും പാഠപുസ്തകങ്ങളും) സി.എം.എസ്സ് പ്രസ്സ് പ്രസിദ്ധീകരിച്ചു.

1847 ജൂൺ: മലയാളത്തിലെ ആദ്യ മാസികാപത്രവും വൃത്താന്ത പത്രവുമായ രാജ്യസമാചാരത്തിന്റെ ആദ്യലക്കം തലശ്ശേരിക്കടുത്തുള്ള ഇല്ലിക്കുന്നിൽ നിന്ന് പ്രസിദ്ധപ്പെടുത്തി.

1847 ഒക്ടോബർ: ഇല്ലിക്കുന്നിൽ നിന്നുതന്നെ പശ്ചിമോദയം എന്ന പേരിൽ മലയാളത്തിലെ രണ്ടാമത്തെ ആനുകാലിക പ്രസിദ്ധീകരണം ആരംഭിച്ചു.

848 വൃശ്ചികം (നവംബർ) : മലയാളത്തിലെ മൂന്നാമതു വൃത്താന്തപത്രം ജ്ഞാനനിക്ഷേപം ജോൺ ഹോക്സവർത്തിന്റെ പത്രാധിപത്യത്തിൽ കോട്ടയത്തു നിന്ന് ആരംഭിച്ചു. (ജ്ഞാന നിക്ഷേപത്തിന്റെ സ്ഥാപക പത്രാധിപർ ജോൺ ഹോക്സ് വർത്തായിരുന്നു. അത് അച്ചടിച്ചത് ബെഞ്ചമിൻ ബെയിലിയുടെ അച്ചടിശാലയിലായിരുന്നെവെന്നു മാത്രം)

1846 ജൂലൈ: നാലാമതു മലയാള മാസികാപത്രമായ വിദ്യാസംഗ്രഹം കോട്ടയം സി.എം.എസ് കോളേജിൽ നിന്നു പ്രസിദ്ധീകരിച്ചു തുടങ്ങി.

ആധുനികത എന്ന പരികല്പന മുൻനിർത്തി ആലോചിക്കുമ്പോൾ മേല്പറഞ്ഞ പത്രമാസികകളിൽ തലശ്ശേരി മാസികകൾക്കും കോട്ടയം മാസികാപത്രങ്ങൾക്കും തമ്മിൽ അച്ചടിക്കുപയോഗിച്ച സാങ്കേതിക വിദ്യ, ഉള്ളടക്കം എന്നീ കാര്യങ്ങളിൽ കാതലായ വ്യത്യാസങ്ങളുണ്ട്. രാജ്യസമാചാരവും പശ്ചിമോദയവും കല്ലച്ചിൽ അച്ചടിച്ചു പ്രസിദ്ധീകരിച്ചപ്പോൾ ജ്ഞാനനിക്ഷേപം മാറ്റിവെക്കാവുന്ന ആണിയച്ചുകൾ (Movable type) ഉപയോഗിച്ചാണ് അച്ചടിച്ചത്. ആധുനിക അച്ചടി എന്നതുകൊണ്ട് ഉദ്ദേശിക്കുന്നത് ജൊഹാൻ ഗുട്ടൻ ബർഗ് രൂപപ്പെടുത്തിയതും മാറ്റിവെക്കാവുന്ന ആണിയച്ചുകൾ ഉപയോഗിച്ചുള്ളതുമായ മുദ്രണത്തെയാണ്.

ആധുനിക അച്ചടി, ഫ്യൂഡൽ ഭാഷാവ്യവഹാരങ്ങളുടെ നിരാസം, ആധുനിക മലയാള ഗദ്യത്തിന്റെ വികാസം

യൂറോപ്യൻ ആധുനികതയുടെ ആത്യന്തിക ഫലം സാമൂഹിക ബന്ധങ്ങളിലുണ്ടായ പരിണാമവും ആ പരിണാമം മനുഷ്യനെക്കുറിച്ചുള്ള ദർശനത്തിലുണ്ടാക്കിയ മാറ്റവുമാണ്. തുല്യപൗരത്വമാണ് (equal citizenship) ആധുനികതയുടെ കാമ്പ്. ജന്മത്തസാമൂഹിക ബന്ധങ്ങളുടെ അടിത്തറയായി നിലനിന്ന ഉടമ-അടിമ ബന്ധത്തിൽ നിന്ന് തുല്യപൗരത്വത്തിലേക്കുള്ള മാറ്റമെന്ന് സാമൂഹിക ബന്ധങ്ങളിലുണ്ടായ ആ പരിവർത്തനത്തെ ചുരുക്കിപ്പറയാം. ഈ മാറ്റം

പല സാമൂഹികഘടകങ്ങളുടെ തുടർപ്രവർത്തനത്തിലൂടെയും ഇട പെടലുകളിലൂടെയുമാണ് യൂറോപ്യൻ സമൂഹത്തിൽ സംഭവിച്ചത്. ആധുനിക ശാസ്ത്രത്തിന്റെ വളർച്ചയും വിജ്ഞാനവിസ്ഫോടനവും സാങ്കേതിക വിദ്യയുടെ വികാസം, യന്ത്രവൽക്കരണം, വ്യവസായ വൽക്കരണം, നഗരവൽക്കരണം, ജന്മിത്തത്തെ തകർത്ത് മുതലാ ളിത്തത്തിന്റെ ഉദയം, നവോത്ഥാനം, നവീകരണം, ഇങ്ങനെ സമ കാലികമായോ തുടർച്ചയായോ സംഭവിച്ച കുറേ കാര്യങ്ങൾ.

കോളനി ആധുനികത കേരളത്തിൽ ശതാബ്ദങ്ങളായി നിലനി ന്നുപോന്ന ജന്മിത്തത്തിന്റെ അടിത്തറയിളക്കി. ജന്മിത്ത സാമൂ ഹിക ബന്ധത്തിൽ നിന്ന് മുതലാളിത്ത സാമൂഹിക ബന്ധത്തിലേക്കു മാറിയ കേരള സമൂഹത്തിൽ ജന്മിത്തത്തിന്റേതായ എല്ലാ ഇടപാടു കൾക്കും ഇടപെടലുകൾക്കും മാറ്റം സംഭവിച്ചു. വിദ്യാഭ്യാസം, തൊഴിൽ, ഉല്പാദനം, ആചാരങ്ങൾ, വിശ്വാസങ്ങൾ, വസ്ത്രധാര ണം, ഗതാഗതം, ഭാഷ, സാഹിത്യം- എല്ലാമേഖലകളെയും നവീക രിക്കുകയും പുതുക്കിപ്പണിയുകയും ചെയ്തു, ആധുനികത. മേല്പടി കാര്യങ്ങളിൽ ജന്മിത്തം പരിപാലിച്ചുപോന്ന വഴികളെയും രീതിക ളെയുമെല്ലാം ആധുനികത നിരസിച്ചു. അക്കൂട്ടത്തിൽ, ജന്മിത്ത ത്തിന്റെ ഭാഷാവ്യവഹാരരീതികളും സാഹിത്യസമ്പ്രദായങ്ങളും നിര സിക്കപ്പെടുകയും അവയും ആധുനികീകരണത്തിനു വിധേയമാ കുകയും ചെയ്തു. ഭാഷാസാഹിത്യ രംഗത്തെ ഈ നവീകരണ ത്തിനു സഹായിച്ചത് ആധുനിക അച്ചടിയും പത്രമാസികകളു മാണ്.

ജന്മിത്ത കാലഘട്ടത്തിലെ ഭാഷാവ്യഹാരം അധികാരകേന്ദ്രിത മായ ഭാഷാരൂപങ്ങളെ അംഗീകരിക്കുകയും അല്ലാത്തവയെ അധമ മെന്നു കരുതി അവഗണിക്കുകയും ചെയ്യുന്നതരത്തിലുള്ളതായി രുന്നു.

1) ജന്മിത്തത്തിന്റെ സാഹിത്യരൂപമാകട്ടെ പദ്യവുമായിരുന്നു. കേരളത്തിലെ കോളനി ആധുനികത അധികാരകേന്ദ്രിതമായ ഭാഷാ വ്യവഹാരങ്ങളെയും പദ്യത്തെയും നിരാകരിച്ചു. ഉച്ചഭാഷയെയും നീചഭാഷയെയും സമ്മേളിപ്പിച്ചുകൊണ്ട് ഒരു മാധ്യമമാർഗ ഗദ്യരീതി രൂപപ്പെടുത്തുകയും അതിനെ ശൈലീശുദ്ധവും നിലവാരപ്പെട്ട തുമായ (standardised) ആധുനിക ഗദ്യമാക്കി വികസിപ്പിക്കുകയും ചെയ്തു.

2) പദ്യസാഹിത്യരൂപങ്ങളുടെ സ്ഥാനത്ത് നിരവധിയായ ഗദ്യ സാഹിത്യശാഖകൾ ഉദയം കൊണ്ട്, വളർന്നു. ഭാഷാസാഹിത്യങ്ങ

ളിലെ ഈ ആധുനികീരണത്തിന് ഉപാധിയും സാഹായിയുമായി നിന്നത് ആധുനിക മലയാളം അച്ചടിയും ആദ്യകാല പത്രമാസിക കളുമായിരുന്നു.

ഭാഷയുടെ ആധുനികീകരണവും ആധുനിക ഭാഷാവ്യവഹാരങ്ങളും ആദ്യകാല പത്രമാസികകളിൽ

ആദ്യകാല പത്രമാസികകളിൽ ആധുനിക അച്ചടി വിദ്യയുടെ ഗുണംലഭിച്ച രണ്ടു പ്രസിദ്ധീകരണങ്ങളാണ് ജ്ഞാനനിക്ഷേപവും വിദ്യാസംഗ്രഹവും. മലയാളം എഴുത്തിന്റെ പഴയ രീതിയെ അച്ചടി വിദ്യ നവീകരിച്ചതിന്റെ വലിയൊരു സാക്ഷ്യം ജ്ഞാനനിക്ഷേപ ത്തിലുണ്ട്. ഇതാകട്ടെ അധികമാരും ശ്രദ്ധിച്ചിട്ടുമില്ല. സംസ്കൃതപ ണ്ഡിതന്മാരുടെ അധീശാധികാരത്തിൻ കീഴിലായിരുന്ന മലയാള ത്തിന്, സംസ്കൃതത്തിന്റെ വർണവ്യവസ്ഥ തന്നെ മതി എന്നുള്ള സാമ്പ്രദായിക നിലപാടിനോടുള്ള കാലാപം കൂടിയായിരുന്നു ഈ നവീകരണം. ആധുനിക മലയാള ഗദ്യത്തിലെ പുതിയ ഉല്പന്നങ്ങ ളായ ഏ,ഓ എന്നീ ദീർഘസ്വരങ്ങളും അവയെക്കുറിക്കുന്ന ചിഹ്നങ്ങളും അച്ചടിയിൽ നടപ്പിലാക്കിയതിനെക്കുറിച്ചാണ് ഇവിടെ ഉദ്ദേശിക്കുന്നത്. ജ്ഞാനനിക്ഷേപത്തിന്റെ ആദ്യലക്കത്തിൽ ത്തന്നെ മേല്പറഞ്ഞ പുതിയ ഉല്പന്നങ്ങൾ ഉപയോഗിച്ചു. പക്ഷേ രണ്ടാം ലക്കത്തിൽ കടുത്ത പിന്നാക്കം പോക്കു നടത്തി. പിന്നീട് പത്തു പതിമൂന്നു ലക്കങ്ങൾകൊണ്ട്, ക്രമേണയാണ് ആ പുതിയ ഉല്പന്ന ങ്ങളെ ജ്ഞാനനിക്ഷേപം ഭാഷയിൽ പ്രതിഷ്ഠിച്ചത്.[3]

ആധുനിക അച്ചടിയിലൂടെ ആധുനിക മലയാളഗദ്യത്തിനു ലഭിച്ച മറ്റൊരു ഉല്പന്നമായ സംവൃതോകാര ചിഹ്നത്തിന്റെ കാര്യവും ഇക്കൂടെ ചേർത്തു ചിന്തിക്കേണ്ടതാണ്. മലയാളത്തിന്റെ വർണ വ്യവസ്ഥയിൽ മാത്രമല്ല, വ്യാകരണകാര്യങ്ങളിലും വലിയ പ്രാധാന്യമുള്ള സംവൃതോകാരവും അതിന്റെ ചിഹ്നവും മലയാള ഭാഷയിൽ നടന്ന ആധുനികീകരണത്തിന്റെ ഫലമായിരുന്നു. സംവൃ തോകാരം സൂചിപ്പിക്കുന്നതിനായി ഹെർമൻ ഗുണ്ടർട്ടാണ് ചന്ദ്ര ക്കല എന്ന ചിഹ്നം മലയാളത്തിൽ അവതരിപ്പിച്ചത്; ഇക്കാര്യത്തിൽ അദ്ദേഹത്തെ ജോസഫ് പീറ്റിനെപ്പോലുള്ളവരും വടക്കൻ കേരള ത്തിൽ നിലനിന്നിരുന്ന എഴുത്തു രീതിയും സ്വാധീനിച്ചു.[4]

കോളനി ആധുനികതയുടെ സൃഷ്ടിയെന്നു വിശേഷിപ്പിക്കാവു ന്നതും ആധുനിക മലയാളഗദ്യത്തിന്റെ പ്രാക്‌രൂപവുമായ മധ്യമാർഗ ഗദ്യരീതി കേരള സമൂഹത്തിൽ പ്രചരിപ്പിക്കുന്നതിൽ ആദ്യകാലപ

ത്രമാസികകൾ വഹിച്ച പങ്ക് പ്രത്യേകം ശ്രദ്ധിക്കേണ്ടതുണ്ട്. ജന്മിത്തകാലഘട്ടത്തിൽ സാഹിത്യ പ്രപഞ്ചത്തിൽ നിറഞ്ഞു നിന്ന പദ്യത്തിന്റെ കടലിനു നടുവിൽ സൃഷ്ടിക്കപ്പെട്ട ഗദ്യത്തിന്റെ ചെറുതുരുത്തിനെ ഒരു മഹാഭൂഖണ്ഡമായി വളർത്തിയത് ആദ്യകാല പത്രമാസികകളാണ്. (പുസ്തകങ്ങളും ഇക്കാര്യത്തിൽ അവയുടെ പങ്കു വഹിച്ചിട്ടുണ്ട്)

വായനക്കാരുടെയും എഴുത്തുകാരുടെയും ഒരു പുതുസമൂഹത്തെ സൃഷ്ടിച്ചുകൊണ്ടാണ്, പത്രമാസികകൾ അതു നേടിയെടുത്തത്. ആർക്കും പ്രവേശന സ്വതന്ത്ര്യവും സഞ്ചാര സ്വതന്ത്ര്യവുമുള്ള എഴുത്തുകാരുടെയും വായനക്കാരുടെയും ഒരു പൊതുമണ്ഡലം സൃഷ്ടിക്കപ്പെടുകയാണ് ഉണ്ടായത്. അറുപത്താറാം ലക്കത്തിൽ എഴുതിയിരിക്കുന്ന എഴുത്തുകൊടുത്തയച്ച ആൾ, മാനസ്ഥനായ ഒരു ഹിന്ദുമതക്കാരൻ, ഒരു ശാസ്ത്രക്കാരൻ, കുന്നങ്കുളങ്ങരെനിന്നും ഒരാൾ, കൊച്ചിയിൽ നിന്ന ഒരു സ്നേഹിതൻ എന്നിങ്ങനെ[5] ജ്ഞാനനിക്ഷേപത്തിൽ വാർത്തനിവേദനം നടത്തിയ ലേഖകരുടെ വൈവിധ്യം തന്നെ ഇന്നാലോചിക്കുമ്പോൾ അത്ഭുതകരമാണ്.

പുതിയ ജ്ഞാനവിഷയങ്ങൾ പ്രതിപാദിക്കേണ്ടിവന്നപ്പോൾ, പത്രമാസികകൾ സ്വീകരിച്ചു പ്രചരിപ്പിച്ച പുതിയ പദങ്ങൾ ഭാഷയുടെ ആധുനികീകരണത്തിന് വലിയ ഒരളവുവരെ സഹായിച്ചിട്ടുണ്ട്. ജ്ഞാന നിക്ഷേപത്തിലെയും വിദ്യാസംഗ്രഹത്തിലെയും ശാസ്ത്രസങ്കേതിക പദാവലികൾ മാത്രം, ഇക്കാര്യത്തെ സാധൂകരിക്കുന്നതിന്. ഭൂമിശാസ്ത്രം, ചരിത്രം, ദേശസംസ്കൃതി തുടങ്ങിയ വിവിധ വിജ്ഞാനശാഖകളിലൂടെ കടന്നുവന്ന പദങ്ങളും ഗൗരവബുദ്ധിയോടെ നിരീക്ഷിക്കേണ്ടതാണ്.

പദ്യത്തിലൂന്നിയ പഴയ സാഹിത്യവ്യവഹാരങ്ങളെ നിരസിച്ച കോളനി ആധുനികത ഒട്ടുമിക്ക ഗദ്യസാഹിത്യ ശാഖകളെയും മലയാളത്തിൽ പ്രതിഷ്ഠിക്കുകയുണ്ടായി. നോവൽ, ഉപന്യാസം, നിരൂപണം, നാടകം, ചെറുകഥ, സഞ്ചാര സാഹിത്യം, ജീവചരിത്രം, ആത്മകഥ, തുടങ്ങിയ എല്ലാ ഗദ്യസാഹിത്യശാഖകളുടെയും ഈറ്റില്ലം ആദ്യകാല പത്രമാസികകളാണ്. സുവിദിതമായ ഈ വിഷയത്തെക്കുറിച്ച്, ആവർത്തിച്ചു പറയേണ്ടകാര്യമില്ല.[6]

ആധുനിക മലയാളഗദ്യത്തെയും അതിന്റെ വികാസപരിണാമങ്ങളെയും കുറിച്ചുള്ള മനനങ്ങൾ ഇന്നും നവീനമല്ല; ഫ്യൂഡൽ പാരമ്പര്യത്തിലൂന്നിയാണ് നിൽക്കുന്നത്. ആധുനികത (modernity) മലയാള ഗദ്യഭാഷയുടെ രൂപത്തിലും ഉള്ളടക്കത്തിലും സൃഷ്ടിച്ച നവീ

കരണത്തിന്റെ സാമൂഹിക ശാസ്ത്രപരവും ദർശനികവുമായ പരിപ്രേക്ഷ്യങ്ങൾ ആധാരമാക്കിയുള്ള പഠനങ്ങൾക്കുമാത്രമേ ആധുനിക ഗദ്യവികാസത്തിന്റെ യഥാർത്ഥ വഴി കണ്ടെത്താൻ കഴിയൂ. അതിനു ഉപജീവിക്കാവുന്ന, ഉപജീവിക്കേണ്ടുന്ന മുഖ്യ ഉപാദാന വസ്തു ആദ്യകാല പത്രമാസികകൾ തന്നെയാണ്.

കുറിപ്പുകൾ

1. ഡോ. പി.ജെ. തോമസിന്റെ അഭിപ്രായം ശ്രദ്ധിക്കുക.

മലയാളത്തിൽ നീചഭാഷ, ഉച്ചഭാഷ എന്നിങ്ങനെ രണ്ടുതരം ഭാഷകൾ നടപ്പിലായിരുന്നെന്നാണു മിഷനറിമാരുടെ മതം. ഉച്ചഭാഷ പ്രായേണ സംസ്കാരവും നീച ഭാഷ തമിഴുചേർന്ന മലയാളവും ആയിരുന്നു. ഉച്ചഭാഷ ഗ്രന്ഥമക്ഷരത്തിൽ എഴുതപ്പെട്ടിരുന്നു. കാവ്യങ്ങളും ശാസ്ത്രങ്ങളും മിക്കവാറും ആ ഭാഷയിൽ ആയിരുന്നു. നീചഭാഷ ആദ്യം തമിഴക്ഷരങ്ങളിലും പിന്നീട് ഗ്രന്ഥാക്ഷരത്തിൽ നിന്നും രൂപം കൊണ്ട മലയാളാക്ഷരങ്ങളിലും എഴുതപ്പെട്ടിരുന്നു. (1989: 107,108)

2. ഉച്ചഭാഷയും നീചഭാഷയും സമ്മേളിപ്പിച്ച് മധ്യമാർഗഗദ്യരീതി വികസിപ്പിച്ചതിന്റെയും ആധുനിക അച്ചടിയിലൂടെ ആ ഗദ്യരീതി ശൈലീശുദ്ധവും നിലവാരപ്പെട്ടതുമായ (standardised) ആധുനിക ഗദ്യമായി വികസിച്ചതിന്റെയും വിശദാംശങ്ങൾക്ക്, ഇനിപ്പറയുന്ന പരാമർശങ്ങൾ പരിശോധിക്കുക.

(i) ബെഞ്ചമിൻ ബെയിലി എന്ന കൃതിയിലെ ബൈബിൾ പരിഭാഷയിലൂടെ ശൈലീശുദ്ധമായ ഗദ്യത്തിലേക്ക് എന്ന അധ്യായം

(ii) ചെറുപൈതങ്ങൾക്ക് ഉപകാരാർത്ഥം ഇംക്ലീശിൽ നിന്ന പരിഭാഷപ്പെടുത്തിയ കഥകൾ എന്ന കൃതിയിലെ ഗദ്യോന്മീലനത്തിന്റെ ഉദയക്കാഴ്ചകൾ എന്ന ആമുഖപഠനം.

3. കൂടുതൽ വിവരങ്ങൾക്ക് ജ്ഞാനനിക്ഷേപം പഠനം പാഠവും എന്ന കൃതിയിലെ ജ്ഞാനനിക്ഷേപം ഭാഷുടെയും അച്ചടിയുടെയും പശ്ചാത്തലത്തിൽ എന്ന അധ്യായം പരിശോധിക്കുക.

4. മലയാളം റിസേർച്ച് ജേണലിൽ (വാല്യം7, ലക്കം 2, മെയ്-ഓഗസ്റ്റ് 2014) ഷിജു അലക്സ്, സിബു സി.ജെ, സുനിൽ വി.എസ് എന്നിവർ ചേർന്ന് എഴുതിയ ചന്ദ്രക്കല : ഉത്ഭവവും പ്രയോഗവും എന്ന പ്രബന്ധം പരിശോധിക്കുക.

5. ജ്ഞാനനിക്ഷേപം, പഠനവും പാഠവും, പുറം 81

6. ടി. കൃതിയിലെ കഥ മുതൽ നോവൽ വരെ സംസ്കാരിക വിമർശനും മലയാളഭാവനയും എന്ന ഗ്രന്ഥത്തിലെ അച്ചടി ഭാഷ ആഖ്യാനം: ജ്ഞാനനിക്ഷേപത്തിന്റെ വഴികൾ എന്നീ അധ്യായ ങ്ങൾ പരിശോധിക്കുക.

ഗ്രന്ഥ സൂചിക

1. പി.ജെ. തോമസ്, 1989. മലയാള സാഹിത്യവും ക്രിസ്ത്യാനി കളും, ഡി.സി.ബുക്സ്, കോട്ടയം

2. ബാബു ചെറിയാൻ 2009. ബെഞ്ചമിൻ ബെയിലി: സഹിത്യപ്ര വർത്തക സഹകരണ സംഘം, കോട്ടയം

3. ബെഞ്ചമിൻ ബെയിലി 2014 ചെറുപൈതങ്ങൾക്കു ഉപകാ രർത്ഥം ഇംക്ലീശിൽ നിന്നു പരിഭാഷപ്പെടുത്തിയ കഥകൾ കോട്ടയം സാഹിത്യ പ്രവർത്തക സഹകരണ സംഘം, കോട്ടയം

4. ബാബു ചെറിയാൻ, ജേക്കബ് ഐസക്ക് 2002 ജ്ഞാനനി ക്ഷേപം പഠനവും പാഠവും, തിരുവനന്തപുരം: പ്രഭാത് ബുക്ക് ഹൗസ്

5. ഷാജി ജേക്കബ് (സമ്പാദനം, പഠനം) 2014 സാസ്കാരിക വിമർശവും മലയാള ഭാവനയും, തിരുവനന്തപുരം: കേരള ഭാഷ ഇൻസ്റ്റിറ്റ്യൂട്ട്, തിരുവനന്തപുരം

6. 1864 വിദ്യാസംഗ്രഹം (1993) കോട്ടയം: ബെഞ്ചമിൻ ബെയിലി ഗവേഷണകേന്ദ്രം, സി.എം.എസ്. കോളേജ്, കോട്ടയം

○○

2

ആഗോളവൽക്കരണവും മലയാളപത്രങ്ങളുടെ സാംസ്കാരിക രാഷ്ട്രീയവും

എൻ.പി. രാജേന്ദ്രൻ

ആഗോളവൽക്കരണമല്ല നമ്മുടെ വിഷയം. പക്ഷേ, അതെന്ത് എന്ന് ഒന്ന് കണ്ണോടിച്ചുനോക്കാതെ പോകുന്നത് ശരിയല്ല. കേരളത്തെ സംബന്ധിച്ചിടത്തോളം എൽ.ഡി.എഫ് ജയിച്ചാലും യു.ഡി.എഫ് ജയിച്ചാലും ശാശ്വതമായി നിൽക്കുന്ന ഒരവസ്ഥയുണ്ട്. കേരളീയർ വർത്തമാനത്തിലെങ്കിലും ഇടതുപക്ഷക്കാരാണ്. നമ്മളെല്ലാം ഇടതുപക്ഷക്കാരാണ്. അതുകൊണ്ടുതന്നെ ആഗോളവൽക്കരണം ഒരു ചീത്ത സംഗതിയാണ് എന്ന കാര്യത്തിൽ നമുക്കിടയിൽ അഭിപ്രായ ഐക്യമാണ് ഉള്ളത്. പ്രളയം പോലെ, പ്രകൃതിദുരന്തം പോലെ, സുനാമി പോലെ ഒരു അത്യാഹിതം. എന്നാൽ ആഗോളവൽക്കരണം എന്ത്, എങ്ങനെ അതുണ്ടായി, എന്താണ് അതിന്റെ ഗുണദോഷങ്ങൾ എന്നതിനെ കുറിച്ച് വലിയ ചർച്ചകളൊന്നും നടക്കാറില്ല. ഇവിടെയും നമുക്കതിലേക്ക് ആണ്ടിറങ്ങാനാവില്ല. പക്ഷേ, അതിന്റെ അത്യാവശ്യം ഘടകങ്ങൾ നമുക്ക് പരിശോധിക്കാം.

ആഗോളവൽക്കരണം ഇന്നലെ തുടങ്ങിയതല്ല, അത് പണ്ടേ ഉണ്ട്. വാണിജ്യവും മൂലധനനിക്ഷേപവും വലിയ തോതിലുള്ള നിയന്ത്രണങ്ങളൊന്നുമില്ലാതെ ലോകമാസകലം നടത്താൻ കഴിയുന്ന അവസ്ഥയാണ് ആഗോളീകരണം. ഏറിയും കുറഞ്ഞും ഇത് നൂറ്റാണ്ടുകളായി നടക്കുന്നു എന്നതാണ് സത്യം. ബ്രിട്ടീഷ് ഈസ്റ്റ് ഇന്ത്യാ കമ്പനി ഇന്ത്യയിൽ വന്നതും നമ്മുടെ മലയോരവിഭവങ്ങൾ ലോകത്തെങ്ങും വിറ്റഴിക്കപ്പെട്ടതും. അറബികളുമായി കച്ചവടം നടത്തിയതും ചീനച്ചട്ടി മുതൽ ചീനപ്പടക്കം വരെയുള്ള ചൈനാ ഉല്പ്പന്നങ്ങൾ കേരള ഗ്രാമങ്ങളിൽ പോലും എത്തിയതുമെല്ലാം വാണിജ്യ

ത്തിന്റെ ആഗോളസ്വഭാവം കൊണ്ടുതന്നെയാണ്.

ഇരുപതാംനൂറ്റാണ്ടിൽ കോളനികൾ മോചിപ്പിക്കപ്പെടുകയും ആഫ്രോ-ഏഷ്യൻ രാജ്യങ്ങൾ സ്വതന്ത്രമാവുകയും അവർ വ്യാവസായവൽക്കരണത്തിലേക്ക് കടക്കുകയും ചെയ്തപ്പോഴാണ് രാജ്യങ്ങൾ സംരക്ഷിത സമ്പദ്‌വ്യവസ്ഥയെ കുറിച്ച് ചിന്തിച്ചുതുടങ്ങിയതും അന്താരാഷ്ട്ര വ്യാണിജ്യത്തിൽ ഏറെ നിയന്ത്രണങ്ങൾ ഉണ്ടായതും. നമ്മുടെ വ്യവസായങ്ങൾക്ക് ലോകത്തിലെ എല്ലാ ഉൽപ്പാദകരോടും മത്സരിക്കാൻ കഴിയില്ല. വിദേശ ഉൽപ്പന്നങ്ങൾ ഇവിടെ അനിയന്ത്രിതിമായി വിൽക്കപ്പെട്ടാൽ നമ്മുടെ വ്യവസായ സ്ഥാപനങ്ങൾ തകരും. ഇതൊഴിവാക്കാനാണ് നിയന്ത്രണങ്ങൾ കൊണ്ടുവന്നത്. ചില ഇറക്കുമതികൾ പൂർണമായി നിരോധിച്ചു. ചിലവയുടെ മേൽ വലിയ നികുതി ഏർപ്പെടുത്തി. ഇക്കണോമിക്സ്സിൽ പ്രൊട്ടക്ഷനിസം എന്ന് വിളിക്കപ്പെട്ട ഈ സാമ്പത്തിക നയമാണ് ഇന്ത്യയെപ്പോലുള്ള വികസ്വരരാജ്യങ്ങൾ നടപ്പാക്കിയിരുന്നത്.

1990-ൽ ലോക രാഷ്ട്രീയ വ്യവസ്ഥയിലുണ്ടായ മാറ്റം നൂറ്റാണ്ടിനിടയിൽ ഉണ്ടായ ഏറ്റവും രണ്ടാമത്തെ വലിയ വിപ്ലവമായിരുന്നു. കമ്യൂണിസത്തിന്റെ ഏറ്റവും വലിയ ശത്രുക്കൾപ്പോലും ലോകത്തെ കമ്യൂണിസ്റ്റ് രാജ്യങ്ങൾ ഏതാണ്ടെല്ലാം ഒന്നടങ്കം തകർന്നുപോകുമെന്ന് സ്വപ്നം കണ്ടതല്ല. ലോകസോഷ്യലിസ്റ്റ് ചേരിയുടെ തലപ്പത്ത് സോവിയറ്റ് യൂണിയനാണ് എല്ലാകാലത്തും ഉണ്ടായിരുന്നത്. 1917-ൽ ലെനിൻ നേതൃത്വം നൽകിയ വിപ്ലവത്തിലൂടെയാണ് റഷ്യ സോഷ്യലിസത്തിലേക്ക് കടന്നതും തുടർന്ന് സോവിയറ്റ് യൂണിയൻ എന്ന വൻശക്തി രൂപപ്പെട്ടതും. ആസൂത്രിത സമ്പദ്ഘടനയിലൂടെ, ഉത്പാദകോപകരണങ്ങളുടെ സാമൂഹ്യ ഉടമസ്ഥതയിലൂടെ, തൊഴിലാളി വർഗത്തിന്റെ ഏകാധിപത്യത്തിലൂടെ റഷ്യ ഉൾപ്പെടെയുള്ള നിരവധി രാജ്യങ്ങൾ സോഷ്യലിസത്തിലേക്ക് കുതിക്കുന്നതായാണ് ലോകം കണ്ടിരുന്നത്. സോവിയറ്റ്‌യൂണിയൻ ഒരു ഭാഗത്തും അമേരിക്ക എതിർഭാഗത്തുമായി ലോകം തുല്യശക്തിയുള്ള രണ്ട് ചേരികളായി നിന്ന് ശീതയുദ്ധത്തിലേർപ്പെടുകയായിരുന്നു. ഇന്ത്യ ഒരു ചേരി-ചേരാ രാഷ്ട്രം ആയാണ് സ്വയം അവകാശപ്പെടാറുള്ളതെങ്കിലും ഇന്ത്യ സോവിയറ്റ് പക്ഷത്തായിരുന്നു എന്നതാണ് സത്യം. ലോകം മുഴുവൻ സോഷ്യലിസം വരുന്നതിനെകുറിച്ചുള്ള സ്വപ്നം പൂവിടുമെന്ന പ്രതീക്ഷയോടെ കാത്തിരിക്കുമ്പോഴാണ് മുന്നറിയിപ്പൊന്നുമില്ലാതെ സോവിയറ്റ് യൂണിയനിലെ കമ്യൂണിസ്റ്റ് ഭരണം തകർന്നുവീഴുന്നത്.

കിഴക്കൻ ജർമനിയാണ് ആദ്യം തകരുന്നത്. രണ്ട് ജർമനികളെ വേർതിരിക്കുന്ന മതിൽ തകരുകയും കമ്യൂണിസ്റ്റ് പാർട്ടി ഭരണം ഇല്ലാതാകുകയും ചെയ്തു. തുടർന്ന് സോവിയറ്റ് യൂണിയൻ ശിഥലമായി. പോളണ്ട്, ഹങ്കറി, ബൾഗേറിയ, റുമാനിയ, ചെക്കോസ്ലോവാക്യ, യൂഗോസ്ലാവിയ, അൽബേനിയ തുടങ്ങിയ രാജ്യങ്ങളിലാണ് കമ്യൂണിസ്റ്റ് പാർട്ടി ഭരണം ഇല്ലാതായത്. സോവിയറ്റ് യൂണിയൻ ശിഥിലീകരിച്ച് റഷ്യ, ഉസ്ബക്കിസ്താൻ, ഉക്രൈൻ, മോൾഡോവ, ലാറ്റ്വിയ, ജോർജിയ, അർമേനിയ, അസർബൈജാൻ, ലിത്വാനിയ, ബെലാറസ്, എസ്തോണിയ, കസഖ്സ്ഥാൻ എന്നിങ്ങനെ പുതിയ രാജ്യങ്ങൾ ഉദയം ചെയ്യുകയും ഉണ്ടായി.

ഏതാണ്ട് ഒരേ കാലത്ത് സമാന്തരമായി ഉണ്ടായ നാല് പ്രതിഭാസങ്ങൾ ലോകത്തിന്റെയും മാധ്യമങ്ങളുടെയും ഗതി പാടെ മാറ്റിമറിച്ചു. അവ ഇവയാണ്.

1. മുതലാളിത്തത്തിന്റെ വിജയവും ശീതസമരത്തിന്റെ അന്ത്യവും
2. ആഗോളവൽക്കരണത്തിന്റെ കുത്തൊഴുക്ക്
3. മാധ്യമസാങ്കേതിക വിദ്യയിലുണ്ടായ വൻമാറ്റം.
4. ബഹുരാഷ്ട്രകുത്തകകളുടെ ആവിർഭാവം

സോവിയറ്റ് തകർച്ചയോടെ സ്വാഭാവികമായും ശീത യുദ്ധം അവസാനിച്ചു. അമേരിക്ക ഏക വൻശക്തിയായി അംഗീകരിക്കപ്പെട്ടു. മുതലാളിത്തവും കമ്യൂണിസവും തമ്മിലുള്ള ആഗോള യുദ്ധം അവസാനിച്ചു. മുതലാളിത്തത്തിന്റെ വിജയം ആയി ഇത് കണക്കാക്കപ്പെട്ടു. ലോകത്തിന്റെ പ്രത്യയശാസ്ത്രസമരം തന്നെ അവസാനിച്ചെന്നും ചരിത്രംതന്നെ അവസാനച്ചെന്നും വ്യാഖ്യാക്കപ്പെട്ടു. ശീതയുദ്ധത്തിന്റെയോ ലോകയുദ്ധാനന്തരകാലത്തിലെ ഒരു പ്രധാനഘട്ടത്തിന്റെയോ അവസാനം മാത്രമല്ല ഇത്. മനുഷ്യന്റെ പ്രത്യയശാസ്ത്രപരമായ പരിണാമത്തിന്റെ അവസാനമാണിത് എന്നാണ് പ്രശസ്ത രാഷ്ട്രീയചിന്തകനായ ഫ്രാൻസിസ് ഫുകുയാമ 1992-ൽ എഴുതിയത്.അദ്ദേഹത്തിന്റെ എൻഡ് ഓഫ് ഹിസ്റ്ററി ആന്റ് ദ ലാസ്റ്റ് മേൻ എന്ന കൃതി ലോകമെങ്ങും ചർച്ച ചെയ്യപ്പെട്ടു.

വ്യവസായവിപ്ലവകാലത്തെ ലെയ്സെ ഫെയർ വീണ്ടും ആഗോള സാമ്പത്തിക തത്ത്വശാസ്ത്രമായി. സ്വതന്ത്ര വിപണിയെന്നതാണ് സത്യം. വിപണി എല്ലാം ശരിയായി നടത്തിക്കൊള്ളും. സ്വതന്ത്രവിപണിയാണ് ജനാധിപത്യത്തിന്റെ അർത്ഥം എന്നുപോലും വ്യാഖ്യാനിക്കപ്പെട്ടു. വിലയായാലും കൂലിയായാലും ശമ്പളമായാലും

സ്വതന്ത്രവിപണി എല്ലാം തീരുമാനിക്കും. ഭരണകൂടങ്ങൾ ഇതിലൊന്നും ഇടപെടേണ്ടതില്ല എന്നതും ആഗോളീകരണത്തിന്റെ അടിസ്ഥാനതത്ത്വങ്ങളിൽ പെടും.

ആഗോളീകരണം ഒരു കൊടുങ്കാറ്റ് പോലെ ആഞ്ഞടിച്ചുതുടങ്ങുന്നത് ഇക്കാലം മുതലാണ്. ഇന്ത്യയിലെ ലൈസൻസ് കൺട്രോൾ സമ്പദ് വ്യവസ്ഥ അതോടെ അവസാനിച്ചു. വിദേശമൂലധനം പ്രവഹിച്ചു. പൊതുമേഖല ദുർബലമായി. രാജ്യങ്ങൾ തമ്മിലുള്ള ഉല്പ്പന്നങ്ങളുടെയും സേവനങ്ങളുടെയും കൈമാറ്റത്തിന് നിയന്ത്രണമൊന്നും ഇല്ലാതായി. വേൾഡ് ട്രേഡ് ഒർഗനൈസേഷൻ എന്നൊരു ആഗോളസംഘടനതന്നെ അതിനായി രൂപപ്പെട്ടു. മുതലാളിത്തത്തിന്റെ ശക്തമായ സാന്നിദ്ധ്യം എല്ലാവരും അംഗീകരിച്ചു. ലോകത്തിലെ ഏറ്റവുംവലിയ കമ്യൂണിസ്റ്റ് രാജ്യം ചൈനയായിരുന്നു. ചൈനയിൽ കമ്യൂണിസം ഒരു ഭരണരൂപമെന്ന നിലയിൽ തുടർന്നുവെങ്കിലും അവിടെയും മുതലാളിത്തവ്യവസ്ഥയെ കാര്യക്ഷമമായി മുന്നോട്ടുകൊണ്ടുപോകുക എന്നതായി കമ്യൂണിസ്റ്റ് ഭരണത്തിന്റെ ചുമതല. മുതലാളിത്തം പ്രാവർത്തികമാക്കുന്നതിൽ മുതലാളിത്ത പാർട്ടികളേക്കാൾ കാര്യക്ഷമത കമ്യൂണിസ്റ്റ് പാർട്ടിക്കുണ്ടെന്ന് തെളിയിക്കുകയാണ് ചൈനീസ് പാർട്ടി ചെയ്യുന്നത്.

ആഗോളീകരണത്തിന്റെ ആശയങ്ങളും നടപടികളും വമ്പിച്ച തോതിൽ ഉൽപ്പാദനത്തെയും ഉപഭോഗത്തെയും കെട്ടഴിച്ചുവിട്ടിട്ടുണ്ടെന്നത് അവിതർക്കിതമായ സംഗതിയാണ്. സമ്പദ്വ്യവസ്ഥയിൽ ഉൽപ്പാദനം കർക്കശമായി പരിമിതപ്പെടുത്തിയിരുന്ന നിരവധി മേഖലകളുണ്ടായിരുന്നു. എൺപതുകൾ വരെ ജീവിച്ചിരുന്നവർ ഇത് നേരിട്ട് അനുഭവിച്ചതാണ്. ഒരു സ്കൂട്ടർ കിട്ടണമെങ്കിൽ കമ്പനികളിൽ പേര് രജിസ്റ്റർ ചെയ്ത് എട്ടുംപത്തും വർഷം കാത്തിരുന്നവരുണ്ട്. അമ്പാസ്സഡർ അല്ലാതെ കാറുകൾ നാട്ടിലുണ്ടായിരുന്നില്ല, അതുപോലും വാങ്ങാൻ കഴിവുള്ളവർ അതിവിരളവുമായിരുന്നു. ഉപഭോക്തൃസംസ്കാരം എന്ന് നാമിന്ന് കുറ്റപ്പെടുത്തുന്ന സംസ്കാരം രൂപപ്പെടുന്നത് ലോകമെങ്ങും ഈ കാലത്താണ്. ഇതിന് മാധ്യമങ്ങളുമായി ഉറ്റ ബന്ധമുണ്ട്. ഉപഭോഗാസക്തിയുടെ ബീജങ്ങൾ മനുഷ്യമനസ്സിൽ വിതയ്ക്കുന്നത് മാധ്യമങ്ങളാണ്. ഉപഗ്രഹടെലിവിഷന്റെ വരവ് വേറൊരു വലിയ വിപ്ലവമായിരുന്നു. സോവിയറ്റ് യൂണിയനിലും കിഴക്കൻ ജർമനിയിലും ജനങ്ങൾ കമ്യൂണിസത്തിന് അപ്പുറത്തേക്ക് ചിന്തിക്കാൻ കാരണമായത് പാശ്ചാത്യ മുതലാളിത്തരാജ്യങ്ങളിൽനിന്നുള്ള ടെലിവിഷൻ ചാനലുകൾ വന്നതോ

ടെയാണ് എന്ന് നിരീക്ഷിക്കപ്പെട്ടിട്ടുണ്ട്. പ്രത്യക്ഷത്തിൽ തീർത്തും രാഷ്ട്രീയരഹിതമായിരുന്ന വിനോദചാനലുകളിൽ കമ്യൂണിസ്റ്റ് വിരുദ്ധമായി യാതൊന്നുമില്ലെന്നാണ് അവിടത്തെ ഭരണാധികാരികൾ കരുതിയിരുന്നതെങ്കിലും പാശ്ചാത്യർക്ക് കിട്ടുന്ന ഇക്കണ്ട ഇലക്ട്രോണിക്- ഫാഷൻ- ഭക്ഷ്യവസ്തു- പാനീയങ്ങൾ ഒന്നും തങ്ങൾക്ക് കിട്ടുന്നില്ലല്ലോ എന്ന വ്യാധി അവരിൽ പടർത്തിയത് ടി.വി. പരസ്യങ്ങൾ ആയിരുന്നു. പരസ്യങ്ങൾ അങ്ങേയറ്റം സ്ഫോടനാത്മകമായ രാഷ്ട്രീയ പ്രചരണായുധങ്ങളായി മാറി. സാംസ്കാരിക മൂല്യങ്ങളുടെ പുനർനിർണയം ഇതോടൊപ്പം നടന്നുപോന്നു. ലാഭമുണ്ടാക്കുക, മൂലധനം സ്വരൂപിക്കുക, ഒരുപാട് ഉത്പാദിപ്പിക്കുക, ഒരുപാട് ഉപഭോഗിക്കുക തുടങ്ങിയവകളോട് ഒരു കാലത്തുണ്ടായിരുന്ന വിരോധം ലോകമെങ്ങും ഇല്ലാതാവുകയായിരുന്നു. സുഖസൗകര്യങ്ങൾ വർദ്ധിപ്പിക്കുന്നത് തെറ്റായ ഒരു കാര്യമല്ല എന്ന് എല്ലാവർക്കും തോന്നിത്തുടങ്ങി. അതിന് വേണ്ടിയായി എല്ലാ പരിശ്രമങ്ങളും എന്നുവന്നു.

ഈ കാലഘട്ടം കമ്യൂണിക്കേഷൺസ് വിപ്ലവത്തിന്റെ കൂടി തുടക്കമായിരുന്നു. സോവിയറ്റ് യൂണിയൻ തകരുന്ന കാലത്ത് വികസിത രാജ്യമായ ജർമനിയിൽ പോലും മൊബൈൽ ഫോണോ, ഇന്റർനെറ്റോ ഉണ്ടായിരുന്നില്ല. കളർ ടെലിവിഷൻ പോലും അപൂർവമായിരുന്നു. പക്ഷെ, പെട്ടെന്ന് കമ്യൂണിക്കേഷൺസ് സാങ്കേതികതയിൽ വിപ്ളവമുണ്ടായി. പ്രിന്റിങ്ങ്, ഫോട്ടോഗ്രാഫി, കമ്യൂണിക്കേഷൻസ് വിപ്ളവങ്ങൾ അതിന് മുമ്പത്തെ നൂറുവർഷംകൊണ്ടുണ്ടായതിനേക്കാൾ വലിയ മാറ്റങ്ങൾ ഏതാനും വർഷങ്ങൾ കൊണ്ടുണ്ടാക്കി. ടെലിവിഷനുകൾ വീടുതോറുമെത്തി.

മാധ്യമങ്ങളുടെ സാമ്പത്തികനിലയിൽ ഇത് വലിയ മാറ്റങ്ങൾ ഉണ്ടാക്കി. പരസ്യങ്ങളുടെ ഒഴുക്ക് പത്രങ്ങളെയും ടെലിവിഷനുകളെയും വലിയ ലാഭം കിട്ടുന്ന വ്യവസായങ്ങളാക്കി. ലോകമെങ്ങും കോർപ്പറേറ്റുകൾ വൻതോതിൽ മാധ്യമവ്യവസായത്തിലേക്ക് കടന്നു.

പഴയ കാലത്തെ ഫോർത്ത് എസ്റ്റേറ്റ് ധർമസ്ഥാപനം എന്ന നിലയിൽ നിന്ന് മാറി ലാഭത്തിന് വേണ്ടി പ്രവർത്തിക്കുന്ന സ്ഥാപനങ്ങളായി മാറി മാധ്യമങ്ങൾ. മാധ്യമ ഉടമസ്ഥരുടെ തത്ത്വശാസ്ത്രംതന്നെ സമൂലം മാറി. റുപർട്ട് മർഡോക്കിനെ പോലുള്ള വൻകിടക്കാർ പാശ്ചാത്യരാജ്യങ്ങളിലെ മാധ്യമങ്ങൾ കൈവശത്തിലാക്കി.

ആഗോള മാധ്യമക്കുത്തകകളുടെ വളർച്ച

ആഗോളതലത്തിൽ മാധ്യമങ്ങൾക്കുണ്ടായ വളർച്ചയോടൊപ്പം മാധ്യമക്കുത്തകകളും വളർന്നു. പത്തും അമ്പതും പത്രസ്ഥാപനങ്ങൾ ഉണ്ടായിരുന്ന ആസ്ത്രേലിയ പോലുള്ള രാജ്യങ്ങളിൽ ആഗോളീകരണ കാലമായപ്പോഴേക്ക് അവരുടെ എണ്ണം അഞ്ചും ആറും ആയി കുറഞ്ഞു. റോബർട്ട് മെക്ചെസ്നി, എഡ്വേഡ് ഷെർമൻ, നോം ചോംസ്കി, തുടങ്ങി നിരവധി ഗവേഷകർ ആഗോള മാധ്യമ വളർച്ചയെ കുറിച്ച് പഠനങ്ങൾ നടത്തുകയും പുസ്തകങ്ങൾ പ്രസിദ്ധപ്പെടുത്തുകയും ചെയ്തിട്ടുണ്ട്. 70 ശതമാനം ആസ്ത്രേലിയൻ പത്രങ്ങൾ റുപർട്ട് മർഡോക്കിന്റെ ഉടമസ്തതയിലുള്ളതാണെന്ന് പഠനങ്ങൾ വ്യക്തമാക്കുന്നു. ചില പ്രവിശ്യകളിൽ നാലോ അഞ്ചോ പത്രങ്ങളുള്ളതിൽ എല്ലാം മർഡോക്ക് വക ആണ് എന്നും തിരിച്ചറിഞ്ഞു.

ആഗോളതലത്തിൽ അഞ്ചാറ് സ്ഥാപനങ്ങളുടെ വാഴ്ചയാണ് ഇപ്പോൾ നടക്കുന്നത്. പത്രങ്ങൾ മാത്രമല്ല, ടെലിവിഷനും റേഡിയോയും സിനിമയും പുസ്തകങ്ങളും എല്ലാം ഇവരുടെ കൈകളിലായി. ന്യൂസ് കോർപ്പറേഷൻ,. ടൈംവാർണർ, ഡിസ്നി, ബർട്ടൽസ്മൻ, വയാകോം, ടി.സി.ഐ, തുടങ്ങിയവയാണ് ഈ കുത്തകകൾ.

പബ്ലിക് ബ്രോഡ്കാസ്റ്റിങ്ങ് സംവിധാനം ലോകമെങ്ങും തകർന്നു. പബ്ലിക് ബ്രോഡ്കാസ്റ്റിങ്ങ് എന്നത് പൂർണമായും നല്ല ഒരു ഏർപ്പാടായിരുന്നു എന്ന അഭിപ്രായമില്ല. കമ്യൂണിസ്റ്റ് രാജ്യങ്ങളിലെ പോലെ സർക്കാർ വിരുദ്ധ ആശയങ്ങളും പാർട്ടികളും സർക്കാർ മാധ്യമത്തിൽ പ്രവേശനമില്ല എന്ന അവസ്ഥ പോലുമുണ്ടായിരുന്നു. സർക്കാറുകളുടെ നിയന്ത്രണത്തിൽ അവർക്കുവേണ്ടി മാത്രമുള്ള പ്രചാരണ പ്രവർത്തനമാണ് ഇത്തരം സ്ഥാപനങ്ങളിൽ മിക്കവയിലും നടന്നുപോന്നത്. സർക്കാറുകൾക്ക് ഇഷ്ടമില്ലാത്ത വാർത്ത അവർ പൂർണമായി സെൻസർ ചെയ്തുപോന്നു. ബി.ബി.സി. പോലെ അത്യപൂർവം സ്ഥാപനങ്ങളേ മാധ്യമസ്വതന്ത്ര്യം ഉയർത്തിപ്പിടിക്കുന്ന സ്വതന്ത്ര സ്ഥാപനങ്ങളായി നിലനിന്നുള്ളൂ. ആകാശവാണിയും ദൂർദർശനും ഈ രംഗത്തെ വളരെ മോശം ഉദാഹരണങ്ങളായിരുന്നു.

ഇന്ത്യൻ മാധ്യമ വളർച്ച

ഏതെങ്കിലും കുത്തക സ്ഥാപനം ഇന്ത്യൻ മാധ്യമങ്ങളെ പിടി

ച്ചടക്കുന്ന സ്ഥിതി ആദ്യഘട്ടത്തിലൊന്നും ഉണ്ടായില്ലെങ്കിലും ഇരുപത് വർഷം പിന്നിട്ടപ്പോഴേക്ക് പുതിയ സ്ഥാപനങ്ങൾ വലിയ കുത്തകകളായി വളരുന്ന കാഴ്ചയാണ് കാണാൻ കഴിയുന്നത്. റിലയൻസ് ആണ് ഇക്കാര്യത്തിൽ ഇപ്പോൾ മുൻനിരയിൽ എത്തിയിരിക്കുന്നത്.

1990–ന് ശേഷമുള്ള 20 വർഷം കൊണ്ട് ദേശീയ മാധ്യമങ്ങൾ നാലും അഞ്ചും ഇരട്ടിയാക്കി അവരുടെ വരുമാനവും ലാഭവും. ലോകത്തിലെ ഏറ്റവും ശക്തിയുള്ള നൂറു മാധ്യമങ്ങളിൽ പത്തൊമ്പതും ഇന്ത്യയിലാണ്. ചൈനയിലാണ് 25 മാധ്യമങ്ങൾ. സർക്കുലേഷൻ കാര്യത്തിൽ ഇന്ത്യയാണ് ലോകത്തിലെ രണ്ടാമത്തെ വലിയ വിപണി.

മലയാള മാധ്യമവളർച്ച

പുതിയ കുത്തകക്കമ്പനികൾ കടന്നുവന്നിട്ടില്ലെങ്കിലും മലയാളത്തിലും നിലവിലുള്ള മാധ്യമങ്ങൾക്ക് വലിയ വളർച്ച കൈവരിക്കാനായി. സംസ്ഥാനത്തെ ഏതാണ്ട് എല്ലാ ജില്ലകളിലും ഇപ്പോൾ പ്രമുഖ പത്രങ്ങൾക്ക് യൂണിറ്റുകളുണ്ട്. തൊണ്ണൂറുകളുടെ തുടക്കത്തിൽ അഞ്ചും ആറുംലക്ഷം കോപ്പി സർക്കുലേഷൻ ഉണ്ടായിരുന്ന പത്രങ്ങൾക്ക് ഇപ്പോൾ പതിനഞ്ചും ഇരുപതുംലക്ഷം കോപ്പി പ്രചാരമുണ്ട്. പുതുതായി രംഗത്തുവന്ന പത്രങ്ങളെല്ലാംതന്നെ പ്രൊഫഷനൽ ഗുണനിലവാരത്തിൽ ഒന്നും രണ്ടും റാങ്കിലുള്ള പത്രങ്ങളുമായി മത്സരിക്കാൻ കഴിയുന്നവയാണ്. അന്യരാജ്യങ്ങളിൽ യൂണിറ്റുകളുള്ള അപൂർവം ഭാഷാപത്രങ്ങളിൽ ഏറെയും കേരളത്തിലെ പത്രങ്ങളാണ്. ഗൾഫ് പ്രദേശത്തെ ആറേഴ് രാജ്യങ്ങളിൽ യൂണിറ്റുകൾ ഉള്ള പത്രങ്ങളും മലയാളത്തിലുണ്ട്.

ആഗോളതലത്തിൽ ഉണ്ടായ ഈ മാധ്യമവളർച്ചയുടെ ഫലമായി വലിയ ലാഭമുണ്ടാക്കുന്ന വ്യവസായങ്ങളായി മാധ്യമം വളർന്നു എന്നതാണ് യാഥാർത്ഥ്യം. ഞാനിവിടെ പോരാടാനാണ് പത്രമിറക്കുന്നത്, പണമുണ്ടാക്കാനല്ല എന്ന പഴയ ആഗോള തത്ത്വം ഇപ്പോൾ നേരെ വിപരീതമായിട്ടുണ്ട്. മാധ്യമം എന്നതും വാർത്ത എന്നതും വാണിജ്യാർത്ഥത്തിലുള്ള വ്യവസായവും ഉത്പ്പന്നവും ആണ് എന്ന് സാർവത്രികമായി അംഗീകരിക്കപ്പെട്ടിട്ടുണ്ട്. മർഡോക്ക് ഇല്ലാതെതന്നെ മർഡോക്കൈസേഷൻ എന്ന് ഈ പ്രവണത വിളിക്കപ്പെട്ടു. അതിന്റെ തത്ത്വശാസ്ത്രം വളരെ ലളിതമായിരുന്നു.

പ്രോഡക്റ്റ് ആണ് പത്രം,

വാർത്ത അതിന്റെ അസംസ്കൃത പദാർത്ഥമാണ്
വായനക്കാർ സാധാരണ ഉപഭോക്താക്കളാണ്
സമൂഹം വിപണിയാണ്.

പാശ്ചാത്യ മാധ്യമങ്ങളിലെ മർഡോക് ഫിലോസഫി

ആഗോളതലത്തിൽ വൻകിടകമ്പനികൾ എന്തുവില കൊടുത്തും ലാഭം വർദ്ധിപ്പിക്കാനുള്ള തന്ത്രങ്ങളാണ് ആവിഷ്കരിക്കുന്നത്. കൂടുതൽ വായനക്കാർ, അതിലൂടെ കൂടുതൽ പരസ്യം എന്നതാണ് നയം. ഈ ചിന്താഗതിയുടെ ആഗോള ആചാര്യൻ റുപർട്ട് മുർഡോക് ആണ്. മാധ്യമ ഉത്പാദനച്ചെലവിന്റെ നല്ലൊരു ശതമാനം പരസ്യങ്ങൾ മുഖേനയാണ് കിട്ടുന്നത് എന്നത് ഒരു ആഗോളസത്യമാണ്. പരസ്യങ്ങൾ ഇല്ലെങ്കിൽ പത്രവില രണ്ടോ മൂന്നോ ഇരട്ടിയാകുമെന്നത് ലോകത്തെങ്ങുമുള്ള അവസ്ഥയാണ്. ഫലത്തിൽ പത്രങ്ങളെ സബ്സിഡൈസ് ചെയ്യുകയാണ് പരസ്യങ്ങൾ. തീർച്ചയായും ഇക്കാര്യത്തിൽ മാധ്യമങ്ങൾക്ക് പരസ്യക്കാരോട് കടപ്പാടുണ്ടാകുന്നതിൽ അത്ഭുതമില്ല. അതുകൊണ്ടുതന്നെ പരസ്യക്കാരോടുള്ള താല്പര്യം വായനക്കാരനോടുള്ളതിലേറെ ആയിപ്പോകുന്നതിൽ അത്ഭുതമില്ല.

പല രാജ്യങ്ങളിലും ഫ്രീ ന്യൂസ്പേപ്പറുകൾ പെരുകുന്നു. അവർക്ക് വായനക്കാരിൽ നിന്ന് ഒന്നും കിട്ടുന്നില്ല. പരസ്യക്കാരനാണ് ലാഭം ഉണ്ടാക്കിക്കൊടുക്കുന്നത്. തീർച്ചയായും ഇവിടെ വായനക്കാരൻ ശ്രദ്ധിക്കപ്പെടേണ്ട ഒരു ഘടകമേ അല്ലാതാവുന്നു. ടെലിവിഷനിൽ സമാനമാണ് സ്ഥിതിയെങ്കിലും ഉള്ളടക്കം മെച്ചപ്പെട്ടാലേ ചാനലിന് കാഴ്ച്ചക്കാരനുണ്ടാവൂ. കാഴ്ചക്കാരനുണ്ടെങ്കിൽ മാത്രമേ പരസ്യക്കാരനും നേട്ടമുള്ളൂ. പരമാവധി കാഴ്ചക്കാരനെ പരസ്യക്കാരന് ഏർപ്പാടാക്കിക്കൊടുക്കുക എന്നതാണ് ഉള്ളടക്കത്തിന്റെ ഉദ്ദേശ്യം.

മർഡോക്കിന്റെ തത്ത്വശാസ്ത്രം ഇന്ത്യൻ ദേശീയ മാധ്യമങ്ങളും പിന്തുടരുകയാണ്. വാർത്തയേക്കാളേറെ പരസ്യത്തിന് പ്രാധാന്യം നൽകുന്നതാണ് മാധ്യമസമീപനം. ജേണലിസ്റ്റിനേക്കാൾ പ്രാധാന്യം ഇവിടെ മാർക്കറ്റിങ്ങ് എക്സിക്യൂട്ടീവിനാണ്. വാർത്തകൾ പിന്നിലും പരസ്യം മുന്നിലുമാകുന്നത് മാധ്യമനടത്തിപ്പുകാർക്കുമാത്രമാണ്. വായനക്കാരന് വാർത്തയാണ് മുന്നിൽ. പരസ്യം വേണ്ട എന്നല്ല, പരസ്യമില്ലാത്ത പത്രം അവനും ഇഷ്ടമില്ല. എന്നാലും സഹിക്കും. എന്നാൽ വാർത്തയില്ലെങ്കിൽ അത് പത്രമേ അല്ലാതാവും. കൂടു

തൽ ആളുകൾ വാർത്ത വായിക്കാൻ പത്രം വാങ്ങണം എന്നതാണ് പരസ്യക്കാരുടെയും താത്പര്യം. പക്ഷേ, അത് പത്രം നല്ല ഗൗരവമുള്ള വാർത്ത കൊടുത്താണ് സാധിക്കേണ്ടത് എന്ന് അവന് അഭിപ്രായമില്ല.

വിനോദ വ്യവസായത്തിന്റെ ഭാഗമാണ് ഇപ്പോൾ മാധ്യമങ്ങളും. മീഡിയ ആന്റ് എന്റർടെയ്ൻമെന്റ് ഇൻഡസ്ട്രി എന്നാണ് ഇതിനെ വിളിക്കുന്നത്. എങ്ങനെ വാർത്തകൾ ആസ്വാദ്യമാക്കാം എന്ന് ആലോചിക്കാനാണ് ദേശീയമാധ്യമങ്ങളുടെ തലപ്പത്തുള്ളവർ പത്രാധിപന്മാരോട് നിർദ്ദേശിക്കുന്നത്. ഈ സമീപനം പത്രങ്ങളുടെ ഉള്ളടക്കത്തെ കാര്യമായി ബാധിക്കുന്നുണ്ട്. പഴയ കാലത്തെപ്പോലെ ജനങ്ങളുടെ പ്രശ്നങ്ങൾ ഉന്നയിച്ച് പൊരുതുക, സമൂഹത്തിന്റെ ഉയർച്ചക്കായി യത്നിക്കുക എന്നതൊന്നും പ്രധാന ലക്ഷ്യങ്ങളല്ലാതായിട്ടുണ്ട്. ഈ പ്രശ്നം പല മാധ്യമചിന്തകരും ആവർത്തിച്ച് ഉന്നയിച്ചിട്ടുള്ളതാണ്.

വാർത്തയിൽ വിനോദത്തിനും ഗ്ലാമറിനുമെല്ലാമാണ് പ്രാധാന്യം നൽകുന്നത്. കൂടുതൽ സ്ഥലവും സമയവും ഇതിന് വേണ്ടിയാണ് ചെലവഴിക്കുന്നത്. കയ്യെത്തും ദൂരത്ത് പട്ടിണി കൊണ്ട് ജനങ്ങൾ മരിക്കുകയോ, കൃഷിനശിച്ച് കർഷകർ ആത്മഹത്യ ചെയ്യുകയോ ചെയ്യുന്നുണ്ടെങ്കിലും അത് അന്വേഷിക്കാൻ ദേശീയ തലസ്ഥാനത്തെ പത്രങ്ങൾ ലേഖകരെ നിയോഗിച്ചു എന്നുവരില്ല. എന്നാൽ ഫാഷൻ ഷോയോ അതുപോലെ വല്ലതുമോ നടക്കുകയാണെങ്കിൽ ഡസൻകണക്കിന് റിപ്പോർട്ടർമാരും ഫോട്ടോഗ്രാഫർമാരും വീഡിയോഗ്രാഫർമാരും ഓരോ സ്ഥാപനത്തിൽ നിന്നും പാഞ്ഞെത്തിയേക്കും.

സമീപകാലത്ത് ഒരു പാശ്ചാത്യമാധ്യമവുമായുള്ള അഭിമുഖത്തിൽ ഇന്ത്യയിലെ ഏറ്റവും വലിയ ഇംഗ്ലീഷ് ദിനപത്രത്തിന്റെ അധിപൻ പറഞ്ഞത് വളരെയേറെ ചർച്ച ചെയ്യപ്പെട്ടുകഴിഞ്ഞു. ഞങ്ങൾ വാർത്താവ്യവസായത്തിലല്ല, പരസ്യവ്യവസായത്തിലാണ് എന്നാണ് അവർ പറഞ്ഞത്. ലോകപ്രശസ്തമായ ദി ന്യൂയോർക്കർ മാസികയുടെ പ്രതിനിധി പ്രശസ്ത പത്രപ്രവർത്തകനും ഗ്രന്ഥകാരനുമായ കെൻ ഔലറ്റയുമായുള്ള അഭിമുഖത്തിലാണ് ടൈംസ് ഓഫ് ഇന്ത്യ ഉടമസ്ഥ സഹോദരന്മാരായ സമീർ ജെയിനും വിനീത് ജെയിനും ഇങ്ങനെ പറഞ്ഞത്. ലവലേശം മറച്ചുവെക്കാതെ, കുറ്റബോധം ഒട്ടുമില്ലാതെ അവർ ഇത് വിശദീകരിക്കുകയും ചെയ്തു. ഇത് വളരെ ശ്രദ്ധേയവും നമ്മുടെ കണ്ണുതുറപ്പിക്കുന്നതുമായ

പ്രസ്താവനയാണ്. വാർത്തയ്ക്ക് വൻകിട മാധ്യമ സ്ഥാപനങ്ങളുടെ ഉടമസ്ഥർ എന്തുപ്രാധാന്യമാണ് കല്പിക്കുന്നത് എന്ന് ഇത് വ്യക്തമാക്കുന്നു.

വലിയ പത്രങ്ങളുടെ വരുമാനത്തിന്റെ എൺപതുശതമാനം വരെ പരസ്യങ്ങളിൽ നിന്നുള്ളതാവുമ്പോൾ ഈ ഒരു ചിന്താഗതി ഉണ്ടായതിൽ അത്ഭുതമില്ല. ഇവരിത് ആദ്യമായി പറയുകയല്ല. പരസ്യങ്ങൾക്കിടയിൽ വെക്കാനുള്ള ഒരു സാധനം മാത്രമാണ് വാർത്ത എന്ന വാക്യം ടൈംസ് ഓഫ് ഇന്ത്യയോട് പേര് ചേർത്താണ് പ്രചരിപ്പിക്കപ്പെട്ടത്. അത് സത്യമാകട്ടെ, അസത്യമാകട്ടെ, അതാണ് യഥാർത്ഥത്തിൽ മാധ്യമ ഉടമസ്ഥരുടെയും മാർക്കറ്റിങ്ങ് അധിപന്മാരുടെയും കാഴ്ചപ്പാട്.

പരസ്യമായി ഇങ്ങനെ പറയാറില്ലെങ്കിലും ഭാഷാപത്രങ്ങളും ഇതേ വഴിക്ക് തന്നെയാണ് സഞ്ചരിക്കുന്നത്. വിദേശ പത്രങ്ങളിൽ നിന്ന് വ്യത്യസ്തമായി നമ്മുടെ നാട്ടിൽ എല്ലാ വിഭാഗം ജനങ്ങൾക്കും വേണ്ടിയാണ് ഒരു പത്രം അതിന്റെ പേജുകൾ രൂപപ്പെടുത്തുന്നത്. പല വികസിത രാജ്യങ്ങളിലും ടാബ്ലോയ്ഡ് പത്രങ്ങൾ ആളുകളെ ഹരംപിടിപ്പിക്കുന്ന വാർത്തകളിലാണ് ഊന്നൽ നൽകുന്നത്. വരുമാനത്തിന്റെ അഞ്ചിലൊന്നുവരെ വിനോദത്തിന് ചെലവഴിക്കുന്നുണ്ട് നഗരവാസികൾ. അതുകൊണ്ടുതന്നെ വിനോദവ്യവസായത്തിൽ പങ്കുപറ്റുകയാണ് മാധ്യമങ്ങൾ. വിദ്യാഭ്യാസമുള്ള, സാംസ്കാരികമായി ഉയർന്ന നിലവാരം പുലർത്തുന്ന ജനവിഭാഗങ്ങൾ വായിക്കുന്ന പത്രങ്ങളിൽ പ്രധാന്യം കല്പ്പിക്കപ്പെടുന്നത് ഗൗരവമുള്ള വാർത്തകൾക്കാണ്. ഇതല്ല നമ്മുടെ നാട്ടിലെ സ്ഥിതി.. ഒരേ തരം പത്രമാണ് സമ്പന്നനും ദരിദ്രനും വിദ്യാസമ്പന്നനും നവസാക്ഷരനുമെല്ലാം വായിക്കുന്നത്. ഏറ്റവും കൂടുതൽ സമ്പന്നർ വായിക്കുന്ന പത്രമാകാൻ കഴിഞ്ഞാൽ കൂടുതൾ തുകയ്ക്ക് പരസ്യസ്ഥലം വിൽക്കാൻ കഴിയുമല്ലോ എന്നോർത്ത് ആ രീതിയിൽ ഉള്ളടക്കം രൂപപ്പെടുത്തുന്ന പത്രങ്ങളുണ്ട്. വേറെ ചിലർ, ഏറ്റവും മനോരമ്യമായ വാർത്തകൾ പ്രസിദ്ധപ്പെടുത്തിയാൽ സർക്കുലേഷനും അതുവഴി പരസ്യങ്ങളും കൂട്ടാം എന്നുകരുതി ആ വഴി നോക്കുന്നു. കൂടുതൽ ആളുകൾ വായിക്കാൻ വേണ്ടി പത്രത്തിന്റെ നിലവാരം കുറയ്ക്കുക എന്നതാണ് പൊതുവായി കണ്ടുവരുന്നത്. ക്രമാനുഗതമായ തകർച്ച പത്രങ്ങളുടെ നിലവാരത്തിൽ ഉണ്ടാകുന്നു എന്ന പരാതി ജനങ്ങളിൽ നല്ലൊരു വിഭാഗത്തിനുണ്ട്.

ഈ പ്രവണതകളെല്ലാം ചേർന്ന് മലയാള പത്രങ്ങളുടെ സാംസ്

കാരികവും രാഷ്ട്രീയവുമായ നിലപാടുകളിൽ ഒട്ടേറെ അപഭ്രംശങ്ങൾ സൃഷ്ടിക്കുന്നുണ്ട്. നമുക്ക് അവ പരിശോധിക്കാം.

▶ ചാനൽക്കാലത്ത് പത്രങ്ങൾ പാർശ്വവൽക്കരിക്കപ്പെടുന്നു

വാർത്തകൾ വായിക്കുക എന്ന രീതി മാറി വാർത്തകൾ കാണുക എന്നത് സാർവത്രികമാകുമ്പോൾ സാംസ്കാരികമായിത്തന്നെ ഒട്ടേറെ മാറ്റങ്ങൾ ഉണ്ടാകുന്നുണ്ട്. വായിച്ച് മനസ്സിലാക്കുക എന്നത് കണ്ട് രസിക്കുക എന്നതിലേക്ക് മാറുന്നു എന്നതാണ് ഒരു പ്രശ്നം. ദൃശ്യപരതയ്ക്ക് പ്രാധാന്യം വരുന്നു. എല്ലാം കാണാൻ വേണ്ടിയാകുമ്പോൾ കാഴ്ചക്ക് മിഴിവേകാൻ ശ്രമം നടക്കും. ആരോ പറഞ്ഞതുപോലെ, മരണം വരെ ഉപവാസം പ്രഖ്യാപിക്കുമ്പോഴും വർണശബളമായ വസ്ത്രം ധരിച്ചുവേണം അത് എന്ന നിലവരുന്നു. ആരുപറഞ്ഞു, എങ്ങനെ പറഞ്ഞു എന്നുള്ളതാകുന്നു പ്രധാനം.

24 മണിക്കൂർ പോയിട്ട് ഒരുമണിക്കൂർ നേരം കവർ ചെയ്യേണ്ടത്ര പ്രാധാന്യം പോലും വാർത്തകൾ ഇല്ലാത്ത കേരളത്തിൽ ശുദ്ധ അസംബന്ധങ്ങൾപോലും ബ്രെയ്കിങ്ങ് ന്യൂസ് ആയി പകൽമുഴുവൻ ചർച്ച ചെയ്യപ്പെടുന്നു. പക്ഷേ, പിറ്റെ ദിവസം പത്രം വായിക്കുമ്പോഴേ ഇതിന് ഇത്രയേ പ്രാധാന്യം ഉള്ളൂ എന്ന് ജനങ്ങൾ തിരിച്ചറിയുകയുള്ളൂ. അതേ സമയം ടെലിവിഷനിലെ കവറേജ് പലപ്പോഴും പത്രവാർത്തകളുടെ കവറേജിനെയും സ്വാധീനിക്കുന്നു. ഇതാണ് സംഭവിച്ചത് എന്ന് ചാനലുകൾ കൊട്ടിഘോഷിച്ചാൽ വിരുദ്ധമായി റിപ്പോർട്ട് എഴുതാൻ പത്രങ്ങൾക്ക് കഴിയില്ല.

▶ സർക്കുലേഷൻ, ടാം റെയ്റ്റിങ്ങ്-
ഇവയാണ് വിജയ മാനദണ്ഡങ്ങൾ

സെൻസേഷനലിസം എന്ന് വിളിക്കപ്പെടുമോ എന്ന ആശങ്ക ഇപ്പോഴില്ല. പരമാവധി കൂടുതൽ ആളുകളെ ആകർഷിക്കാവുന്ന രീതിയിലുള്ള വാർത്താവിഷയങ്ങൾ കണ്ടെത്തുക, അത്തരം രീതിയിൽ എഴുതുക എന്നത് പൊതുതത്ത്വമായിട്ടുണ്ട്. വാർത്താപ്രാധാന്യത്തിന്റെ നിർവചനങ്ങൾ മാറുകയായി. ഗൗരവമുള്ള സാമൂഹ്യ-രാഷ്ട്രീയസംഭവങ്ങളേക്കാൾ സിനിമാ, സ്പോർട്സ്, സെക്സ്, വയലൻസ്, ക്രൈം വാർത്തകൾക്ക് പ്രാധാന്യം ലഭിക്കുന്നു. പത്രങ്ങളും ചാനലുകളും ഒക്കെ ഈ ദൂഷിതവലയത്തിൽ വീണിരിക്കുന്നു. വായനക്കാർക്ക് ഇഷ്ടമുള്ള വിഭവമാണ് നൽകേണ്ടത് എന്ന് അംഗീകരിച്ചാൽ പിന്നെ ഇതേ വഴിയുള്ളൂ.

▶ വാർത്തകൾ വിനോദമാകുന്നു, സംവാദങ്ങൾ ആകർഷകമായ ഏറ്റുമുട്ടലുകളാകുന്നു

സംവാദങ്ങളും ചർച്ചകളും പോലും സംഭവങ്ങളാക്കപ്പെടുന്നു. എന്തുപറഞ്ഞു എന്നതല്ല എങ്ങനെ പറഞ്ഞു എന്നത് പ്രധാനമായി. അഭിമുഖങ്ങൾ പോലീസ് സ്റ്റേഷനിലെ ചോദ്യം ചെയ്യലിന്റെ രൂപഭാവങ്ങൾ സ്വീകരിക്കുന്നു. ചർച്ചകളും സംവാദങ്ങളും സംഘട്ടനങ്ങളുടെ അക്രമാസക്തഭാവം കൈവരിക്കുന്നു. ഇങ്ങനെയാണ് രാഷ്ട്രീയം ചർച്ച ചെയ്യേണ്ടത്, ഇതാണ് ജനാധിപത്യത്തിലെ സംവാദത്തിന്റെ സ്വഭാവം എന്ന തെറ്റായ സന്ദേശം പുതിയ തലമുറയിലും എത്തുന്നു. പ്രതീകാത്മകമായ നിസ്സാര സമരങ്ങളിൽ പോലും പ്രകടനക്കാർ കൃത്രിമമായി അക്രമാസക്തരാകുന്നു. ചാനൽ ക്യാമറകളെ ആകർഷിക്കാൻ ഇതേ വഴിയുള്ളൂ. ആളുകളെ കാണിക്കാൻ വേണ്ടിയുള്ള പ്രകടനക്കാരന്റെ അക്രമം ഏറുന്നു, കാണാതിരിക്കാൻ വേണ്ടി ക്രമസമാധാനപാലകൻ അക്രമം കുറക്കേണ്ടിയും വരുന്നു.

▶ മാധ്യമസംസ്കാരം ഉപഭോക്തൃസംസ്കാരമാകുന്നു

ആഗോളീകരണം സൃഷ്ടിച്ച അമിതോൽപ്പാദനം ഉൽപ്പന്നങ്ങൾ വിറ്റഴിക്കാൻ എന്തും ചെയ്തേ പറ്റൂ എന്ന സ്ഥിതി ഉണ്ടാക്കി. ദൃശ്യമാധ്യമങ്ങൾ പുതിയ തലമുറയിൽ ഫാഷൻതരംഗം സൃഷ്ടിച്ചുകൊണ്ടിരിക്കുന്നു. വരുമാനത്തിന്റെ വലിയ പങ്ക് ഇന്ന് നിത്യോപയോഗ സാധനങ്ങൾ വാങ്ങാനല്ല, ആർഭാടവസ്തുക്കൾ വാങ്ങാനാണ് ചെലവഴിക്കുന്നത്. മാധ്യമപരസ്യപ്രളയമാണ് ഈ അനിവാര്യത സൃഷ്ടിക്കുന്നത്.

▶ ആത്മഹത്യ, അഹിംസ, കൺസ്യൂമർ ആർത്തി, തുടങ്ങിയവക്ക് മാധ്യമം പ്രോത്സാഹനമാകുന്നു.

ഉയർന്ന ജീവിത സൗകര്യങ്ങൾ നേടാനുള്ള ഔത്സുക്യം വഴിവിട്ട രീതികളിലേക്ക് പുതിയ തലമുറയെ തള്ളിവിടുന്നു. ദൈനംദിനജീവിതം മത്സരാധിഷ്ഠിതമാകുന്നു. കൂടുതൽ മാർക്കിന്, കൂടുതൽ മെച്ചപ്പെട്ട വിജയത്തിന്, പാഠ്യേതര രംഗത്തെ നേട്ടങ്ങൾക്ക്, മെച്ചപ്പെട്ട പ്രൊഫഷനൽ കോളേജിലെ പ്രവേശനത്തിന്- ഇതിനെല്ലാം വേണ്ടിയുള്ള കഴുത്തറപ്പൻ മത്സരത്തെ പ്രോത്സാഹിപ്പിക്കുന്നതും പ്രേരിപ്പിക്കുന്നതും മാധ്യമറിപ്പോർട്ടിങ്ങ് ആകുന്നു. പരസ്യങ്ങളിലൂടെ മനസ്സുകളെ കീഴടക്കുന്നതും ഈ ചിന്ത തന്നെ.

കടക്കെണിയിൽ പെട്ടും, അസാധ്യമായ ലക്ഷ്യങ്ങൾ നേടാൻ കഴിയാതെ മാനസികസമ്മർദ്ദങ്ങൾ കാരണവും ജീവനൊടുക്കുന്ന വരുടെ എണ്ണം വർഷംതോറും കൂടിവരുന്നു.

▶ **സർക്കുലേഷൻ വർദ്ധനയ്ക്കായി മാധ്യമങ്ങൾ സംഘടിത വിഭാഗങ്ങളെ പ്രീണിപ്പിക്കുന്നു**

- മതങ്ങൾ, ജാതികൾ, സംഘടിത ഗ്രൂപ്പുകൾ എന്നിവകളെ ഒട്ടും ചൊടിപ്പിക്കാതിരിക്കാനാണ് ശ്രദ്ധ

▶ **ആൾദൈവങ്ങളും അന്ധവിശ്വാസങ്ങളുമെല്ലാം പ്രോത്സാഹിപ്പിക്കപ്പെടുന്നു**

അവയുടെ വക്താക്കൾ മാധ്യമങ്ങളെ വിരൽചൂണ്ടി നിയന്ത്രിക്കുന്നു. അന്ധവിശ്വാസങ്ങളിലേക്കുള്ള തിരിച്ചുപോക്ക് വ്യാപകമായി നടക്കുന്നു.

▶ **മതം ആരാധന, വിശ്വാസം, ആഘോഷങ്ങൾ എന്നിവയെല്ലാം മുഖ്യ ഉള്ളടക്കമാകുന്നു**

വില്പ്പനയ്ക്ക് വേണ്ടി വിശ്വാസങ്ങളെ ഉപയോഗിക്കുന്നു

▶ **മിതത്ത്വത്തിൽ നിന്ന് ആർഭാടത്തിലേക്ക് കടക്കുന്ന ആത്മീയത**

അത് മാധ്യമങ്ങളെയും ബാധിക്കുന്നു. വിശ്വാസങ്ങളെ ഒന്നടങ്കം, വേദങ്ങൾ പോലും വില്പനച്ചരക്കാക്കിയിരിക്കുന്നു. ഇൻഷ്യൂറൻസ് പോലുള്ള സൗജന്യങ്ങളും സമ്മാനങ്ങളും നൽകിയാണ് സർക്കുലേഷൻ വർദ്ധിപ്പിക്കാൻ ശ്രമിക്കുന്നത്. വാർത്തയുടെ ആഴവും പരപ്പും വർദ്ധിപ്പിച്ചല്ല,

▶ **ലാഭവർദ്ധനയ്ക്ക് വേണ്ടി ചെലവുകുറയ്ക്കുന്നു**

ജീവനക്കാരുടെ- പത്രപ്രവർത്തകരുടെ- എണ്ണം കുറയ്ക്കുന്നു. പണ്ട് ചെയ്തതിനേക്കാൾ മൂന്നിരട്ടി ജോലി ഇപ്പോൾ ചെയ്യേണ്ടി വരുന്നു എന്നാണ് പാശ്ചാത്യനാടുകളിൽ പത്രപ്രവർത്തകർക്കിടയിൽനടന്ന ഒരു പഠനം വ്യക്തമാക്കിയത്. പാർലമെന്റ് പാസ്സാക്കിയ നിയമപ്രകാരമുള്ള വേജ്ബോർഡിന്റെ ശുപാർശ നടപ്പാക്കാൻ സുപ്രീംകോടതിയുടെ വിധി വേണ്ടിവന്നു. അതുപോലും നടപ്പാക്കാൻ കൂട്ടാക്കാത്ത പത്രമാനേജ്മെന്റുകൾ നിരവധിയാണ്. പത്ര

പ്രവർത്തകരുടെ എണ്ണം കുറയ്ക്കുന്നു, ഉള്ളവരെ കോൺട്രാക്റ്റ് തൊഴിലുകാരാക്കുന്നു. തൊഴിൽ സുരക്ഷിതത്ത്വം പൂർണമായി ഇല്ലാതാക്കി മാധ്യമപ്രവർത്തകർക്കിടയിൽ സ്വതന്ത്രമനോഭാവം തന്നെ ഇല്ലാതാക്കുന്നു.

▸ മാധ്യമധാർമികത തകരുന്നു, ജനങ്ങളിലുള്ള വിശ്വാസ്യത തകരുന്നു

മാധ്യമരംഗത്തിന്റെ ഭാവിയെയും വർത്തമാനത്തെയും സംബന്ധിച്ച ചില സൂചനകൾ കൂടി ശ്രദ്ധയിൽപ്പെടുത്തുകയാണ്. മിക്ക രാജ്യങ്ങളിലും അച്ചടി മാധ്യമങ്ങളുടെ അസ്തമയമാണ് നടന്നുകൊണ്ടിരിക്കുന്നത്. സൂര്യൻ കിഴക്കുദിച്ച് പടിഞ്ഞാറ് അസ്തമിക്കുന്നു എന്ന് പറഞ്ഞതുപോലെ അച്ചടിമാധ്യമങ്ങൾ കിഴക്ക് ഉയരുകയും പടിഞ്ഞാറ് അസ്തമിക്കുകയും ചെയ്യുകയാണ്.

അച്ചടിക്കുന്ന പത്രത്തേക്കാൾ ഡിജിറ്റൽ മീഡിയ ആണ് സൗകര്യപ്രദം എന്ന കാര്യത്തിൽ തർക്കമില്ല. പത്രക്കടലാസ് ഉണ്ടാക്കാൻ നശിപ്പിക്കപ്പെടേണ്ട മരങ്ങൾ, അച്ചടിച്ച പത്രം വിദൂരങ്ങളിലെത്തിക്കാൻ വേണ്ടിവരുന്ന ബുദ്ധിമുട്ട്, വിതരണം ചെയ്യാനുള്ള പ്രയാസങ്ങൾ എല്ലാം മറികടക്കാൻ ഡിജിറ്റൽ മാധ്യമമാണ് മാർഗം. പത്രം അച്ചടിക്കുന്നതിന്റെ ഏതാണ്ട് 40 ശതമാനം ചെലവുകൾ കുറക്കാനുമാവും. എല്ലാവരുടെ കൈകളിൽ സ്മാർട് ഫോൺ ഉണ്ടാകുന്നതോടെ എവിടെനിന്നും ഏതുനേരത്തും വാർത്ത അറിയാംഎന്നു വരുന്നതോടെ അച്ചടിപ്പത്രത്തിന് ഒരു പ്രാധാന്യവുമില്ല എന്ന് വരുന്നു.

സമീപഭാവിയിൽ പത്രങ്ങൾ അപ്രത്യക്ഷമാകും എന്ന് പല മാധ്യമനിരീക്ഷകരും പ്രവചിച്ചിട്ടുണ്ട്. ഫിലിപ് മെയർ എന്ന മാധ്യമപണ്ഡിതൻ ദ വാനിഷിങ്ങ് ന്യൂസ്പേപ്പേഴ്സ് എന്ന പുസ്തകത്തിൽ 2043-ഓടെ ലോകത്തെമ്പാടും പത്രങ്ങൾ ഇല്ലാതാവും എന്നാണ് പ്രവചിച്ചത്. വികസിത രാജ്യങ്ങളിൽ അച്ചടിക്കുന്ന ദിനപത്രം ഇല്ലാതാവും എന്ന് ഏതാണ്ട് തർക്കരഹിതമായിട്ടുണ്ട്. എന്നാൽ ഏഷ്യൻ രാജ്യങ്ങളിൽ ഇപ്പോഴും സർക്കുലേഷൻ വർദ്ധിക്കുകയാണ്. കൂടുതൽ ആളുകൾ സാക്ഷരതയിലേക്ക് വർദ്ധിച്ചുകൊണ്ടിരിക്കുന്നതാണ് കാരണം.

ഇത് എത്രകാലം തുടരും എന്ന് വ്യക്തമല്ല. ഒരുപാട് കാര്യങ്ങളിൽ യൂറോപ്യൻ സാമൂഹ്യസൂചകങ്ങൾ പ്രകടമാകുന്ന കേരളത്തിലാവാം ഒരുപക്ഷേ യൂറോപ്പിലേത് പോലെ പത്രങ്ങൾ ആദ്യം

പിറകോട്ടടിക്കുക എന്ന് ഭയപ്പെടുന്നവരുണ്ട്.

വായനക്കാരന് അപ്പപ്പോൾ വാർത്തയെകുറിച്ച്, ലേഖനത്തെക്കുറിച്ച്, രാഷ്ട്രീയസംഭവത്തെക്കുറിച്ച് അഭിപ്രായം പറയാമെന്നത് വളരെ സ്വീകാര്യമാധ്യമമാക്കുന്നു ഇന്റർനെറ്റിനെ. അച്ചടിയിൽ സ്ഥലപരിമിതി വലിയ പ്രശ്നമാകുമ്പോൾ ഇന്റർനെറ്റിൽ അത് പ്രശ്നമേ അല്ല. പത്രങ്ങളിൽ ഒരു ദിവസം വായനക്കാരന്റെ അഞ്ചോ ആറോ കത്തുകൾ മാത്രം പ്രസിദ്ധീകരിക്കുമ്പോൾ ഇന്റർനെറ്റിൽ ഓരോ വാർത്തയോടുമുള്ള അസംഖ്യം പ്രതികരണങ്ങൾ പ്രസിദ്ധപ്പെടുത്താൻ കഴിയുന്നു.

പത്രങ്ങൾ തീർത്തും ഇല്ലാതായേക്കുമെന്ന നില മാറിയിട്ടുണ്ട്. സ്മാർട് ഫോണുകളിലും ടാബുകളിലും മറ്റ് പുതിയ ഡിവൈസുകളിലും ഡിജിറ്റൽപത്രം എത്തിക്കാം എന്ന നില ഉണ്ടായിട്ടുണ്ട്. പത്രം ഇല്ലെങ്കിലും ജേണലിസം ഉണ്ടാകും ഭാവിയിലും എന്ന പ്രതീക്ഷ വർദ്ധിക്കുകയാണ്.

ജേണലിസം തന്നെ ഇല്ലാതാവുമോ ?

ജേണലിസത്തിന് ഭീഷണിയില്ല എന്നും കരുതിക്കൂടാ. വാർത്തകൾ, ഫോട്ടോകൾ എന്നിവ എത്തിക്കാൻ ജേണലിസ്റ്റുകൾ വേണ്ട. കൈവശം മൊബൈൽ ഫോണുള്ള ആർക്കും ഫോട്ടോകളും വാർത്തകളും എടുക്കാം അയക്കാം എന്ന സാങ്കേതിക സാധ്യത ഒരു പ്രൊഫഷൻ എന്ന നിലയിൽ ജേണലിസത്തെ തകർക്കുകയില്ലേ എന്ന ആശങ്ക ഉയർന്നിട്ടുണ്ട്.

സോഷ്യൽ മീഡിയ ആണ് വാർത്താ സ്രോതസ് എന്ന നില വന്നിരിക്കുന്നു. അറിയേണ്ട വാർത്തകൾ അതിലുണ്ട് എന്ന് നല്ലൊരു വിഭാഗം ആളുകൾ കരുതുന്നു. ജവഹർലാൽ നെഹ്റുവിന്റെ കാലം മുതൽ വിവരങ്ങൾ ജനങ്ങളിലെത്തിക്കാൻ പത്രപ്രവർത്തകരെ ആശ്രയിച്ചിരുന്നതാണ് പ്രധാനമന്ത്രിമാർ. വിദേശയാത്രകളിൽ പത്രപ്രവർത്തകരെ കൂടെക്കൂട്ടിയാണ് അവർ യാത്ര ചെയ്യാറുള്ളത്. ഇപ്പോഴത്തെ പ്രധാനമന്ത്രി അത് വേണ്ട എന്നുവെച്ചിരിക്കുന്നു. ജനങ്ങളുമായി സംവദിക്കാൻ അവർക്ക് നവമാധ്യമസംവിധാനങ്ങൾ ധാരാളം മതിയാകും. ട്വിറ്ററിൽ എഴുതുന്നത് പത്രങ്ങളിലും എത്തും, അതുവഴി ജനങ്ങളിലുമെത്തും. ഇങ്ങോട്ടുള്ള ചോദ്യങ്ങൾ ഒഴിവാക്കാം എന്ന മെച്ചവുമുണ്ട്.

നവമാധ്യമങ്ങളും അത്യാധുനിക ഇലക്ട്രോണിക് സംവിധാനങ്ങളും സിറ്റിസൺസ് ജേണലിസവുമെല്ലാം ചേർന്നാണ് ഭാവി

യുടെ മാധ്യമത്തെ പുനർസൃഷ്ടിച്ചുകൊണ്ടിരിക്കുന്നത്. ഇനിയും എന്തെല്ലാമാണ് ഉയരാൻ പോകുന്നത് എന്ന് നമുക്ക് സങ്കൽപ്പിക്കാനേ കഴിയൂ. അനിശ്ചിതത്വം നിറഞ്ഞതാണ്, പ്രവചനാതീതമാണ് ഭാവിയുടെ മാധ്യമം, ഇന്ന് കണ്ടതല്ല നാളെ കാണുക എന്നുമാത്രം പറയാം.

ആഗോളീകരണം സൃഷ്ടിച്ച പണത്തോടുള്ള അത്യാർത്തി മറ്റെല്ലാം മേഖലകളെയും ബാധിച്ചതുപോലെ മാധ്യമപ്രവർത്തനത്തെയും ബാധിച്ചിട്ടുണ്ട് എന്ന് ചുരുക്കത്തിൽ പറയാം. കൂടുതൽ ലാഭമുണ്ടാക്കുക, കൂടുതൽ പണമുണ്ടാക്കുക എന്നതാണ് എല്ലാ വ്യവസായങ്ങളുടെയും ഉദ്ദേശ്യം എന്ന് വന്നിരിക്കുന്നു. എല്ലാം വ്യവസായമാകുന്നു. പഴയ സേവനങ്ങൾ ഓരോന്നും വാണിജ്യവും വ്യവസായമായിക്കൊണ്ടിരിക്കുന്നു. അര നൂറ്റാണ്ട് മുമ്പ് ആരും മാധ്യമവ്യവസായം എന്ന് പറയാറില്ല.

കോളേജ് നടത്തിപ്പുകാർ വ്യാപാരി വ്യവസായി സംഘടനയിൽ ചേരാൻ ഇനി അധികം താമസമുണ്ടാകില്ല. രാഷ്ട്രീയവും വൈദ്യശുശ്രൂഷയും സ്പോർട്സും ആത്മീയത പോലും പച്ചയായ കച്ചവടമായിക്കൊണ്ടിരിക്കുന്ന കാലമാണിത്.

○○

3

കേരളീയ നവോത്ഥാനവും മലയാള സിനിമയും

ജി.പി. രാമചന്ദ്രൻ

കേരള സംസ്ഥാനം എന്ന ഭൂപ്രദേശ-ചരിത്ര യാഥാർത്ഥ്യവും ഐക്യ കേരളം എന്ന ഭാഷാ-സാംസ്ക്കാരിക പ്രതിനിധാനവും എപ്രകാരമാണ് വിനിമയം ചെയ്യപ്പെടുന്നത്? സംസ്ഥാനത്തിനും സംസ്ക്കാരത്തിനും ഭാഷക്കും സമൂഹത്തിനും അകത്തേക്കും പുറത്തേക്കും, അകത്തിനകത്തേക്കും അകത്തിനുള്ളിലെ മൗനങ്ങളിലേക്കും ഇരുട്ടറകളിലേക്കും വെളിമ്പ്രദേശങ്ങളിലേക്കും ഉള്ളടരുകളിലേക്കും ഇതെപ്രകാരമാണ് കിനിഞ്ഞും തുളഞ്ഞും പൊട്ടിത്തെറിച്ചും സ്വകാര്യമായും പരസ്യമായും രാഷ്ട്രീയമായും രാഷ്ട്രീയരഹിതമായും ചരിത്രമായും ചരിത്രേതരമായും സമരമായും സാന്ത്വനമായും മറ്റും മറ്റും സഞ്ചരിക്കുന്നത്? ഇതൊരു വികാരമാണോ, വികാരം മാത്രമാണോ, വികാരരഹിത വിചാരമാണോ എന്നെല്ലാമുള്ള കുമിളപ്പെടലുകളും ഉൾവലിയലുകളും പുറം ചിന്തകളും ഉണ്ടെങ്കിലും നാം അതെല്ലാം കാണാതെയും കേൾക്കാതെയും പോകുകയാണോ? മാത്രമല്ല, മലയാളി സ്വത്വം അല്ലെങ്കിൽ കേരള സ്വത്വം എന്നൊക്കെ ഉച്ചരിക്കുന്നതു തന്നെ, രാഷ്ട്രീയമായും രാഷ്ട്രനിർമാണപരമായും ശരിയാകുമോ എന്ന ആശങ്കയും അസ്ഥാനത്തല്ല. അതിനിടയിലാണ് ഭാഷയുടെയും ഭാഷാടി സ്ഥാനത്തിൽ കെട്ടിപ്പടുക്കപ്പെട്ട സംസ്ഥാന/സംസ്ക്കാര/സമുദായ രൂപീകരണത്തിന്റെയും അതിന്റെ ആത്മഗൗരവത്തിന്റെയും സ്വത്വപ്രതിസന്ധികൾ നിർധാരണം ചെയ്യാൻ. ഭാഷാസ്വത്വമെന്നത് അപകട നിർമുക്തമായ ഒരു പ്രതിനിധാനമാണെന്ന അഭിപ്രായമെനിക്കില്ല. തങ്ങൾക്കായി അനുവദിച്ചു കിട്ടിയ പ്രവിശ്യകളിൽ നിന്ന് മറ്റു ഭാഷക്കാരെ അകറ്റുകയും സാംസ്ക്കാരികമായി ഒറ്റപ്പെടുത്തു കയും

സ്വന്തം ഭാഷയിൽ അമിതമായ പ്രതിപത്തിയും ഭ്രാന്തും കാണിക്കുകയും ചെയ്യുന്നത്, ആധുനിക രാഷ്ട്ര നിർമാണത്തെ അപ്രസക്തമാക്കും.

രാഷ്ട്ര രൂപീകരണ പ്രക്രിയയുടെയും സ്വാതന്ത്ര്യ ലബ്ധിയുടെയും വികാസവും പൂർണതയുമായിട്ടാണ് ഇന്ത്യയിൽ ഭാഷാ സംസ്ഥാനങ്ങൾ രൂപീകരിക്കാനുള്ള തീരുമാനമുണ്ടായത്. ഇത് വെറുമൊരു യാചനാ/ദാന ക്രിയാപ്രതിക്രിയകളല്ലെന്നും അടിച്ചമർത്തലുകളിൽ നിന്നുള്ള ഉയിർത്തെഴുന്നേൽപുകളാണെന്നും നാം തിരിച്ചറിയുന്നുണ്ടോ എന്നതാണ് പ്രശ്നം.

സ്വാതന്ത്ര്യത്തിനു മുമ്പ് തന്നെ ഭാഷാടിസ്ഥാനത്തിലുള്ള സംസ്ഥാനങ്ങൾക്കു വേണ്ടിയുള്ള സമരങ്ങളും ശ്രമങ്ങളും ആരംഭിക്കുകയും പരിമിതമായ വിജയങ്ങൾ കൈവരിക്കുകയും ചെയ്തിരുന്നു. 1895-ൽ ആരംഭിച്ച ഒറീസ്സ സംസ്ഥാനത്തിനു വേണ്ടിയുള്ള സമരത്തിന് നേതൃത്വം കൊടുത്തത് മധുസൂദൻ ദാസായിരുന്നു. ഈ സമരം വിജയിച്ചതിനെ തുടർന്ന് 1936ൽ തന്നെ ബ്രിട്ടീഷിന്ത്യയിൽ ഒറീസ പ്രൊവിൻസ് രൂപീകരിക്കപ്പെട്ടു. എന്നാൽ, പിന്നീട് സ്വാതന്ത്ര്യ സമരം തിളച്ചു മറിയുന്നതിനിടെ, ഭാഷാസംസ്ഥാന രൂപീകരണം എന്ന ആശയം കുറെക്കാലം മുഖ്യധാരയിൽ നിന്ന് മാറി നിന്നു എന്നും കരുതാവുന്നതാണ്. പോട്ടി ശ്രീരാമുലുവിന്റെ ധീരോദാത്തമായ ജീവത്യാഗവും ആന്ധ്രയുടെ രൂപീകരണവും ഇക്കാര്യത്തിൽ മുന്നോട്ടു പോകുന്നതിന് കേന്ദ്രസർക്കാരിനെ പ്രേരിപ്പിച്ചു. 1953-ൽ, ഫസൽ അലിയുടെ അധ്യക്ഷതയിൽ കെ.എം. പണിക്കർ, എച്ച്.എൻ. കുൻസു എന്നിവർ അംഗങ്ങളായി സംസ്ഥാന പുന:സംഘടനാ കമ്മീഷൻ രൂപീകരിക്കപ്പെട്ടു. ഈ കമ്മീഷന്റെ നിർദേശങ്ങൾ കൂടി കണക്കിലെടുത്താണ് 1956-ലെ സംസ്ഥാന പുന:സംഘടനാ നിയമം പാസായത്.

അതു പ്രകാരമാണ് കേരളമടക്കമുള്ള ഭാഷാ സംസ്ഥാനങ്ങൾ നിലവിൽ വന്നത്. തിരുവിതാംകൂർ, കൊച്ചി നാട്ടു രാജ്യങ്ങളും മദിരാശി പ്രൊവിൻസിലെ മലബാർ ജില്ലയും ദക്ഷിണ കാനറയിലെ കാസറഗോഡും ചേർത്തും, തിരുവിതാംകൂറിന്റെ തെക്കേയറ്റത്തുണ്ടായിരുന്ന കന്യാകുമാരി ജില്ല മദിരാശിയോട് ചേർത്തുകൊണ്ടുമായിരുന്നു കേരളം രൂപീകരിക്കപ്പെട്ടത്. മത-ജാതി സാമുദായിക അടിസ്ഥാനത്തിൽ ജനങ്ങൾ വേർതിരിഞ്ഞു പോകാതിരിക്കാനും പരസ്പരം തല്ലിച്ചാകാതിരിക്കാനും ഭാഷാ സ്വത്വത്തെ പ്രോത്സാഹിപ്പിക്കുകയും ഭരണസൗകര്യം കൈവരുത്തുകയുമായിരുന്നു സർ

ക്കാരിന്റെ ഉദ്ദേശ്യം. ഭാഷയുടെ പേരിലും ആളുകൾ തമ്മിൽ തല്ലി ക്കൊല്ലുമെന്നത് മറ്റൊരു കാര്യം. എങ്കിലും ഇന്ത്യൻ റിപ്പബ്ലിക്കിന്റെ മതനിരപേക്ഷ സ്വഭാവത്തിനും ജനാധിപത്യ വത്ക്കരണ ദിശാബോ ധത്തിനും യോജിച്ച ഏറ്റവും പ്രധാനപ്പെട്ട ആദ്യത്തെ ഭരണ നടപ ടി തന്നെയായിരുന്നു ഈ കമ്മീഷൻ രൂപീകരണവും തുടർന്നുള്ള ഭാഷാ സംസ്ഥാന നിർമാണങ്ങളും.

കേരളം എന്ന ഔദ്യോഗികവും അനൗദ്യോഗികവുമായ ഭാഷാ -സംസ്ക്കാര പ്രതിനിധാനം എപ്രകാരമാണ് രൂപപ്പെട്ടത്/രൂപപ്പെ ട്ടുകൊണ്ടിരിക്കുന്നത് എന്ന ചോദ്യം ഇതോടെ കൂടുതൽ സങ്കീർണ മായി മാറുന്നു. മലയാളമെന്നു വെച്ചാൽ ഒരു ഭാഷയെന്ന നിലയി ലല്ല, ഒരു പ്രദേശമെന്ന നിലയിൽ പരിഗണിച്ചുകൊണ്ട് ഇന്ന് കേരളം എന്നു വിളിക്കുന്ന മലയാളക്കരയുടെ ഭൂതകാലത്തെ അന്വേഷിക്കു കയാണ് കെ ടി രവിവർമ ചെയ്യുന്നത്. മലയാള ഭാഷ അഥവാ മല യാണ്മ തമിഴിൽ നിന്ന് സ്വതന്ത്രമാവുന്നതിനു മുമ്പു തന്നെ മല യാള ദേശമുണ്ടായിരുന്നു എന്നും ദേശപ്പേരിൽ നിന്നാണ് പുതിയ ഭാഷക്ക് പേരുണ്ടാവുന്നതെന്നും അദ്ദേഹം കരുതുന്നു. മലയാളത്തെ വടക്കുള്ളവർ മലയമെന്നാക്കി. പഴയ സംസ്കൃത സാഹിത്യത്തിൽ ഈ പേര് ധാരാളം ഉപയോഗിച്ചു കാണാമെങ്കിലും പലപ്പോഴും അത് പരാമർശിക്കുന്നത് പശ്ചിമഘട്ടത്തെയാണത്രെ. കേരളത്തിന്റെ മുഖമുദ്രയെന്ന് പലരും കരുതുന്ന തെങ്ങ് പണ്ടു കാലങ്ങളിൽ ഉണ്ടാ യിരുന്നുവെന്നതിന് തെളിവൊന്നുമില്ലെന്ന് രവിവർമ പറയുന്നുണ്ട്. അതായത്; തെങ്ങ്, മുണ്ട്, നെൽപ്പാടം തുടങ്ങി ക്രമീകൃതമോ അച്ചടിവടിവിലുള്ളതോ വരേണ്യമായതോ ആയ മലയാള സംഭാ ഷണം വരെ പല കാലങ്ങളിൽ കേരളം അഥവാ മലയാളക്കരയിൽ വന്നു ചേർന്നിട്ടുള്ളതാണെന്നുള്ള ചരിത്ര യാഥാർത്ഥ്യം ആദ്യമേ ബോധ്യമുണ്ടായിരിക്കുന്നത് നല്ലതാണ്. അല്ലെങ്കിൽ; സാംസ്ക്കാ രിക തനിമ, മൗലികത തുടങ്ങിയ തറവാടിത്ത ഘോഷണങ്ങൾ അശ്ലീലമായി നാം ചുറ്റും തെറിപ്പിക്കുകയും അതിൽ കുളിച്ചാറാടു കയും ചെയ്യും. ഇങ്ങിനെ യഥാർത്ഥവും കൃത്രിമവുമായി മാറിമറി യുകയും ഒളിച്ചു കളിക്കുകയും ചെയ്യുന്ന ഭൂതകാലത്തിന്റെ/ങ്ങളുടെ തടവുകാരായിട്ടല്ലാതെ കേരളത്തെയും മലയാളത്തെയും ആവി ഷ്ക്കരിക്കാനും ഭാവന ചെയ്യാനും നമുക്കെന്ന് കഴിയുമോ അന്നേ കേരളത്തിന്റെയും മലയാളത്തിന്റെയും സാംസ്ക്കാരിക ഭാവി ശോഭനമാവുകയുള്ളൂ.

ആധുനിക മനുഷ്യൻ ആഫ്രിക്കയിൽ നിന്നും ഏഷ്യയിലേക്ക്

വ്യാപിച്ചത് 85000 കൊല്ലങ്ങൾക്ക് മുമ്പായിരിക്കുമെന്നാണ് ഡി എൻ എ പഠനങ്ങൾ സൂചിപ്പിക്കുന്നത് എന്ന് കെ ടി രവിവർമ്മ സാക്ഷ്യപ്പെടുത്തുന്നു. യൂറോപ്പിൽ ആധുനിക മനുഷ്യൻ എത്തിയിട്ടാകട്ടെ 40000 കൊല്ലമേ ആയിട്ടുള്ളൂ താനും.

അങ്ങനെയാണെങ്കിൽ, മലയാളക്കര ഉൾപ്പെടെയുള്ള ഇന്ത്യയുടെ പശ്ചിമതീരം പൂർവമനുഷ്യർ ആദ്യമായി അധിവസിച്ച പ്രദേശങ്ങളിൽ ഉൾപ്പെടുമെന്ന് സങ്കൽപിക്കാം. കേരളം ഉഷ്ണമേഖലയിലാണ് പെടുന്നത്. ഉഷ്ണമേഖലയിലെ വർണ്ണങ്ങളിൽ ത്വക്കിൽ കൂടുതൽ കറുപ്പു നിറം ഉണ്ടായിരിക്കുമെന്നതാണ് തത്വം. ചൂടിനും ഈർപ്പത്തിനും എതിരായുള്ള അനുകൂലനമാണിത്. സൂര്യപ്രകാശത്തിലെ അപായകാരികളായ അൾട്രാവയലറ്റ് രശ്മികളെ തടുത്തു നിർത്താൻ ത്വക്കിലെ കറുപ്പു നിറം സഹായിക്കുന്നു. സൂര്യപ്രകാശം കുറവായ ശൈത്യകാലാവസ്ഥയിൽ ഈ ആവശ്യം കുറവായിരിക്കും; മറിച്ച് വൈറ്റമിൻ ഡി ഉത്പാദിപ്പിക്കാൻ വേണ്ടി ത്വക്കിൽ സൂര്യപ്രകാശം കടക്കുകയാണ് വേണ്ടത്. ശൈത്യമേഖലകളിൽ അധിവസിച്ചവർ വെള്ളക്കാരായി തീരാൻ ഇതാണ് കാരണം. മനുഷ്യപൂർവ്വികൻ ഉഷ്ണമേഖലാ പ്രദേശമായ ആഫ്രിക്കയിലാണ് പരിണമിച്ചുണ്ടായതെന്നതു കൊണ്ട് കറുപ്പാണ് മനുഷ്യന്റെ മൂലനിറമെന്നും (സാംസ്ക്കാരിക വ്യവഹാരത്തിൽ തനിമ എന്നും മൗലികത എന്നുമൊക്കെ പറയാം) തണുപ്പു പ്രദേശങ്ങളിൽ അധിവസിച്ചവരിൽ കറുപ്പു നിറത്തിൻ അഭാവം പിന്നീടാർജിച്ചതാണെന്നും അനുമാനിക്കാമെന്നും രവിവർമ്മ വ്യാഖ്യാനിക്കുന്നു.

അതായത്; വെള്ള നിറം കുറഞ്ഞു പോയതിന്റെയും കറുപ്പു നിറം കൂടിയതിന്റെയും പേരിൽ നമ്മുടെ സിനിമ അടക്കമുള്ള പൊതുബോധത്തിൽ നിരന്തരം അപഹസിക്കപ്പെടുന്നത് നമ്മുടെയും മാനവകുലത്തിന്റെയും അടിസ്ഥാനങ്ങളെയാണെന്നർത്ഥം. സലിം കുമാർ അവതരിപ്പിക്കുന്ന ഒരു കറുകറുത്ത കഥാപാത്രം വീട്ടിൽ ജനിച്ചതിനു ശേഷം പിന്നെ അവിടെ കാലൻ(യമൻ) വന്നിട്ടു തന്നെയില്ലെന്നും ഒറ്റ മരണവും നടന്നിട്ടില്ലെന്നും മലയാള സിനിമ പറയുന്നു. കണ്ടാൽ ഒരു ലുക്കില്ലെങ്കിലും ഞാൻ വക്കീലാണെന്ന് സലിം കുമാർ മീശമാധവനിൽ സ്വയം പരിഹസിക്കുന്നു. ചതിക്കാത്ത ചന്തുവിൽ വിനായകൻ പ്രേതബാധ ഉള്ളതായി കൃത്രിമമായി പേടിപ്പിക്കുന്ന സിനിമാക്കാർക്കിടയിൽ നിന്ന് പറയുന്നത്, തന്റെ തൊലി നിറം കറുപ്പായതിനാൽ തന്നെ ആരും കണ്ടിട്ടുണ്ടാവില്ല എന്നാണ്. കലാഭവൻ മണിയുടെയും നിയോഗം മിക്കപ്പോഴും

ഇതു തന്നെ. ആദിമ ആസ്ത്രലോയ്ഡ് വർണത്തിന്റെ ഒരു ഉപവിഭാഗമാണ് ഇന്ത്യയിലും മലയാളക്കരയിലും അധിവസിച്ച ആദ്യത്തെ ആധുനിക മനുഷ്യരെന്നും, പിന്നീട് ഇവിടങ്ങളിലേക്ക് കോക്കസോയ്ഡ് വർണത്തിൽ പെട്ട ഒരു ഉപവിഭാഗത്തിന്റെ പ്രവാഹം തന്നെ ഉണ്ടായിട്ടുണ്ടെന്നും രവിവർമ രേഖപ്പെടുത്തുന്നു. വ്യത്യസ്ത വർണങ്ങളിലും ഉപവർണങ്ങളിലും പെട്ടവർ തമ്മിൽ സങ്കരം സാധ്യമാണെന്നും ചില സ്ഥലങ്ങളിൽ അത് ധാരാളമായി നടന്നിട്ടുണ്ടെന്നും തെളിഞ്ഞിട്ടുണ്ട്. അത്തരം പ്രദേശങ്ങളിലൊന്നാണ് നമ്മുടെ മലയാളവും ഇന്ത്യ മുഴുവൻ തന്നെയും. അതുകൊണ്ട് ഇവിടങ്ങളിൽ ഇപ്പോൾ ശുദ്ധ വർണങ്ങളെ തിരയുന്നതിൽ സാംഗത്യമില്ല. അങ്ങിനെയാണെങ്കിൽ ഭാഷയിലും സംസ്ക്കാരത്തിലുമുള്ള മേന്മാ വാദങ്ങളും അതിമേന്മാ വാദങ്ങളും അധികാരം ഉന്നം വെച്ചുള്ള ക്രൂരമായ കളികളാണെന്ന് നാം തെളിച്ചു തന്നെ പറയേണ്ടി വരും.

ഉയരം കുറഞ്ഞ പ്രകൃതി, ഉരുണ്ട തല, ചെറിയ മുഖം, കുഴിഞ്ഞ മൂക്കുകട, പരന്നു വിടർന്ന നാസിക, ഉയർന്ന നെറ്റിവരമ്പ്, അത്യധികം ചുരുണ്ട സമൃദ്ധമായ തലമുടി എന്നിവ ആദ്യ കുടിയേറ്റക്കാരായ ആദിമ ആസ്ത്രലോയ്ഡുകാരുടെ മാതൃകാപരമായ ലക്ഷണങ്ങളാണ്. ഈ ലക്ഷണങ്ങൾ ഇന്നത്തെ കേരളീയരിൽ ഏറ്റവും പ്രകടമായ തോതിൽ കാണുന്നത്, ചില ആദിവാസി ജനവിഭാഗങ്ങളിലാണ്. ഇടുക്കി കാടുകളിലെ മലപ്പണ്ടാരം, ആനമലയിലെ കാടർ, മലവേടർ, വയനാട്ടിലെ പണിയർ തുടങ്ങിയവർ ഉദാഹരണങ്ങൾ. ഇവരെ അപഹാസ്യരായിട്ടാണ് മലയാള സിനിമ കാണിച്ചു വരുന്നത്. മുൻ ദശകങ്ങളിൽ കാട്ടുജാതി ഡാൻസ് എന്ന ഒരു വിഭാഗം തന്നെ ആദിവാസികളുടേത് എന്ന വ്യാജേന മലയാള സിനിമയിൽ ഉൾപ്പെടുത്തിയിരുന്നു. ദ്രാവിഡഭാഷകൾ സംസാരിച്ചിരുന്ന മെഡിറ്ററേനിയൻ വർണക്കാരാണ് ദക്ഷിണേന്ത്യയിലേയും മലയാളക്കരയിലേയും മഹാശിലാ സംസ്ക്കാരത്തിന്റെ പ്രണേതാക്കൾ എന്നതിനെക്കുറിച്ച് പണ്ഡിതന്മാരുടെ ഇടയിൽ അഭിപ്രായൈക്യമുണ്ട്. പക്ഷെ, അവർ അല്ലെങ്കിൽ ആ പ്രത്യയശാസ്ത്രം എവിടെ നിന്ന് വന്നു എന്നതിനെ കുറിച്ച് അഭിപ്രായഭിന്നതയുമുണ്ട്. അടുത്ത കാലത്തു നടത്തിയ ഒരു ഡിഎൻഎ പരീക്ഷണം സൂചിപ്പിച്ചത് ഈഴവരും നായന്മാരും കേരളീയ മുസ്ലിമുകളും തമ്മിൽ ജനിതകമായ വിടവുകളല്ല, ഏകാത്മകതയാണ് നിലനിൽക്കുന്നത് എന്നാണെന്നും രവിവർമ പറയുന്നു. ഇവരുടെയെല്ലാം പൊതുപൂർവികർ മെഡിറ്റ

റേനിയൻകാരായിരിക്കുമെന്ന നിഗമനത്തെയാണ് ഈ പരീക്ഷണം പിന്താങ്ങുന്നത്. ഇവിടെയെത്തുമ്പോഴാണ് പരശുരാമന്റെ മഴു എന്ന ഐതിഹ്യ സങ്കൽപം/ഭാവനയെ നാം സൂക്ഷ്മമായും ചരിത്രകൃത്യതയോടെയും അപഗ്രഥിക്കേണ്ടത്.

കെ.ടി. രവിവർമ തന്നെ പറയുന്നതു നോക്കുക: വിഷ്ണുവിന്റെ അവതാരമായ പരശുരാമൻ മഴുവെറിഞ്ഞ് കേരളം സൃഷ്ടിച്ചുവെന്നത് ശുദ്ധമായ ഐതിഹ്യമാണെങ്കിലും, പരശുരാമൻ എന്നൊരു നേതാവിന്റെ കീഴിലാണോ കേരളത്തിലേക്കുള്ള ബ്രാഹ്മണകുടിയേറ്റം ഉണ്ടായത് എന്നുള്ളത് അന്വേഷിക്കാവുന്നതാണ്. അതായത്, മുൻ ഖണ്ഡികയിൽ പറഞ്ഞിട്ടുള്ളതു പോലെ ബ്രാഹ്മണമേന്മയിൽ ഊറ്റം കൊണ്ടിരുന്നയാളും എതിർജാതിയായ ക്ഷത്രിയരെ കഴിയാവുന്നത്ര വംശഹത്യ നടത്തിയിട്ടുള്ള ആളുമായ പരശുരാമൻ കേരളത്തെ എറിഞ്ഞു പിടിക്കാനായി പ്രയോഗിച്ച ആ മഴു എന്നത് മറ്റൊന്നുമല്ല, ബ്രാഹ്മണാധീശത്വം എന്ന സാംസ്ക്കാരിക അധികാരായുധമാണ്. ഈ സാംസ്ക്കാരിക അധികാരവാഴ്ചയോടുള്ള യോജിപ്പും വിയോജിപ്പും ചെറുത്തുനിൽപും വിധേയത്വവും കീഴടങ്ങലുമെല്ലാം ചേർന്നതാണ് കേരള സാംസ്ക്കാരിക/രാഷ്ട്രീയ ചരിത്രം എന്നു ചുരുക്കം. കെടാത്ത അഗ്നിയാൽ ശോഭിക്കുന്ന ചെല്ലൂരിൽ മദയാനകൾ പോർക്കളത്തിൽ ചത്തൊടുങ്ങുമാറ് മന്നവവംശങ്ങളെ നശിപ്പിച്ചു മഴുവായുധം ധരിക്കുന്ന നെടിയോൻ പണ്ടൊരു കാലത്ത് ബുദ്ധിമുട്ടി ചെയ്തവസാനിപ്പിച്ച യജ്ഞത്തിൽ നാട്ടിയ ഭംഗിയുള്ള അരഞ്ഞാണമുള്ള യജ്ഞസ്തംഭം പോലെ (അകം/220) എന്ന പഴന്തമിഴ് പാട്ട് വിഷ്ണുവിന്റെ അവതാരമായ പരശുരാമൻ യാഗം നടത്തിയതും മഴുവെറിഞ്ഞ് നേടിയ കേരളത്തിൽ ബ്രാഹ്മണാധിപത്യം ഉറപ്പിച്ചതും സ്ഥിരീകരിക്കുന്നു.

ആര്യൻ എന്നത് ഭാഷാപരമായ സംജ്ഞയാണെന്നും വർണനാമമല്ലെന്നും രവിവർമ രേഖപ്പെടുത്തുന്നുണ്ട്. ആര്യൻ ഭാഷകൾ സംസാരിക്കുന്നവർ ഇന്ത്യയിലെത്തിയത് താരതമ്യേന അടുത്ത കാലത്താണ് - ഏതാണ്ട് 4000 കൊല്ലം മുമ്പ്. മെഡിറ്ററേനിയൻകാരെയപേക്ഷിച്ച് കൂടുതൽ വെളുത്ത തൊലിയും ഉയർന്നു നീണ്ട നാസികയും ഉണ്ടായിരുന്ന ആര്യന്മാരെ ഇൻഡോ-യൂറോപ്പിയർ എന്നാണ് വിളിക്കുന്നത്. എന്നാൽ ബ്രാഹ്മണർ മുഴുവനും ശുദ്ധ ഇൻഡോ-യൂറോപ്പീയരാണെന്ന് കരുതാനാവില്ലെന്നും രവിവർമ പറയുന്നു.

ബ്രാഹ്മണർ തദ്ദേശീയരുമായി സങ്കരം നടത്തുകയും തദ്ദേശീ

യരെ ബ്രാഹ്മണരായി ഉയർത്തുകയും ചെയ്തതു വഴിയും ഇതു സംഭവിച്ചിരിക്കാം. പരിഷ്കൃത ജനങ്ങളുമായി ബന്ധപ്പെടുന്നതു വരെ തങ്ങൾ ഉടുപ്പുകളൊന്നും അണിഞ്ഞിരുന്നില്ല എന്നാണ് കാടർ സ്വയം പറയുന്നതെന്ന് രവിവർമ സാക്ഷ്യപ്പെടുത്തുന്നു. നമ്മുടെ കാലാവസ്ഥയിൽ വസ്ത്രം അത്ര അത്യാവശ്യ വസ്തുവുമല്ല. അപ്പോൾ കേരളീയ വേഷങ്ങൾ എന്ന വിധത്തിൽ അടയാളപ്പെടുത്തുന്ന മുണ്ട്, നേര്യത്, വേഷ്ടി, ഒന്നര, കോണകം തുടങ്ങിയവ ഏതു കാലത്ത് എവിടെ നിന്ന് വന്നുവെന്നത് അന്വേഷിക്കപ്പെടേണ്ടതാണ്. മാത്രമല്ല, ഇവയെ കേരള വേഷങ്ങൾ എന്ന് ഔദ്യോഗികമായി തന്നെ സാക്ഷ്യപ്പെടുത്താൻ മാത്രം ധൈര്യം സംഭരിക്കാൻ ജാതി/വർണ അധികാരം എപ്പോഴാണ്, എങ്ങിനെയാണ് ശക്തിപ്പെട്ടത് എന്നും അന്വേഷിക്കേണ്ടി വരും. ഈ ശക്തിപ്പെടലിൽ മലയാള സിനിമ വഹിച്ച പങ്കെന്താണ് എന്നതും സവിശേഷ പഠനവിധേയമാക്കണം.

അത്യധികം ലളിതമായ വിധം ജീവസന്ധാരണം ചെയ്തുപോന്ന മലയാള സമുദായങ്ങളിൽ ക്രിസ്തുവർഷാരംഭത്തിനു മുമ്പുള്ള ഒരായിരം കൊല്ലങ്ങൾക്കിടയിൽ നാനാവിധമായ പുതുമകൾ പ്രത്യക്ഷപ്പെടുകയും പുഷ്ടി പ്രാപിക്കുകയും ചെയ്തുവെന്നാണ് രവിവർമ കണ്ടെത്തുന്നത്. നൂതന സമ്പ്രദായങ്ങൾ ജനങ്ങളുടെ ഭൗതിക, സാങ്കേതിക, സാമൂഹിക, ആത്മീയ മേഖലകളെയെല്ലാം സ്പർശിച്ചു. അവയുടെ പരിണതഫലമായി ക്രിസ്തുവർഷാരം ഭത്തോടു കൂടി പശ്ചിമതീര സമൂഹങ്ങൾ സങ്കീർണതകൾ ആർജ്ജിച്ച് പരിഷ്കൃതിയുടെയും നാഗരികതയുടെയും പാതയിൽ എത്തുകയും ചെയ്തു. ശിലായുഗത്തിനു ശേഷമുണ്ടായ പരിഷ്കാരങ്ങൾ മലയാളക്കരയുടെ ഭൗതിക ജീവിതത്തെ മാത്രമല്ല ആത്മീയ ജീവിതത്തെയും മാറ്റിമറിക്കുകയുണ്ടായി. ദൈവവിശ്വാസത്തെക്കുറിച്ച് വ്യക്തമായ ആശയസംഹിതകളൊന്നും ഇല്ലാതിരുന്ന ശിലായുഗമനുഷ്യരിൽ നിന്ന് മാറി, ദക്ഷിണേന്ത്യക്കാരുടെ ഇടയിൽ ആരാധനാ മനോഭാവം സംബന്ധിച്ച് യുക്തിയുക്തമായൊരു പ്രത്യയശാസ്ത്രം ഇക്കാലത്ത് നിലവിൽ വന്നു. കുടുംബങ്ങളുടെ പരേതരായ കാരണവന്മാരും സാമുദായിക നേതാക്കളും ഇക്കാലത്ത് ആരാധിക്കപ്പെട്ടു.

ജഗത് സ്രഷ്ടാവും സർവശക്തനുമായ ദൈവമെന്ന സങ്കൽപം മലഅരയന്മാർക്കുണ്ടായിരുന്നില്ല. ഇരുപതാം നൂറ്റാണ്ടിലാണ് മല അരയന്മാരിൽ പകുതി പേർ ഹിന്ദുമതാനുയായികളാകുന്നത്.

ബാക്കിയുള്ളവർ പത്തൊമ്പതാം നൂറ്റാണ്ടിൽ തന്നെ ക്രിസ്തുമതത്തിലാണ് ചേരാൻ തുടങ്ങിയിരുന്നത്. മഹാശിലാസംസ്ക്കാരത്തിന്റെ പാരമ്പര്യമുള്ള യാഥാസ്ഥിതിക മതം മലഅരയന്മാരുടെ ഇടയിൽ നിന്നും അപ്രത്യക്ഷമാകുന്നത് അടുത്ത കാലത്താണെന്നർത്ഥം. കേരളത്തിന്റെ പൂർവിക മതം ഏത് എന്നതിനെ സംബന്ധിച്ച് പൊതുബോധത്തിൽ നിലനിൽക്കുന്ന രൂഢമൂലമായ ധാരണകളിൽ യാതൊരു കഴമ്പുമില്ല എന്നു വ്യക്തമാക്കുന്നതിനാണ് ഇതെടുത്തു പറയുന്നത്.

നമ്മുടെ സിനിമകളെയും നിർണയിക്കുന്നത് പൊതുബോധമാകയാൽ ഈ വിഷയം വളരെ സൂക്ഷ്മതയോടു കൂടി തന്നെ നിരീക്ഷിക്കേണ്ടതാണ്. കിഴക്കു നിന്ന് ചേര-പാണ്ഡ്യന്മാർ വഴി ജൈനമതവും, തെക്കു നിന്ന് സിംഹളർ വഴി ബുദ്ധമതവും, പടിഞ്ഞാറു നിന്ന് പശ്ചിമേഷ്യക്കാർ വഴി ജൂത, ക്രൈസ്തവ, ഇസ്ലാം മതങ്ങളും, വടക്കു നിന്ന് ബ്രാഹ്മണർ വഴി ഹിന്ദുമതവും മലയാളത്തിലെത്തി എന്നാണ് കെ ടി രവിവർമ തെളിയിക്കുന്നത്. അതായത്, ഇന്ന് പലരും കരുതുന്നതു പോലെ ഹിന്ദു മതത്തെ മാത്രം കേരളത്തിന്റെ ഔദ്യോഗിക-പ്രാചീന-മൗലിക മതമായി കരുതേണ്ടതില്ലെന്നു സാരം.

കേരളം എങ്ങനെയാണ് ചരിത്രാരംഭ കാലഘട്ടത്തിൽ രൂപീകരിക്കപ്പെട്ടത് എന്നതിനെ സംബന്ധിച്ച് ബ്രാഹ്മണാനുകൂലമായി നിലനിൽക്കുന്ന നാട്ടറിവുകളാണ് കേരള മാഹാത്മ്യവും കേരളോത്പത്തിയും. ബ്രാഹ്മണരുടെ പ്രാഭവം മൂലം ഇവക്ക് കൂടുതൽ പ്രചാരവും അംഗീകാരവും ലഭിക്കുകയും ചെയ്തു. പരശുരാമൻ ബ്രാഹ്മണ ഗ്രാമങ്ങൾ രൂപീകരിക്കുന്നതും മഴു (ബ്രാഹ്മണാധിപത്യ ഉത്തരവ്) വിനാൽ നേടിയെടുത്ത കേരളത്തെ അവർക്കായി പകുത്തു നൽകിയെന്നും കേരളോത്പത്തി പ്രഖ്യാപിക്കുന്നു. ആകെ 64 ഗ്രാമങ്ങളാണുള്ളത്. അതിൽ 32 എണ്ണം തുളു നാട്ടിലും 32 എണ്ണം ആധുനിക കേരളത്തിലും.

രാജാക്കന്മാരില്ലാത്ത നാട്ടിൽ തങ്ങൾക്കു വേണ്ട ഭൂമി ബ്രാഹ്മണർ സ്വയം കണ്ടെടുക്കുകയും ആ ഭൂമിയിൽ മറ്റാർക്കും അവകാശമില്ലെന്ന് ഉറപ്പു വരുത്താനായി പരശുരാമ ഐതിഹ്യത്തെ മഹത്വവത്ക്കരിക്കുന്ന കേരളോത്പത്തി ഉയർത്തിപ്പിടിക്കുകയും ചെയ്തുവെന്ന് കെ.ടി. രവിവർമ പറയുന്നു. തങ്ങളുടെ അധീശത്വം ഉറപ്പിച്ചെടുക്കുന്നതിനു സഹായകമായ തരത്തിൽ, ഇവിടെ നിലനിന്നു പോന്ന ഗോത്ര-ജാതി വ്യവസ്ഥയെ കൂടുതൽ സങ്കീർണമാക്കി വ്യവ

സ്ഥാവത്ക്കരിക്കുകയും ചെയ്തത് ബ്രാഹ്മണാധികാരമാണെന്നു കരുതാം.

ബ്രാഹ്മണരായ ജന്മികളുടെ ചരിത്രവീക്ഷണമാണ് കേരള മാഹാത്മ്യം, കേരളപ്പഴമ എന്നീ കൃതികളിലുള്ളത്. അവതാര പുരുഷനായ പരശുരാമനെ ചുറ്റിപ്പറ്റിയുള്ള കേരളോത്ഭവം തൊട്ട് ജാതി, ജന്മി, നാടുവാഴി മേധാവിത്വം നിലനിന്നിരുന്നതെങ്ങനെയെന്ന വിവരണം വരെയുള്ള ഈ ചരിത്രം നമ്പൂതിരിമാർക്ക് മുമ്പും കൈയുമുള്ള ഒരു സാമൂഹ്യവ്യവസ്ഥ നിലനിർത്തുന്നതിന് കരുത്തുള്ള ആശയപരമായ ഒരായുധമായിത്തീർന്നു. ലോഗന്റെ ഭാഷയിൽ, തങ്ങളുടെ മികച്ച അധികാരവും പദവിയും നിലനിർത്താൻ വേണ്ടി ബ്രാഹ്മണ സമുദായം ചമച്ചുവിട്ട അസംബന്ധമായ ഐതിഹ്യമാണിത്.

വിവാഹ-കുടുംബ വ്യവസ്ഥ സാമൂഹ്യവളർച്ചയുടെ ഫലമായി നിലവിൽ വന്നിട്ടുള്ള ഒന്നാണ്, അത് പരശുരാമനെപ്പോലെ ഏതെങ്കിലും ഒരു വ്യക്തി നിർദേശിച്ചതനുസരിച്ചോ നമ്പൂതിരിമാരെപ്പോലെ ഏതെങ്കിലും ഒരു ജനവിഭാഗം നിർബന്ധമുപയോഗിച്ചോ സ്ഥാപിച്ചതല്ല എന്ന ശാസ്ത്രീയ സമീപനമാണ് ഇഎംഎസ് ഉയർത്തിപ്പിടിക്കുന്നത്. ബ്രിട്ടീഷ് വാഴ്ചയാണ് ഇന്ത്യാ ഉപഭൂഖണ്ഡത്തെ മുഴുവൻ ആദ്യമായി ഒരൊറ്റ രാഷ്ട്രീയ ഭരണത്തിൻ കീഴിൽ കൊണ്ടുവന്നത്.

ബൂർഷ്വാ ചരിത്രകാരന്മാർ മുഴുവനും, ആര്യന്മാർക്കു മുമ്പുള്ള ഇന്ത്യൻ ജനതയുടെ ചരിത്രത്തെ മുഴുവൻ ഇരുണ്ട യുഗമായി ചിത്രീകരിക്കുകയാണ് ചെയ്തത്. ആ അതിപ്രാചീനകാലത്ത് ഇന്ത്യയിൽ പാർത്തിരുന്നവർ, മനുഷ്യരായി കണക്കാക്കാൻ വയ്യാത്തിടത്തോളം പിന്നോക്കം നിന്നവരും അപരിഷ്കൃതരുമായിരുന്നു എന്ന് അവർ വാദിച്ചു. എന്നാൽ, ഈ ഉപഭൂഖണ്ഡത്തിൽ പാർത്തിരുന്ന ജനങ്ങൾ ആര്യന്മാർക്ക് വേദകാലത്തുണ്ടായിരുന്ന നാഗരികതയെക്കാളും സംസ്ക്കാരത്തെക്കാളും മേൽത്തരമായ നാഗരികതയും സംസ്ക്കാരവും വളർത്തിയെടുത്തിരുന്നു എന്ന് ഇഎംഎസ് വിശദീകരിക്കുന്നു.

എല്ലാ രാജ്യങ്ങളിലും അടിമത്തം ഏതെങ്കിലും തരത്തിലുള്ള പരിവർത്തനത്തിന് വിധേയമായിരുന്നു. ഉദാഹരണത്തിന്, ഇന്ത്യയിൽ പോയ യുഗത്തിലെ വർണ-ജാതി വ്യവസ്ഥ ഒരു സാമൂഹ്യ-രാഷ്ട്രീയ വ്യവസ്ഥയായി വളർന്നു. അതിൽ ഗ്രാമസമൂഹത്തിലെ നിരവധി അടരുകളായുള്ള ജാതി-ഉപജാതി പടലം സ്വേഛാധിപത്യ രണം കെട്ടിപ്പൊക്കാനുള്ള നല്ല അടിത്തറ പാകി. യൂറോപ്പിൽ

അടിമ സമ്പ്രദായത്തിന് എന്തടിസ്ഥാനമാണോ ഉണ്ടായിരുന്നത്, അതേ സ്ഥാനമാണ് ഇന്ത്യയിൽ ജാതി സമ്പ്രദായത്തിനുമുള്ളത്

ലോഗൻ, നാഗമയ്യ, പദ്മനാ മേനോൻ, ശങ്കുണ്ണി മേനോൻ തുടങ്ങിയവർ രൂപപ്പെടുത്തിയ കേരള ചരിത്രങ്ങൾക്കെല്ലാം വലുതായ ഒരു ദോഷമുണ്ട്. കേരളത്തിന്റെ ഭരണാധികാരികളെയും അവരോട് തൊട്ടു നിൽക്കുന്ന ഉയർന്ന വർഗക്കാരെയും കുറിച്ചാണവ അധികവും പ്രതിപാദിക്കുന്നത്. തങ്ങളുടെ ഉറച്ച സൈനികസംഘടന കൊണ്ട് കേരളത്തെ കീഴടക്കിയ നായന്മാർ; മഹനീയ സംസ്ക്കാരം കൊണ്ട് കൊണ്ട് മലയാളികളെ പാട്ടിലാക്കിയ നമ്പൂതിരിമാർ; വിപുലമായ കച്ചവടം കൊണ്ട് നാട്ടുപ്രമാണികളായിത്തീർന്ന യഹൂദന്മാരും ക്രിസ്ത്യാനികളും അറബികളും; കച്ചവടവും പട്ടാളവും കൊണ്ട് നാടടക്കിയ പറങ്കി, ലന്ത, ഇംഗ്ലീഷ് കമ്പനിക്കാർ - ഇവരെക്കുറിച്ച് കുറെയൊക്കെ നമുക്ക് കേരളചരിത്രത്തിൽ നിന്നറിയാൻ കഴിയും. പക്ഷേ ഈ വർഗക്കാരുടെയും മേധാവിത്തത്തിൽ കീഴിൽ അടിമകളായിക്കഴിഞ്ഞിരുന്ന ചെറുമക്കൾ, പറയർ, നായാടികൾ മുതലായവരുടെ ഉത്ഭവം, വളർച്ച എന്നിവയെക്കുറിച്ചൊന്നും നമ്മുടെ കേരള ചരിത്രം മിണ്ടുന്നില്ല. എന്തിനേറെ? താരതമ്യേന പരിഷ്കൃത ജനവിഭാഗമായ തീയ(ഈഴവ)രെക്കുറിച്ചു പോലും ചരിത്രത്തിനു വളരെയൊന്നും പറയാനില്ല. കേരളത്തിലെ ജാതികളെക്കുറിച്ച് പ്രതിപാദിക്കുന്ന കേരള ചരിത്രം മൂന്നാം വാല്യത്തിന്റെ 109 പേജ് നമ്പൂതിരിമാരെക്കുറിച്ചും 176 പേജ് നായന്മാരെക്കുറിച്ചും പ്രതിപാദിക്കാനുപയോഗിച്ച പദ്മനാഭമേനോന് തീയരെക്കുറിച്ച് 22 പേജിനു വേണ്ട വിവരങ്ങളേ കിട്ടിയുള്ളൂ.

ബ്രാഹ്മണർ കുടിയേറിപ്പാർക്കാൻ തുടങ്ങുന്നതിനു മുമ്പ് കേരളമെന്ന ഒരു രാജ്യമുണ്ടായിരുന്നുവെന്നു മാത്രമല്ല ഇവിടെ ധാരാളം ജനങ്ങൾ പരിഷ്കൃതരീതിയിൽ താമസിക്കുക കൂടി ചെയ്തിരുന്നുവെന്നതിന് ഇന്നത്തെ മലയാളികളെയും അവരുടെ ആചാരനടപടികളെയുമൊന്നു പരിശോധിച്ചാൽ തന്നെ തെളിവു കിട്ടും. പരശുരാമന്റെ വെൺമഴുവിനോ ശങ്കരാചാര്യരുടെ അദ്വൈതത്തിനോ രണ്ടായിരം കൊല്ലക്കാലത്തെ നിരന്തരമായ ബ്രാഹ്മണ മേധാവിത്തത്തിനോ ഈ അബ്രാഹ്മണ മലയാളി ജീവിതരീതിയെ നശിപ്പിക്കാൻ കഴിഞ്ഞിട്ടില്ല. മാത്രമല്ല, ഈ അബ്രാഹ്മണമലയാള ജീവിതരീതിയിൽ ചില ഭാഗങ്ങൾ ബ്രാഹ്മണർക്കു തന്നെ സ്വീകരിക്കേണ്ടി വരുകയുമുണ്ടായി.

ദ്രാവിഡ സംസ്ക്കാരവുമായുള്ള ബന്ധത്തിന്റെ ഫലമായി ആര്യ

സംസ്ക്കാരത്തിനു തന്നെ ഒരു പുതിയ മിഴിവും തികവും കിട്ടി (രവീന്ദ്രനാഥ ടാഗൂർ) നമ്പൂതിരിമാരെപ്പോലെ തന്നെ നായന്മാരും എവിടെ നിന്നു വന്നുവെന്ന കാര്യത്തിൽ പല അഭിപ്രായങ്ങളുണ്ട്. നേപ്പാളിൽ നിന്നാണെന്നൊരു പക്ഷം; അതല്ല ഛോട്ടാ നാഗ്പൂരിൽ നിന്നാണെന്നു മറ്റൊരഭിപ്രായം; ഇതു രണ്ടുമല്ല തെക്കേ ഇന്ത്യയിലെ ദ്രാവിഡ വർഗക്കാരിലൊരു കൂട്ടരാണെന്നു മൂന്നാമതൊരു പക്ഷം. ഇതിലേതാണ് ശരിയെന്നു പറയാൻ വിഷമമുണ്ട്.

ജന്മി വ്യവസ്ഥ മൂലമുള്ള ഭൂവുടമാ സമ്പ്രദായത്തിന്റെ സവിശേഷതകൾ

1. നമ്പൂതിരിമാർക്കു മുമ്പ് ഭൂവുടമാ വ്യവസ്ഥ ഉണ്ടായിരുന്നില്ല

2. നമ്പൂതിരിമാർക്കു കീഴെ ജാതി സമ്പ്രദായം, കുലത്തൊഴിൽ, കൃഷിക്കായി പാട്ടത്തിനോ അല്ലാതെയോ സ്ഥലം

3. കൃഷി ചെയ്യാതെ ഫലമനുഭവിച്ചവർ നമ്പൂതിരിമാർ

4. നാടുവാഴികൾ, ദേശവാഴികൾ, പടനായകന്മാർ മുതലായവരും

5. കൃഷി ചെയ്യാത്ത മേൽ പറഞ്ഞവർക്കുള്ള വിഹിതം കൊടുക്കേണ്ടത് നിയമമായിത്തീരുന്നു

6. നിയമം കർശനമാവുന്നു. കൃഷിക്കാരായ കുടിയാന്മാർക്ക് താണതരം അധികാരവും മേൽക്കോയ്മാധികാരമുള്ള ജന്മികൾക്ക് കൂടുതൽ വിഹിതവും.

7. ബ്രഹ്മസ്വത്തോടും ദേവസ്വത്തോടുമുള്ള വിധേയത്വവും ഭക്തിയും വർധിച്ചു

8. നമ്പൂതിരിമാരല്ലാത്ത ജന്മിമാരുടെയും വളർച്ച, ഭക്തിക്കു പകരം ആത്മരക്ഷ

9. നമ്പൂതിരിമാർ, ദേവസ്വം, കോവിലകങ്ങൾ, സ്ഥാനികുടുംബങ്ങൾ എന്നിവയെല്ലാം ഭൂമിയുടെ മേൽക്കോയ്മാധികാരം കൈവശമാക്കിയതിനു പുറമെ, മുസ്ലിങ്ങൾ, തീയർ മുതലായവരിലും ഒരു ചെറുന്യൂനപക്ഷം ഭൂവുടമകളായി മാറി.

ഇതിന്റെ ഫലമായി കേരളത്തിൽ ഉയർന്നു വന്ന ജന്മി സമ്പ്രദായം നാട്ടിനാകെ ആപത്ക്കരമായ ഒരേർപ്പാടായി തീർന്നതായി ഇഎംഎസ് വിശദീകരിക്കുന്നു. അതവസാനിപ്പിക്കാതെ കൃഷിക്കാരുടെ സ്ഥിതിയോ കൃഷിയുടെ സാങ്കേതികമാർഗങ്ങളോ അഭിവൃദ്ധിപ്പെടുകയില്ല. ജന്മിയെന്നോ, കാണക്കാരനെന്നോ കുഴിക്കാണക്കാരനെന്നോ മറ്റേതെങ്കിലും പേരിൽ, സ്വയം കൃഷി ചെയ്യാതെ കൃഷി ചെയ്യുന്നവരിൽ നിന്ന് പാട്ടം പിരിച്ചു കഴിഞ്ഞു കൂടുന്ന ഒരു ചെറുന്യൂനപക്ഷവും, കഠിനമായധ്വാനിച്ച് കൃഷി ചെയ്തെടുക്കുന്ന വിള

വിന്റെ ഭൂരിഭാഗം പാട്ടമായി മറ്റുള്ളവർക്ക് കൊടുത്ത് സ്വയം പട്ടിണി കിടക്കുന്ന ബഹുഭൂരിപക്ഷം ജനങ്ങളുമുള്ള കാലത്തോളം നമ്മുടെ കൃഷി അന്നത്തെ അപരിഷ്കൃതാ ദശയിൽ തന്നെ കിടക്കും.

ബുദ്ധമതവും ബ്രാഹ്മണ മതവും തമ്മിലുള്ള സാംസ്ക്കാരിക സമരം: ജാതിവ്യവസ്ഥയും ജന്മി മേധാവിത്തവുമില്ലാത്ത പഴയ കേരള (നായർ പ്രഭുത്വ) സാമൂഹ്യ ഘടനയെ നിലനിർത്തണമെന്ന അഭിപ്രായമുള്ളവർ ബുദ്ധമതത്തെയും, ആ പഴയ സാമുഹ്യ ഘടനയെ തകർത്ത് പുതിയ (നമ്പൂതിരി-ജന്മി പ്രഭുത്വ) സാമൂഹ്യ ഘടന നിലവിൽ വരുത്തണമെന്നാഗ്രഹിച്ചവർ ബ്രാഹ്മണമതത്തെയും ആശ്രയിച്ചു. ഈ സമരം ക്രിസ്തുവിനുമുമ്പുള്ള നൂറ്റാണ്ടുകളിൽ തുടങ്ങി ക്രിസ്ത്വബ്ദം ഏഴാമത്തെയോ എട്ടാമത്തെയോ നൂറ്റാണ്ടിലാണവസാനിച്ചത്.

ബുദ്ധമതം തോറ്റു, അദ്വൈത സിദ്ധാന്തം ജയിച്ചു എന്നതിന്റെ അർത്ഥം പ്രാചീന കേരളം തോറ്റു, ജാതി സമ്പ്രദായവും ജന്മി സമ്പ്രദായവും ജയിച്ചു എന്നാണ്.

തെക്കേ ഇന്ത്യയുടെ ചരിത്രം

1. എത്രയോ ജനസമൂഹങ്ങൾ, സംസ്ക്കാര/സാമ്പത്തിക/ രാഷ്ട്രീയ വളർച്ചയുള്ളവരും ഇല്ലാത്തവരും

2. ഇവർ ബ്രാഹ്മണസംസ്ക്കാരത്തോട് ഏറ്റുമുട്ടി. മിക്കവരും കീഴടങ്ങി. എന്നാൽ, ചിലരുടെ സാംസ്ക്കാരിക അംശങ്ങൾ ബ്രാഹ്മണർ സ്വാംശീകരിച്ചു.

3. ആര്യ-ദ്രാവിഡ വ്യത്യാസം ഇല്ലാതായി. പുതിയ ജനസമുദായം

4. പുതിയ വ്യത്യാസങ്ങൾ - തെലുങ്ക്, തമിഴ്, കേരള, കന്നട

കേരളത്തിന് സ്വന്തമെന്നു പറയാവുന്നതും മലയാളികളെല്ലാം ഇന്നഭിമാനം കൊള്ളുന്നതുമായ ഒരു സംസ്കാകരവും ജീവിതരീതിയും വളർത്തിക്കൊണ്ടുവന്നത് നാടുവാഴി ഭരണമാണ്. പക്ഷേ, ബഹുഭൂരിപക്ഷം നാട്ടുകാരെ പട്ടിണിയിലും അടിമത്തത്തിലും ആഴ്ത്തി, അവരെ കേവലം മൃഗങ്ങളെപ്പോലെ കണക്കാക്കി, അധ:പതിപ്പിക്കുകയും നശിപ്പിക്കുകയും ചെയ്തുകൊണ്ടാണ് സംസ്ക്കാരവും ജീവിതരീതിയും വളർത്താൻ നാടുവാഴി മേധാവിത്തത്തിനു കഴിഞ്ഞത്. പുലയർ, പറയർ, തീയർ മുതലായ സമുദായങ്ങളെ അയിത്തക്കാരായകറ്റി നിർത്തി, അവരെ സാമൂഹ്യവും സാംസ്ക്കാരികവുമായ ജീവിതത്തിൽ നിന്നെല്ലാം ഒറ്റപ്പെടുത്തി, നായന്മാരെപ്പോലുള്ള അബ്രാഹ്മണസമുദായങ്ങളെപ്പോലും ഉത്കൃ

ഷ്ടസംസ്ക്കാരത്തിൽ നിന്നൊഴിവാക്കി, ഒരു പിടി ബ്രാഹ്മണർ മാത്രം സാമൂഹ്യമായും സാംസ്ക്കാരികമായും ഉയരുക; പകലന്തി യോളം പണിയെടുത്ത് ധാന്യങ്ങളും മറ്റു വിളവുകളുമുണ്ടാക്കുന്ന കാർഷികത്തൊഴിലാളികളും കുടിയാന്മാരും പട്ടിണി കിടന്ന് ജന്മി കളും കാണക്കുടിയാന്മാരും സാമ്പത്തികമായി വളരുക - ഈ രണ്ടു മർദനവ്യവസ്ഥകളുടെ, ജാതിയുടെയും ജന്മിമേധാവിത്തത്തിന്റെയും അടിസ്ഥാനത്തിലാണ് നമ്മുടെ കലകളും സാഹിത്യ സംസ്ക്കാര മാകെയും ഉയർന്നത്.

കേരള സംസ്ക്കാരവും കേരളത്തിലെ ജീവിതരീതിയും നിർണ യിച്ചതും രൂപപ്പെടുത്തിയതും ജാതി-ജന്മി-നാടുവാഴിത്തമാണ്. അതു തന്നെ കേരളത്തിന്റെ മുഴുവൻ സംസ്ക്കാരവും ജീവിത രീതിയുമാ വാതെ ചെറുന്യൂനപക്ഷത്തിന്റെ കുത്തകയാക്കി വെച്ചു. അധഃ സ്ഥിതരെ അപ്രത്യക്ഷരും അജ്ഞാതരുമാക്കിത്തീർത്തു.

തുഞ്ചത്തെഴുത്തച്ഛൻ: ബ്രാഹ്മണരുടെ സാംസ്ക്കാരിക കുത്ത കയും നിയമങ്ങളുമൊന്നും ലംഘിക്കാതെ തന്നെ അബ്രാഹ്മണ രുടെ ജ്ഞാനതൃഷ്ണ ശമിപ്പിക്കാൻ ഒരബ്രാഹ്മണ പണ്ഡിതൻ ചെയ്ത പരിശ്രമവും, അതിന്റെ ഫലമായി ഹിന്ദു ബഹുജനങ്ങൾക്കു മുഴുവൻ ദിവസേന പാരായണം ചെയ്യാവുന്ന ഗ്രന്ഥങ്ങളുണ്ടായതും സൂചിപ്പിക്കുന്ന ഈ ഐതിഹ്യം നാടുവാഴി ഭരണത്തിന്റെ കണ്ണാടി യാണ്.

ജീവിതത്തിലെ എല്ലാ നല്ല സാധനങ്ങളും (വിളയുന്ന നെല്ല്, നല്ല വസ്ത്രം, ആഭരണങ്ങൾ, സ്ഥാനമാനങ്ങൾ, അധികാരം മുത ലായവയൊക്കെ) തമ്പുരാക്കന്മാരുടെ കുത്തകയാക്കി വെക്കുന്ന ഒരു സമുദായത്തിലെ കലകളും ശാസ്ത്രങ്ങളും സാഹിത്യവും മാത്രം അടിയാളാർക്കു കിട്ടാൻ വഴിയില്ലല്ലോ.

ബ്രാഹ്മണരെയും നായന്മാരെയും സാമന്തൻമാരെയും പരിഷ്ക്ക രിക്കാൻ സഹായിച്ച അതേ ബഹുജനമർദനം പരിഷ്ക്കാരത്തിന്റെ പരിധി വിപുലപ്പെടുത്തുന്നതിന് തടസ്സമായിത്തീർന്നു; സവർണ ഹിന്ദുക്കളുടെ ഇടയിൽ നിന്ന് പണ്ഡിതന്മാരെയും കവികളെയും കലാകാരന്മാരെയും സൃഷ്ടിച്ച ആ വ്യവസ്ഥ തന്നെ മറ്റുള്ളവരെ പാമരൻമാരാക്കി വെച്ചു. ഭൂമിയുടെ മേൽ സ്വകാര്യ സ്വത്തു സമ്പ്ര ദായമേർപ്പെടുത്തി സാമ്പത്തികമായ വമ്പിച്ച അഭിവൃദ്ധിയിക്കടി സ്ഥാനമിട്ട അത് ആ സ്വത്തിൽ നിന്നും അഭിവൃദ്ധിയിൽ നിന്നും ബഹുഭൂരിപക്ഷം ജനങ്ങളെ ഒഴിച്ചു നിർത്തി.

വളർന്നു വരുന്ന ഒരു സമുദായത്തിനാവശ്യമായ പ്രവൃത്തി

വിഭജനം(ജാതി വ്യവസ്ഥ), സ്വകാര്യ സ്വത്തുസമ്പ്രദായം (ജന്മിവ്യവസ്ഥ), കാര്യക്ഷമമായ ഭരണ സമ്പ്രദായം(നാടുവാഴി ഭരണം), കലകളും ശാസ്ത്രങ്ങളും സാഹിത്യവും എന്നിവയെല്ലാം കേരളത്തിൽ വളർന്നു വന്നത് ബഹുഭൂരിപക്ഷം നാട്ടുകാരുടെ അടിമത്തത്തിന്റെയും കഷ്ടപ്പാടിന്റെയും അടിസ്ഥാനത്തിലാണ്.

ലന്തപറങ്കികളിങ്കിരിയേസും
ബന്ധുവതാമിനിയരചന്മാർക്കും (കുഞ്ചൻനമ്പ്യാർ)

അടുത്ത ഒരു നൂറ്റാണ്ടിലധികം കേരളമാകെ ഒരു വലിയ പടക്കളം തന്നെയായിരുന്നു. പോർച്ചുഗീസുകാരെ തോൽപ്പിച്ച ഡച്ചുകാർ; ഡച്ചുകാരെയും തമ്മിൽ തമ്മിലും തോൽപ്പിക്കാൻ തക്കം പാർത്തിരിക്കുന്ന ഫ്രഞ്ചുകാരും ഇംഗ്ലീഷുകാരും; ഇതിലേതെങ്കിലുമൊരു ഭാഗത്തു ചേർന്ന് സ്വയം ശക്തിപ്പെടാനും എതിരാളികളെ തോൽപ്പിക്കാനും ശ്രമിക്കുന്ന കേരള രാജാക്കന്മാർ; കേരളത്തെ കീഴടക്കി ഇവിടത്തെ ചക്രവർത്തിയാകാനാഗ്രഹിക്കുന്ന മൈസൂർ സുൽത്താൻ (ഹൈദർ, പിന്നീട് ടിപ്പു)- ഇവരാണാ യുദ്ധങ്ങളിലെ പ്രധാന പങ്കാളികൾ.

അമേരിക്കയിലും മറ്റു പലേടങ്ങളിലും കുടിയേറിപ്പാർത്ത്, വിശാലമായ കടലുകളെപ്പോലും എതിർത്തു തോൽപ്പിച്ച്, ലോകത്തിലെങ്ങും പാണ്ടികശാലകളിട്ടു കച്ചവടം നടത്തുന്ന സാഹസികന്മാരെയാണ്, നാടുവിട്ട് കാശിക്കു പോവുന്നതു പോലും സാഹസമായി കണക്കാക്കുന്ന മലയാളികൾക്ക് നേരിടാനുണ്ടായിരുന്നത്; വ്യക്തിസ്വാതന്ത്ര്യത്തിന്റെയും ജനാധിപത്യത്തിന്റെയും സന്ദേശം അലയടിച്ചതിന്റെ ഫലമായി ആത്മാഭിമാനവും സ്വയം സഹായബോധവും വളർന്നു കഴിഞ്ഞ ഒരു ജനസമുദായത്തെയാണ് ജാതിസമ്പ്രദായത്തിന്റെയും ജന്മിവ്യവസ്ഥയുടെയും നാടുവാഴി ഭരണത്തിന്റെയും കീഴിൽ നരകിക്കുന്ന ബഹുഭൂരിപക്ഷം ജനങ്ങളുള്ള കേരളത്തിന് നേരിടാനുണ്ടായിരുന്നത്.

ബ്രിട്ടീഷുകാരോട് ഏറ്റുമുട്ടിയവർ: തിരുവിതാംകൂറിലെ അന്നത്തെ പ്രധാന രാജ്യതന്ത്രജ്ഞനായ വേലുത്തമ്പി ദളവ; കൊച്ചി പ്രധാനമന്ത്രി പാലിയത്തച്ഛൻ; വടക്കൻ കോട്ടയത്തെ രാജകുടുംബത്തിലെ ഒരു തായ്‌വഴിയുടെ നായകനായ പഴശ്ശിത്തമ്പുരാൻ താൻ പിടിച്ചടക്കിയ രാജ്യം മുഴുവൻ പത്മനാഭസ്വാമിക്കു കാഴ്ചവെച്ച് പത്മനാഭ ദാസനായി നാടുവാഴാൻ തുടങ്ങിയ മാർത്താണ്ഡവർമ്മ മഹാരാജാവിനെപ്പോലെ രാജ്യമാകെ ഇംഗ്ലീഷുകാർക്ക് കാഴ്ചവെച്ച് ഇംഗ്ലീഷുകാരുടെ ദാസനായി വാഴാൻ അദ്ദേഹത്തിന്റെ അനന്തരഗാമി

കൾ നിർബന്ധിതരായി. ഈ സന്ധിയിലെ അടിമവ്യവസ്ഥകളും അതിന് ലജ്ജയില്ലാതെ കീഴടങ്ങിയ രാജകുടുംബവുമാണ് തിരുവിതാംകൂറിലുള്ളതെന്നുള്ള പരമാർത്ഥം മറച്ചുവെച്ചുകൊണ്ടാണ് തിരുവിതാംകൂറും ബ്രിട്ടീഷ് ഗവണ്മെന്റും തമ്മിൽ, രണ്ടു സ്വതന്ത്ര ഗവണ്മെന്റുകൾ തമ്മിലുള്ള ബന്ധമാണുള്ളതെന്ന് സർ സിപി രാമസ്വാമി അയ്യർ വാദിക്കുന്നത്. 140 കൊല്ലം മുമ്പ് ഇംഗ്ലീഷുകാർക്ക് വഴങ്ങേണ്ടി വന്നപ്പോൾ ഇല്ലായിരുന്ന രാജകീയാധികാരവും പദവിയും നിലനിർത്താനായി നാട്ടുകാരെ സർ സിപിയുടെ ഗവണ്മെന്റ് അടിക്കുകയും കുത്തുകയും വെടിവെക്കുകയും ചെയ്തു. ഇപ്പോഴും ഈ രാജകുടുംബത്തിലെ അനന്തരാവകാശികളോടുള്ള നാണംകെട്ട വിധേയത്വം കേരളീയരും കേരളത്തിലെ ജനാധിപത്യ സർക്കാരുകളും തുടരുകയും ചെയ്യുന്നു.

വിദേശാധിപത്യത്തിനു മുന്നിലുള്ള കേരളത്തിന്റെ കീഴടങ്ങൽ:

1. കൊച്ചിരാജാവാണ് ഏറ്റവും ലജ്ജാകരമായ വിധത്തിൽ കീഴടങ്ങിയത്.

2. കൊച്ചിയെപ്പോലെ ലജ്ജാവഹമായി കീഴടങ്ങിയില്ലെങ്കിലും, മെയ്‌വഴക്കത്തോടെ നിൽക്കാൻ തിരുവിതാംകൂറിന് കഴിഞ്ഞു. ഹൈദറോടും ടിപ്പുവിനോടും ചെറുത്തു നിന്നതിനാലാണ് സ്വതന്ത്ര രാജ്യപ്പദവി ഇംഗ്ലീഷുകാർ നൽകിയത്. എന്നാൽ പിന്നീട് അടിമകളായി തീരുകയും ചെയ്തു.

3. അപരിഷ്കൃതപ്പട്ടാളമാണ് കയ്യിലുണ്ടായിരുന്നത് എന്നതിനാൽ സാമൂതിരിക്ക് കൂടുതൽ അടിയറവ് പറയേണ്ടിവന്നു.

6000 നാഴിക അകലെക്കിടക്കുന്ന രാജ്യത്തിനു മുകളിൽ സമ്പൂർണമായി കീഴടങ്ങി. ഇതിനു കാരണം നാടുവാഴി മേധാവിത്തത്തിന്റെ പാപ്പരത്തം.

കേരള സംസ്ക്കാരം ഒരു പിടി ഉയർന്ന വർഗക്കാരുടെ കുത്തകയാക്കിവെച്ച് താനൊരു മലയാളിയാണെന്നഭിമനിക്കത്തക്കയാതൊന്നും ബഹുഭൂരിപക്ഷം ജനങ്ങൾക്കു കൊടുക്കാത്ത ഒരു സാമൂഹ്യവ്യവസ്ഥയാണ് ജാതിയുടെയും ജന്മിസമ്പ്രദായത്തിന്റെയും നാടുവാഴി ഭരണത്തിന്റെയും ഫലമായി കേരളത്തിൽ നിലവിലിരുന്നത്.

എട്ടു പത്തു നൂറ്റാണ്ടു കാലത്തെ കേരള മേധാവിത്തത്തിനു ശേഷം അങ്ങേയറ്റം അധഃപതിക്കാൻ തുടങ്ങിയ ഒരു ജനവിഭാഗമാണ് അന്ന് കേരളത്തിന്റെ ഭരണയന്ത്രം തിരിച്ചിരുന്നത്. പരസ്പരം കണ്ടുകൂടായ്മ, എന്തു ഹീനകൃത്യം ചെയ്തും കൂട്ടുകാരനെ

തോൽപ്പിക്കാനുള്ള വാസന, നാട്ടുകാരുടെ താൽപര്യത്തെക്കാൾ സ്വന്തം സ്വാർത്ഥം നോക്കാനുള്ള ധൃതി മുതലായി നശിക്കാൻ പോകുന്ന വർഗങ്ങളുടെ സ്വഭാവമായി ചരിത്രം വർണിക്കുന്ന എല്ലാ ദുർഗുണങ്ങളുടെയും വിളനിലമായിരുന്നു അന്നത്തെ രാജാക്കൻമാരും നാടുവാഴികളും (ഇതിന്റെ ചില ഉദാഹരണങ്ങൾ മാത്രമാണ് സാമൂതിരിയും കൊച്ചിരാജാവും). ഈ അധ: പതനം നിമിത്തമാണ് വിദേശകോയ്മകൾക്ക് കീഴടങ്ങുന്ന കാര്യത്തിൽ കേരള രാജാക്കന്മാർക്ക് ലവലേശം ലജ്ജയില്ലാതായത്.

മഠങ്ങളിലെയും ഇല്ലങ്ങളിലെയും കോവിലകങ്ങളിലെയും ക്ഷേത്രങ്ങളിലെയും വേദാധ്യയനവും (ബ്രാഹ്മണ)ശാസ്ത്രപഠനവും പുരാണേതിഹാസപാരായണവും കലാപ്രകടനങ്ങളും, അരിയിട്ടുവാഴ്ചകളും വേദപരിക്ഷകളും പട്ടത്താനവും എല്ലാം വെറും ചടങ്ങായി മാറിയിരിക്കെ, പഴയ സംസ്കാര കേന്ദ്രങ്ങൾക്കു പകരം പുതിയ സംസ്കാരകേന്ദ്രങ്ങൾ -കോളേജുകളും സ്കൂളുകളും വായനശാലകളും പത്രങ്ങളും -വളർന്നു കഴിഞ്ഞു. ചാക്യാർകൂത്തും പാഠകവും ഓട്ടൻതുള്ളലും കഥകളിയും കാണാൻ പോയിരുന്നതിനെക്കാൾ എത്രയോ ഇരട്ടി ആളുകൾ സിനിമയും നാടകവും കാണാൻ പോകുന്നു.

രാജാവിനെ സർവശക്തനും സർവതന്ത്രസ്വതന്ത്രനുമായ ഒരു ഭരണാധികാരിയാക്കി ഉയർത്താനാണ് മാർത്താണ്ഡവർമയും രാമവർമയും ശക്തൻ തമ്പുരാനും ശ്രമിച്ചതെങ്കിൽ, മൺറോ ചെയ്തത് രാജാവിനെ നിരുപദ്രവിയായ ഒരു കളിപ്പാവയാക്കി അധ:പതിപ്പിക്കുകയാണ്; രാജാവിന്റെ ആജ്ഞ കൃത്യമായും കാര്യക്ഷമമായും നടപ്പിൽ വരുത്തുന്ന ഒരുദ്യോഗസ്ഥ മേധാവിത്തം സൃഷ്ടിക്കാനാണ് ഈ രാജാക്കന്മാർ ശ്രമിച്ചതെങ്കിൽ, ആദിത്യനസ്തമിക്കാത്ത ആംഗലസാമ്രാജ്യത്തിന്റെ ആജ്ഞാനുവർത്തിയായ ഒരുദ്യോഗസ്ഥമേധാവിത്തമാണ് മൺറോ സൃഷ്ടിച്ചത്.

ടിപ്പുവിനെ തോൽപ്പിച്ച് ബ്രിട്ടീഷാധിപത്യം കേരളത്തിൽ സ്ഥാപിച്ച് 150 കൊല്ലത്തിലധികം കഴിഞ്ഞ 1947-ലാണ് - അതും ബ്രിട്ടീഷുകാർ ഇന്ത്യ വിടാനുള്ള ഒരുക്കങ്ങൾ തുടങ്ങിയ ജൂൺ മാസത്തിലാണ്- അവർണർക്ക് ക്ഷേത്രപ്രവേശനമനുവദിക്കുന്ന നിയമം ബ്രിട്ടീഷ് കേരളത്തിൽ നടപ്പിൽ വന്നിട്ടുള്ളത്. അതും കേരളത്തിന്റെ മൂന്നിലൊരു ഭാഗത്തോളം ജനങ്ങൾ താമസിക്കുന്ന കൊച്ചിയിൽ അന്ന് ക്ഷേത്രപ്രവേശനമനുവദിച്ചില്ല.

ജാതിമേധാവിത്തത്തിന്റെ ശക്തി ഇന്ന് കുറെയെങ്കിലും കുറഞ്ഞി

ട്ടുണ്ടെങ്കിൽ അതിനുള്ള കാരണം ബ്രിട്ടീഷ് ഭരണമല്ല, ശ്രീനാരായണഗുരുസ്വാമിയുടെ നേതൃത്വത്തിൽ ഈഴവരും അവരെ തുടർന്ന് മറ്റധഃകൃതരും നടത്തിയ സമരങ്ങളാണ്. ഈ സമരങ്ങളുടെ അലയടിച്ച് നമ്പൂതിരി, നായർ മുതലായ സവർണഹിന്ദുസമുദായങ്ങളിൽ തന്നെ അയിത്തത്തിനും ജാതിക്കുമെതിരായി വളർന്നു വന്ന പ്രസ്ഥാനങ്ങളാണ്. ഇവയെയെല്ലാം ഇണക്കി ചേർത്ത് വമ്പിച്ച ബഹുജനപ്രസ്ഥാനങ്ങൾ (വൈക്കം സത്യാഗ്രഹം, ഗുരുവായൂർ സത്യാഗ്രഹം) സൃഷ്ടിക്കാൻ കോൺഗ്രസ് ചെയ്ത പരിശ്രമങ്ങളാണ്. ഈ സാമൂഹ്യ പരിവർത്തനങ്ങൾക്ക് ബ്രിട്ടീഷുകാരിൽ നിന്ന് യാതൊരു സഹായവും കിട്ടിയിട്ടില്ലെന്നു മാത്രമല്ല, ഇവയ്ക്കെതിരായി ഗുണ്ടായിസം സംഘടിപ്പിച്ച സനാതനികൾക്ക് പ്രത്യക്ഷവും പരോക്ഷവുമായ പ്രോത്സാഹനം നൽകാൻ ബ്രിട്ടീഷുകാരൊരുങ്ങുകയും ചെയ്തു.

1121 (1945-46)ലെ ഭരണ റിപ്പോർടിന്റെ 7-ാം അനുബന്ധമായിക്കൊടുത്ത കണക്കനുസരിച്ച് കൊച്ചിയിലാകെ 118 പേർ മാസം 200 ഉറുപ്പികയിലധികം ശമ്പളം വാങ്ങുന്ന ഉദ്യോഗങ്ങളിലിരിക്കുന്നുണ്ട്. ഇതിൽ 45 പേർ (38 ശതമാനം) നായൻമാരാണ്. ജനസംഖ്യയിൽ 15 ശതമാനത്തിൽ കുറവ്. ജനസംഖ്യയുടെ ഒന്നര ശതമാനത്തോളം മാത്രം വരുന്ന തമിഴ് ബ്രാഹ്മണർക്ക് 16 ഉദ്യോഗം (14 ശതമാനം). പുലയർക്ക് ഒറ്റ ഉദ്യോഗം പോലുമില്ല. 22 ശതമാനം വരുന്ന ഈഴവർക്ക് 10 ഉദ്യോഗം (8 ശതമാനം). പുലയർക്കും ഈഴവർക്കും അർഹതപ്പെട്ടത് നായന്മാരും തമിഴ് ബ്രാഹ്മണരും കൈവശപ്പെടുത്തി. ക്രിസ്ത്യാനികളുടെയും മുസ്ലിങ്ങളുടെയും കണക്ക് കാണുന്നില്ല.

അധഃകൃതസമുദായങ്ങളിലും അവശ സമുദായങ്ങളിലുമുള്ള ജനങ്ങളിൽ ഭൂരിപക്ഷം കാർഷികത്തൊഴിലാളികളോ വെറും പാട്ടക്കുടിയാന്മാരോ ആണ്. പകലന്തിയോളം പണിയെടുത്തു രണ്ടിടങ്ങഴി നെല്ല് വല്ലി വാങ്ങുന്ന പുലയൻ, കൃഷിപ്പണിയുള്ള രണ്ടു മാസക്കാലം മാത്രം ജോലി ചെയ്ത് ബാക്കി പത്തു മാസവും ജോലി കിട്ടാതെ അലഞ്ഞു നടക്കുന്ന മറ്റു കാർഷികത്തൊഴിലാളി, പൊലിവിന് നെല്ലു വാങ്ങി വിതയും നടീലും കഴിഞ്ഞ് വിളയുന്ന നെല്ലു മുഴുവൻ പാട്ടമളന്ന് പട്ടിണിയാവുകയും ഉണക്കവും വെള്ളക്കേടുമുള്ള കാലങ്ങളിൽ പാട്ടമളക്കാൻ പോലും കഴിവില്ലാതാവുകയും ചെയ്യുന്ന വെറും പാട്ടക്കാരൻ - ഇവരാണ് അധഃകൃത സമുദായങ്ങളിലെയും മറ്റവശസമുദായങ്ങളിലെയും ഭൂരിപക്ഷം.

കുടിയാന്മാരെല്ലാം - കാണക്കാരും വെറും പാട്ടക്കാരും - ആണ്ട റുതികൾക്ക് (ഓണം, വിഷു) തിരുമുൽക്കാഴ്ചയും ആറടിയന്തരവും കൊടുക്കും. ഈ സന്ദർഭങ്ങളിലും കുടിയാന്റെ വീട്ടിൽ അടിയന്തര ങ്ങളുണ്ടാവുമ്പോഴും ജന്മി കുടിയാന് ഓണപ്പുടവ കൊടുക്കും.

പുരോഗമനപരമായ ഒരു പുതിയ കേരളം സൃഷ്ടിക്കാൻ കഴിഞ്ഞ ഒരു നൂറ്റാണ്ടുകാലത്തെന്തെല്ലാം ശ്രമങ്ങൾ നടത്തിയിട്ടുണ്ടോ അവ യെയെല്ലാം എതിർക്കുകയും തടയുകയുമാണ് ജന്മി-നാടുവാഴി വർഗം ചെയ്തിട്ടുള്ളത്. സമുദായ പരിഷ്ക്കാരം, ദേശീയ സ്വാതന്ത്ര്യ പ്രസ്ഥാനം. സാഹിത്യപരവും കലാപരവുമായ അഭിവൃദ്ധി, സാമ്പ ത്തിക പുരോഗതി -ഇവക്കെല്ലാം ഇടത്തടിച്ചു നിൽക്കുകയല്ലാതെ ഇതിനെയൊന്നും ഈ വർഗം സഹായിച്ചില്ല. സ്ത്രീകൾ മാറു മറയ് ക്കുന്നതിനും കുട്ടികൾ സ്കൂളുകളിൽ പഠിക്കുന്നതിനും അധഃകൃത സമുദായങ്ങളുടെ സ്ഥിതി ഉയർത്തുന്നതിനും അയിത്തം ഇല്ലാതാ ക്കുന്നതിനും മറ്റുമുള്ള എല്ലാ പുരോഗമനപ്രസ്ഥാനങ്ങൾക്കും മുമ്പിൽ വിലങ്ങടിച്ചു നിൽക്കുന്ന ഏറ്റവും വലിയ ശക്തി ഈ ജന്മി കളാണ്; അവരുടെ എതിർപ്പിനെ സധൈര്യം നേരിട്ടു തോൽപ്പിച്ച തിൽ പിന്നീടു മാത്രമേ ഏതു പുരോഗമനപ്രസ്ഥാനവും ജയിച്ചിട്ടു ള്ളൂ.

പരസ്പരം സഹായിച്ചും ബഹുമാനിച്ചും പ്രവർത്തിക്കുന്ന രണ്ടു വിഭാഗങ്ങൾ - ബ്രിട്ടീഷുകാരുടെ രാഷ്ട്രീയാധികാരത്തിനു കീഴട ങ്ങിയ ജന്മി-നാടുവാഴി വർഗം, ജന്മി-നാടുവാഴി വർഗത്തിന്റെ സാമൂ ഹ്യമായ യാഥാസ്ഥിതികത്വവും സാമ്പത്തികമായ അധികാരാവകാ ശങ്ങളും വക വെച്ചു കൊടുക്കുന്ന ബ്രിട്ടീഷുകാർ-തമ്മിൽ നടന്ന ഒരൊത്തുതീർപ്പിന്റെ ഫലമായാണ് മലബാറിൽ ഇന്നത്തെ ജന്മി സമ്പ്രദായം ഉളവായത്.

പഴയ സാമൂഹ്യ വ്യവസ്ഥക്കു കീഴിലുണ്ടായിരുന്ന പ്രവൃത്തിവി ഭജനവും സ്വത്തുവിഭജനവും അടിപുഴങ്ങിയിരിക്കുന്നു. ഇന്നിന്ന ജാതിക്കാർ ഇന്ന ജോലി ചെയ്യുക, അതിനു പകരം ഇന്ന സംഖ്യ(വിളവിന്റെ ഇന്ന ഓഹരി, അല്ലെങ്കിൽ ആണ്ടറുതികൾക്കും അടിയ ന്തരങ്ങൾക്കും ഇന്ന അവകാശം) വാങ്ങുക എന്ന വ്യവസ്ഥ നശി ച്ചിരിക്കുന്നു; ഇന്ന ജാതിയിൽ ജനിച്ചതു കൊണ്ട് ഇന്ന ജോലി ചെയ്യുകയെന്നും ഇന്നിന്ന കുടുംബങ്ങളിൽ നിന്ന് ഇന്നിന്ന അവ കാശങ്ങൾ വാങ്ങുകയെന്നുമുള്ള നിയമം ഇല്ലാതായിരിക്കുന്നു. ഇതിനു പകരം പുതിയൊരു സാമൂഹ്യവ്യവസ്ഥ, പുതിയ തരത്തി ലുള്ളൊരു പ്രവൃത്തി വിഭജനം, പുതിയ തരത്തിലുള്ളൊരു സ്വത്തു

വിഭജനം നിലവിൽ വന്നിരിക്കുന്നു. സ്വാതന്ത്ര്യം, സമത്വം, സാഹോദര്യം - ഓരോ ആൾക്കും താൻ ജനിച്ച ജാതിയോ കുടുംബമോ നോക്കാതെ ഇഷ്ടമുള്ള ജോലി പഠിക്കാം, പഠിച്ച ജോലി ചെയ്തു ജീവിക്കാം, ചെയ്ത ജോലിക്കനുസരിച്ച് പ്രതിഫലം കിട്ടും, പണിയിൽ സാമർത്ഥ്യവും പരിചയവും ധാരാളം നേടിയ ഒന്നാം കിടക്കാരനാണെങ്കിൽ മേലേക്കിടയിലുള്ള നിരക്ക് കിട്ടും, മോശക്കാരനാണെങ്കിൽ മോശമായ നിരക്കും. ഇങ്ങനെ സ്വന്തം പ്രാപ്തിയും പരിശീലനവും അധ്വാനവുമനുസരിച്ച് ഇഷ്ടമുള്ള ജോലി ചെയ്തു ജീവിക്കാൻ പഴയ ജാതി-ജന്മി-നാടുവാഴി വ്യവസ്ഥയിൽ കീഴിലില്ലാതിരുന്ന സ്വാതന്ത്ര്യം ഓരോ വ്യക്തിക്കും നൽകിയതാണ് ബ്രിട്ടീഷ് ഭരണം നമ്മുടെ നാട്ടിൽ വരുത്തിയ വമ്പിച്ച സാമൂഹ്യ വിപ്ലവം.

അതാതു പ്രദേശത്ത് കുലവൃത്തി ചെയ്ത് കഴിഞ്ഞുകൂടിക്കൊള്ളണമെന്ന നിയമം ഇല്ലാതായതോടെ, ലോകത്തെവിടെ വല്ല ജോലിയുണ്ടോ അവിടെപ്പോയി ആ ജോലി ചെയ്യാൻ ബ്രിട്ടീഷ് ഭരണം സൗകര്യം നൽകി. ഇതിലൂടെ സ്വന്തം നാട്ടിൽ ജീവിക്കാൻ വേണ്ട പ്രതിഫലം കിട്ടുന്ന ജോലിയുണ്ടെന്നുറപ്പിക്കാനൊരാൾക്കും കഴിയില്ലെന്ന നിലയും വരുത്തി. തെങ്ങു ചെത്തിയും കൃഷി ചെയ്തും കൂലിപ്പണിയെടുത്തും കഴിഞ്ഞിരുന്ന തീയരിൽ ചിലർക്ക് ബിഎയും എം എയും മറ്റും പാസായി ഉദ്യോഗവും മറ്റുയർന്ന തരം ജോലികളും ചെയ്തു നന്നാവാനവസരം നൽകിയ അതേ ബ്രിട്ടീഷ് ഭരണം ഈ സമുദായത്തിലെ സാധാരണക്കാർക്ക് ചുരുങ്ങിയ തോതിൽ പോലും ജീവിക്കാൻ കഴിയാതെയും അവരിലൊരു നല്ല വിഭാഗത്തിന് നാടുവിടേണ്ടി വന്നും കഷ്ടപ്പെടാനിടയാക്കി.

മുതലാളി വർഗം സ്വന്തം ഛായയിൽ സൃഷ്ടിച്ച ലോകത്തിന്റെ ഒരു ഭാഗമായി കേരളം; മുമ്പുണ്ടായിരുന്ന കേരളീയ സാമൂഹ്യവ്യവസ്ഥയുടെ സവിശേഷതകളൊക്കെ പോയി; മുമ്പ് മേധാവിത്തം വഹിച്ചിരുന്ന കേരളീയ ജനവിഭാഗങ്ങൾ സ്ഥാനഭ്രഷ്ടരായി; മുമ്പ് മാന്യസ്ഥാനം ഇല്ലായിരുന്ന പുതിയ ജനവിഭാഗങ്ങൾ ഉയർന്നു വന്ന് മാന്യ സ്ഥാനം നേടി; മുമ്പ് കേരളീയ സംസ്ക്കാരമായി കണക്കാക്കപ്പെട്ടിരുന്നതെല്ലാം പഴഞ്ചനെന്ന നിലക്ക് തള്ളപ്പെട്ടു; മ്ലേഛസംസ്ക്കാരമെന്നു കരുതപ്പെട്ടിരുന്ന പലതും സ്വീകാര്യമായി.

ജാതി-ജന്മി -നാടുവാഴി മേധാവിത്തത്തിനു കിട്ടിയ വലിയൊരടി: ജാതിമേധാവിത്തത്തിൻ കീഴിൽ മ്ലേഛന്മാരായി കണക്കാക്കപ്പെട്ടിരുന്ന ക്രിസ്ത്യാനികളും മുസ്ലിങ്ങളുമാണ്, സവർണഹിന്ദുക്ക

ളല്ല, മുതലാളിമാരായി വളരാൻ ആദ്യം ശ്രമിച്ചത്. കച്ചവടവും വ്യവസായവുമാണ് പുതിയ കേരളത്തിൽ വളരാൻ പോകുന്നതെന്ന് കാണാൻ പഴയ കേരളത്തിലെ പ്രമാണിമാർക്ക് - സവർണ ഹിന്ദുക്കൾ, ജന്മികൾ, നാടുവാഴികൾ - കഴിഞ്ഞില്ല. തങ്ങളുടെ പദവിയും പ്രതാപവും പഴയ പോലെ തന്നെ നിലനിൽക്കുമെന്നു കരുതി പഴയ ജീവിതം തുടരാനാണവർ ശ്രമിച്ചത്.

പഴയ ജാതി-ജന്മി-നാടുവാഴി മേധാവിത്തത്തെ നശിപ്പിക്കാതെ, അതിനെ അങ്ങനെ തന്നെ നിലനിർത്തിക്കൊണ്ട്, അതിന്റെ മീതെ മുതലാളി മേധാവിത്തം സ്ഥാപിച്ച്, ആ മുതലാളിമേധാവിത്തത്തിന്റെ കേന്ദ്രമായി സ്വയം വളരുകയാണ് ബ്രിട്ടീഷ് മുതലാളി ഭരണം ചെയ്തത്.

ബ്രിട്ടീഷ് ഭരണം - പാപ്പരത്തം, പണിയില്ലായ്മ, പട്ടിണി, പകർച്ചവ്യാധി -ഈ നാലാപത്തുകളും ആദ്യം കൈത്തൊഴിൽ കാരെ, പിന്നെ കൃഷിക്കാരെ അവസാനം ഇടത്തരക്കാരെ ബാധിച്ചു. ഇവർ പട്ടാളത്തിലേക്കും പെനാങ്ങിലേക്കും കൊളമ്പിലേക്കും പോയി.

നമ്മുടെ പഴയ സാമൂഹ്യ ഘടനയിലും സാമ്പത്തിക വ്യവസ്ഥയിലും സംസ്ക്കാരത്തിലും നമുക്കഭിമാനിക്കത്തക്കതും വിലമതിക്കത്തതും ആയി എന്തെല്ലാമുണ്ടായിരുന്നുവോ അതെല്ലാം (നമ്മുടെ കല, സാഹിത്യം) നശിപ്പിക്കുക; പുതിയ യൂറോപ്യൻ സംസ്ക്കാരത്തിൽ നാം സ്വീകരിക്കേണ്ടതായി എന്തെല്ലാമുണ്ടോ അതൊന്നും (സയൻസ്, നവീനവ്യവസായങ്ങൾ) നമുക്കു കിട്ടാതിരിക്കുക; നമ്മുടെ പഴയ സാമൂഹ്യ ഘടനയിലെ ദോഷങ്ങളെല്ലാം (ജാതിമേധാവിത്തം) കൂടുതൽ ഭയങ്കരമായിത്തീരുക - ഇതാണ് 150 കൊല്ലത്തിലധികം കാലത്തെ ബ്രിട്ടീഷ് ഭരണം കൊണ്ട് നമുക്കനുഭവിക്കേണ്ടി വന്നത് (ഒന്നേകാൽ കോടി മലയാളികൾ -ഇഎംഎസ്)

കൊല്ലവർഷം പതിനൊന്നാം ശതവർഷം (ക്രി.1825-1925)മലയാള സാഹിത്യത്തിലെ സുവർണയുഗമായിരുന്നുവെന്ന് സംശയം കൂടാതെ പറയാം.സംസ്കൃതത്തിൽ നിന്നും ഇംഗ്ലീഷിൽ നിന്നും തർജുമ ചെയ്തു മുമ്പത്തെക്കാളുമധികം കാവ്യങ്ങളും നാടകങ്ങളും പുരാണേതിഹാസങ്ങളും കിട്ടുക, എണ്ണമറ്റ സ്വതന്ത്ര കൃതികൾ (മഹാകാവ്യങ്ങൾ, ഖണ്ഡകാവ്യങ്ങൾ, നാടകങ്ങൾ, നോവലുകൾ, ഗദ്യപ്രബന്ധങ്ങൾ) പുറത്തു വരിക; പരക്കെ സ്വീകാര്യമായ ഒരു ഗദ്യശൈലി നടപ്പിൽ വരിക; ഗദ്യ, പദ്യരചനാടിസ്ഥാനമായി നിൽക്കുന്ന ചില വ്യാകരണനിയമങ്ങളും സാഹിത്യ നിയമങ്ങളുമുണ്ടാവുക; ഗദ്യ, പദ്യ ഗ്രന്ഥങ്ങളെയെല്ലാം ചില പൊതു നിയമങ്ങള

നുസരിച്ച് വിമർശിക്കാൻ തുടങ്ങുക; ഇതിലെല്ലാമുപരി, ഈ സാഹിത്യവ്യവസായത്തിൽ സവർണാവർണവ്യത്യാസമോ ഹിന്ദു, മുസ്ലിം, കൃസ്ത്യൻ വ്യത്യാസമോ ഇല്ലാതെ സഹൃദയന്മാരെല്ലാം സജീവമായി പങ്കെടുക്കാൻ തുടങ്ങുക -സജീവമായ മാറ്റം (കേരള ഭാഷാ സാഹിത്യ ചരിത്രം -നാരായണപ്പണിക്കർ)

കേരളീയരുടെ സാമൂഹ്യവും രാഷ്ട്രീയവുമായ ജീവിതം ഉടഞ്ഞു. ഓരോരുത്തനും അവനവന് എന്ന പാശ്ചാത്യസിദ്ധാന്തം നമ്മുടെ നാട്ടിലേക്കു പതുക്കെകടന്നു. കുടിപ്പള്ളിക്കൂടങ്ങളുടെ സ്ഥാനത്ത് സർക്കാർ പള്ളിക്കൂടങ്ങൾ വരികയും അവിടെ ബ്രിട്ടീഷാധിപത്യം കൊണ്ടുണ്ടായിട്ടുള്ള ഗുണഗണങ്ങളെ വാച്യമായും വ്യംഗ്യമായും കീർത്തിക്കുന്ന പാഠപുസ്തകങ്ങൾ പഠിപ്പിച്ചുതുടങ്ങുകയും ചെയ്തതിനോടു കൂടി ഇളം തലമുറക്കാർക്ക് മാതൃഭൂമിയോടുള്ളഭക്തി നിശ്ശേഷം നശിച്ചു. ക്രമേണ വിദ്യാഭ്യാസ പദ്ധതിയിൽ സംസ്കൃതത്തിനു കൽപ്പിച്ചിരുന്ന മാന്യപദവിയും ആംഗലീദേവി കരസ്ഥമാക്കി. 1033-ൽ മദ്രാസ്, ബോംബെ, കൽക്കത്ത എന്നീ പ്രസിഡൻസി നഗരങ്ങളിൽ സർവകലാശാലകൾ സംസ്ഥാപിതമായി. ഈ ശതകത്തിന്റെ ഉത്തരാർധമായപ്പോഴേക്കും സർവകലാശാല ബിരുദങ്ങൾ നേടിയിട്ടുള്ളവർക്കു മാത്രമേ ഉയർന്ന ഉദ്യോഗങ്ങൾ ലഭിക്കുകയുള്ളൂവെന്നു വന്നു. പണമുള്ളവരൊക്കെയും തങ്ങളുടെ കുട്ടികളെ ഇംഗ്ലീഷ് പള്ളിക്കൂടങ്ങളിൽ അയച്ചു തുടങ്ങി. കഷ്ടിച്ചു കൃത്യം കഴിച്ചു വന്നിരുന്നവരിൽ പോലും ചിലർ വീടും പുരയിടങ്ങളും പണയപ്പെടുത്തിയോ വിറ്റോ തങ്ങളുടെ പുത്രന്മാർക്ക് ഉത്കൃഷ്ട വിദ്യാഭ്യാസം നൽകുന്ന വിഷയത്തിൽ ഉത്സാഹമുള്ളവരായി കാണപ്പെട്ടു. മാതൃഭാഷയോടും സംസ്കൃതത്തോടും ഉള്ള അവജ്ഞ സർവസാധാരണമായി തീർന്നു. മലയാളം പ്രസംഗിക്കാൻ കഴിവില്ലെന്ന് അഭിമാനപൂർവം പറയുന്നവർ ഇക്കാലത്തും അസുലഭമല്ലല്ലോ. ചുരുക്കിപ്പറഞ്ഞാൽ, കേരളീയരുടെ വേഷഭൂഷാദികളും ജീവിതരീതികളുമൊക്കെ മാറി. കുട്ടിസായ്പന്മാരുടെയും മിസിയമ്മമാരുടെയും പ്രേരണാശക്തിക്ക് മുത്തശ്ശിയമ്മമാർ പോലും വഴങ്ങേണ്ടതായി വന്നു. വ്യക്തിത്വബോധത്തിന്റെ തള്ളിച്ച കൂട്ടുകുടുംബവ്യവസ്ഥയോടു പരക്കെ ഒരു വൈരസ്യം ജനിപ്പിച്ചു. അച്ചടിയന്ത്രങ്ങൾ സ്ഥാപിതമാവുകയും കടലാസും പേനയും നടപ്പിൽ വരികയും ചെയ്തതിനാൽ ഓലഗ്രന്ഥങ്ങളിൽ ഏറിയകൂറും നിലവറകളെ അഭയം പ്രാപിച്ചു ചിതലിനും പാറ്റക്കും ആഹാരമായിത്തുടങ്ങി. അക്ഷരങ്ങളുടെ വടിവു തന്നെയും മാറിപ്പോയതിനാൽ ഗ്രന്ഥ

ത്തിലെ ലിപികൾ വായിക്കുന്നതിനു കഴിവുള്ളവരുടെ സംഖ്യയും കുറഞ്ഞു. ഇങ്ങിനെയാണ് ഒട്ടുവളരെ പുസ്തകങ്ങൾ നഷ്ടപ്പെട്ടു പോയത് (വാല്യം 4-പേജ് 736-37).

വർത്തമാനപത്രങ്ങളുടെ ആവിർഭാവം കൃഷീവലന്മാരുടെ ഇടക്കു പോലും നവീനാശയങ്ങൾ പ്രചരിപ്പിച്ചു. പുതിയ പുതിയ സാഹിത്യവാസനകൾ അങ്കുരിച്ചു. പുതിയ പുതിയ പ്രസ്ഥാനങ്ങൾക്കു വഴി തെളിച്ചു. ഇങ്ങനെ ഇരിക്കെ ആഘാതവും പ്രത്യാഘാതവും തുല്യബലങ്ങളും പരസ്പരവിപരീതങ്ങളുമാണെന്ന പ്രകൃതിശാസ്ത്രസിദ്ധാന്തമനുസരിച്ചു കാറ്റു തിരിഞ്ഞടിച്ചു. ആംഗലഗ്രന്ഥങ്ങളുമായുള്ള ഗാഢപരിചയം നിമിത്തം സ്വാതന്ത്ര്യം, സമത്വം, സാഹോദര്യം എന്നീ സകാരത്രയത്തെപ്പറ്റിയുള്ള ബോധം നമ്മുടെ നാട്ടിലും കടന്നു കൂടി. നമ്മുടെ നാട്, നമ്മുടെ ഭാഷ, നമ്മുടെ സംസ്ക്കാരം എന്നിങ്ങനെ ഓരോ ജനതയും അഭിമാനപൂർവം പറഞ്ഞു തുടങ്ങി. റസ്സോ-ജപ്പാൻ യുദ്ധത്തിനു ശേഷം പൗരസ്ത്യ ദേശങ്ങൾക്കു പൊതുവെയുണ്ടായ പ്രബുദ്ധത നമ്മുടെ നാടിനെയും ബാധിക്കാതിരുന്നില്ല. കഴ്സൺ പ്രഭുവിന്റെ ബംഗാൾ വിഭജനം നിമിത്തം ആവിർഭവിച്ച അഖിലഭാരത പ്രക്ഷോഭവും ഉണർച്ചയും നമ്മുടെ ജനതക്കും ഒരുണർവു നൽകി. മഹാത്മാഗാന്ധിയുടെ ആഭിമുഖ്യത്തിൽ സഹനസമരവും നിസ്സഹകരണവും ആരംഭിച്ച അവസരത്തിൽ കേരളീയരും അതിൽ പങ്കു കൊണ്ടതിനാൽ ഇന്നത്തെ സാഹിത്യത്തിൽ അതിന്റെയൊക്കെ പ്രതിഫലനം കാൺമാനുണ്ട് (വാല്യം 4-പേജ് 737)

ബ്രിട്ടീഷ് വിദ്യാഭ്യാസ രീതി മലയാള സാഹിത്യത്തിന്റെ കലാപരമായ വിഭാഗത്തെ അഭിവൃദ്ധിപ്പെടുത്തുകയും അതിന്റെ അടിസ്ഥാനത്തിൽ സാഹിത്യപരമായ ജാതിക്കുത്തകയെ നശിപ്പിക്കുകയും ചെയ്തെങ്കിലും സാഹിത്യത്തെ ശാസ്ത്ര-സാങ്കേതികത്തുറകളിൽ നിന്നകറ്റി നിർത്തുകയും സാഹിത്യത്തിൽ പോലും ജാതിസംബന്ധമായ അസമത്വങ്ങൾ തുടരാനിടവരുത്തുകയും ചെയ്തു.

ബ്രിട്ടീഷ് ഭരണത്തിന്റെ ഈ ഇരട്ടസ്വഭാവം - ഒരതിർത്തി വരെ ജാതി-ജന്മി-നാടുവാഴിക്കുത്തക പൊളിക്കുക: എന്നാൽ, പഴയ ജാതി -ജന്മി-നാടുവാഴി മേധാവിത്തത്തിനും അതിനു കീഴിലുള്ള ഹൈന്ദവസംസ്ക്കാരത്തിനും പകരം പുതിയ ജനാധിപത്യഭരണവും അതിന്റെ കീഴിലുള്ള ശാസ്ത്ര സംസ്ക്കാരവും വളരാനനുവദിക്കാതിരിക്കുക എന്ന രണ്ടു സ്വഭാവം-വിദ്യാഭ്യാസ സമ്പ്രദായത്തെ മാത്രമല്ല, സാമൂഹ്യ നിയമങ്ങളെയും സാമ്പത്തിക ബന്ധങ്ങളെയും

രാഷ്ട്രീയ സംഘടനയെയുമെല്ലാം ബാധിച്ചിട്ടുണ്ട്.

സമുദായപരിഷ്ക്കരണ പ്രസ്ഥാനമാണ് ആദ്യമായി മലയാളി ബഹുജനങ്ങളെ ഉണർത്തിവിട്ടതെന്നതിലത്ഭുതത്തിനിടയില്ല. എന്തുകൊണ്ടെന്നാൽ, ജാതി-ജന്മി-നാടുവാഴി മേധാവിത്തത്തിന്റെ സാമൂഹ്യമായ പിടിയിൽ നിന്നു മോചനം കിട്ടാത്ത ഒരു മലയാളിക്ക് ബ്രിട്ടീഷാധിപത്യത്തിൻ കീഴിൽ നവീന വിദ്യാഭ്യാസത്തിന്റെ ഫലമായി പാശ്ചാത്യ സംസ്ക്കാരവുമായി ഇടപെടാൻ കഴിഞ്ഞാൽ അയാളുടെ ശ്രദ്ധ ആദ്യം തിരിയുക സാമൂഹ്യപ്രശ്നങ്ങളിലേക്കാണ്. ഇന്ത്യയുടെ മറ്റു ഭാഗങ്ങളിലും ലോകത്തിലെ മറ്റു രാജ്യങ്ങളിലും പോയി, അവിടത്തുകാരുമായി ഇടപെട്ട്, വ്യക്തിസ്വാതന്ത്ര്യത്തെയും ജനാധിപത്യത്തെയും കുറിച്ചുള്ള ആധുനികാശയങ്ങളുൾക്കൊണ്ട് മടങ്ങിവരുന്ന മലയാളി തന്റെ ചുറ്റും കാണുന്നത് ജാതികളും ഉപജാതികളും അവ തമ്മിലുള്ള അസമത്വങ്ങളും മരുമക്കത്തായവും കൂട്ടുകുടുംബവും മറ്റുമാണ്.

ലോകം മുഴുവൻ ചുറ്റി സഞ്ചരിച്ച് ഉത്കൃഷ്ടബിരുദങ്ങൾ നേടിവരുന്ന നായർ യുവാക്കന്മാർക്ക് തങ്ങളുടെ നാട്ടിൽ വന്നാൽ കിട്ടുന്നത്, കപ്പൽ കയറി ശീമക്കു പോയതിന്റെ ഭ്രഷ്ടാണെങ്കിൽ, ഇത്ര ഉയർന്ന ബിരുദങ്ങളും അതിനൊത്ത ഉദ്യോഗവും നേടി മാന്യസ്ഥാനം നേടിയ ഒരു നായർ യുവാവ് അപരിഷ്കൃതനും വിഡ്ഢിയുമായ ഒരു പഴഞ്ചൻ നമ്പൂതിരിയെയോ തമ്പുരാനെയോ കാണുമ്പോൾ രണ്ടാം മുണ്ട് അരയിൽക്കെട്ടി, ചെരിപ്പും കുപ്പായവുമഴിച്ച്, അടിയനെറാൻ പറഞ്ഞു തൊഴണമെങ്കിൽ; വളരെ കഷ്ടപ്പെട്ടിട്ടാണെങ്കിലും നല്ല പോലെ പഠിച്ച്, അഭിനന്ദനീയമായി വിജയം വരിച്ച്, താനർഹിക്കുന്ന ഒരുദ്യോഗമാവശ്യപ്പെടുന്ന ഒരീഴവയുവാവിന് ഗവണ്മെന്റിൽ നിന്ന് കിട്ടുന്ന മറുപടി, ഈഴവന്റെ കുലത്തൊഴിൽ തെങ്ങുചെത്താണെന്നാണെങ്കിൽ; പകർച്ചവ്യാധി പിടിപെട്ട മനുഷ്യനെയും പട്ടിയെയും അനുവദിക്കുന്ന റോഡുകളിൽ നിന്ന് പരിഷ്കൃതവേഷധാരിയും പണ്ഡിതനുമായ ഒരീഴവനെ ആട്ടിയകറ്റുമെങ്കിൽ അതെല്ലാം വച്ചു പൊറുപ്പിക്കാൻ പുതിയ തലമുറയിൽപ്പെട്ട നായന്മാരും ഈഴവന്മാരും തയ്യാറാവുകയില്ലല്ലോ.

നായർസ്ത്രീകളെ നമ്പൂതിരിമാരുടെ സുഖഭോഗത്തിനു വേണ്ടി പരശുരാമൻ കൊണ്ടുവന്നതാണെന്നും അവർക്ക് പാതിവ്രത്യനിയമത്തിന്റെ ആവശ്യമില്ലെന്നും മറ്റുമുള്ള ഐതിഹ്യങ്ങളും അതനുസരിച്ചുള്ള ബ്രാഹ്മണസംബന്ധവും ഈ പുതിയ തലമുറ നായന്മാരെ അരിശം കൊള്ളിച്ചു. മറ്റേതു പരിഷ്കൃത ജനസമുദായ

ത്തെയും പോലെ ഭാര്യാ ഭർത്താക്കന്മാരും അഛനും മക്കളുമെല്ലാം ഒരേ കുടുംബമായി ജീവിക്കണമെന്നും അവരുടെ ഇടയിൽ സാമൂഹ്യമായ അസമത്വങ്ങളുണ്ടായിരിക്കരുതെന്നും അവരാഗ്രഹിച്ചു.

ഇരുപതാം നൂറ്റാണ്ടിന്റെ ആദ്യദശാബ്ദത്തിൽ ഈഴവ സമുദായം അതിന്റെ പഴയ നിർജീവാവസ്ഥയിൽ കിടക്കുകയായിരുന്നു. കേരളത്തിലെ ജാതിവ്യവസ്ഥയുടെ കർശനനിയമങ്ങളനുസരിച്ചനു ഭവിക്കേണ്ടിയിരുന്ന അവശതകളെല്ലാം നിശ്ശബ്ദം സഹിച്ചുകഴിഞ്ഞുകൂടുകയായിരുന്നു അവർ. 36 അടി അകലെ നിൽക്കണമെന്ന അയിത്ത നിയമത്തിനവർ തലകുനിച്ചു വന്നിരുന്നു. അവർക്കൊരു നേതൃത്വമോ സംഘടനയോ ഐക്യമോ ഉണ്ടായിരുന്നില്ല. പക്ഷേ, ഇപ്പോൾ അവർ ഉണർന്നിരിക്കുന്നുവെന്നു മാത്രമല്ല, പഴയ പോലെ ഉറക്കത്തിൽ പെടുകയില്ലെന്നവർ ഉറപ്പിച്ചിട്ടുമുണ്ട്. വെറും ഇരുപതുകൊല്ലക്കാലം കൊണ്ട് അവരൊരു സുസംഘടിത സമുദായമായിരിക്കുന്നു.

(ജി.പി. പിള്ളയുടെ നേതൃത്വത്തിൽ സമർപ്പിച്ച മലയാളി മെമ്മോറിയൽ – 1067)

ഇതേവരെ ബ്രാഹ്മണരുടെ കുത്തകയായിരുന്ന ആത്മീയ ചിന്ത ഈഴവനും ആകാമെന്നും എത്ര ഉയർന്ന ബ്രാഹ്മണനെയും പോലെ ഈഴവനും സന്യാസം സ്വീകരിച്ച് ആത്മീയജീവിതം നയിക്കാമെന്നും, ബ്രാഹ്മണനെ ആശ്രയിക്കാതെ സ്വന്തം കാലിൽ നിന്നുകൊണ്ടു തന്നെ ഈഴവർക്ക് ഈശ്വരാരാധന നടത്തത്തക്ക ക്ഷേത്രങ്ങളുണ്ടാക്കാമെന്നും പ്രായോഗിക ജീവിതം മുഖേന കാണിച്ച ശ്രീനാരായണഗുരുസ്വാമിയിൽ നിന്നു കിട്ടിയതു പോലെ ഭയങ്കരമായ ഒരടി ഇതിനു മുമ്പ് കേരളത്തിലെ ജാതിമേധാവിത്തത്തിനു കിട്ടിയിട്ടില്ല.

അസമത്വത്തോടും അവശതകളോടും പോരാടി സ്വതന്ത്രരാവുക, എന്ന സന്ദേശം ഈഴവർ മുഴുവനംഗീകരിച്ചു. ബുദ്ധമതാനുയായിയായ സി കൃഷ്ണൻ, നിർമതനായ സഹോദരനയ്യപ്പൻ മുതലായവർ പോലും ശ്രീനാരായണധർമ്മം പരിപാലിക്കാനുള്ള യോഗത്തിന്റെ നേതാക്കന്മാരായത് അതുകൊണ്ടാണ്.

1940–41 സംഘടിതമായ കമ്യൂണിസ്റ്റ് പാർടി കൊച്ചിയിലും തിരുവിതാംകൂറിലും വന്നത് കേരളത്തിലെ കമ്യൂണിസ്റ്റ് പ്രസ്ഥാനത്തിന്റെ മാത്രമല്ല, ദേശീയ പ്രസ്ഥാനത്തിന്റെ തന്നെ ചരിത്രത്തിൽ വളരെ പ്രാധാന്യം വഹിക്കുന്ന ഒരു സംഭവമാണ്. എന്തുകൊണ്ടെന്നാൽ ഒരേ പൊതുപരിപാടിയോടു കൂടി പ്രവർത്തിക്കുന്ന ഒരു കേന്ദ്രീ

കൃതസംഘടന കേരളത്തിനുണ്ടായെന്നാണിതിന്റെ അർത്ഥം.

കൊച്ചിയും തിരുവിതാംകൂറും മലബാറും ചേർന്ന ഒരൈക്യകേരളം ഉണ്ടാവണമെന്ന അഭിപ്രായം പരക്കെ സ്വീകരിക്കപ്പെട്ടിട്ടുണ്ട്. ഈ രണ്ടു വമ്പിച്ച മാറ്റങ്ങൾക്കു മുഖ്യമായ കാരണം 1937-40ലും 1945-നു ശേഷവും ഇന്ത്യയിലെല്ലായിടത്തും വന്ന പുതിയ രാഷ്ട്രീയബോധമാണെന്നും ഈ രാഷ്ട്രീയ ബോധത്തിനു ശരിയായ നേതൃത്വം കൊടുത്തത് ഇന്ത്യൻ നാഷണൽ കോൺഗ്രസ്സാണെന്നുമുള്ളതു ശരിയാണ്. പക്ഷേ, ഈ പുതിയ രാഷ്ട്രീയ ബോധം വേണ്ടപോലെ ഉപയോഗിച്ച് കൊച്ചി, തിരുവിതാംകൂർ ബഹുജനങ്ങളെ ഉണർത്തിവിടുകയും അവരുടെ പ്രസ്ഥാനങ്ങളെ ഒരഖിലകേരള പ്രസ്ഥാനമാക്കി ഉയർത്തുകയും ചെയ്യുന്നതിൽ കമ്യൂണിസ്റ്റുകാർക്ക് വലിയ പങ്കുണ്ടെന്നതും നിഷേധിക്കാൻ വയ്യ. കേരളത്തിൽ സംഘടിത തൊഴിലാളി പ്രസ്ഥാനമെന്നൊന്നുണ്ടാക്കിയതും കമ്യൂണിസ്റ്റുകാരാണ്.

പുതിയ കേരളം ഉയർന്നു വരുകയും പഴയ കേരളത്തിന്റെ അസ്തിവാരം തന്നെ ഇടിഞ്ഞുതകരുകയുമായിരുന്നു. ബ്രിട്ടീഷുകാർ ഇവിടെ അധികാരം സ്ഥാപിക്കുന്നതിനു മുമ്പ് നിലവിലുണ്ടായിരുന്ന ജാതി-ജന്മി-നാടുവാഴി മേധാവിത്തത്തിനും അതിനെ തുടർന്നു വന്ന ബ്രിട്ടീഷ് ഭരണത്തിനുമെതിരായി പോരാടുന്ന ഒരു പുതിയ മലയാളി ഉയർന്നു വന്നിരിക്കുന്നു.

1921-ലെ മലബാർ ലഹള, 1930-32-ലും 1940-42-ലും നടന്ന കോൺഗ്രസ് സമരങ്ങൾ, 1940 സപ്തംബർ 15-ന്റെ ചെറുത്തുനിൽപും കയ്യൂർ സംഭവവും, 1938-ലെ തിരുവിതാംകൂർ സമരം, 1946-ലെ പുന്നപ്ര-വയലാർ സമരം, വടക്കേ മലബാറിലെയും അന്തിക്കാട്ടെയും മറ്റും തൊഴിലാളി-കർഷക സമരങ്ങൾ-ഇവയോരോന്നും ഇന്ത്യൻ ദേശീയപ്രസ്ഥാനത്തിന്റെ ചരിത്രത്തിൽ പ്രാധാന്യമർഹിക്കുന്ന സം വങ്ങളാണ്. മറ്റു ജനവിഭാഗങ്ങളെപ്പോലെ മലയാളികളും സ്വതന്ത്രവും ജനാധിപത്യപരവുമായ ഒരു പുതിയ ഇന്ത്യക്കു വേണ്ടിയുള്ള സമരത്തിൽ അങ്ങേയറ്റം വിപ്ലവപരമായും ത്യാഗമനോഭാവത്തോടു കൂടിയും പ്രവർത്തിക്കാൻ തയ്യാറുണ്ടെന്നു തെളിയിക്കുന്ന സംഭവങ്ങളാണിവ.

കഴിഞ്ഞ കാൽ നൂറ്റാണ്ടുകാലത്ത് ഇന്ത്യൻ ദേശീയ പ്രസ്ഥാനത്തെ സഹായിക്കുകയും അതിന്റെ ഭാഗമായി ഇവിടത്തെ ബഹുജനങ്ങളെ ഉണർത്തി സംഘടിപ്പിക്കുകയും മാത്രമല്ല, മലയാളി ചെയ്തിട്ടുള്ളൂ. സ്വന്തം ജീവിതത്തിലും വിനോദങ്ങളിലും വേഷ

വിധാനങ്ങളിലും ക്ഷണരീതിയിലും, ചുരുക്കത്തിൽ ജീവിതത്തിന്റെ എല്ലാ തുറകളിലും വമ്പിച്ച മാറ്റം അയാൾ വരുത്തിയിട്ടുണ്ട്. സാഹിത്യം, സംഗീതം, കലകൾ മുതലായവയെ സംബന്ധിച്ചെല്ലാം നാൽപ്പതു കൊല്ലം മുമ്പ് അയാൾക്കുണ്ടായിരുന്ന ധാരണകളും അഭിപ്രായങ്ങളും പാടേ മാറിയിരിക്കുന്നു. സംസ്കാരപരമായ പഴയ സ്ഥാപനങ്ങൾ പോയി പുതിയ സ്ഥാപനങ്ങൾ വന്നിരിക്കുന്നു. ചുരുക്കത്തിൽ മലയാളി സ്വയം മാറിയിരിക്കുന്നു.

കലകളും വിനോദങ്ങളും– സവർണ ഹിന്ദുവിന്റെ കഥകളി, ഓട്ടൻതുള്ളൽ, പാഠകം, ചാക്യാർകൂത്ത് മുതലായവ, മുസ്ലിമിന്റെ പരിശമുട്ടുകളിയും കോൽക്കളിയും, ക്രിസ്ത്യാനിയുടെ ചവിട്ടു നാടകം, തീയരുടെ പൂരക്കളി, ചെറുമക്കളുടെ കളികൾ– ഇതെല്ലാം തീരെ നശിച്ചുകഴിയുകയോ നശിച്ചു വരികയോ ആണ്. പകരം സംഗീതനാടകങ്ങളും സിനിമകളും വളർന്നു വരികയാണ്. ഇന്ന് ഏതു നാട്ടിൻപുറത്തു ചെന്നു നോക്കിയാലും സിനിമാപാട്ടുകൾ പാടി നടക്കുന്ന കുട്ടികളെ കാണാം. ചെറിയ ടൗണുകളിൽ പോലും സിനിമാഹാളുകൾ ഉയർന്നു വരുന്നതും ഹാൾ നിറയെ കാണികൾ വരുന്ന എത്രയോ കളികൾ നടക്കുന്നതും കാണാം; വലിയ പട്ടണങ്ങളിലാട്ടെ, നാലും അഞ്ചും തിയറ്ററുകളും അവയിലൊക്കെ ദിവസേന രണ്ടും മൂന്നും കളികളും നടക്കുന്നതിനു മുഴുവൻ ആളുകൾ വരുന്നതു കാണാം. ജാതി സംബന്ധമോ മതസംബന്ധമോ പ്രാദേശികമോ ആയ അതിരുകളും നിരോധനങ്ങളുമൊക്കെ ലംഘിച്ച് മലയാളികൾക്കു മുഴുവൻ ഒരു പോലെ ആസ്വാദ്യമായ ഒരു കലാരൂപം വളർന്നു വരുന്നുണ്ടെന്നു മാത്രമല്ല, അത് മലയാളികളല്ലാത്തവർ കൂടി സ്വീകരിച്ചാസ്വദിച്ചുവരുന്ന സാർവലൗകികമായ ഒരു രൂപമാണെന്നു കൂടി ഇതിൽ നിന്നു വ്യക്തമാകുന്നുണ്ടല്ലോ.

കേരള നവോത്ഥാനം

ലോകത്തിൽ ഒരു പ്രദേശത്തും ബാഹ്യശക്തികളിൽ നിന്നും ഇതര പാരമ്പര്യങ്ങളിൽ നിന്നും ഉയിർക്കൊള്ളാതെ പുരോഗതിയോ പുത്തനുണർവോ സംഭവിച്ചിട്ടില്ല. തീർച്ചയായും പുറമെ നിന്നുള്ള സ്വാധീനവും പുറം ലോകവുമായിട്ടുള്ള ബന്ധവും ഏതു രാഷ്ട്രത്തിന്റെയും പുരോഗതിയിൽ രാസത്വരകം പോലെ പ്രവർത്തിക്കാറുണ്ട്. ഈ രാസത്വരക പ്രവർത്തനത്തിന് ആഭ്യന്തരരംഗം അനുയോജ്യമാണെങ്കിൽ മാത്രമേ അത് ഫലമുളവാകൂ.

യൂറോപ്യൻ നവോത്ഥാനം 14–ാം നൂറ്റാണ്ട് മുതൽ 17–ാം നൂറ്റാണ്ട്

വരെയുള്ള കാലയളവിലാണ് വളർന്ന് താരും തളിരും അണിഞ്ഞതെങ്കിൽ ഇന്ത്യയിലെ നവോത്ഥാനം 19-ാം നൂറ്റാണ്ടിന്റെ അന്ത്യപാദത്തോടെ കേരളം ഉൾപ്പെടെ ഇന്ത്യയിലാകെ വ്യാപിക്കുകയും ചെയ്തു. 20-ാം നൂറ്റാണ്ടിന്റെ മധ്യത്തോടു കൂടി സ്വാതന്ത്ര്യപ്രാപ്തിയും പുതിയ ഭരണഘടനയും എല്ലാം കൈവന്നതോടെ നവോത്ഥാനത്തിന്റെ ഘട്ടം അവസാനിക്കുകയും പുതിയ ജനാധിപത്യയുഗം ആരംഭിക്കുകയും ചെയ്തു എന്നു പറയാം.

നവോത്ഥാനവും വിപ്ലവവും തമ്മിൽ എന്താണ് സമാനതയും ബന്ധവും? രണ്ടും വമ്പിച്ച സാമൂഹ്യ-സാംസ്ക്കാരിക പരിവർത്തനത്തെയാണ് കുറിക്കുന്നതെങ്കിലും നവോത്ഥാനം ഉമിത്തീ പോലെ നീറിപ്പിടിക്കുന്നതും നീണ്ടു നിൽക്കുന്നതും ആയ ഒരു പ്രതിഭാസമാണ്. എന്നാൽ വിപ്ലവമാകട്ടെ, ഹ്രസ്വമായ കാലയളവിൽ അധികാര ഘടനയിൽ മാറ്റം വരുത്തുന്ന ഒരു പ്രക്രിയയാണ്. ഒരു ഭരണവ്യവസ്ഥ മാറി മറ്റൊരു ഭരണവ്യവസ്ഥ നിലവിൽ വരുന്ന പ്രക്രിയ. നവോത്ഥാനത്തിന്റെയും അതു നൽകുന്ന മൂല്യനവീകരണങ്ങളുടെയും പിൻബലമില്ലാത്ത വിപ്ലവം ഉപരിപ്ലവമായിരിക്കും.

നവോത്ഥാനത്തിന്റെ വിപരീതമാണ് പുനരുത്ഥാനം. നവോത്ഥാന മൂല്യങ്ങൾക്ക് മേൽക്കോയ്മ നഷ്ടപ്പെടുന്ന സന്ദർഭങ്ങളിൽ പുനരുത്ഥാനം സങ്കുചിത ദേശീയവാദം, മതമൗലികതാ വാദം, വർഗീയത, അശാസ്ത്രീയത, പല വിധ അനാചാരങ്ങൾ എന്നിവക്ക് വഴി വെക്കുന്നു.

യൂറോപ്യൻ നവോത്ഥാനത്തിനും ഇന്ത്യൻ നവോത്ഥാനത്തിനും സമാന ധർമങ്ങൾ പലതുണ്ട്. അവയിലേറ്റവും പ്രധാനം രാഷ്ട്രീയം, വിജ്ഞാനം, സ്ത്രീ-പുരുഷ ബന്ധങ്ങൾ തുടങ്ങിയവയെല്ലാം സെക്യുലർ അഥവാ മതനിരപേക്ഷം ആക്കുക എന്നതാണ്.

ജനാധിപത്യത്തിനും യുക്തിവാദത്തിനും സോഷ്യലിസത്തിനും മറ്റും വേണ്ടിയുള്ള സംഘടിതപ്രയത്നങ്ങൾ മാനവികതയുടെ പേരിൽ നടന്നിട്ടില്ലെങ്കിലും ആ പ്രസ്ഥാനങ്ങൾക്കെല്ലാം മിഴിവും ന്യായീകരണവും ദിശാബോധവും നൽകിയത് മാനവികതാവാദമാണ്. സാമൂഹ്യപരിഷ്ക്കർത്താവ് വിധവാവിവാഹം അനുവദിക്കണം എന്ന് വാദിക്കുമ്പോഴും യുക്തിവാദി മന്ത്രവാദത്തെ അപലപിക്കുമ്പോഴും ജനാധിപത്യപ്രസ്ഥാനപ്രവർത്തകൻ ജാതി മത വ്യത്യാസമോ ധനസ്ഥിതിയോ പരിഗണിക്കാതെ സാർവത്രികമായ പ്രായപൂർത്തി സമ്മതിദാനാവകാശം വേണമെന്ന് ആവശ്യപ്പെടുമ്പോഴും അവയുടെ പുറകിലെ ആദർശം മാനവികതയുടേതാണെന്ന്

കാണാം. നവോത്ഥാനത്തിന്റെ നാനാതുറകളിൽ ഉള്ള പ്രവർത്തനങ്ങളിൽ വെള്ളിവെളിച്ചമായി വർത്തിക്കുന്നത് മാനവികതയാണ്.

കേരളത്തിലെ നവോത്ഥാനത്തിന്റെ വൈകിപ്പോയ തുടക്കം 19-ാം നൂറ്റാണ്ടിന്റെ അന്ത്യപാദത്തിൽ ആകയാൽ രാഷ്ട്രീയ ജനാധിപത്യപ്രസ്ഥാനവും നവോത്ഥാന പ്രവർത്തനങ്ങളും പരസ്പരം തോളോടുതോളുരുമ്മി മുന്നോട്ടുനീങ്ങി. മലയാളി മെമ്മോറിയൽ, കേരളത്തിലെ പബ്ലിക് സ്ഫിയർ/പൊതുമണ്ഡലത്തിന്റെ വളർച്ചയുടെ തുടക്കമായിരുന്നു.

നവോത്ഥാനത്തിന്റെ രാഷ്ട്രീയവശത്തെയും ജനാധിപത്യത്തെയും കുറിച്ച് ചർച്ച ചെയ്യുമ്പോൾ മറ്റൊരു കാര്യം കൂടി വിശദമാക്കേണ്ടതുണ്ട്. നവോത്ഥാനകാലത്തെ നേതാക്കളിൽ മൂന്നു തരക്കാരുണ്ടായിരുന്നു. ഒരു കൂട്ടർ ബ്രിട്ടീഷുകാരിൽ നിന്ന് സ്വാതന്ത്ര്യം നേടുക എന്ന പ്രശ്നത്തിന് മുൻഗണന നൽകിയപ്പോൾ മറ്റൊരു വിഭാഗം ജാതീകൃതമായ അനാചാരങ്ങൾക്കും അസമത്വങ്ങൾക്കും എതിരായ പോരാട്ടത്തിനാണ് മുൻഗണന നൽകിയത്. പൊതുവെ ഇന്ത്യൻ നാഷണൽ കോൺഗ്രസിനോട് ആഭിമുഖ്യം പ്രകടിപ്പിച്ച നേതാക്കളിൽ, അവരിൽ തന്നെ സവർണ വിഭാഗത്തിനു വേണ്ടി ഏറിയും കുറഞ്ഞും ജാതിവിവേചനങ്ങളെ എതിർത്തിരുന്നു. എങ്കിലും അവരിൽ ബഹുഭൂരിഭാഗവും ബ്രിട്ടീഷ് വിരുദ്ധ സ്വാതന്ത്ര്യസമരത്തിനും ജനാധിപത്യ വ്യവസ്ഥയുടെ സ്ഥാപനത്തിനും ആണ് മുൻഗണന നൽകിയിരുന്നത്. എന്നാൽ ദളിതരും പിന്നോക്ക വിഭാഗക്കാരും മുൻതൂക്കം നൽകിയത് ജാതീകൃതമായ അസമത്വങ്ങൾക്കും അനീതികൾക്കും എതിരായ പോരാട്ടത്തിനാണ്. പാരതന്ത്ര്യം മാനികൾക്ക് മൃതിയേക്കാൾ ഭയാനകം.

1921-ലെ മലബാർ കലാപം, വൈക്കത്തും ശുചീന്ദ്രത്തും നടന്ന സത്യാഗ്രഹങ്ങൾ, കൽപ്പാത്തിയിലെ പൗരാവകാശ സമരം, ഖാദി, ഹരിജനോദ്ധാരണം, ഹിന്ദി പ്രചാരണം തുടങ്ങിയവ 1930-കളിലും മുന്നേറ്റങ്ങൾക്ക് കളമൊരുക്കി. 1923-ൽ ചട്ടമ്പി സ്വാമികളും 1928-ൽ ശ്രീനാരായണഗുരുവും 1929-ൽ ബ്രഹ്മാനന്ദ ശിവയോഗിയും സമാധിയടഞ്ഞതിനെ തുടർന്ന് കേരളീയ നവോത്ഥാനത്തിന്റെ ഒന്നാം ഘട്ടം സമാപിക്കുകയായിരുന്നു.

യുക്തിവാദികൾ കർമരംഗത്ത് കടന്നു വരുന്ന ഘട്ടത്തിൽ കേരളത്തിലെ നിത്യജീവിതത്തിൽ ദൈവങ്ങളാണ് ആധിപത്യം ചെലുത്തിയിരുന്നത്. ആ ദൈവങ്ങളുടെ ആശീർവാദത്തോടെ അസംഖ്യം അനുഷ്ഠാനങ്ങളും അനാചാരങ്ങളും തഴച്ചുവളരുകയും ചെയ്തി

രുന്നു. ജ്യോത്സ്യം, മന്ത്രവാദം മുതലായവ മൂലം നിത്യജീവിതത്തിലുണ്ടായ ദുരിതങ്ങൾക്ക് കണക്കില്ല. ഇവയുടെ ആധിപത്യത്തിൽ നിന്ന് മനുഷ്യമനസ്സുകകളെ നല്ലൊരളവോളം വിമോചിപ്പിക്കുന്നതിൽ യുക്തിവാദ പ്രസ്ഥാനം കൈവരിച്ച വിജയം പ്രശംസാർഹമാണ്.

കത്തോലിക്കാ പക്ഷത്തുറച്ചു നിന്ന ഫ്രാൻസിലെ 1789-ലെ ചരിത്രപ്രസിദ്ധമായ ജനാധിപത്യ വിപ്ലവം ജന്മിത്വത്തിനെന്നപോലെ പുരോഹിതവാഴ്ചക്കും അന്ത്യം കുറിക്കുകയും ഭരണകൂടവും മതവും തമ്മിലുള്ള കെട്ടുപാടുകൾ അവസാനിപ്പിക്കുകയും ചെയ്തു. 18-ാം നൂറ്റാണ്ടിലെ അമേരിക്കൻ സ്വാതന്ത്ര്യസമരവും ഫ്രാൻസിലെ ജനാധിപത്യവിപ്ലവവും 19-ാം നൂറ്റാണ്ടിലെ യൂറോപ്യൻ വിപ്ലവപരമ്പരകളും 20-ാം നൂറ്റാണ്ടിലെ സോഷ്യലിസ്റ്റ് വിപ്ലവങ്ങളും വിമോചന സമരങ്ങളും മറ്റും മതനിരപേക്ഷ രാഷ്ട്രീയനയങ്ങൾക്ക് വ്യാപകമായ അംഗീകാരം നേടിക്കൊടുത്തു.

എഡി മൂന്നോ നാലോ നൂറ്റാണ്ടുകൾക്കു മുമ്പ് കേരളത്തിൽ കുടിയേറി പാർക്കാൻ തുടങ്ങുകയും എട്ടു മുതൽ പന്ത്രണ്ടു വരെ നൂറ്റാണ്ടുകളിൽ വളർന്നു ശക്തിയാർജ്ജിക്കുകയും ചെയ്ത ബ്രാഹ്മണർ കേരളത്തിന്റെ സമൂഹരൂപീകരണത്തെ നിർണായകമായി സ്വാധീനിച്ചു. ബുദ്ധ-ജൈന മതാനുയായികൾക്ക് ബ്രാഹ്മണർക്കു മുമ്പിൽ അടിയറവ് പറയേണ്ടി വന്നു. തങ്ങളുടെ മേധാവിത്തം ഉറപ്പിക്കുന്നതിനു വേണ്ടി ബ്രാഹ്മണർ, സാമൂഹ്യ വിഭജനം കർക്കശമാക്കിയത് നിരവധി ജാതികളുടെയും ഉപജാതികളുടെയും രൂപപ്പെടലിന് വഴി തെളിച്ചു.

ജാതി വ്യവസ്ഥ-സവർണരും അവർണരും

ധർമാചരണ രീതികൾ, വിവാഹ-മരണച്ചടങ്ങുകൾ, ക്ഷണസംബന്ധമായ വിധി നിഷേധങ്ങൾ, വേഷത്തിലും ഭാഷയിലും പ്രകടമായ ഉച്ചനീചത്വങ്ങൾ, കുലത്തൊഴിലിനോടുള്ള ആശ്രയത്വം എന്നിവ ജാതികളെയും ഉപജാതികളെയും വ്യതിരിക്തവും ശ്രേണീബദ്ധവുമാക്കി.

കേരളം ഭ്രാന്താലയമെന്ന് സ്വാമി വിവേകാനന്ദൻ പറഞ്ഞത് അക്ഷരം പ്രതി വാസ്തവമായിരുന്നു. പരമ്പരാഗതമായ ജാതിയും ചലനമില്ലാത്ത തൊഴിൽ വ്യവസ്ഥയുമായിരുന്നു അന്നത്തെ സവിശേഷതകൾ. ഭൂമി കൈവശം വെക്കാൻ താഴ്ന്ന ജാതിക്കാർക്ക് അവകാശമില്ലാത്തതിനാൽ സാമ്പത്തിക നിശ്ചലത സ്ഥിരമായി.

സമ്പദ് വ്യവസ്ഥയിലെ മാറ്റങ്ങൾ

തിരുവിതാംകൂറിൽ മാർത്താണ്ഡവർമ്മയുടെ കാലത്തും മലബാറിൽ ടിപ്പുവിന്റെ കാലത്തും കാർഷികബന്ധങ്ങളിൽ ചില മാറ്റങ്ങൾ വന്നു തുടങ്ങി. രാജവാഴ്ച ശക്തിപ്പെടുത്താൻ മാർത്താണ്ഡവർമ്മ മാടമ്പിമാരെ തകർത്തു. ഇത് കർഷകരുടെ മേൽ ജന്മിമാർക്കുള്ള ആധിപത്യം ദുർബലമാക്കി. കാർഷിക കണ്ടെഴുത്തിലൂടെ സ്വതന്ത്ര കർഷകൻ ഉദയം ചെയ്തു. ബ്രിട്ടീഷുകാർക്കുള്ള കപ്പം കൊടുത്തു തീർക്കാൻ കർഷകരിൽ നിന്ന് നികുതി പിരിച്ചെടുക്കാനായി കൃഷി പ്രോത്സാഹിപ്പിച്ചു. തരിശുഭൂമികൾ കൃഷിയിടങ്ങളായി. 1865-ലെ പണ്ടാരപ്പാട്ട വിളംബരം.

1967-ലെ ജന്മി കുടിയാൻ വിളംബരം. പത്തൊമ്പതാം നൂറ്റാണ്ടിൽ, കച്ചവടക്കാർ കേരളത്തിൽ ഒരു വർഗമായി ഉദയം ചെയ്തു. അപ്പോൾ തന്നെയാണ് തോട്ടം മേഖലയിൽ വൻ മൂലധനനിക്ഷേപം നടത്തപ്പെട്ടത്. മലയാളം പ്ലാന്റേഷൻസ്, കണ്ണൻ ദേവൻ കമ്പനി, ഇആന്റ് എസ് കമ്പനി തുടങ്ങിയവ ഇതിനുദാഹരണങ്ങളാണ്. തിരുവിതാംകൂർ-ഒന്നര ലക്ഷം, മലബാർ-അമ്പതിനായിരം, കൊച്ചി-ഇരുപത്തയ്യായിരം വീതം ഏക്കർ കൃഷി തോട്ടം മേഖലയിൽ ബ്രിട്ടീഷുകാർക്കുണ്ടായിരുന്നു. പിയേഴ്സ് ലസ്ലി, ആസ്പിൻവാൾ, ഇംപീരിയൽ ബാങ്ക്, ഇന്ത്യൻ നാഷണൽ ബാങ്ക്, ചാർട്ടേഡ് ബാങ്ക് എന്നിവ കേരളത്തിൽ പ്രവർത്തിച്ചു തുടങ്ങി. തിരുവിതാംകൂറിലെ കുട്ടനാട്ടും കൊച്ചിയിലെ കോൾനിലങ്ങളിലും നടപ്പാക്കിയ തീവ്ര നെൽകൃഷി വികസനം, ഇടനാട്ടിലെ മറ്റു കൃഷികൾ. ഈഴവ, ക്രൈസ്തവ, മുസ്ലിം വിഭാഗത്തിൽ പെട്ട ചിലർക്കെങ്കിലും സമ്പന്നരാവാൻ ഇക്കാലത്ത് കഴിഞ്ഞു.

വിദ്യാഭ്യാസം: മിഷണറി സ്വാധീനം സുപ്രധാനം

സെയ്ദ് സനാഹുള്ള മക്തി തങ്ങൾ, ചാലിലകത്ത് കുഞ്ഞഹമ്മദ് ഹാജി, ഷെയ്ഖ് മുഹമ്മദ് ഹമദാനി തങ്ങൾ, വക്കം മൗലവി, മുസ്ലിം ഐക്യസംഘം എന്നിവർ നേതൃത്വം നൽകിയ മുസ്ലിം നവോത്ഥാനം ഉദയംപേരൂർ സുന്നഹദോസിനെതിരെ നടന്ന കലാപമായ കൂനൻ കുരിശ് സത്യം, പൊയ്കയിൽ ശ്രീ കുമാരഗുരുദേവന്റെ പ്രത്യക്ഷരക്ഷാദൈവസഭ തുടങ്ങിയ ക്രൈസ്തവനവോത്ഥാനം. സ്ത്രീകളുടെ മുന്നേറ്റങ്ങൾ, സാഹിത്യം, ശാസ്ത്രം, കല തുടങ്ങിയ കാര്യങ്ങളും ശ്രദ്ധേയമാണ്.

മലയാള സിനിമ: ദേശം ഭാഷ സംസ്ക്കാരം

ഭാഷാദേശീയതയാൽ നിർണയിക്കപ്പെടുകയും ഐക്യപ്പെടുകയും ചെയ്ത കേരള സംസ്ഥാനത്തിന്റെ രൂപീകരണ-വികാസ പ്രക്രിയയിൽ പ്രത്യക്ഷവും പരോക്ഷവുമായ നിരവധി ഘടകങ്ങളാണ് പ്രവർത്തനക്ഷമമായിട്ടുള്ളതെന്നു കാണാം. ഈ തുടർ പ്രക്രിയയിൽ സാഹിത്യം, കലകൾ, പാഠപുസ്തകങ്ങൾ, വർത്തമാനപ്പത്രങ്ങളും ആനുകാലികങ്ങളും, കുടിയേറ്റം, യാത്രകൾ, പ്രഭാഷണങ്ങൾ, റേഡിയോ, ടെലിവിഷൻ എന്നിവയെപ്പോലെ പങ്കുവഹിച്ച പ്രധാനപ്പെട്ട മാധ്യമങ്ങളിലൊന്നാണ് സിനിമയും. സിനിമയിലെ സംസാരഭാഷ, ഇതിവൃത്തം, പ്രതിപാദനരീതി, ഗാനങ്ങൾ, വേഷവിധാനം, സദാചാര നിഷ്ക്കർഷകൾ, കുടുംബക്രമീകരണങ്ങൾ, എന്നിവയിലൊക്കെയും ദേശവും പൗരത്വവും സാംസ്ക്കാരിക മുൻഗണനകളും സ്വാധീനം ചെലുത്തി. ഈ സംവിധാനങ്ങളുടെ മേൽ സിനിമ തിരിച്ചുചെലുത്തിയ സ്വാധീനവും നിസ്സാരമായിരുന്നില്ല.

പലതവണ നിരീക്ഷിക്കപ്പെട്ടിട്ടുള്ളതുപോലെ, അമ്പതുകളിലും അറുപതുകളിലുമായാണ് മലയാള സിനിമ ആദ്യമായി മലയാളമായത്. അതിനു മുമ്പുള്ള മലയാളസിനിമ മദിരാശിയിലെ സ്റ്റുഡിയോകളുടെയും അന്യഭാഷാ നിർമാതാക്കളുടെയും ഔദാര്യങ്ങളോ ഒഴിവുസമയവിനോദങ്ങളോ മാത്രമായിരുന്നു. മലയാള സാഹിത്യത്തിൽ നിന്നും കേരളത്തിലെ കലാരംഗത്തുനിന്നും സിനിമയിലേക്കു പ്രവേശിച്ച കുറെയേറെ പ്രഗത്ഭമതികളുടെ കയ്യൊപ്പുകൾ കൊണ്ട് സവിശേഷമായിത്തീർന്ന അമ്പതുകളിലെയും അറുപതുകളിലെയും മലയാള സിനിമ, കേരളപ്പിറവിയിലൂടെ പ്രതീക്ഷിക്കപ്പെട്ട പുതുയുഗത്തിന്റെ ലക്ഷ്യബോധം തന്നെയാണ് പങ്കു വെച്ചത്.

ജീവിതനൗക, നീലക്കുയിൽ, രാരിച്ചൻ എന്ന പൗരൻ, ഓടയിൽ നിന്ന്, ന്യൂസ് പേപ്പർ ബോയ് തുടങ്ങി *ചെമ്മീനും ഓളവും തീരവും* വരെയുള്ള സിനിമകൾ കേരളപ്പിറവിക്കുമുമ്പും അതോടനുബന്ധിച്ചും നടന്ന നവോത്ഥാന മുന്നേറ്റങ്ങളും സാമ്രാജ്യത്വ-ജന്മിത്വ-ജാതി വിരുദ്ധ സമരങ്ങളും ചേർന്ന് രൂപീകരിച്ചെടുത്ത പൊതുബോധത്തെ ഏറിയും കുറഞ്ഞും പിൻപറ്റി. എന്നാൽ പുറം ലോകസിനിമയുമായി മേളകളിലൂടെയും സഞ്ചാരങ്ങളിലൂടെയും മറ്റുമായുള്ള ബന്ധം സ്ഥാപിക്കാൻ കഴിയാതിരുന്നതിനാൽ അക്കാലത്തെ സിനിമകൾക്ക്, ദൃശ്യ-ശബ്ദ വിന്യാസത്തിലൂടെയും സമന്വയത്തിലൂടെയും ആവിഷ്ക്കരിച്ചെടുക്കാനാകുമായിരുന്ന നൂതനത്വവും സൗകുമാര്യവും ആർജിക്കാനായില്ല.

സിനിമ എന്ന കലാ-മാധ്യമ സങ്കേതം യൂറോപ്പിലും അമേരിക്കയിലും ഉരുത്തിരിഞ്ഞുവന്നത് പത്തൊമ്പതാം നൂറ്റാണ്ടിന്റെ അവസാനദശകത്തിലാണല്ലോ. അതിനു ശേഷം ഏതാണ്ട് പത്തു വർഷം മാത്രം പിന്നിട്ടപ്പോഴേക്കും തന്നെ കേരളത്തിലെ ആദ്യത്തെ ചലച്ചിത്ര പ്രദർശനം സംഘടിപ്പിക്കപ്പെട്ടിരുന്നു. 1906ൽ, പോൾ വിൻസന്റ് എഡിസൻ ബയോസ്കോപ്പ് ഉപയോഗിച്ചുകൊണ്ടുള്ള പ്രദർശനം കോഴിക്കോട്ട് നടത്തുകയുണ്ടായി. നാലു നൂറ്റാണ്ടു മുമ്പ് സാമ്രാജ്യത്വവും ആദ്യമായി കാലു കുത്തിയത് കോഴിക്കോട്ടായിരുന്നുവല്ലോ! അധിനിവേശത്തിന്റെയും സ്വതന്ത്ര ചിന്തയുടെയും പാരസ്പര്യം കൊണ്ട് കലുഷിതമായ ഒരു ചരിത്രമാണ് സാമ്രാജ്യത്വ വാഴ്ചയുടേതെന്നതു പോലെ സിനിമക്കും കഴിഞ്ഞ നൂറ്റാണ്ടിലുണ്ടായത്.

മറ്റിന്ത്യൻ ഭാഷാസിനിമകളിൽ നിന്ന് വ്യത്യസ്തമായി ആദ്യകാലത്തു തന്നെ മലയാള സിനിമ, പുരാണ കഥകളേക്കാൾ സാമൂഹ്യകഥകൾക്കാണ് പ്രാധാന്യം നൽകിയത്. അതോടൊപ്പം തന്നെ കഥ, തിരക്കഥ, സംഭാഷണം, ഗാനരചന എന്നീ രംഗങ്ങളിൽ സാഹിത്യകാരന്മാരെ അണിനിരത്താനുള്ള പ്രവണതയും തുടക്കത്തിൽ തന്നെ നമ്മുടെ സിനിമ പ്രകടിപ്പിച്ചു. ഭക്തിപ്രധാനമെന്നതുപോലെ ദേശീയതയും രാജ്യസ്നേഹവും ഉയർത്തിപ്പിടിക്കുന്ന സിനിമകളും മലയാളത്തിൽ കുറവായിരുന്നു. രാഷ്ട്ര ത്തിലായിരുന്നില്ല, മലയാളിയുടെ ഉത്ക്കണ്ഠ മറിച്ച് വർഗത്തിലായിരുന്നു എന്നും നിരീക്ഷിക്കപ്പെട്ടിട്ടുണ്ട്. 1928ലിറങ്ങിയ *വിഗതകുമാരൻ* (ജെ.സി. ദാനിയേൽ) ആദ്യത്തെ മലയാള സിനിമയും 1938ലിറങ്ങിയ *ബാലൻ* (എസ്. നൊട്ടാണി) ആദ്യത്തെ സംസാരിക്കുന്ന മലയാള സിനിമയുമായി പരിഗണിക്കപ്പെടുന്നു. ആദ്യകാല സിനിമകളായ *മാർത്താണ്ഡവർമ്മയും ജ്ഞാനാംബികയും സ്ത്രീ*യും സാഹിത്യകൃതികളെ അവലംബിച്ചെടുത്തവയായിരുന്നു. മാനുഷികമൂല്യങ്ങളെ വിഗണിക്കുന്ന പുതിയ പണാധിപത്യത്തെ തുറന്നുകാട്ടാനുള്ള ഒരു ശ്രമമായിരുന്നു, ഇതേതുടർന്നിറങ്ങിയ *ജീവിതനൗക*(1951)യുടെ സവിശേഷത. മലയാള സിനിമയിലെ ആദ്യത്തെ വാണിജ്യ വിജയമായിരുന്നു *ജീവിതനൗക*.

മലയാളത്തിലതിനകം രൂപപ്പെട്ടുവന്നിരുന്ന നാടകത്തിന്റെ രീതികളെയാണ് അക്കാലത്തെ മലയാളസിനിമ ആശ്രയിച്ചത്. തമിഴ്, പാഴ്സി നാടക പാരമ്പര്യത്തിൽ നിന്ന് അതിനകം വിമോചിപ്പിക്കപ്പെട്ടിരുന്ന മലയാള നാടകവേദിയുടെ സാമൂഹ്യ/പ്രാദേശിക സ്വഭാവങ്ങൾ ആദ്യകാലത്തെ മലയാള സിനിമയെയും സ്വാധീനിച്ചതായി

കാണാം. ആദ്യകാല തിരക്കഥാകൃത്തുക്കളും അഭിനേതാക്കളുമായ മുതുകുളം, തിക്കുറിശ്ശി, സെബാസ്റ്റ്യൻ കുഞ്ഞുകുഞ്ഞു ഭാഗവതർ, ആലപ്പി വിൻസന്റ്, അഗസ്റ്റിൻ ജോസഫ്, എസ്.പി. പിള്ള, കെ.കെ. അരൂർ, എൻ.പി. ചെല്ലപ്പൻ നായർ, നാഗവള്ളി ആർ.എസ്. കുറുപ്പ്, എം.കെ. കമലം, കെ.എൻ. ലക്ഷ്മി, എന്നിവരും കേരള ടാക്കീസ് എന്ന നിർമാണ കമ്പനി തുടങ്ങിവെച്ച പി.ജെ. ചെറിയാനെപ്പോലുള്ളവരും നാടകപ്രവർത്തകരായിരുന്നു. സംഭാഷണങ്ങളുടെ അവതരണം, സീനുകളുടെയും സീക്വൻസുകളുടെയും ഘടന, ഫ്രെയിമുകളുടെ വിന്യാസം, കഥാപാത്രങ്ങൾ ദൃശ്യത്തിലേക്ക് പ്രവേശിക്കുന്നതും പുറത്തേക്കു പോകുന്നതും, സംഭാഷണങ്ങൾക്കു മേലുള്ള അമിതമായ ആശ്രയം, സ്റ്റേജിലെന്നതു പോലെ ഉറച്ചതും സ്ഥാപിക്കപ്പെട്ടതുമായ പിൻ പശ്ചാത്തലം എന്നിങ്ങനെ നാടകത്തിന്റെ സ്വാധീനം മലയാളസിനിമയിൽ അക്കാലത്ത് തികച്ചും പ്രകടമായിരുന്നു.

ബ്ലാക്ക് ആന്റ് വൈറ്റിൽ ഒന്നിനു പിറകെ ഒന്നായി പുറത്തുവന്ന അമ്പതുകളിലെയും അറുപതുകളിലെയും സിനിമകളിൽ മലയാള സാഹിത്യത്തിന്റെ അതു വരെയുള്ള തുടിപ്പും ചൈതന്യവും നിറഞ്ഞുനിന്നിരുന്നു. സാമൂഹ്യ നവോത്ഥാനത്തിന്റെ പാതയിലൂടെ മലയാളി നടന്നു വന്ന വഴികളെ സ്വാംശീകരിക്കുന്ന പ്രമേയ സ്വീകരണവും ഊന്നലും അന്നത്തെ സിനിമ പ്രകടിപ്പിച്ചിരുന്നു. സമ്പന്നനും ദരിദ്രനും തമ്മിലുള്ള സംഘർഷത്തിൽ ദരിദ്രന്റെ പക്ഷത്തും, ജന്മിയും കുടിയാനും തമ്മിലുള്ള വൈരുദ്ധ്യത്തിൽ കുടിയാന്റെ ഭാഗത്തും, സവർണനും അവർണനും തമ്മിലുള്ള പോരിൽ അവർണന്റെ ഒപ്പവും ആണ് അന്നത്തെ സിനിമ നിലകൊണ്ടത്. ചലച്ചിത്ര സാങ്കേതികതയുടെയോ സൗന്ദര്യശാസ്ത്ര പരിഗണനയുടെയോ അടിസ്ഥാനത്തിൽ പരിശോധിച്ചാൽ അന്നത്തെ സിനിമക്ക് പല ന്യൂനതകളും കാണാൻ കഴിയുമെങ്കിലും, ഇതിവൃത്തങ്ങളുടെ കാര്യത്തിൽ അവ പ്രകടിപ്പിച്ച പുരോഗമന പക്ഷപാതിത്വം ശ്രദ്ധേയമായിരുന്നു.

നവോത്ഥാന മൂല്യ വിചാരത്തിന്റെ ജനസ്വാധീനവും വിപണന സാധ്യതയും ഉൾക്കൊണ്ടുകൊണ്ടുള്ള ഒരു വിനിമയവ്യവസ്ഥ അന്നത്തെ ചലച്ചിത്രകാരന്മാർ സ്വീകരിച്ചിരുന്നു എന്നതാണിതിന്റെ യഥാർത്ഥ കാരണം. *മുടിയനായ പുത്രൻ, പുതിയ ആകാശം പുതിയ ഭൂമി, നിണമണിഞ്ഞ കാൽപാടുകൾ, ഭാർഗവീനിലയം, ഓടയിൽ നിന്ന്, മുറപ്പെണ്ണ്, ചെമ്മീൻ, രമണൻ, ഇരുട്ടിന്റെ ആത്മാവ്,*

അശ്വമേധം, പരീക്ഷ, അസുരവിത്ത്, യക്ഷി, തുലാഭാരം, കാട്ടുകുരങ്ങ്, കള്ളിച്ചെല്ലമ്മ, ഡോക്ടർ, മൂടുപടം, അമ്മയെ കാണാൻ, ആദ്യകിരണങ്ങൾ, റോസി, പകൽക്കിനാവ്, റൗഡി, കരുണ, ഇന്ദുലേഖ, ബാല്യകാലസഖി, അന്വേഷിച്ചു കണ്ടെത്തിയില്ല, കടൽപ്പാലം എന്നീ സിനിമകളൊക്കെ അറുപതുകളിലിറങ്ങിയവയാണ്.

മലയാള സാഹിത്യവും സിനിമയും തമ്മിൽ അക്കാലത്തുണ്ടായിരുന്ന അഭേദ്യബന്ധത്തിന്റെ തെളിവാണിത്. പൊൻകുന്നം വർക്കി, തകഴി, പി. ഭാസ്ക്കരൻ, രാമു കാര്യാട്ട്, ഉറൂബ്, കെ. രാഘവൻ, ബാബുരാജ്, ദേവരാജൻ, വയലാർ രാമവർമ, ഒ.എൻ.വി കുറുപ്പ്, വൈക്കം മുഹമ്മദ് ബഷീർ, എം.ടി. വാസുദേവൻ നായർ, എസ് . കെ. പൊറ്റെക്കാട്, തോപ്പിൽ ഭാസി, എസ്.എൽ. പുരം സദാനന്ദൻ, കേശവദേവ്, പി.ജെ. ആന്റണി, എൻ.പി. മുഹമ്മദ്, പാറപ്പുറത്ത്, മലയാറ്റൂർ, ജി. വിവേകാനന്ദൻ, പമ്മൻ, മുട്ടത്തു വർക്കി, കെ. സുരേന്ദ്രൻ എന്നിങ്ങനെ മലയാള സാഹിത്യം, നാടകം, കേരളീയ സംഗീതം, എന്നീ മേഖലകളിൽ നിറഞ്ഞു നിന്നവരും നിർണായകമായി സ്വാധീനിച്ചവരുമായ മിക്കവാറുമെല്ലാ വ്യക്തിത്വങ്ങളും മലയാള സിനിമയുമായി പല തരത്തിൽ ബന്ധപ്പെട്ടിരുന്നു എന്നത് അക്കാലത്തെ സിനിമയുടെ സ്വഭാവത്തെ നിർണയിക്കുകയും സാമൂഹ്യ പ്രസക്തി പതിന്മടങ്ങ് വർദ്ധിപ്പിക്കുകയും ചെയ്തു.

പുരോഗമനശക്തികളായ ശ്രീനാരായണ പ്രസ്ഥാനവും മറ്റു സമുദായ നവീകരണ മുന്നേറ്റങ്ങളും, കോൺഗ്രസിന്റെ നേതൃത്വത്തിലുള്ള സാമ്രാജ്യത്വ വിരുദ്ധ സമരം, കമ്യൂണിസ്റ്റ് പാർടിയുടെ നേതൃത്വത്തിലുള്ള കർഷക-തൊഴിലാളി പ്പോരാട്ടം എന്നിവയുടെ പ്രവർത്തനഫലമായി രൂപപ്പെട്ട മലയാളി സ്വത്വത്തിന്റെ അവബോധം അക്കാലത്തെ സിനിമകളിൽ പ്രകടമായിരുന്നു. അയിത്തത്തിനും ജാതി അസമത്വത്തിനും ദാരിദ്ര്യത്തിനും കീഴാള വർഗത്തിന്റെ അധസ്ഥിതാവസ്ഥക്കുമെതിരെയുള്ള സമൂഹ മനസ്സാക്ഷി പ്രതിഫലിപ്പിച്ചവയാണ് *നവലോകം (1951), നീലക്കുയിൽ(1954), ന്യൂസ് പേപ്പർ ബോയ് (1955), രാരിച്ചൻ എന്ന പൗരൻ(1956), മുടിയനായ പുത്രൻ (1961)* പോലുള്ള സിനിമകൾ. ജന്മി വർഗത്തിൽപ്പെട്ട നായകൻ, നിഷ്കളങ്കയും താഴ്ന്ന ജാതി/വർഗത്തിൽപ്പെട്ടവളുമായ നായികയെ പ്രലോഭിപ്പിച്ച് വശത്താക്കുകയും പിന്നീട് വഞ്ചിക്കുകയും ചെയ്യുന്ന *നീലക്കുയിലി* (1954) ലെ ഇതിവൃത്തം ജാതി, വർഗം, ലിംഗം എന്നീ മൂന്നു ഘടനയിലെയും ചൂഷക/ചൂഷിത വിഭാഗങ്ങളെ നിർണ്ണയിക്കുകയും എളുപ്പത്തിൽ ക്രോഡീകരിക്കുകയും

ചെയ്തു. യഥാതഥമായ അവതരണം കൊണ്ടും ഗ്രാമീണതയിലുള്ള അടിസ്ഥാനം കൊണ്ടുമൊക്കെ അക്കാലത്തെ നൂതനവും ജനപ്രിയവുമായ ചലച്ചിത്രഭാഷ രൂപപ്പെടുത്തിയ ഈ ചിത്രം ചിഹ്നപ്പെടുത്തുന്നത് അന്നത്തെ കേരളീയ മനസ്സിനെയായിരുന്നു എന്ന് നിസ്സംശയം പറയാം.

ജന്മിയും കുടിയാനും തമ്മിലുള്ള വർഗ സമര സംഘർഷത്തെ അമ്പതുകളിലെയും അറുപതുകളിലെയും മലയാള സിനിമ പുരോഗമനച്ചായ്‌വോടെത്തന്നെയാണ് പരിഗണിച്ചിരുന്നതെങ്കിലും, സ്ത്രീയെ കഥാപാത്രം എന്ന നിലയ്ക്കായാലും ലൈംഗികശരീരം എന്ന നിലയ്ക്കായാലും ശരി പുരുഷാധിപത്യത്തിന്റെ കളിക്കോപ്പും വിഗ്രഹവും എന്ന അവസ്ഥയിൽ മാത്രമായിരുന്നു പ്രതിനിധാനപ്പെടുത്തിയിരുന്നത്. പുരുഷാധിപത്യമൂല്യങ്ങളും വർഗാധികാരസങ്കൽപങ്ങളും സമന്വയിച്ചുപോകുന്നതു കൊണ്ട് ആദ്യ കാലത്ത് നാടുവാഴിത്ത രീതിയാണതിനുണ്ടായിരുന്നത് എന്നുണ്ടെങ്കിൽ പിൽക്കാലത്ത് തികഞ്ഞ മുതലാളിത്ത രുചികളാണതിനെ നിയന്ത്രിക്കുന്നത്.

പി രാമദാസ് രചിച്ച രചന എന്ന ചെറുകഥയെ ആസ്പദമാക്കി അദ്ദേഹം തന്നെ സംവിധാനം ചെയ്ത *ന്യൂസ് പേപ്പർ ബോയ്*(1955) മലയാള സിനിമാചരിത്രത്തിലെ ഒരു നാഴികക്കല്ലാണ്. കാലം തെറ്റിപ്പിറന്നതും തികച്ചും യഥാതഥമായ സമീപനം സ്വീകരിച്ചതും അതേസമയം അന്നത്തെ കാലത്തിനനുസരിച്ച് സാധ്യമായത്ര ചലച്ചിത്രാത്മകമായിരുന്നതുമായ ഒരു സിനിമയായി *ന്യൂസ് പേപ്പർ ബോയി*-യെ നിരീക്ഷകർ പിൽക്കാലത്ത് വിലയിരുത്തി.

രാമുകാര്യാട്ട് നിർവഹിച്ച അത്ഭുതകരമായ സംഘാടനമാണ് *ചെമ്മീനെ*(1966)മികവുറ്റതാക്കിയത്. തകഴിയുടെ പ്രശസ്തമായ നോവലിനെ ആസ്പദമാക്കി അദ്ദേഹം തയ്യാറാക്കിയ ഈ സിനിമയിൽ വിദേശിയായ മാർക്കസ് ബർട്ടലി ഛായാഗ്രഹണം നിർവഹിച്ചപ്പോൾ ബംഗാളിയായ സലിൽ ചൗധരി സംഗീത സംവിധാനവും ബോംബെയിൽ നിന്നുള്ള ഋഷികേശ് മുക്കർജി എഡിറ്റിംഗും നിർവഹിച്ചു. ഈ സംഘാടനത്തിലൂടെ കാര്യാട്ട് കേരളീയ ചലച്ചിത്ര ഭാവനയെ ദേശീയമായി വ്യാപിപ്പിക്കുകയും രാഷ്ട്രപതിയുടെ സ്വർണകമലമടക്കമുള്ള പുരസ്കാരങ്ങൾ നേടിയെടുക്കുകയും ചെയ്തു. പുറക്കാട് കടപ്പുറത്തെ മുക്കുവർ സംസാരിക്കുന്ന ഭാഷാഭേദത്തിനു പകരം മലയാളികൾക്ക് മുഴുവനും മനസ്സിലാവുന്ന തരം സംസാര ഭാഷയാണ് *ചെമ്മീനി*ൽ ഉപയോഗിച്ചത്. കടപ്പുറത്തെ ഭാഷാഭേദത്തെ

ആശ്രയിക്കുകയും വേണം, മുഴുവൻ മലയാളികൾക്കും മനസ്സിലാവുകയും വേണം എന്ന നിലക്ക് ചിട്ടപ്പെടുത്തിയ ഭാഷാക്രമീകരണത്തിന്റെ സമീപനം ശ്രദ്ധേയമാണ്. *ചെമ്മീൻ,* നവോത്ഥാന-പുരോഗമന കലാ സങ്കൽപത്തിൽ മുതലാളിത്തം ആൺനോട്ട (ങമഹല ഴമ്വല)ത്തെ സന്നിവേശിപ്പിച്ചതിന്റെ വിജയത്തെയും പ്രതിനിധാനം ചെയ്യുന്നു. കറുത്തമ്മ(ഷീല)യെ ആദ്യമായി അവതരിപ്പിക്കുമ്പോൾ ക്യാമറ മുകളിൽ നിന്ന് അവളുടെ മാറിടത്തിനു മുകളിലായി തങ്ങി നിൽക്കുന്നു. ബ്ലൗസിനുമുകളിലായി രണ്ടു മുലകൾക്കിടയിലെ വിടവ് വ്യക്തമാക്കിക്കൊണ്ടുള്ള ഷോട്ട് കാണിച്ചതിന്റെ ന്യായീകരണം തൊട്ടടുത്ത സംഭാഷണത്തിലാണുള്ളത്. പരീക്കുട്ടി മുതലാളിയുടെ നോട്ടമാണത്. *എന്തൊരു നോട്ടം!* എന്ന് കറുത്തമ്മ മധുരമായി പരിഭവിക്കുന്നു. തോട്ടിയുടെ കഥ ലിഖിത സാഹിത്യത്തിലാവിഷ്ക്കരിച്ചതിലൂടെ മലയാള സാഹിത്യത്തിന്റെ അസംസ്കൃത വസ്തു സംഭരണത്തിൽ നിലനിന്നിരുന്ന വകതിരിവുകളെ അട്ടിമറിച്ച തകഴിയെപ്പോലുള്ള ഒരു അസാമാന്യ പുരോഗമന സാഹിത്യവ്യക്തിത്വം രചിച്ച *ചെമ്മീൻ* സിനിമയായപ്പോഴാണ് മുതലാളിത്തത്തിന്റെ നോട്ടത്തിന് കീഴ്പ്പെടുത്തപ്പെട്ടത് എന്നതാണ് ശ്രദ്ധേയം.

പി എൻ മേനോൻ സംവിധാനം ചെയ്ത *ഓളവും തീരവും* (1970) - സാഹിത്യകൃതികളിൽ നിന്നാർജ്ജിച്ച സാമൂഹ്യചരിത്രബോധവും കേരളത്തിലെ അതുവരെയുള്ള ചലച്ചിത്രപ്രവർത്തനത്തിന്റെ പരാജയ-വിജയങ്ങളിൽ നിന്നു ലഭിച്ച പാകതയും സമ്മേളിക്കുന്ന അപൂർവമായ ഒരു സിനിമയാണ്. ചലച്ചിത്രഭാഷാ വിന്യസനം, പ്രമേയസ്വീകരണം, സാമൂഹിക പരിഷ്കരണത്വര, ദരിദ്രരോടുള്ള അനുകമ്പ, പഴഞ്ചൻ സദാചാരബോധത്തോടുള്ള പരിഹാസം, എന്നീ തലങ്ങളിലൊക്കെ അസാമാന്യമായ ചൈതന്യം പ്രകടിപ്പിച്ച സിനിമ മലയാള സിനിമ അതിനകം ആർജ്ജിച്ച ദൃശ്യ പാകതയുടെയും പ്രമേയ പക്വതയുടെയും സമ്മേളനമാണ്.

അറുപതുകളുടെ അവസാനത്തോടെ കേരളത്തിലെ സംസ്ക്കാരവ്യവസായം കോട്ടയത്തും കോടമ്പാക്കത്തുമുള്ള രണ്ടു പ്രഭവസ്രോതസ്സുകളിലേക്ക് കേന്ദ്രീകരിക്കപ്പെട്ടു. കോട്ടയത്തു നിന്ന് മകാര-പൈങ്കിളി-ചവറു സാഹിത്യവും കോടമ്പാക്കത്തു നിന്ന് യാതൊരു സാമൂഹികബാധ്യതയും അവശേഷിച്ചിട്ടില്ലാത്ത തരം കച്ചവടസിനിമയും സൂകരപ്രസവം പോലെ തുരുതുരാ ഉൽപാദിപ്പിക്കപ്പെട്ടുകൊണ്ടിരുന്നു. കേരളീയ പൊതുമണ്ഡലത്തിൽ ആശയമേൽക്കോയ്മ ഉണ്ടായിരുന്ന പുരോഗമന-നവോത്ഥാന വീക്ഷ

ണങ്ങൾക്ക് വൻ തിരിച്ചടി നൽകാൻ ഈ വ്യാവസായികതന്ത്രത്തിന് സാധിച്ചു എന്നത് പ്രസ്താവ്യമാണ്. ഈ വ്യാവസായികതന്ത്ര ത്തിന്റെ രാഷ്ട്രീയന്യായം തീർത്തത് വിമോചനസമരാനന്തര കേരള മായിരുന്നു എന്നതും ശ്രദ്ധിക്കപ്പെടേണ്ടതാണ്.

ഭൂപരിഷ്ക്കരണനാന്തര കാർഷിക/വിതരണ വ്യവസ്ഥ, ഗൾഫ് പ്രവാസം, സ്വാതന്ത്ര്യലബ്ധിയുടെ കാലഘട്ടത്തിലുണ്ടായിരുന്ന ദേശീയതയുടെ ആവേശത്തിലുണ്ടായ ഇടിച്ചിൽ, ഉപഭോഗസം സ്ക്കാരം, അടിയന്തിരാവസ്ഥ എന്നിവയിലൂടെ അടയാളപ്പെടുത്ത പ്പെട്ട എഴുപതുകളിലെ രാഷ്ട്രീയ-സാമ്പത്തിക-സാമൂഹ്യ മാറ്റ ങ്ങൾക്ക് സമാന്തരമായി മലയാള സിനിമയും മാറി മറിഞ്ഞു. പിൽക്കാലത്ത്, യഥാക്രമം ഇറക്കുമതി പ്രസ്ഥാനം എന്നും കയറ്റു മതി പ്രസ്ഥാനം എന്നും ആക്ഷേപിക്കപ്പെട്ട ഫിലിം സൊസൈറ്റി കളും ആർട് സിനിമകളും ചേർന്ന് പുതിയ ഭാവുകത്വത്തെയും പുതിയ ആസ്വാദകസമൂഹത്തെയും ഉത്പാദിപ്പിച്ചു. വ്യക്തിയെ സമൂ ഹജീവി എന്ന നിലയിൽ നിന്ന് അടർത്തി മാറ്റി ഒറ്റപ്പെട്ടവനായി പരിഗണിക്കുന്ന ആധുനികസാഹിത്യത്തിന്റെ ലോകവീക്ഷണം തന്നെയാണ് കലാ സിനിമയും കൈക്കൊണ്ടത്.

സ്വയംവരം, കൊടിയേറ്റം, എലിപ്പത്തായം, ഉത്തരായനം, കാഞ്ച നസീത, നിർമാല്യം, കബനീനദി ചുവന്നപ്പോൾ, ചെറിയാച്ചന്റെ ക്രൂരകൃത്യങ്ങൾ, അമ്മ അറിയാൻ, അതിഥി, സ്വപ്നാടനം, അശ്വ ത്ഥാമാവ്, യാരോ ഒരാൾ, പ്രയാണം എന്നിങ്ങനെ പല തലത്തിൽ പ്രസക്തമായിത്തീരുകയും ചർച്ച ചെയ്യപ്പെടുകയും ചെയ്ത ഒട്ടേറെ സിനിമകൾ ഇക്കാലത്ത് പുറത്തിറങ്ങുകയുണ്ടായി. *നീലക്കുയിലി*ലെ നീലിയുടെയോ *ന്യൂസ് പേപ്പർ ബോയി*യിലെ അപ്പുവിന്റെയും ശങ്ക രൻ നായരുടെയുടെയുമോ *ഓടയിൽ നിന്നി*ലെ പപ്പുവിന്റെയോ പോലുള്ള പ്രശ്നങ്ങളല്ല *സ്വയംവരം, അശ്വത്ഥാമാവ്, സ്വപ്നാട നം, പ്രയാണം, യാരോ ഒരാൾ* പോലുള്ള സിനിമകളിലെ നായക ന്മാർ അഭിമുഖീകരിച്ചിരുന്നത്. സാമൂഹികവും സംഘപരവുമായ പ്രശ്നങ്ങളിൽ നിന്ന് വ്യക്തിയുടെ ആന്തരികമനസ്സിലേക്കും അസ്തിത്വ വ്യഥകളിലേക്കും, പ്രമേയങ്ങളും പരിചരണങ്ങളും മാറി യത് ഈ കാലഘട്ടത്തോടെയാണ്. എഴുപതുകളിൽ സജീവമായ ആധുനികതാ പ്രസ്ഥാനവും ആർട് സിനിമകളും ചേർന്ന് ഉയർന്ന കലയും താഴ്ന്ന കലയും തമ്മിലുള്ള സംഘർഷത്തെ രൂക്ഷമാക്കി ത്തീർത്തു.

ഫിലിം സൊസൈറ്റി പ്രസ്ഥാനം ആദ്യ കാലവ്യാപ്തിയിൽ നിന്ന്

പിന്നീട് പരിമിതപ്പെട്ടതോടെ, കലാ സിനിമക്ക് ജനപ്രിയ സാംസ്ക്കാരിക വ്യവസ്ഥയായി രൂപാന്തരപ്പെടാൻ യാതൊരു സാധ്യതകളുമില്ലാതായി. ജനങ്ങൾക്ക് ആശ്രയിക്കാൻ കച്ചവട സിനിമകളും അതിന്റെ ഏകമുഖവാദങ്ങളും ലാഭന്യായങ്ങളും മാത്രമാണ് ബാക്കിയായത്. ഇരുപത്തഞ്ച് വർഷത്തിനു ശേഷം മാത്രം കോമാളിയായിരുന്നു എന്നു തിരിച്ചറിയപ്പെട്ട ജയനെ പൗരുഷപ്രതീകമായി കൊണ്ടാടിയ അക്കാലത്തെ മുഖ്യധാരാസിനിമകൾ അസഹനീയമായിരുന്നു. അവയുടെ ലാവണ്യ ബോധം പരിപൂർണമായും കമ്പോളത്തിന് കീഴ്പ്പെട്ടതായിരുന്നു. ആസ്വാദനമണ്ഡലത്തിൽ രൂപപ്പെട്ട പിളർപ്പ് പരിഹരിക്കാനുള്ള മധ്യവർത്തി സിനിമകളുടെ ശ്രമങ്ങൾ അക്കാലത്ത് പലപ്പോഴും ശ്രദ്ധേയ വിജയങ്ങൾ നേടിയെടുത്തുവെങ്കിലും - *ഇരകൾ, കോലങ്ങൾ, ഒരിടത്തൊരു ഫയൽവാൻ* - ആ ശ്രേണി പിന്നീട് സ്വാഭാവികചരമമടയുകയാണുണ്ടായത്. പുറമേക്ക് ഭദ്രമെന്നും സന്തുഷ്ടമെന്നും തോന്നിപ്പിക്കുകയും ഉള്ളിൽ അഗ്നിപർവതം പോലെ തിളച്ചുമറിയുന്നതുമായ ഒരു കുടുംബവ്യവസ്ഥയിലൂടെയാണ് നാം കാലം താണ്ടുന്നതെന്ന സങ്കീർണമായ സത്യം വെളിപ്പെടുത്താനാണ് കെ.ജി. ജോർജ് *ഇരകളി*(1986)ലൂടെ ശ്രമിച്ചെങ്കിലും ആസ്വാദക-വിമർശക സമൂഹങ്ങൾ അത് അവഗണിച്ചു.

ഇന്ത്യയിലെ മറ്റു സംസ്ഥാനങ്ങളിലെല്ലാം ഭരണകൂടത്തിന്റെ സാമ്പത്തികവും മറ്റുമായ പിന്തുണയോടെയാണ് കലാ സിനിമ നിലനിന്നതെങ്കിൽ, കേരളത്തിൽ അത്തരം പിന്തുണ കുറവായിരുന്നു എന്നു മാത്രമല്ല, സമൂഹത്തിന്റെ പല ഭാഗത്തുനിന്നുള്ള പിന്തുണകളായിരുന്നു അതിന്റെ ബലം എന്നത് എടുത്തുപറയേണ്ടതാണ്. എഴുപതുകളിൽ സിപിഐ(എം) നേതൃത്വത്തിൽ രൂപീകരിച്ച ജനശക്തി ഫിലിംസും പിന്നീട് എൺപതുകളിലുണ്ടായ ഒഡേസയും മറ്റും നല്ല സിനിമക്കുവേണ്ടി ജനങ്ങൾ വ്യാപകമായി രംഗത്തിറങ്ങിയതിന്റെ ആവേശകരമായ അനുഭവങ്ങളായിരുന്നു. ചിത്രലേഖ പോലുള്ള സഹകരണപ്രസ്ഥാനങ്ങൾ, ജനറൽ പിക്ച്ചേഴ്സ് പോലെ ലാഭമോ മുതൽമുടക്കോ നോക്കാതെ നല്ല സിനിമക്കു വേണ്ടി നിരന്തരം സംഭാവന ചെയ്തു പോന്ന കലാസ്നേഹികളായ വ്യവസായികൾ എന്നിവയൊക്കെ കേരളത്തിൽ മാത്രം സംഭാവ്യമായ അപൂർവതകളായിരുന്നു. നല്ല സിനിമക്കു പിന്തുണയുമായെത്തിയ ഫിലിം സൊസൈറ്റി പ്രസ്ഥാനത്തിന്റെ വ്യാപനവും സവിശേഷതയായിരുന്നു.

എൺപതുകളും തൊണ്ണൂറുകളും ആഗോളവൽക്കരണപ്രയോ

ഗത്തിന്റെയും സമഗ്രാധിപത്യ പ്രവണതകളുടെയും ബലതന്ത്രങ്ങൾ കൊണ്ട് കലുഷിതമായിത്തീർന്നു. മലയാള സിനിമയിലും പുതിയ നായകത്വങ്ങൾ വിഗ്രഹവൽക്കരിക്കപ്പെട്ടു. എന്നാൽ, ഈ കാലഘട്ടം ഉത്പാദിപ്പിച്ച ഏറ്റവും ശ്രദ്ധേയമായ ബാക്കിപത്രം, കേരളീയതയെ സംബന്ധിച്ച് തദ്ദേശീയ സിനിമ നിബന്ധിച്ച സാംസ്കാരിക സങ്കൽപങ്ങളും പ്രതീതി യാഥാർത്ഥ്യങ്ങളുമാണ്. വേഷ്ടി/മുണ്ടും കാളനോലനവിയലും തൃക്കാക്കരപ്പനും വള്ളുവനാട്ടിലെ *ഇല്ല്യ* എന്ന കൊഞ്ചലും ചേർന്ന് കേരളീയതയെ സവർണ-വരേണ്യതയുടെ ഏകമാനബിംബമാക്കി സങ്കോചിപ്പിച്ചു നിശ്ചലമാക്കി. ഇടിഞ്ഞു പൊളിഞ്ഞ ഒരു ലോകത്തെ സങ്കൽപങ്ങളിലെങ്കിലും താങ്ങി നിർത്താനുള്ള സാഹസിക ശ്രമങ്ങളുടെ വ്യാജവ്യവഹാരങ്ങളായി കേരളീയതയും കേരളത്തനിമയും സിനിമകളിൽ തുടരെത്തുടരെ പ്രത്യക്ഷപ്പെട്ടു. പ്രാദേശികക്കമ്പോളം മാത്രമല്ല, മേളകളും ടെലിവിഷൻ ചാനലുകളും മൾട്ടിപ്ലെക്സുകളും ചേർന്ന വൈദേശികക്കമ്പോളത്തിനും ഈ ദൃശ്യാവിഷ്ക്കാര ചാരുത കൾ പഥ്യമായിരുന്നു. അങ്ങിനെ, ഒരു പക്ഷെ ലോകത്തു തന്നെ ആദ്യമായി ആർട് സിനിമകൾക്കും ഒരു നിശ്ചിത ഫോർമുല മലയാളസിനിമയിൽ രൂപം കൊണ്ടു.

സമീപ ഭൂതകാലത്തിറങ്ങിയ മുഖ്യധാരാസിനിമകളിലധികവും മലയാളഭാഷ, കേരളം എന്നീ പരികൽപനകളെ പല മടങ്ങ് പരിഹസിക്കുന്നതും അവമതിക്കുന്നതുമായിരുന്നു. സ്ത്രീ പീഡന ആരോപണങ്ങളൊക്കെയും കെട്ടിച്ചമച്ചുണ്ടാക്കുന്നതാണെന്ന പുരുഷധാരണയെ ഉത്പാദിപ്പിക്കാൻ വരെ ഹിറ്റ് സിനിമകൾ ചമച്ചുണ്ടാക്കപ്പെട്ടു(അയാൾ കഥയെഴുതുകയാണ്). അടുത്ത കാലത്ത് സ്ത്രീപീഡനത്തിന് കുറ്റാരോപിതനായ ഒരു മുൻമന്ത്രിയോട് സാദൃശ്യമുള്ള കഥാപാത്രത്തെ വർഗീയഛായയിൽ പെടുത്തി മാറാട് കലാപത്തിലെ ഒറ്റ പ്രതിനായകനാക്കി ആൾമാറാട്ടം നടത്തിച്ച ചിത്രവും കേരളീയർ സ്വീകരിച്ചു (ഭരത്ചന്ദ്രൻ ഐപിഎസ്). സവർണ ഹിന്ദുത്വ രാഷ്ട്രീയത്തിന് നഗ്നമായ ന്യായീകരണം ചമക്കുന്ന *ചിന്താമണി കൊലക്കേസിലെ* നായകനായ ലാൽകൃഷ്ണ വീരാഡിയർ സ്കൂളിൽ പഠിക്കുമ്പോൾ സ്വന്തം അധ്യാപകനെ രാഷ്ട്രീയ കാപാലികർ കൊലപ്പെടുത്തുന്നതു കണ്ടതിനെ തുടർന്നാണ് പ്രതികാര പ്പോരാട്ടത്തിനായി ജീവിതം ഉഴിഞ്ഞുവെക്കുന്നത്. ചിത്രാരംഭത്തിൽ ഒരു ക്രിസ്ത്യൻ വംശജനെയും പിന്നീട് ഖുറേഷി എന്ന മുസ്ലിമിനെയും കഥാന്ത്യത്തിൽ സായികുമാർ അവതരിപ്പിക്കുന്ന

ഇടതുപക്ഷരാഷ്ട്രീയ നേതാവിനെയും വകവരുത്തുന്ന നായകൻ, വിചാരധാരയിലെ വിവരണമനുസരിച്ചാണ് പ്രവർത്തിക്കുന്നത്. എല്ലാം നഷ്ടപ്പെട്ട ബ്രാഹ്മണന്റെ അധികാരരാഷ്ട്രീയത്തിലൂടെയുള്ള തിരിച്ചടികൾ വിവരിക്കപ്പെടുന്ന *വാസ്തവം* ഔദ്യോഗിക അംഗീകാരവും പിടിച്ചു പറ്റി. ആധുനികമായ ഒരു ജീവിത സാഹചര്യം പ്രദാനം ചെയ്യുന്ന ഒന്നല്ല മുസ്ലിം സാമുദായികാവസ്ഥ എന്ന് പരോക്ഷമായി സൂചിപ്പിക്കപ്പെടുന്ന *ക്ലാസ്മേറ്റ്സ്* മാപ്പിളപ്പാട്ടിന്റെ ജനപ്രിയതയുടെ പിൻബലത്തിലാണ് വാണിജ്യവിജയം നേടിയതെന്നത് 2006-ലെ ഏറ്റവും വലിയ വിരോധാഭാസങ്ങളിലൊന്നാണ്. തമിഴനോടുള്ള പരിഹാസം കേരളീയരെ പിടികൂടിയിരിക്കുന്ന നാടുവാഴിത്ത-മധ്യവർഗ-സവർണ മൂല്യങ്ങളുടെ വെളിപ്പെടലാണെന്നതിന്റെ കൂടി തെളിവായി *രസതന്ത്ര*വും വൻ വാണിജ്യ വിജയം കരസ്ഥമാക്കി. സവർണ ഹിന്ദു മൂല്യങ്ങളെ മഹത്വവൽക്കരിക്കുന്ന പ്രക്രിയയെ കുടുംബചിത്രമെന്ന ലേബലിന്നുള്ളിലൊളിപ്പിച്ചുവെക്കുന്ന *വടക്കുന്നാഥൻ* ആ കാരണം കൊണ്ടു തന്നെ ജനപ്രിയതയിൽ പരാജയപ്പെട്ടില്ല.

കീർത്തിചക്ര ദേശീയത, അഖണ്ഡത, അതിർത്തി സംരക്ഷണം, യുദ്ധം എന്നീ പരികൽപനകളെ ദേശ-രാഷ്ട്ര നിർമിതിയുടെ ചരിത്ര-വർത്തമാന യുക്തികളിൽ കുടുക്കിയിട്ടുകൊണ്ട് പൊതുബോധത്തെ സമാശ്വസിപ്പിക്കുന്ന വിധത്തിലെടുത്തിരിക്കുന്ന ഒരു സിനിമയാണ്. ഇന്ത്യൻ മുസ്ലിമിന്റെ യശസ്സ് ഉയർത്തിക്കാട്ടിയ ചിത്രം എന്ന പരസ്യവാചകം തന്നെ എത്ര മാത്രം അപകടകരമായ അജണ്ടയാണീ ചിത്രത്തിനുള്ളത് എന്നു തെളിയിക്കുന്നു. സിനിമക്കു പരിചിതമായ കേവലമായ നന്മ/തിന്മ ദ്വന്ദ്വത്തെ ഹിന്ദു/മുസ്ലിം എന്നിങ്ങനെ സൂത്രവാക്യവൽക്കരിച്ച് ഫാസിസ്റ്റുകളുടെ രാഷ്ട്രീയതന്ത്രത്തെ ന്യായീകരിച്ചെടുക്കുന്ന *കീർത്തിചക്ര*യുടെ വിജയത്തെ നെഞ്ചിടിപ്പോടെ മാത്രമേ ഉൾക്കൊള്ളാനാവൂ. തൊഴിലാളി, തൊഴിൽ, അധ്വാനം, അവകാശം, കൂലി, തൊഴിൽ സുരക്ഷിതത്വം, സംഘടന, സമരം തുടങ്ങിയ നിരവധി കാര്യങ്ങളിൽ മലയാളികൾ അവർ കടന്നു പോന്ന ചരിത്ര കാലഘട്ടത്തിന്റെ പാഠങ്ങളുൾക്കൊണ്ടുകൊണ്ട് നടത്തുന്ന പ്രതികരണങ്ങളെ ക്രൂരമായി പരിഹസിക്കുന്ന ആഖ്യാനം വൻ വാണിജ്യ വിജയമായിത്തീരുന്നു (*അറബിക്കഥ*).

തമിഴ്-ഹിന്ദി-ഹോളിവുഡ് സിനിമകളെ വ്യാവസായികമായി പ്രതിരോധിച്ച് പിടിച്ചു നിൽക്കാനുള്ള യാതൊരു മികവും സാധ്യ

തയും അതേ സമയം മലയാള സിനിമാ വ്യവസായം പ്രകടിപ്പിക്കുന്നില്ല. പ്രിന്റുകൾ ആവശ്യമില്ലാത്ത ഡിജിറ്റൽ-ഉപഗ്രഹ സിനിമയുടെ പുതിയ വിഹായസ്സുകളിലേക്ക് കുതിച്ചുചാടാനുള്ള ശ്രമങ്ങൾ വളരെ പതുക്കെയാണെങ്കിലും വ്യാപകമായിക്കൊണ്ടിരിക്കുകയാണ്. ദേശ-വിദേശ കുത്തകകൾ കേരളത്തിലെ തിയറ്ററുകൾ വാടകക്കും വിലയ്ക്കും കൈവശപ്പെടുത്താൻ തുടങ്ങിക്കഴിഞ്ഞു. കുത്തകകൾ വിതരണ-നിർമാണ രംഗത്തേക്കും പ്രവേശിച്ചിരിക്കുകയാണ്. സാമ്പത്തിക അച്ചടക്കം പാലിച്ചും സാങ്കേതികമുന്നേറ്റങ്ങളോട് കാലാനുസൃതമായി പ്രതികരിച്ചും ക്രമബദ്ധമായ ഒരു വ്യവസായ സംസ്ക്കാരം രൂപപ്പെടുത്തിയെടുക്കാനുള്ള യാതൊരുവിധ ശ്രമങ്ങളും ആലോചനയിൽ പോലും കടന്നുവരുന്നില്ല എന്നത് ഖേദകരമാണ്. ആഹ്ലാദകരമായ ആസ്വാദനത്തിന് പാകമായ ഏതെങ്കിലും ഒരു സിനിമാഹാൾ കേരളത്തിലിപ്പോൾ അവശേഷിച്ചിട്ടുണ്ടോ എന്നുപോലും സംശയമാണ്.

എന്നാൽ, ഏറ്റവും നിർണായകമായ പ്രതിസന്ധി അതൊന്നുമല്ല. അത് ഭാവനയുടേതും രാഷ്ട്രീയ സത്യസന്ധതയുടേതും തന്നെയാണ്. കല, സാങ്കേതികശാസ്ത്രം, വാണിജ്യം എന്നിങ്ങനെ ഏതു മേഖലകളിലുമുള്ള നവീനസംരംഭങ്ങളിൽ അത്യന്തം ഉത്സാഹത്തോടെഭാഗഭാക്കാവുന്ന (ലോക) മലയാളിയുടെ സിനിമാസങ്കൽപങ്ങൾ മാത്രം പിന്തിരിപ്പൻ സദാചാരബോധത്തിലും കാലഹരണപ്പെട്ട ദൃശ്യ-ശബ്ദ ബോധങ്ങളിലും കുടുങ്ങിക്കിടക്കുന്നതെന്തുകൊണ്ട്? ശയനം (എം.പി. സുകുമാരൻ നായർ), സൂസന്ന, ഡാനി, കഥാവശേഷൻ, ഭൂമിമലയാളം (ടി.വി. ചന്ദ്രൻ), നെയ്ത്തുകാരൻ, പുലിജന്മം (പ്രിയനന്ദനൻ), ഗർഷോം, പരദേശി (പി.ടി. കുഞ്ഞുമുഹമ്മദ്), തിരക്കഥ(രഞ്ജിത്), ആകാശഗോപുരം(കെ.പി. കുമാരൻ) എന്നിങ്ങനെ അപൂർവം സിനിമകളൊഴിച്ച് ഔചിത്യബോധവും മികവും പ്രകടിപ്പിച്ച സിനിമകൾ കഴിഞ്ഞ പതിറ്റാണ്ടിൽ പുറത്തിറങ്ങിയിട്ടേ ഇല്ല എന്നത് മലയാളസിനിമയുടെ വർത്തമാനത്തെയും ഭാവിയെയും നിരാശാരിതമാക്കുന്നു.

രണ്ടാം ലോകയുദ്ധാനന്തരമുള്ള യൂറോപ്യൻ സിനിമ സ്വീകരിച്ച രൂപഘടന, എഴുപതുകളിലെ ആർട് സിനിമയെ ആവേശിച്ചതായി ഒരു വിമർശനമുണ്ട്. അതോടൊപ്പം അക്കാലത്ത് പ്രചാരത്തിലായ മലയാളത്തിലെ ആധുനികസാഹിത്യത്തിന്റെ ലക്ഷണങ്ങളിലൊന്നായ ദുരൂഹതയും ഒരു മികവായെണ്ണി ഇത്തരം ചിത്രങ്ങൾക്ക് ഭൂഷണമായി കരുതി സ്വീകരിക്കപ്പെട്ടു. ഇതുകൊണ്ടൊക്കെത്തന്നെ

ഇത്തരം ചിത്രങ്ങൾക്ക് കേരളീയജീവിതവുമായി ഉണ്ടാകേണ്ടിയിരുന്ന ഇഴയടുപ്പവും പരസ്പരാശ്രിതത്വവും നഷ്ടമായി. പുതിയ കേരളത്തിന്റെ പ്രതിസന്ധികളെയും വിഹ്വലതകളെയും രാഷ്ട്രീയമായി തിരിച്ചറിഞ്ഞ് അഭിമുഖീകരിക്കുവാനുള്ള പക്വതയും ആർജ്ജവവും വേണ്ടത്ര പ്രകടിപ്പിക്കാൻ ആർട് സിനിമാപ്രസ്ഥാനത്തിന്റെ ദൗർബല്യങ്ങൾ തടസ്സം നിന്നു.

ഇരുപതാം നൂറ്റാണ്ടിൽ ലോകം നേരിട്ട അതിതീക്ഷ്ണമായ പ്രതിസന്ധികളെ ലോക സിനിമ ആവിഷ്ക്കരിച്ചതിന്റെ സാക്ഷ്യങ്ങൾ നമുക്കുമുമ്പിലുള്ളപ്പോൾ മലയാള സിനിമയുടെ കുറ്റകരമായ ഈ അനാസ്ഥയും അനാഥത്വവും എന്തുകൊണ്ടെന്ന് നാം ഉറക്കെ ചോദിച്ചേ തീരൂ. യഥാർത്ഥ കേരളവുമായി അകന്നു നിന്ന ഈ ജനുസ്സിലുള്ള സിനിമ ആർട് സിനിമയുടെ അഥവാ അവാർഡ് സിനിമയുടെ ഒരു ഫോർമുല തന്നെ സൃഷ്ടിച്ചെടുത്തിരിക്കുകയാണ്. സായിപ്പിന്റെ ഒപ്പിനു വേണ്ടി നിരന്തരം പരിശ്രമിക്കുന്ന തരം ചിത്രങ്ങൾ പടച്ചുവിടുന്ന ഒരു സാഹചര്യം പിന്നീട് സംജാതമായി. ആദ്യകാലത്തെ ആർട് സിനിമ, ആധുനിക കവിത കാൽപനികതയുടെ നടന്നു തീരാത്ത പാതകൾ പിന്നിട്ടതിന് സമാന്തരമായ ഒരു നടത്തമാണ് നടന്നത്.എന്നാൽ കവിത പിന്നീട് രാഷ്ട്രീയ വളർച്ചയും പക്വതയും ആർജ്ജിച്ചെങ്കിലും സിനിമ അതിന് തുനിയുകയുണ്ടായില്ല.

ഏറ്റവും നിർണായകമായ പ്രശ്നം സമാന്തരസിനിമ ആവിഷ്ക്കരിക്കുന്ന അഥവാ ആവിഷ്ക്കരിക്കാൻ ശ്രമിക്കുന്ന കേരളം, മലയാളം, മലയാളി ഏതാണ് എന്നുള്ളതു തന്നെയാണ്. തീർച്ചയായും നേരത്തെ വിവരിച്ച തരത്തിലുള്ള വർഗീയവാദിയും ആ ഭാസനുമായ ഒരു കച്ചവടസിനിമാ മലയാളി (മോഹൻലാലിന്റെ കഥാപാത്രങ്ങൾ) യെയല്ല സമാന്തരസിനിമ പ്രതിനിധാനം ചെയ്യുന്നത് എന്നത് തീർച്ചയാണ്. എന്നാൽ പ്രവാസവും അയാർത്ഥിത്വവും ലൈംഗികയങ്ങളും മുതലാളിത്തത്തിന്റെ കൊള്ളനീതികളും നാടുവാഴിത്തത്തിന്റെ ഇനിയും വിട്ടുമാറാത്ത സാംസ്കാരിക അവശേഷിപ്പുകളും ചേർന്ന് കലുഷമാക്കിയ കേരളീയ ജീവിതത്തിന്റെ അനാഥത്വങ്ങളെ ഏതു സിനിമയിലാണ് സത്യസന്ധമായും ആത്മാർത്ഥമായും നമുക്ക് നേരിൽ കാണാൻ കഴിയുന്നത് എന്ന അന്വേഷണമാണ് അനുവാചകൻ ഉയർത്തുന്നത്. അഥവാ ഉയർത്തേണ്ടത്. ഈ അന്വേഷണത്തെ അഭിമുഖീകരിക്കാൻ മലയാള ചലച്ചിത്രകാരൻ തയ്യാറുണ്ടോ എന്നതാണ് പ്രസക്തമായ ചോദ്യം.

ചരിത്രത്തിലില്ലാത്ത ജീവിതവും സിനിമയും

ഭരണാധികാരികളും സാംസ്ക്കാരിക/ചലച്ചിത്ര പ്രവർത്തകരും സംഘടനകളും അക്കാദമികൾ, കലാലയങ്ങൾ സർവകലാശാലകൾ എന്നിവയടക്കമുള്ള ഔദ്യോഗിക/അനൗദ്യോഗിക സ്ഥാപനങ്ങളും പുലർത്തുന്ന അനവധാനത മൂലം കൃത്യമായി എഴുതപ്പെടാതെയും രേഖപ്പെടുത്താതെയും പോകുന്ന മലയാള സിനിമയുടെയും കേരള സംസ്ക്കാരത്തിന്റെയും ഇരുളടഞ്ഞ ചരിത്രയാഥാർത്ഥ്യങ്ങളിൽ നിന്നാണ് ഗംഭീരമെന്നു തന്നെ വിശേഷിപ്പിക്കേണ്ട, *ജെ.സി. ഡാനിയലിന്റെ ജീവിതകഥ (ചേലങ്ങാട്ട് ഗോപാലകൃഷ്ണൻ), നഷ്ടനായിക* (വിനു ഏബ്രഹാം)എന്നീ രണ്ടു ഗ്രന്ഥങ്ങളും രൂപപ്പെട്ടുവന്നത്. ഇരുപതാം നൂറ്റാണ്ടിലെ മലയാള സിനിമയുടെ ആരംഭത്തെ വലിയൊരളവു വരെ തുറന്നുകാണിച്ചു കൊണ്ട്, അതിന്റെ മഹത്വവത്ക്കരണങ്ങളെ വലിച്ചു കീറുകയാണ് ഈ പുസ്തകങ്ങൾ നിർവഹിക്കുന്ന യഥാർത്ഥ ധർമം. ഈ പുസ്തകങ്ങളെ തുറന്നനുസരിച്ചുകൊണ്ടാണ് കമൽ, സെല്ലുലോയ്ഡ് എന്ന സിനിമ പൂർത്തീകരിച്ചത്. വരേണ്യചരിത്ര സ്വസ്ഥതയിൽ അലസമായി ആണ്ടു കിടന്നിരുന്ന കേരളീയ പൊതുബോധത്തെ ഈ സിനിമ അക്ഷരാർത്ഥത്തിൽ വിറളി പിടിപ്പിച്ചു.

ലഭ്യമായ വിവരങ്ങൾ വെച്ച് 1930 ഒക്ടോബർ 30-നാണ് *വിഗതകുമാരൻ* തിരുവനന്തപുരത്തെ ക്യാപിറ്റോൾ തിയേറ്ററിൽ പ്രദർശനമാരംഭിച്ചത്. ആരംഭിച്ച ദിവസമോ അല്ലെങ്കിൽ രണ്ടോ മൂന്നോ ദിവസത്തിനകമോ, അക്രമാസക്തരായ കാണികൾ തിരശ്ശീലയിലേക്ക് കല്ലെറിയുകയും നായികയായഭിനയിച്ച നടി പി.കെ. റോസിയെ ആക്രമിക്കുകയും ചെയ്തതിനെത്തുടർന്ന് ചിത്രത്തിന്റെ പ്രദർശനം നിർത്തിവെച്ചു.

മലയാള സിനിമക്കു വേണ്ടി ജീവിച്ചിരിക്കെ രക്തസാക്ഷികളായി മാറിയവരാണ് ജെ.സി. ഡാനിയലും പി.കെ, റോസിയും എന്ന് മുഴുവൻ മലയാളികളും തിരിച്ചറിയുന്ന ഒരു നാൾ വരുക തന്നെ ചെയ്യുമെന്ന പ്രതീക്ഷയോടെയാണ് കമൽ സെല്ലുലോയ്ഡ് അവതരിപ്പിക്കുന്നത്. മറ്റെന്തെല്ലാം പരിമിതികളുണ്ടായാലും ഈ ചരിത്രദൗത്യം പൂർത്തീകരിക്കുന്നതിൽ കമൽ വിജയിച്ചിരിക്കുന്നു എന്നതാണ് സുപ്രധാനം.

നീലക്കുയിലും കേരള നവോത്ഥാനവും

മുകളിൽ മദ്ധ്യകേരളത്തിലെ വിശാലമായ നീലാകാശം, താഴെ

കണ്ണെത്താതെ നീണ്ടുകിടക്കുന്ന കന്നി വയലുകൾ. അവക്കിടയിലൂടെ പ്രവഹിച്ചുകൊണ്ടിരിക്കുന്ന കുറെ മനുഷ്യജീവിതങ്ങൾ. വൈവിദ്ധ്യങ്ങളും വൈരുദ്ധ്യങ്ങളും നിറഞ്ഞ അവരുടെ ജീവിതത്തിൽ നിന്ന് നെയ്തെടുത്ത ഒരു കഥയാണ് നീലക്കുയിൽ എന്ന കാർഡാണ് മലയാള സിനിമയിൽ കേരളീയതയുടെ തുടക്കം കുറിച്ചു എന്ന് പിന്നീട് വ്യാഖ്യാനിക്കപ്പെട്ട *നീലക്കുയിലി*ന്റെ ടൈറ്റിലുകൾക്കു തൊട്ടു പുറകെ തിരശ്ശീലയിൽ തെളിഞ്ഞത്.

ട്രാൻസ്പോർട് കോൺട്രാക്റ്ററും വ്യവസായ പ്രമുഖനുമായിരുന്ന ടി കെ പരീക്കുട്ടി സാഹിബ് ആരംഭിച്ച ചലച്ചിത്ര നിർമാണക്കമ്പനിയായ ചന്ദ്രതാരാ പ്രൊഡക്ഷൻസ് ആദ്യമായി നിർമിച്ച സിനിമയായ *നീലക്കുയിൽ* 1954-ലാണ് പുറത്തു വന്നത്. കേരളത്തിലെ ആദ്യ എഴുപത് എംഎം തിയറ്ററായ കൊച്ചിൻ സൈനയും അദ്ദേഹമാണ് നിർമിച്ചത്. രാരിച്ചൻ എന്ന പൗരൻ, നാടോടികൾ, മുടിയനായ പുത്രൻ, മൂടുപടം, തച്ചോളി ഒതേനൻ, ഭാർഗവീനിലയം, കുഞ്ഞാലിമരക്കാർ, ആൽമരം എന്നിവയാണ് അദ്ദേഹത്തിന്റെ മറ്റു ചിത്രങ്ങൾ. ഇവയിൽ നീലക്കുയിൽ(1954), മുടിയനായ പുത്രൻ(1961), തച്ചോളി ഒതേനൻ(1964), കുഞ്ഞാലിമരക്കാർ (1967) എന്നിവ രാഷ്ട്രപതിയുടെ വെള്ളിമെഡൽ നേടി. അക്കാലത്തു തന്നെ മലയാള സാഹിത്യത്തിൽ തന്റേതായ സാന്നിദ്ധ്യം തെളിയിച്ചിരുന്ന ഉറൂബ്(പി സി കുട്ടികൃഷ്ണൻ) സിനിമക്കു വേണ്ടി മാത്രമായെഴുതിയ കഥയും അദ്ദേഹം തന്നെ തയ്യാറാക്കിയ തിരക്കഥയുമാണ് നീലക്കുയിലിന്റേത്.

കഥയും ചലച്ചിത്രകഥയും - ഉറൂബ് എന്നാണ് ടൈറ്റിലിൽ തെളിയുന്നത്. നീലക്കുയിലിന്റെ സവിശേഷതയെക്കുറിച്ച് ചലച്ചിത്ര നിരൂപകനും ചരിത്രകാരനുമായ വിജയകൃഷ്ണൻ ഇപ്രകാരം വിവരിക്കുന്നു. *അന്നോളം പുറത്തുവന്ന ഏതൊരു മലയാള ചിത്രത്തിലുമുപരി കേരളീയത പുലർത്തിയ ചിത്രമായിരുന്നു നീലക്കുയിൽ. ചിത്രത്തിന്റെ ഓരോ അടിയിലും ത്രസിച്ചുനിൽക്കുന്ന കേരളീയ ഗ്രാമാന്തരീക്ഷമുണ്ടായിരുന്നു. നിത്യജീവിതത്തിൽ നിന്ന് പറിച്ചെടുത്ത കഥാപാത്രങ്ങൾ. അവരുടെ കൊച്ചു നൊമ്പരങ്ങളും ആഹ്ലാദങ്ങളും അതുവരെ പുറത്തുവന്ന ചിത്രങ്ങളിലെ കൃത്രിമമായ അന്തരീക്ഷ സൃഷ്ടിയുടെ സ്ഥാനത്ത് സജീവവും ഊഷ്മളവും യാഥാർഥ്യാധിഷ്ഠിതവുമായ അന്തരീക്ഷമിണക്കിച്ചേർത്തു എന്നതാണ് നീലക്കുയിലിന്റെ ഏറ്റവും വലിയ പ്രത്യേകത.*(മലയാള സിനിമയുടെ കഥ-പേജ് 63)

ടൈറ്റിലിനും തുടക്കത്തിൽ എഴുതിയ കാർഡിനും ശേഷമുള്ള ആദ്യത്തെ ദൃശ്യത്തിൽ തന്നെ പക്ഷെ കേരളീയത പിറകിൽ വലിച്ചുകെട്ടിയ ഒരു തുണിശ്ശീലയായി പ്രത്യക്ഷപ്പെടുന്നതു കാണാം. *ചിഞ്ചക്കം താരോ, ചിഞ്ചക്കം താരോ, പുഞ്ചവയൽ കൊയ്തല്ലോ കൊഞ്ചെടി കൊഞ്ചെടി തത്തമ്മേ* എന്ന കൊയ്ത്തുപാട്ടിന്റെ പശ്ചാത്തലമാണ് നാടകസ്റ്റേജിൽ കാണാറുള്ള ആ തുണിക്കർട്ടൻ. നാടകമായിരുന്നു കഥ/തിരക്കഥാകൃത്തിന്റെയും സംവിധായകരുടെയും മാതൃകകൾ. പി ഭാസ്ക്കരനും രാമു കാര്യാട്ടും ചേർന്നാണ് *നീലക്കുയിൽ* സംവിധാനം ചെയ്തത്. അവർ രണ്ടു പേരും പിൽക്കാലത്ത് മലയാള സിനിമയിലെ അതിപ്രശസ്ത സംവിധായകരായി തീർന്നു. മിന്നാമിനുങ്ങ്, മുടിയനായ പുത്രൻ, മൂടുപടം, ചെമ്മീൻ, ഏഴു രാത്രികൾ, അഭയം, മായ, നെല്ല്, ദ്വീപ്, അമ്മുവിന്റെ ആട്ടിൻക്കുട്ടി, കൊണ്ടഗാലി(തെലുങ്ക്) എന്നിവയാണ് രാമുകാര്യാട്ടിന്റെ പിൽക്കാല ചിത്രങ്ങൾ. ഇതിൽ ചെമ്മീൻ(1966) രാഷ്ട്രപതിയുടെ സ്വർണമെഡലും ദേശാന്തര പ്രശസ്തിയും വമ്പിച്ച വാണിജ്യവിജയവും നേടിയ ചിത്രമാണ്.

രാരിച്ചൻ എന്ന പൗരൻ, നായരു പിടിച്ച പുലിവാല്, ലൈലാമജ്നു, ഭാഗ്യജാതകം, അമ്മയെ കാണാൻ, ആദ്യകിരണങ്ങൾ, ശ്യാമളച്ചേച്ചി, അന്വേഷിച്ചു കണ്ടെത്തിയില്ല, സ്ത്രീ, തറവാട്ടമ്മ, ഇരുട്ടിന്റെ ആത്മാവ്, മുറപ്പെണ്ണ്, പകൽക്കിനാവ്, ലക്ഷപ്രഭു, കാട്ടുകുരങ്ങ്, മൂലധനം, കള്ളിച്ചെല്ലമ്മ, കുരുക്ഷേത്രം, വിത്തുകൾ, ഉമ്മാച്ചു, ജഗദ്ഗുരു ശങ്കരാചാര്യർ എന്നിങ്ങനെ അനവധി സിനിമകൾ സംവിധാനം ചെയ്യുകയും അതിലുമധികം സിനിമകൾക്ക് ഗാനങ്ങളെഴുതുകയും ചെയ്ത പി ഭാസ്ക്കരൻ മലയാളസിനിമയിൽ ഏറെക്കാലം നിറഞ്ഞു നിന്നു. *നീലക്കുയിലി*ന്റെ രചന നിർവഹിച്ച ഉറൂബ് തന്നെയാണ് രാരിച്ചൻ എന്ന പൗരൻ, ഉമ്മാച്ചു എന്നിവയുടെയും കഥ/തിരക്കഥകൾ എഴുതിയത്. *നീലക്കുയിൽ* എന്ന സിനിമക്ക് എന്തെല്ലാം പരിമിതികളുണ്ടായിരുന്നാലും ശരി, കെ. രാഘവൻ മാസ്റ്ററുടെ സംഗീത സംവിധാനത്തിൽ ആ ചിത്രത്തിലുൾച്ചേർത്തിട്ടുള്ള ഗാനങ്ങൾ കേരളീയതയുടെയും കേരളത്തിന്റെയും അംശങ്ങളെങ്കിലും നിലനിൽക്കുന്ന അത്രയും കാലം നിലനിൽക്കും എന്നതുറപ്പാണ്.

പുലയന്റെയും പാണന്റെയും മാപ്പിളയുടെയും നായരുടെയും പാട്ടുകൾ അതാതു സമുദായത്തിന്റെ വേലിക്കെട്ടുകൾ പൊളിച്ച് മുഴുവൻ മലയാളിയെക്കൊണ്ടും പാടിപ്പിച്ചു എന്ന ചരിത്രപരമായ

കടമ നിർവഹിക്കാൻ *നീലക്കുയിലി*ന്റെ സംഘാടകർക്ക് സാധിച്ചു എന്നതും ശ്രദ്ധേയമായ വസ്തുതയാണ്. കേരളത്തെ മതേതര വത്ക്കരിക്കുന്നതിലും ജനാധിപത്യവത്ക്കരിക്കുന്നതിലും ഐക്യപ്പെടുത്തുന്നതിലും, നാടോടിവഴക്കങ്ങളുടെ സംഗീത പാരമ്പര്യത്തെ പൊതുസ്ഥലത്തേക്ക് സാമാന്യവത്ക്കരിച്ച ചലച്ചിത്രഗാനശാഖ ചെയ്ത സംഭാവന വളരെ വലുതാണ്. അതിന് തുടക്കം കുറിച്ചത് *നീലക്കുയിലാ*ണെന്നതും പ്രസ്താവ്യമാണ്.

തുണിക്കർട്ടന്റെ പശ്ചാത്തലത്തിലുള്ള അവതരണഗീതം പോലുള്ള ആ ഗാനനൃത്തരംഗം കഴിഞ്ഞ ഉടനെയുള്ള ദൃശ്യത്തിൽ പക്ഷെ ക്യാമറ വാതിൽപ്പുറത്തേക്ക് സഞ്ചരിക്കുന്നു. ഒരു പക്ഷെ, മലയാള സിനിമയുടെ ചരിത്രം തന്നെ മാറ്റിക്കുറിച്ച ഒരു ഷിഫ്റ്റാണത്. ഇടിയും മിന്നലും ചേർന്ന ഒരു പേമാരി. കാർഷികപ്രധാന ജീവിതം നിറഞ്ഞു നിൽക്കുന്ന ഐക്യകേരളത്തിനും മുമ്പുള്ള കേരളഗ്രാമം. വെള്ളം പൊട്ടിച്ചാടി വയലിലെ കൃഷി ചീയാതിരിക്കാൻ കത്തിച്ച ചൂട്ടുകളും തൂമ്പകളുമായി അർദ്ധനഗ്നരായ കർഷകത്തൊഴിലാളികൾ സ്ത്രീ പുരുഷഭേദമെന്യേ മഴയെ കൂസാതെ സംഘബോധത്തോടെ അവിടെയെത്തി വരമ്പ് കെട്ടിത്തീർക്കുന്നു. സ്ഥലകാല ചരിത്രത്തെയും സാമ്പത്തിക/ഉത്പാദന ബന്ധങ്ങളെയും ആവിഷ്ക്കരിക്കുന്ന ആ ദൃശ്യത്തിന്റെ തുടർച്ച, കട്ടിലിൽ വായിച്ചു കൊണ്ട് കിടക്കുന്ന ശ്രീധരൻ മാസ്റ്ററുടെ(സത്യൻ) വിശ്രമമാണ്. എപ്പോഴും കർമനിരതരായ തൊഴിലാളികൾ; ഉപജീവനത്തിനായി ജോലി ചെയ്യുന്ന ആളാണെങ്കിലും കുറെക്കൂടി മെച്ചപ്പെട്ട നിലയിൽ ജീവിക്കുന്ന അധ്യാപകൻ എന്ന മധ്യവർഗക്കാരനും ഉന്നതജാതിക്കാരനും ആയ നായകൻ എന്ന ദ്വന്ദ്വമാണ് തുടക്കത്തിലേ തെളിയുന്നത്.

ഐക്യകേരളത്തിലൂടെ സാക്ഷാത്കൃതമായ കേരള നവോത്ഥാന ചിന്തയുടെയും പ്രാസ്ഥാനികതയുടെയും ഒരു തെളിമയാർന്ന ലക്ഷണം എന്ന നിലക്ക് *നീലക്കുയിൽ* പല വിധേന ചരിത്രത്തിൽ മുഖ്യസ്ഥാനത്തെത്തുന്നുണ്ട്. കൊച്ചിക്കാരനായ ടി.കെ. പരീക്കുട്ടി സാഹിബ് നിർമിച്ച ഈ സിനിമയുടെ രചന പൊന്നാനിക്കാരനായ ഉറൂബ് നിർവഹിച്ചപ്പോൾ കൊടുങ്ങല്ലൂർക്കാരനായ പി ഭാസ്ക്കരനും തൊട്ടടുത്ത തളിക്കുളത്തുകാരനായ രാമുകാര്യാട്ടും ചേർന്ന് സംവിധാനം ചെയ്തു. തലശ്ശേരിക്കാരനായ കെ. രാഘവൻ മാസ്റ്ററാണ് സംഗീത സംവിധാനം ചെയ്തതെങ്കിൽ ആലപ്പുഴക്കാരനായ സത്യൻ മുഖ്യവേഷത്തിലഭിനയിച്ചു.

കോഴിക്കോട് അബ്ദുൾഖാദറടക്കമുള്ളവർ ഗാനങ്ങളാലപിച്ചു. മുസ്ലിം, ഹിന്ദു, ക്രിസ്ത്യൻ വിഭാഗത്തിൽ പെട്ടവരും മലബാർ, കൊച്ചി, തിരുവിതാംകൂർ എന്നീ പ്രദേശങ്ങളിൽ പെട്ടവരുമായ അനേകർക്ക് യോജിച്ചു പ്രവർത്തിക്കാനായ ആ സംരംഭം കേരളീയത, കേരള നവോത്ഥാനം, മതേതരത്വം, ജനാധിപത്യം, പുരോഗമന ചിന്ത എന്നിങ്ങനെയുള്ള പരിവർത്തനാഹ്വാനങ്ങളുടെയും സമ്മേളനമായിരുന്നു. ഈ ആഹ്വാനങ്ങൾ പ്രവൃത്തിപഥത്തിലെത്തിയപ്പോൾ സംഭവിച്ച പരിമിതികളുടെ ലക്ഷണങ്ങളും *നീലക്കുയിലിൽ* നിന്ന് മുഴക്കത്തോടെ നമുക്ക് വായിച്ചെടുക്കാം.

കോരിച്ചൊരിയുന്ന ആ മഴയത്ത് വായനയിലും വിശ്രമത്തിലും ഉറക്കത്തിനു വേണ്ടിയുള്ള കാത്തുകിടപ്പിലുമായിരുന്ന ശ്രീധരൻ മാസ്റ്ററുടെ വീട്ടുകോലായയിൽ മഴ നനഞ്ഞു കുതിർന്ന നീലി (കുമാരി) കയറി നിൽക്കുന്നു. അവളോട് വീട്ടിനകത്തേക്കു കയറി നിൽക്കാനും മഴ കഴിഞ്ഞ് പോകാമെന്നും അയാൾ പറയുന്നു. ശബ്ദവും തണുപ്പും നനവും നിറഞ്ഞുനിന്ന ആ രാത്രിയാമത്തിൽ അയാൾ പ്രാകൃതികവികാരങ്ങൾക്ക് കീഴ്പ്പെട്ട് അവളെ ലൈംഗികമായി പ്രാപിക്കുന്നു. അയിത്തം നിറഞ്ഞുനിന്ന കാലത്തിൽ നിന്ന് വ്യത്യസ്തമായി നായർ സമുദായക്കാരന്റെ വീട്ടിനകത്തേക്ക് നിസ്സംശയം കയറാൻ പുലയയുവതിക്ക് അനുവാദം ലഭിക്കുന്നത് നവോത്ഥാന ലക്ഷണമാണെങ്കിൽ; അവളുമായുള്ള അയാളുടെ സംഗമം, പുരുഷൻ/സ്ത്രീ, നായർ/പുലയ എന്നീ ദ്വന്ദ്വങ്ങളുടെ ആധിപത്യ/വിധേയത്വ ബലതന്ത്രത്തിന്റെ നിർവഹണം മാത്രമാണെന്ന് കാണാം. അവരുടെ ബന്ധപ്പെടലിന്റെ വിശദാംശങ്ങൾ ദൃശ്യവത്ക്കരിക്കുന്നില്ല. മൃദുല വികാരങ്ങളെ അനാവശ്യമായി ഉദ്ദീപിപ്പിക്കാതിരിക്കാനുള്ള സമചിത്തത, കുടുംബ ചിത്രം തുടങ്ങിയ കാരണങ്ങളാൽ ആ അസാന്നിദ്ധ്യം ചരിത്രരചനയിൽ പ്രകീർത്തിക്കപ്പെട്ടേക്കാം. എന്നാൽ അയാൾ അനുനയത്തിലൂടെയാണോ ബലപ്രയോഗത്തിലൂടെയാണോ സംഭോഗത്തിലേക്ക് അവളെ നയിച്ചത് എന്നത് വിശദീകരിക്കപ്പെടാത്ത പ്രഹേളികയായി തുടരുമ്പോൾ, വിവാഹത്തിനകത്തും പുറത്തുമായി മുഴുവൻ മലയാളി സ്ത്രീ പുരുഷന്മാരും പിന്തുടരുന്ന ലൈംഗികബലതന്ത്രങ്ങൾ പ്രശ്നവത്ക്കരിക്കാതെ നിഗൂഢമാക്കപ്പെടുന്നു.

ഈ നിഗൂഢവത്ക്കരണത്തിലൂടെ ആ ബലതന്ത്രം കുറ്റങ്ങളേതുമില്ലാതെ സാധൂകരിക്കപ്പെടുകയും ചെയ്യുന്നു. മാത്രമല്ല, ആ സമാഗമത്തിനു ശേഷം തന്റെ കുഞ്ഞിന്റെ പിതൃത്വവും തങ്ങളുടെ സംര

ക്ഷണയും അങ്ങ് ഏറ്റെടുക്കണേ എന്ന് നീലി അപേക്ഷിക്കുമ്പോൾ അയാൾ നിസ്സഹായത നടിച്ച്-*എന്റെ സമുദായത്തെ എനിക്ക് മാനിക്കേണ്ടേ?*- പിന്തിരിയുന്ന നിർണായക കഥാ സന്ദർഭം വരെയുള്ള അവരുടെ സംഗമങ്ങളിലൊക്കെയും അവൾ പ്രസന്നവതിയും അതീവ സന്തുഷ്ടയുമായിട്ടാണ് കാണപ്പെടുന്നത്. അതായത്, ചുംബനവും മൈഥുനവും അടക്കമുള്ള കടന്നുപിടുത്തത്തിലൂടെ പുരുഷൻ സ്ത്രീയെ ലൈംഗികമായി കീഴ്പെടുത്തിക്കഴിഞ്ഞാൽ പിന്നെ അവൾ പരിപൂർണ വിധേയയായിത്തീരുന്നു എന്നാണ് സങ്കൽപവും ഭാവനയും. സുഖം അനുഭവിച്ചവളെന്ന നിലക്കും തന്റെ നഗ്ന ശരീരം ആദ്യം ദർശിച്ച ആളോട് താൻ ബന്ധിക്കപ്പെട്ടിരിക്കുന്നു എന്ന ഗാന്ധർവവിവാഹസങ്കൽപ പ്രകാരവും അവൾ അയാളെ മനസ്സാ വരിക്കുന്നു. ഇത്തരം നായികകൾ പിൽക്കാലത്ത് മലയാള സിനിമയിൽ ഒരു പതിവായി തീർന്നു.

പുരുഷനും ഉയർന്ന ജാതിക്കാരനുമായ മേലാളൻ, സ്ത്രീയും കീഴാള ജാതിക്കാരിയുമായ വിധേയ എന്ന വർഗ/ലിംഗ വൈരുദ്ധ്യമാണ് ശ്രീധരൻ/നീലി ബന്ധത്തിന്റെ അന്തസ്സത്ത. അദ്ധ്യാപകൻ എന്ന സാമൂഹ്യപരിവർത്തന വേഷമണിഞ്ഞെത്തുന്ന അയാൾ തൊഴിലാളിയും നിരക്ഷരയുമായ അവളെ കാമപൂർത്തീകരണത്തിന് വേണ്ടി കീഴ്പ്പെടുത്തുകയും പിന്നീട് അതിലുണ്ടാകുന്ന കുഞ്ഞിന്റെ പിതൃത്വം ഏറ്റെടുക്കാതിരിക്കുകയും ചെയ്യുന്നു. നാടുവാഴിത്തത്തിന്റെയും സവർണ ജാതി വ്യവസ്ഥ എന്ന ജീർണതയുടെയും മഹാഭാരങ്ങൾ ആന്തരീകരിച്ചിട്ടുള്ള അയാളുടെ ശരീരവും മനസ്സും കേരള നവോത്ഥാനത്തിന്റെ ശരീരവും മനസ്സും തന്നെയായി മാറുന്ന കൂടുവിട്ട് കൂടുമാറൽ വിദ്യയാണിവിടെ പരോക്ഷമായി പ്രാവർത്തികമാകുന്നത്.

ദളിതരെയും ആദിവാസികളെയും ന്യൂനപക്ഷങ്ങളെയും സ്ത്രീകളെയും കുട്ടികളെയും പീഡനത്തിന് വിധേയമാക്കിക്കൊണ്ടേയിരിക്കുമ്പോഴും രാഷ്ട്രീയ പ്രബുദ്ധമായ ജനാധിപത്യ/പുരോഗമന/മതേതര കേരളം സാക്ഷാത്കൃതമായി എന്ന നുണ ഉച്ചൈസ്തരം പ്രഖ്യാപിക്കാൻ നാം മടി കാണിക്കാത്തത് ഈ ആന്തരീകരണത്തിന്റെ കപട ലഹരിയിലാണെന്നർത്ഥം. ആദ്യ സംഗമത്തിനു ശേഷം കൂടുതൽ ഉത്സാഹവതിയായി പാടത്ത് നടക്കുകയും കൂട്ടുകാരികളാൽ കളിയാക്കപ്പെടുകയും ചെയ്യുന്ന നീലി, ശ്രീധരൻ മാസ്റ്ററോടുള്ള അനുരാഗവൈവശ്യത്തോടെയാണ് പിന്നീട് അയാളെ പ്രാപിക്കുന്നത്. ബലപ്രയോഗത്തിലൂടെ തന്നെ കീഴ്പ്പെടുത്താനു

ള്ള അധികാരം മേലാള/പുരുഷനുണ്ടെന്ന കീഴാള/സ്ത്രീയുടെ സാമൂഹ്യ അബോധമാണവളെ അയാളുടെ കാമുകിയാക്കി സ്വയം നിശ്ചയിക്കുന്നത്.

നായർ തറവാട്ടുകളുടെ ശിഥിലീകരണം, അതിനിടയിലും തുടരുന്ന തറവാടിത്ത ഘോഷണം, സംബന്ധം പോലുള്ള ബ്രാഹ്മണാധികാരത്തിന്റെ ലൈംഗിക ഭരണഘടന, അയിത്തോച്ചാടനനിയമം പാസാക്കിയിട്ടും തൊട്ടുകൂടായ്മയും അതിന്റെ പ്രത്യക്ഷീകരണമായ പുലഭ്യം പറച്ചിലും തുടരുന്ന തിരുമേനിയും അയാളെ പുതിയ കാലത്തെക്കുറിച്ചോർമപ്പെടുത്തുന്ന ആധുനികകാലത്തിന്റെ മറ്റൊരു പ്രതിനിധിയായ പോസ്റ്റ്മാനും എന്നിങ്ങനെ പഴമയും പുതുമയും തമ്മിലുള്ള അഭിമുഖീകരണം നാടകീയതയുടെ മുഴക്കങ്ങളോടെ *നീലക്കുയിലിൽ* ധാരാളമായി കടന്നു വരുന്നുണ്ട്. പുരോഗമനാശയത്തിന്റെ ഈ മുഖംമൂടി പ്രമേയത്തിലും നിലപാടിലുമുള്ള സന്ദിഗ്ദ്ധതയെ വെളിപ്പെടുത്താതിരിക്കാൻ മിക്കപ്പോഴും സഹായകമാകുകയും ചെയ്തു.

അവളോട് നിസ്സഹായത പ്രകടിപ്പിക്കുകയും നിനക്ക് ഏതെങ്കിലുമൊരാളെ കല്യാണം കഴിച്ചാൽ പോരെ എന്ന് ചോദിച്ച് തിരിച്ചു പോരുകയും ചെയ്യുന്ന ശ്രീധരൻ മാസ്റ്റർ ആ ഘട്ടത്തിൽ ഏതെങ്കിലും തരത്തിലുള്ള മനസ്താപമൊന്നും അനുഭവിക്കുന്നതായി കാണുന്നില്ല. ആ കഥാപാത്രത്തോട് സമ ാവപ്പെടുന്ന പ്രേക്ഷകന്റെ ഉള്ളിൽ കള്ളി വെളിച്ചത്തായി അയാൾ പിടിക്കപ്പെടുമോ എന്ന ആശങ്കയാണ് ഈ ഘട്ടത്തിൽ നിറയുന്നത്. പോസ്റ്റ്മാൻ ശങ്കരൻ നായർ തകർന്ന തറവാട്ടിലെ നളിനി(പ്രേമ)യുമായുള്ള അയാളുടെ കല്യാണം ആലോചിച്ചുറപ്പിക്കുന്നു. കല്യാണദൃശ്യത്തോടൊപ്പം സിനിമയുടെ നാടകീയത വർദ്ധിപ്പിച്ചുകൊണ്ട്, നീലിയുടെ ഗർഭം പുലയക്കുടിയിൽ വലിയ അപമാനത്തിന് ഇടയാകുന്ന ദൃശ്യമാണ് സമാന്തരമാകുന്നത്.

ആരാണ് നിന്റെ ഗർഭത്തിന് ഉത്തരവാദി എന്ന് പറയെടി എന്ന തല്ലോടുകൂടിയുള്ള അച്ഛന്റെ ചോദ്യത്തിനു മുമ്പിൽ മറുപടി പറയാതെ അവൾ കരഞ്ഞുകൊണ്ടാണെങ്കിലും ശ്രീധരൻ മാസ്റ്ററോടുള്ള വിധേയത്വം തുടരുന്നു. അയാളുടെ പേര് പറയാതെ അയാളെ എന്നെന്നേക്കുമായി രക്ഷപ്പെടുത്തുകയാണവൾ. അതിലൂടെ തന്റെ ജീവിതം മുഴുവനർത്ഥത്തിലും അനിശ്ചിതത്വത്തിലേക്കെറിയുകയുമാണവൾ. ഇപ്രകാരം തന്റെ നിലനിൽപ് പൂർണമായും കുഴപ്പത്തിലാക്കിക്കൊണ്ടാണെങ്കിലും കീഴാളവർഗത്തിലും ദളിത ജാതിയിലും

പെട്ട സ്ത്രീ മേലാളനായ പുരുഷനെ സംരക്ഷിച്ചുകൊള്ളും എന്ന ആഗ്രഹവും അങ്ങിനെ സംരക്ഷിക്കുന്നതാണ് സമുദായങ്ങൾ തമ്മി ലുള്ള ആധിപത്യ/വിധേയത്വ പാരസ്പര്യം നിലനിന്നുപോകുന്ന തിനു നല്ലത് എന്ന തീരുമാനവുമാണ് കഥാകൃത്തിന്റെ അബോധ ത്തിൽ പ്രവർത്തിക്കുന്നത്. നീലി തന്റെ ഗർഭത്തിനുത്തരവാദിയാ രാണെന്നു തുറന്നു പറഞ്ഞിരുന്നുവെങ്കിൽ മലയാള സിനിമയുടെ മാത്രമല്ല, ഒരു പക്ഷെ മലയാളിയുടെ നവോത്ഥാനത്തിന്റെ തന്നെ അജണ്ട മാറ്റി നിശ്ചയിക്കപ്പെടുമായിരുന്നു. ആ സാഹസികതക്കു തയ്യാറായില്ല എന്നതാണ് ഉറൂബും രാമു കാര്യാട്ടും പി. ഭാസ്ക്ക രനും ചേർന്ന് നടത്തുന്ന വിട്ടുവീഴ്ചാ ഫോർമുല. ഈ വിട്ടുവീഴ്ചാ ഫോർമുലയെ സാമാന്യ മലയാളി രണ്ടു കൈയും നീട്ടി സ്വീകരി ക്കുകയായിരുന്നു എന്നതാണ് *നീലക്കുയിലി*ന്റെ അഭൂതപൂർവമായ വാണിജ്യവിജയത്തിന്റെ കാരണം എന്നും സമർത്ഥിക്കാവുന്നതാ ണ്.

നീലി കാര്യങ്ങൾ തുറന്നു പറയുകയും ശ്രീധരൻ മാസ്റ്റർ തുറ ന്നുകാട്ടപ്പെടുന്ന ഒരു വഞ്ചകനായി വെളിപ്പെടുകയും ചെയ്യുന്ന ഒരു കഥാഗതിയെ സ്വീകരിക്കാൻ മലയാളി തയ്യാറുണ്ടായിരുന്നില്ല എന്നും കരുതാവുന്നതാണ്. പെരുവഴിയിലിരുന്ന കഞ്ഞി തിളപ്പിക്കുന്ന നീലി യുടെ അരികിലൂടെ ശ്രീധരൻ മാസ്റ്ററും ശങ്കരൻ നായരും നടന്നു വരുന്ന ദൃശ്യം ശ്രദ്ധിക്കുക. അവളുടെ കരച്ചിലും അതു കണ്ട് സഹ തപിക്കുന്ന ശങ്കരൻ നായരുടെ സംസാരവും ചേർന്നുണ്ടാക്കുന്ന ദുസ്സഹമായ അനുഭവത്തെ ശ്രീധരൻ മാസ്റ്റർ എങ്ങനെയാണ് തരണം ചെയ്യുന്നത് എന്നതിലായിരിക്കും പ്രേക്ഷകന്റെ ശ്രദ്ധ. അതി നാൽ ശങ്കരൻ നായർ പറയുന്ന വാക്കുകൾ ഒരു പക്ഷെ ആരും ഓർക്കുന്നുണ്ടാവില്ല. *നിന്നെ പിഴപ്പിച്ചവൻ ഇപ്പോഴും ഈ നാട്ടില് ദൈവത്തിന്റെ മുമ്പിലും സമുദായത്തിന്റെ മുമ്പിലും വലിയ മാന്യ നായി നടക്കാണെന്ന് എനിക്കറിയാം* എന്നാണയാൾ സ്വയം പരി തപിച്ചുകൊണ്ട് പറയുന്നത്. അത്തരമൊരു പരിതാപത്തിലൂടെ സ്വയം നീറാനല്ലാതെ തുറന്നു പറയുന്ന സ്ത്രീയെ ഉൾക്കൊള്ളാൻ മലയാളി എന്ന സമുദായം തയ്യാറായിട്ടില്ല എന്നു വ്യക്തം.

തുടർന്ന് *നീലി, നീ ഒരു കാര്യം ചെയ്യ് നീ എന്റെ വീട്ടിലേക്ക് പോരൂ, നിന്റെ മുമ്പിൽ ആ വാതിൽ ആരും കൊട്ടിയടക്കില്ല* എന്ന യാൾ ഉറപ്പു കൊടുക്കുകയും ചെയ്യുന്നു. എന്നാലവളതനുസരിച്ച് അയാളുടെ വീട്ടിലേക്ക് പോകരുതേ എന്നാണ് സാമാന്യ മലയാളി ആഗ്രഹിച്ചത്. ആ ആഗ്രഹത്തിനനുസരിച്ച് അവളുടെ മറുപടി വരു

ന്നു. *ഇല്ല, ഞാനെങ്ങട്ടും ഇല്ല, ഈ മരച്ചോട്ടിൽ കിടന്നോളാം.*

(നീലക്കുയിലിന്റെ കഥാരചന, നിർവഹണം, നിർമാണം എന്നിവയുമായി പ്രത്യക്ഷബന്ധമൊന്നുമില്ലെങ്കിലും കേരളത്തിലെ സ്ത്രീകളുടെ അവസ്ഥ എന്തായിത്തീർന്നു എന്നതിനുദാഹരണമായി ഈ സിനിമയിലെ മുഖ്യവേഷങ്ങളിലഭിനയിച്ച രണ്ടു നടികളുടെയും സ്വകാര്യജീവിതത്തിന്റെ പിൽക്കാല പരിണതി സൂചനയായെടുക്കാവുന്നതാണ്. നായികയായ നീലിയെ അവതരിപ്പിച്ച കുമാരി വിവാഹിതയായതിനു ശേഷം കുടുംബജീവിതത്തിലെ നൈരാശ്യത്തെ തുടർന്ന് ആത്മഹത്യ ചെയ്തു. ശ്രീധരൻ മാസ്റ്ററുടെ ഭാര്യയായ നളിനിയുടെ കഥാപാത്രത്തെ അവതരിപ്പിച്ച പ്രേമയുടെ മകൾ ശോഭ പ്രസിദ്ധ നടിയായിത്തീരുകയും ഉർവശി അവാർഡടക്കം നേടുകയും ചെയ്തു. ഒരു സംവിധായകനുമായുള്ള പ്രണയവും രഹസ്യവിവാഹവും നടത്തി എന്നാരോപിക്കപ്പെട്ട ശോഭ ആത്മഹത്യ ചെയ്തതിനെ തുടർന്ന് അവളുടെ അമ്മ പ്രേമയും വൈകാതെ ആത്മഹത്യ ചെയ്തു. സ്ത്രീകൾക്ക് അതും സാമ്പത്തികമായ സുരക്ഷയും പ്രശസ്തിയുമുള്ളവർക്ക് ജീവിക്കാൻ എത്ര മേൽ യോഗ്യമായ പ്രദേശമാണ് കേരളം അല്ലേ?)

നീലി എന്ന കഥാപാത്രത്തെ, ഉദാരമനസ്കരായി സ്വയം വിചാരിക്കുന്നവരും സവർണ ജാതിക്കാരോ അവരോട് വിധേയത്വമുള്ളവരോ ആയവരുമായ പുരോഗമനവാദികളായ എഴുത്തുകാർ/കലാകാരന്മാർ നിർമിച്ചെടുത്തതെങ്ങനെ എന്നത് *നീലക്കുയിലി*നെക്കുറിച്ചുള്ള അന്വേഷണത്തിലൂടെ വിശദീകരിക്കപ്പെടേണ്ടതാണ്. തങ്ങളുടെ തന്നെ ഭീതികളും ആഗ്രഹങ്ങളും; പുരോഗമനചിന്ത എവിടം വരെയാകാം, എന്താണതിന്റെ പരിധി എന്നുമുള്ള സങ്കൽപ/ഭാവനകളും ഇവയൊക്കെ ചേർന്നാണ് ഈ പുരോഗമനവാദികളെക്കൊണ്ട് തോൽക്കുന്ന വിധത്തിലുള്ള ഒരു പുലയയുവതി എന്ന കർതൃത്വത്തെ സൃഷ്ടിച്ചതെന്നു വേണം കരുതാൻ.

സ്വയം സ്വതന്ത്രയാവാൻ അവളെ അവളുടെ സമുദായമെന്നതുപോലെ കഥാകൃത്തും സംവിധായകരും സമ്മതിക്കുന്നില്ല. ഈ (പുലയ)സമുദായത്തെയും കഥാകൃത്തും സംവിധായകരും തന്നെയാണല്ലോ നിർമിക്കുന്നത്. ഒന്നുകിൽ ഉന്നതമായ സാംസ്കാരിക മൂല്യങ്ങളൊന്നും നിലനിർത്താത്തവർ, അല്ലെങ്കിൽ സവർണരുടെ സദാചാരവീക്ഷണത്തിന്റെ ഈച്ചക്കോപ്പികൾ എന്ന വിധേന ദളിതരെയും ആദിവാസികളെയും ആവിഷ്ക്കരിക്കാൻ രാമു കാര്യാട്ട് പിൽക്കാലത്ത് തുനിഞ്ഞത് -ചെമ്മീൻ, നെല്ല് -ഇതിന്റെ തെളിവായി

കരുതാവുന്നതാണ്.

ആത്മഹത്യ ചെയ്യാനായി തീവണ്ടിപ്പാളത്തിലേക്ക് ഇഴഞ്ഞുനീങ്ങുന്ന അവൾ തൊട്ടടുത്തു വരെയേ എത്തുന്നുള്ളൂ. അവിടെ കിടന്ന് കുഞ്ഞിനെ പ്രസവിക്കുകയും അതിന്റെ ആഘാതത്തിൽ മരിക്കുകയുമാണ്. പാപം പേറുന്ന സ്ത്രീകൾ മലയാള സിനിമയിൽ എല്ലായ്പോഴും കഥാഗതിക്കിടയിൽ മരിക്കുകയാണ് പതിവ്. ഈ പതിവ് ആരംഭിക്കുന്നതും *നീലക്കുയിലിൽ* നിന്നായിരിക്കും. സമുദായനിയമങ്ങൾ പാലിക്കാതെ അനാഥ ഗർഭം ധരിച്ചു എന്നതാണ് അവളുടെ പാപം. ആ ഗർഭം അനാഥമല്ല എന്ന് അവൾക്ക് നിഷ്പ്രയാസം തെളിയിക്കാമായിരുന്നു. അവളതിന് തുനിയുന്നില്ല. അങ്ങിനെ അവൾ തന്നെ, തന്നെ വഞ്ചിച്ചവനെ രക്ഷപ്പെടുത്തുന്നതിലൂടെ അനാഥമായിത്തീർന്ന ആ ഗർഭം എന്ന പാപം അവളെന്ന കഥാപാത്രത്തെ കൊന്നു കളയുന്നു.

ബലാത്സംഗത്തിന് വിധേയരാകുന്ന സ്ത്രീകളെ കൊന്നുകളയുന്ന സാമാന്യശീലം പോലും സാധൂകരിക്കപ്പെടുന്ന അത്യന്തം അപകടകരമായ കഥാസന്ദർഭമായി ഈ മരണത്തെ മലയാളി തിരിച്ചറിഞ്ഞില്ല. തനിക്ക് ഗർഭം സമ്മാനിച്ചവനെ വെളിപ്പെടുത്തിയില്ലെങ്കിലും വേണ്ടില്ല, കുഞ്ഞുമായി അധ്വാനിച്ച് ജീവിക്കാം എന്നു ധൈര്യത്തോടെ കരുതുന്ന ഒരു സ്ത്രീകഥാപാത്രത്തെ സ്വീകരിക്കാനും മലയാളി തയ്യാറായിരുന്നില്ല എന്നായിരിക്കണം ആദർശത്തിന്റെ ജനപ്രിയത രൂപീകരിക്കാൻ ശ്രമിച്ചിരുന്ന കഥാകൃത്തും സംവിധായകരും കരുതിയിട്ടുണ്ടാവുക.

കുട്ടിയെ ഏറ്റെടുക്കാൻ ആരും തയ്യാറാവുന്നില്ല. നവോത്ഥാന മലയാളി സൃഷ്ടിക്കാൻ ശ്രമിക്കുന്ന ആദർശവാദി എന്ന കർതൃത്വമായ ശങ്കരൻ മാസ്റ്റർ പക്ഷെ ആ ചോരക്കുഞ്ഞിനെ കോരിയെടുക്കുന്നു. അരുത് അരുത് എന്നെല്ലാവരും വിലക്കുന്നു. *ഛെ നിർത്തിൻ, നിങ്ങൾക്ക് കണ്ണില്ലേ, നിങ്ങൾ മനുഷ്യരല്ലേ, ആ മനുഷ്യക്കുട്ടിയെ കാണാൻ കണ്ണുള്ള ഒരുത്തനും ഈ കൂട്ടത്തിലില്ലേ, കാട്ടുമൃഗങ്ങളുടെ ഇടയിലേക്കോ മനുഷ്യരുടെ ഇടയിലേക്കോ ഈശ്വരൻ ഈ കുഞ്ഞിനെ അയച്ചിരിക്കുന്നത്!* ഛെ അതൊരു പുലയക്കുട്ടിയാണ് എന്ന ആക്രോശത്തെയും അയാൾ നേരിടുന്നു. *പുലയക്കുട്ടി മനുഷ്യനല്ലേ, എനിക്ക് കുഞ്ഞുങ്ങളില്ല, ഞാനിതിനെ കൊണ്ടു പോകുകയാണ്* എന്നാണയാൾ പറയുന്നത്. *അഞ്ചും ആറും കുട്ടികളുള്ള നിങ്ങൾക്ക് ഈ കുട്ടിയെ കണ്ടിട്ട് അതിനെ തെരുവിലേക്ക് വലിച്ചെറിയാൻ തോന്നുന്നുണ്ടല്ലോ. നിങ്ങൾക്ക് ഈശ്വരനെ*

വിശ്വാസമുണ്ടോ, മനുഷ്യനെ സ്നേഹമുണ്ടോ, പണക്കാരുടെയും വലിയവരുടെയും കുട്ടികൾക്കേ ലോകത്തില് ജീവിക്കാൻ അവകാശമുള്ളൂ? ഇതും ഒരു മനുഷ്യക്കുട്ടിയാണ്. ഇവനൊരു പൗരനാണ്, പാടത്ത് ഇറങ്ങി പണിയെടുക്കേണ്ടവനാണ്, രാജ്യം ഭരിക്കേണ്ടവനാണ്, ലോകം ഭരിക്കേണ്ടവനാണ്. ഇവനെ സൃഷ്ടിക്കാൻ ഈശ്വരന് ലജ്ജ തോന്നിയില്ലെങ്കിൽ ഇവനെ എടുത്തു വളർത്തുന്നതിന് ഞാനെന്തിന് ലജ്ജിക്കണം? മാറിൻ ഭീരുക്കളെ, മാറിൻ! ഗംഭീരമായ ആദർശപ്രസംഗം. മലയാളിയെ കോരിത്തരിപ്പിച്ച ആ പ്രവൃത്തിയും പ്രസംഗവും *നീലക്കുയിലിന്റെ* സാമൂഹ്യപ്രസക്തി വർദ്ധിപ്പിച്ചു എന്നത് തർക്കമറ്റ സംഗതിയാണ്. ഇത്തരത്തിൽ അത്യാദർശവാദിയായ ഒരു നായരെ പൊലിപ്പിക്കാൻ വേണ്ടിയല്ലേ പുലയയുവതിയായ നീലിയെ കൊന്നുകളഞ്ഞത് എന്ന ചോദ്യവും ന്യായമായി ഉയർന്നുവരുന്നുണ്ട്.

നീലി സ്ഥൈര്യത്തോടെ ജീവിതം നേരിടുകയും അവൾക്ക് ആവശ്യമായ പിന്തുണ കൊടുക്കുന്ന ഒരാളായി ശങ്കരൻ നായർ വരുകയും ചെയ്തിരുന്നെങ്കിൽ അയാളുടെ കഥാപാത്രത്തിന് വേണ്ടത്ര മിഴിവ് ലഭിക്കുമായിരുന്നില്ല. സംവിധായകരിലൊരാൾ തന്നെ (പി ഭാസ്ക്കരൻ) വേഷമിടുന്ന ഈ കഥാപാത്രത്തിന്റെ ആദർശപദവിക്കു വേണ്ടിയും നീലിയെ അവസാനിപ്പിച്ചു സ്രഷ്ടാക്കൾ എന്നും കരുതാവുന്നതാണ്. നായകത്വത്തിന്റെ മറ്റേ പകുതിയായ ശ്രീധരൻ മാസ്റ്ററെ അവതരിപ്പിക്കാനിരുന്നത് രാമു കാര്യാട്ടായിരുന്നുവത്രെ. പിന്നീട് നിർമാണവേളയിലാണ് സത്യനിലേക്ക് ആ വേഷം കൈമാറ്റം ചെയ്യപ്പെട്ടത്. സംവിധായകരുടെ ആദർശപദവികളും ആഗ്രഹങ്ങളുമായിരുന്നു നായകത്വത്തിലൂടെ ഉദാത്തീകരിക്കാൻ തയ്യാറാക്കിയത് എന്നർത്ഥം.

വഞ്ചകനും തെറ്റുകാരനുമായ ശ്രീധരൻ മാസ്റ്ററുടെ മനസ്സും ശരീരവും നീറിപ്പുകയുന്നതിന്റെ നീണ്ട ദൃശ്യ/കഥാ വിശദീകരണങ്ങളാണ് പിന്നീടുള്ളത്. അഭിനയ ചക്രവർത്തി എന്നു വിശേഷിപ്പിക്കപ്പെട്ട സത്യന്റെ ശ്രദ്ധേയമായ അവതരണം കൊണ്ട് ഹൃദയസ്പൃക്കായി തീർന്ന ആ നാടകീയതയിലൂടെ അയാളിലെ തെറ്റുകാരനോട് പൊറുക്കാനും അയാളിലെ നായകത്വത്തെ ഉദാത്തീകരിക്കാനും സിനിമ സമർത്ഥമായി ശ്രമിക്കുന്നു. *എന്റെ ജീവിതം ഒരു ചുടുകാടായി* എന്നയാൾ പരിതപിക്കുന്നു. *ആയിരം പാപം ചെയ്തവരുണ്ട്, ചെയ്യുന്നവരുണ്ട്, അവരൊക്കെ സുഖമായി ജീവിക്കുന്നു. എല്ലാം വിസ്മരിക്കുക, എല്ലാത്തിൽ നിന്നും മുഖം തിരിക്കുക,*

അതാണ് സുഖം. പക്ഷെ എനിക്കൊരു ഹൃദയമുണ്ടായിപ്പോയി. അയാളുടെ സ്വയം വിചാരണയെ വാഴ്ത്തുകയും അപ്രകാരം അയാളിലെ മനുഷ്യത്വത്തെയും ആധുനികാദർശത്തെയും പൊലിപ്പിച്ചെടുക്കുകയും ചെയ്യുക എന്ന പ്രക്രിയയാണിവിടെ നടക്കുന്നത്.

നീലി എന്തുകൊണ്ട് സത്യം തുറന്നു പറഞ്ഞില്ല എന്നതിനുത്തരം അപ്പോഴാണ് വ്യക്തമാകുന്നത്. നീലി അങ്ങിനെ സത്യം തുറന്നു പറഞ്ഞിരുന്നുവെങ്കിൽ സ്വയം കുറ്റപ്പെടുത്തി നീറി നീറി ജീവിക്കുന്ന ശ്രീധരൻ മാസ്റ്ററെയും ആദർശത്തിന്റെ കൊടിയടയാളമായ ശങ്കരൻ നായർ എന്ന തറവാടിയെയും വളർത്തിയെടുക്കാനാവുമായിരുന്നുവോ? പുരുഷന്മാരും നായന്മാരുമായ ആ രണ്ട് കഥാപാത്രങ്ങളും യഥാർത്ഥത്തിൽ ഒരേ നായകത്വത്തിന്റെ ആന്തരിക വൈരുദ്ധ്യങ്ങൾ തന്നെയാണ്. ഒരാൾ കുറ്റവും മറ്റേയാൾ അതിനുള്ള പരിഹാരവും.

ഞാനെന്തിന് ജീവിക്കണം, ഞാനൊരു മനുഷ്യനാണോ? ഒരു പിശാചിനെയാണ് നീ (ഭാര്യ) ദേവനായി കണക്കാക്കിയത്, സ്വന്തം ഹൃദയത്തെ കടിച്ചുകീറുന്ന ഒരു പിശാച്, സ്വന്തം ജീവനെ ഊതിപ്പറപ്പിക്കുന്ന ഒരു നിർദയൻ, എന്നൊക്കെയാണ് നളിനിയുടെ നിർബന്ധത്തിനു വഴങ്ങി സത്യം തുറന്നു പറയുന്നതിനു തൊട്ടുമുമ്പായി ശ്രീധരൻ മാസ്റ്റർ വിലപിക്കുന്നത്. തനിക്കൊരു മകനുണ്ടെന്ന് കുറ്റസമ്മതം നടത്തുന്ന അയാളെ നോക്കി പകച്ചു നിൽക്കുന്ന അവളോട്, *നിനക്കത് പൊറുക്കാൻ സാധിക്കുന്നുണ്ടോ, എന്തുകൊണ്ട് നീയതു കേട്ടുകൊണ്ടു നിൽക്കുന്നു, എന്തുകൊണ്ട് നീയെന്നെ ചവിട്ടിപ്പുറത്താക്കുന്നില്ല, എന്തുകൊണ്ട് നീയെന്നെ ശപിച്ച് ഭസ്മമാക്കുന്നില്ല.* അയാളുടെ ഈ കുറ്റസമ്മതത്തെ തുടർന്ന് അവളയാൾക്ക് മാപ്പു കൊടുക്കില്ല എന്നു പറയുന്നത്, അയാളിത്തരത്തിൽ ഒരു സ്ത്രീയെ വഞ്ചിച്ചു എന്നതുകൊണ്ടല്ല, മറിച്ച് അവളോട് അതു പറഞ്ഞില്ല എന്നതിനാലാണ്.

ഒരു പുരുഷന് ഒരിക്കൽ കാൽ വഴുതിവീണാൽ അത് പൊറുക്കാൻ കഴിയാത്ത ഭാര്യയുണ്ടോ? പക്ഷെ ഒരു കുട്ടിയോട് ക്രൂരത കാണിക്കുന്നത് എനിക്ക് പൊറുക്കാൻ കഴിയില്ല എന്നാണവൾ പ്രതികരിക്കുന്നത്. പുരുഷന് തെറ്റു ചെയ്യാനുള്ള വാസന സഹജമാണെന്നും അതു പൊറുത്തുകൊണ്ട് കുടുംബത്തിന്റെയും സമൂഹത്തിന്റെയും സമാധാനം നിലനിർത്തുന്നവളാണ് ഉത്തമ ഭാര്യ എന്നുമുള്ള പുരുഷാധികാര തത്വചിന്തയാണ്, പുരോഗമനത്തിന്റെയും നവോത്ഥാനത്തിന്റെയും മതേതര-ജനാധിപത്യത്തിന്റെയും ആശ

യാഭിലാഷമായിരുന്ന ഐക്യകേരളത്തിന്റെ കൊടിയടയാളമായിരിക്കേണ്ട കേരളീയതയെ ജനപ്രിയസംസ്ക്കാരമായി അവതരിപ്പിക്കാൻ ശ്രമിക്കുകയും അതിൽ വിജയിക്കുകയും ചെയ്ത ഉറൂബും പി. ഭാസ്ക്കരനും രാമു കാര്യാട്ടും വ്യവസ്ഥപ്പെടുത്തിയതെന്നർത്ഥം.

താനാണ് നീലിയെ പിഴപ്പിച്ചതെന്നും മോഹൻ തന്റെ മകനാണെന്നും ശ്രീധരൻ മാസ്റ്റർ ശങ്കരൻ നായരോട് പറഞ്ഞപ്പോൾ ആദ്യമൊന്ന് പകച്ചുവെങ്കിലും വീറ് വീണ്ടെടുത്ത് അയാൾ ശ്രീധരൻ മാസ്റ്ററെ കണക്കിന് പരിഹസിക്കുകയും ഭർത്സിക്കുകയും ചെയ്യുന്നു. *മോഹൻ നിങ്ങളുടെ മകനോ! നിങ്ങളെപ്പോഴാണിത് കണ്ടുപിടിച്ചത്? റെയിൽ പാളത്തിനടുത്ത് ചരൽക്കല്ലുകളിൽ ഒരു ചോരക്കുഞ്ഞു കിടന്ന് പിടച്ചപ്പോൾ അതിനെ രക്ഷിക്കാൻ അന്ന് ഞാനൊരാളെക്കണ്ടില്ല. ഒരു ജീവനെ രക്ഷിക്കാൻ ഞാനാരെയും കണ്ടില്ല. അന്നത് പുലയക്കുട്ടിയായിരുന്നു. അല്ലേ. അന്ന് ഞാനതിനെ കടന്നെടുത്തപ്പോൾ വിലക്കാൻ ആയിരം കൈയുകളും ആയിരം നാവുകളുമുണ്ടായി. നിങ്ങളുടെ സമുദായം എന്നെ നോക്കി കണ്ണുരുട്ടി. കലി തുള്ളി. ഒരു ദുഷ്ടത കാണിക്കാൻ സമുദായം മുഴുവൻ ഓടി വന്നു. പുലയക്കുട്ടിയായിരുന്നു പോലും പുലയക്കുട്ടി. ഛീ. അന്നു നിങ്ങളവിടെ തൂണു പോലെ നിന്നിരുന്നില്ലേ. എന്തുകൊണ്ട് ഒരു വാക്ക് പറഞ്ഞില്ല. സ്വന്തം കുട്ടിയെപ്പറ്റി എന്തുകൊണ്ട് എന്നോട് മിണ്ടിയില്ല? അന്ന് ജാതിയായിരുന്നു ചോരയെക്കാൾ വലുത്. അല്ലേ. ആ നീലിയെപ്പറ്റി നിങ്ങളോർത്തോ? നിങ്ങളുടെ താളത്തിനൊത്ത് തുള്ളിയ ആ പാവം പെണ്ണിനെപ്പറ്റി നിങ്ങളോർത്തോ? എല്ലാം കഴിഞ്ഞപ്പോൾ അവൾ പുലച്ചിയായി. നിങ്ങളുടെ മാനത്തിനും അന്തസ്സിനും നിരക്കാത്തവളായി. ആ ശവത്തിന്റെ മുഖത്ത് ഒരു കീറത്തുണി വലിച്ചിടാൻ പോലും നിങ്ങൾക്ക് ചങ്കുറപ്പുണ്ടായില്ല. ആ പുലച്ചിയുടെ ശവത്തെ നിങ്ങൾ പേടിച്ചു. ഹ ഹ ഹ. പുലച്ചിയുടെ ശവത്തെ പേടിച്ച* ശ്രീധരൻ മാസ്റ്ററെ പരിഹസിക്കുന്ന ശങ്കരൻ നായരെന്ന പുരുഷ/നായകത്വത്തെ ഉയർത്തിക്കാട്ടുന്ന *നീലക്കുയിലിന്റെ* സ്രഷ്ടാക്കൾ പക്ഷേ, പേടിച്ചതാരെയാണ്?

ജീവിച്ചിരിക്കുന്ന നീലിയെന്ന ദളിതസ്ത്രീയെയാണവർ പേടിച്ചത്. തങ്ങളുടെ രക്ഷാകർതൃ അവതാരത്തെ പൊലിപ്പിച്ചെടുക്കുന്നതിനു വേണ്ടി അവളുടെ പ്രതികരണത്തെ തകർക്കുകയായിരുന്നു അവർ. അല്ലെങ്കിൽ അത്തരത്തിൽ പ്രവർത്തിക്കാൻ അന്നത്തെ കേരള(നവോത്ഥാന) സാഹചര്യം അവരെ പ്രേരിപ്പിച്ചിട്ടുണ്ടാകും. ആദർശത്തെക്കുറിച്ച് നിങ്ങൾക്ക് പ്രസംഗിക്കാം, പക്ഷെ പ്രവർത്തി

ക്കാനാവില്ല. ബ്രാഹ്മണവിരുദ്ധതയും നിരീശ്വരവാദവും ലളിത വിവാഹവും വ്യാപകമായി പ്രാവർത്തികമായ തമിഴകത്തെപ്പോലെയെങ്കിലും വളരാൻ കേരള നവോത്ഥാനത്തിന് എന്തുകൊണ്ട് സാധിച്ചില്ല എന്നതിന്റെ ഉത്തരം കൂടിയാണ് *നീലക്കുയിൽ.* നിലനിന്നുപോന്ന ജാത്യാധികാരത്തോടും പുരുഷാധികാരത്തോടും ഒരു പരിധി വരെ ഒത്തുതീർപ്പുകൾ നടത്തിയ ഒരു പ്രക്രിയയായി കേരള നവോത്ഥാനത്തെ അന്ന് പരുവപ്പെടുത്തിയെടുത്തു എന്ന് കരുതാവുന്നതാണ്. സാമൂഹിക പ്രക്രിയ തീർച്ചയായും അത്തരത്തിലുള്ള ഒത്തുതീർപ്പുകളും പരുവപ്പെടലുകളും ചേർന്നതാണെന്ന വസ്തുത ഒളിച്ചുവെക്കേണ്ടതില്ല. പുരോഗമന ചിന്തയെ ജനപ്രിയമാക്കിയെടുക്കുന്നതിൽ ഇത്തരത്തിലുള്ള ഒത്തുതീർപ്പുകൾ വലിയ പങ്കു വഹിക്കുന്നുണ്ട്.

പുറമേക്ക് ലളിതമെന്നു തോന്നിപ്പിക്കുന്നതും സത്യത്തിൽ വളരെ സങ്കീർണവുമായ ഈ ജനപ്രിയതാരൂപീകരണത്തിന്റെ ആദ്യലക്ഷണങ്ങളിലൊന്നായിരുന്നു *നീലക്കുയിൽ* എന്നതാണ് വസ്തുത. തനിക്ക് തന്റെ ശരിക്കുള്ള അച്ഛനെത്തന്നെ മതി എന്നു പറയുന്ന മോഹനെ ശ്രീധരൻ മാസ്റ്ററുടെ പക്കലേൽപിച്ച് തിരിച്ചു പോരുന്ന ശങ്കരൻ നായർ എന്ന (അസാധ്യനായ) ആദർശ രൂപം അയാളുടെ മുമ്പിൽ ഒരേ ഒരപേക്ഷ മാത്രമാണ് വെക്കുന്നത്. *അവനെ ഒരു നല്ല മനുഷ്യനായി വളർത്തൂ. ഹിന്ദുവും മുസ്ലിമും പുലയനും ഒന്നുമാക്കേണ്ട, ഒരു നല്ല മനുഷ്യൻ.* അനീതികളോട് പടവെട്ടുന്നതിനേക്കാൾ അതാതു കാലത്തെ യാഥാർത്ഥ്യത്തോട് പൊരുത്തപ്പെടുന്നതിൽ കൂടുതൽ ഔത്സുക്യം കാട്ടിയ കേരള സംസ്ക്കാരത്തിനും മലയാള സിനിമക്കും പിന്നീട് ആ ആദർശം പൂർത്തീകരിക്കാനായില്ല.

തമ്പുരാക്കന്മാരും രാജാക്കന്മാരും കൂടുതൽ ശക്തിയാർജ്ജിച്ച് തിരിച്ചു വന്ന് അവർ പുനക്രമീകരിച്ചെടുത്ത പഴമയുടെ ആദർശരൂപം ഉയർത്തിക്കാട്ടി. അപ്പോൾ, ഒട്ടേറെ പരിമിതികളുണ്ടെങ്കിലും *നീലക്കുയിൽ* ഉയർത്തിപ്പിടിക്കാൻ പരിശ്രമിച്ച മനുഷ്യരെല്ലാം ഒന്നാണ് എന്ന ആദർശവും കടലിലൊലിച്ചു പോയി. *നീലക്കുയിലി*ന്റെ ആദർശപരതയെങ്കിലും മലയാളിക്ക് സ്വീകരിക്കാനാകാതെ പോയത് ആ സിനിമയുടെ പരാജയമായിരുന്നുവോ അതോ ആ കാലത്തും പിന്നീടുള്ള കാലത്തും ജീവിച്ച മലയാളിയുടെ പരാജയമായിരുന്നുവോ എന്ന കാര്യം കാലം അന്വേഷിക്കട്ടെ.

ബഷീറിന്റെ ചലച്ചിത്ര പരീക്ഷണം

വിസ്മയകരവും അവിശ്വസനീയവുമായ ഒരു രചനാകാലമാണ് മലയാളസാഹിത്യത്തിൽ വൈക്കം മുഹമ്മദ് ബഷീർ സൃഷ്ടി ച്ചെടുത്തത്. *ശബ്ദങ്ങൾ* പോലുള്ള നോവലുകളും *പ്രേമലേഖനം* പോലുള്ള കഥകളും ആദ്യകാലത്തു തന്നെ എഴുതിയ ഭാവിയുടെ പ്രവാചകനും ഭാഷയിലെ വിപ്ലവകാരിയുമായിരുന്നു ബഷീർ. അതുകൊണ്ടാണ് അദ്ദേഹം കഥാസാഹിത്യത്തിലൂടെ രൂപീകരിച്ചെടുത്ത വിഭ്രാമകമായ യാഥാർത്ഥ്യം ദശകങ്ങൾ പിന്നിട്ടിട്ടും മലയാളിയെ വേട്ടയാടിക്കൊണ്ടിരിക്കുന്നത്. മലയാള സിനിമയിലേക്ക് മുഴുവൻ മലയാള സാഹിത്യ-കലാ പ്രവർത്തകരും കൂട്ടത്തോടെ കടന്നുചെന്ന അമ്പതുകളിലും അറുപതുകളിലും ബഷീറിനെ വലിയ തോതിൽ ആശ്രയിക്കാൻ ചലച്ചിത്രപ്രവർത്തകർക്ക് സാധിക്കാതെ പോയതും ഈ സ്ഫോടനാത്മകത കൊണ്ടായിരിക്കണം. പ്രവചനാതീതവും വിസ്ഫോടനാത്മകവുമായ വ്യക്തിത്വവും രചനാരീതിയും ഭാഷാസമീപനവുമുള്ള ബഷീറിനെ തൊടുമ്പോൾ തങ്ങളുടെ കൈ പൊള്ളും എന്ന് അന്നത്തെ സിനിമാക്കാർ കരുതി എന്നു വേണം വിചാരിക്കാൻ. എന്നിട്ടും ടി കെ പരീക്കുട്ടിസാഹിബിനെപ്പോലെ സർഗധനനായ ഒരു ചലച്ചിത്ര നിർമാതാവിന് ബഷീറിനെ സമീപിക്കാനും അന്യഥാ ധന്യമായ തന്റെ ചലച്ചിത്ര നിർമാണ സപര്യ -നീലക്കുയിൽ, രാരിച്ചൻ എന്ന പൗരൻ, നാടോടികൾ, മുടിയനായ പുത്രൻ, മൂടുപടം, തച്ചോളി ഒതേനൻ, കുഞ്ഞാലിമരക്കാർ, ആൽമരം -യെ കൂടുതൽ കരുത്തുറ്റതാക്കാനും തോന്നി എന്നത് ശ്രദ്ധേയമാണ്.

ബഷീറിന്റെ *നീലവെളിച്ചം*(1952) എന്ന കഥയെ അവലംബിച്ചുള്ള സിനിമ സംവിധാനം ചെയ്യാൻ നിയോഗിക്കപ്പെട്ടത് അതിനകം ഛായാഗ്രഹണമികവിലൂടെ ശ്രദ്ധേയനായിത്തീർന്നിരുന്ന എ. വിൻസന്റായിരുന്നു. അദ്ദേഹത്തിന്റെ ആദ്യ സംവിധാനസംരംഭമായിരുന്നു താനും അത്. അസാധാരണമായ ആ കഥയുടെ പ്രാധാന്യത്തെപ്പറ്റിയും പ്രസക്തിയെപ്പറ്റിയും അദ്ദേഹം ബോധവാനായിരുന്നുവോ എന്നു സംശയമാണ് എന്നാണ് നിരൂപകനും ചരിത്രകാരനുമായ വിജയകൃഷ്ണൻ രേഖപ്പെടുത്തുന്നത്. ഇതിനുപോൽബലകമായി അദ്ദേഹം പറയുന്നത്, പിൽക്കാലത്ത് അന്ധവിശ്വാസം ഊട്ടിയുറപ്പിക്കുന്ന ഒരു കഥ സംവിധാനം ചെയ്തതെന്തെന്ന വരട്ടുനിരൂപകരുടെ ചോദ്യങ്ങൾക്ക്, ആദ്യമായി സംവിധാനം ചെയ്യാൻ ഒരവസരം കിട്ടിയപ്പോൾ കഥയെന്തെന്ന് ശ്രദ്ധിച്ചില്ലെന്നായിരുന്നു

അദ്ദേഹത്തിന്റെ മറുപടി എന്ന കാര്യമാണ്. ആർക്കും കുറ്റബോധം തോന്നേണ്ടതില്ലാത്ത കലാത്മകമായൊരിതിവൃത്തമാണ് വിൻസന്റ് കൈയാളിയത് എന്ന വസ്തുത അദ്ദേഹം തന്നെ വിശ്വസിച്ചില്ല എന്നാണ് വിജയകൃഷ്ണൻ കുറ്റപ്പെടുത്തുന്നത്. (മലയാള സിനിമയുടെ കഥ- മാതൃഭൂമി ബുക്സ്/2004)

ഇത് യഥാർത്ഥത്തിൽ വിൻസന്റ് മാത്രം അഭിമുഖീകരിച്ചിരുന്ന ഒരു പ്രതിസന്ധിയല്ലെന്നതാണ് വാസ്തവം. പ്രേതം, മന്ത്രവാദം, ദൈവം, ഭൂതം, പിശാച്, എന്നിങ്ങനെയുള്ള സങ്കൽപങ്ങളോടൊക്കെയും ഒന്നുകിൽ കേവലയുക്തിവാദപരമോ അല്ലെങ്കിൽ അമിതവും അന്ധവിശ്വാസജടിലവുമായ ആരാധനയും വിധേയത്വവും കലർന്നതോ ആയ സമീപനമാണ് പൊതുവെ മലയാളികൾ പുലർത്തിവരുന്നത്. കേരള നവോത്ഥാനത്തിന്റെ കൂടി പരിമിതിയായി ഈ പ്രതിസന്ധിയെ നാം കൂടുതൽ ആഴത്തിൽ അന്വേഷിക്കേണ്ടതുണ്ട്. *നീലവെളിച്ചം* എന്ന കഥയിലും *ഭാർഗവീ നിലയം* എന്ന സിനിമയിലും പ്രേതമായി വരുന്ന ഭാർഗവി എന്ന സുന്ദരി ഏത് മാനസികാവസ്ഥയുടെ പ്രതിഫലനമാണ് എന്നതാണ് ആലോചിക്കേണ്ടത്.

കൽപനാമധുരവും കാവ്യാത്മകവുമായ കൗമാരപ്രണയത്തെ അടിച്ചുടക്കുന്ന കുടുംബം, സമ്പത്ത്, നാട്ടു മര്യാദ, ജാതി, ജ്യോത്സ്യം തുടങ്ങിയ അധികാരവ്യവസ്ഥകളാണ് അവളെ ആത്മഹത്യയിലേക്ക് നയിക്കുന്നത്. ആ ആത്മഹത്യയിലൂടെ അവൾ പകരം ചോദിക്കുന്നത് അത്തരത്തിലുള്ള മനുഷ്യവിരുദ്ധമായ ആധിപത്യ വാസനകളോടാണ്. അതുകൊണ്ടു തന്നെ പ്രേതത്തിന്റെ ആവിഷ്ക്കരണത്തിലല്ല മറിച്ച് നായികയെ ആത്മഹത്യയിലേക്ക് നയിച്ച പഴഞ്ചൻ സാമൂഹ്യബോധത്തിലാണ് ദൂഷ്യം ആരോപിക്കപ്പെടേണ്ടത് എന്നും ആഴത്തിൽ പരിശോധിച്ചാൽ ബോധ്യപ്പെടും. ബഷീറിന്റെ മുഴുവൻ കൃതികളും അവയിലെ പ്രതീകങ്ങളും ഭാഷയും സമീപനങ്ങളും അങ്ങേയറ്റം പുരോഗമനപരവും ജനാധിപത്യപരവുമാണെന്ന കാര്യം ചരിത്രം കൂടുതൽ കൂടുതൽ വ്യക്തതയോടെ തെളിയിച്ചുകൊണ്ടിരിക്കുന്ന പുതിയ കാലത്തിരുന്ന് തിരിഞ്ഞുനോക്കുമ്പോൾ *ഭാർഗവീനിലയം* പോലെ ഒരു സിനിമ എത്രമാത്രം ആഹ്ലാദകരമായ അനുഭവമായിരുന്നു എന്നു തിരിച്ചറിയാനും സാധിക്കുന്നുണ്ട്.

വിശ്വാസവും സങ്കൽപവും ഭാവനയും അനുഭവവും എല്ലാം ചേർന്നുള്ള ഒരു കൂടിക്കുഴയലാണ് ബഷീറിന്റെ കഥകളിലെ യാഥാർത്ഥ്യത്തെ രൂപീകരിച്ചെടുക്കുന്നത്. മലയാള സിനിമ അതു

വരെ പരിചരിച്ചിരുന്ന യാഥാർത്ഥ്യ പ്രതലത്തിൽ നിന്നുള്ള പ്രകടമായ എടുത്തുചാട്ടമായിരുന്നു ഇത്തരമൊരു കഥയുടെ തികച്ചും വ്യത്യസ്തമായ ചലച്ചിത്രവത്ക്കരണം. വിജയകൃഷ്ണൻ രേഖപ്പെടുത്തുന്നതിൽ നിന്ന് വ്യത്യസ്തമായി, എ. വിൻസന്റിനെപ്പോലെ പ്രതിഭാധനനായ ഛായാഗ്രാഹകനെ സംവിധാനച്ചുമതല ഏൽപ്പിച്ചതോടെ ബഷീറിന്റെ സാഹിത്യവും വ്യത്യസ്തമായ കാഴ്ചയും പ്രാവർത്തികമാകുകയായിരുന്നു എന്നതാണ് വാസ്തവം. സെറ്റിട്ട നിരത്തും പ്രകൃതിയുമാണ് ഭാർഗവീനിലയത്തിനും ചുറ്റുമായി ആധാരമാക്കാൻ സംവിധായകനുണ്ടായിരുന്നതെങ്കിലും ഇരുട്ടും വെളിച്ചവും നിഴലും തമ്മിലുള്ള പാരസ്പര്യം കൊണ്ട് രൂപീകരിച്ചെടുത്ത ദൃശ്യവിതാനങ്ങൾ അത്ഭുതകരമാണ്.

നാട്ടുകാരും കൂട്ടുകാരും പറഞ്ഞ അപവാദങ്ങളൊന്നും വിശ്വസിക്കാതെ സാഹിത്യകാരനായ നായകൻ ഭാർഗവിക്കുട്ടി എന്ന പ്രേതത്തോട് *വിഷാദമോഹനമായ ഒരു മധുരകാവ്യമാണ് നീ* എന്ന് കൊച്ചു വർത്തമാനം പറയുന്നു. ഭാർഗവിക്കുട്ടിയുടെ അടച്ചിട്ട മുറി കത്തി കൊണ്ട് ദൈവനാമത്തിൽ തുറന്ന് അകത്തു പ്രവേശിക്കുന്ന സാഹിത്യകാരൻ അവിടെ കണ്ട ബി എന്ന് ഇംഗ്ലീഷ് വലിയ അക്ഷരത്തിൽ രേഖപ്പെടുത്തിയ പെട്ടി പിടിച്ച് ചോദിക്കുന്നു. *നിന്റെ ജീവിതത്തിന്റെ താക്കോൽ എവിടെ ഭാർഗവിക്കുട്ടി? ഒരു പക്ഷേ നിന്റെ ജീവിതത്തിന്റെ താക്കോൽ ഈ പെട്ടിക്കകത്തായിരിക്കുമോ?* അവളുടെ മുറിയിൽ വീണ്ടുമെത്തുന്ന അയാൾക്ക് ഭീതിദമായ അനുഭവങ്ങളുണ്ടാകുന്നു. അതിനുശേഷം അയാൾ ചുമരിൽ എഴുതിവെച്ച വാചകങ്ങൾ വായിക്കുന്നു. *കടന്നു പോകുന്ന ഹേ അജ്ഞാത സുഹൃത്തേ, പാടുവാൻ കഴിയുമെങ്കിൽ ഒരു കുളിർഗാന നിശ്വാസത്താലെന്റെ ഹൃദയവ്യഥയെ അൽപമൊന്ന് ലഘൂകരിച്ചാലും. ശാന്തമോഹനമായ ജീവിതത്തിന്റെ ഒരു മധുരഗാനാലാപത്താൽ എന്നെയൊന്നുറക്കിയിട്ടു പോകൂ. എന്നെയൊന്നുറക്കിയിട്ടു പോകൂ.*

ഭാർഗവിയുടെ കഥ പൂർത്തിയാക്കിയ കഥാകാരൻ അത് വായിച്ചു തുടങ്ങുന്നു. *ഒരു ചന്ദ്രോദയം. പൂർണചന്ദ്രൻ. സുരഭിലമായ കുളിർനിലാവൊളിയിൽ ഭാർഗവീനിലയത്തിലെ പൂങ്കാവനം രൂപരഹിതമായ കിനാവിൽ മുഴുകിക്കൊണ്ടിരുന്നപ്പോൾ അത്ഭുതാനന്ദത്തോടെ ഒരു ഗാനപ്രവാഹം ഭാർഗവിയുടെ ഹൃദയത്തിലേക്ക് ഇരമ്പിപ്പാഞ്ഞു വന്നു.* തൊട്ടുമുമ്പിലെ വീട്ടിൽ താമസിച്ചിരുന്ന കലാകാരനായ ശശികുമാറി(പ്രേംനസീർ)നോടുള്ള ഭാർഗവി(നിർമല)യുടെ പ്രിയം അതോടെ ആരംഭിക്കുന്നു. അയാളെഴുതിയ പാട്ട് അയാൾ തന്നെ

കമ്പോസ് ചെയ്തത് അവൾ കോളേജിൽ അവതരിപ്പിക്കുന്നു. പിന്നീട് അയാളെ കാണാനായി മതിനിലിനരികിൽ കോണി ചാരി വെച്ച് മാമ്പൂവ് കൊഴിക്കുന്നതും അമ്മയുടെ ശകാരത്തെതുടർന്ന് മേൽക്കഴുകാൻ പോകുന്നതുമായ രംഗത്തിന്റെ മസൃണത കാണിയിൽ പ്രണയാനുഭൂതികൾ നിറക്കാൻ പ്രാപ്തമാണ്. മതിലിനിപ്പുറത്തും അപ്പുറത്തുമായുള്ള പ്രണയം എന്ന ബഷീറിന്റെ ബിംബം പിന്നീട് കഥയിലും അടൂരിന്റെ സിനിമയിലും കൂടുതൽ വികസിക്കുന്നത് നാം കണ്ടതുമാണല്ലോ.

യാഥാർത്ഥ്യം എന്നത് ബഷീറിനെ സംബന്ധിച്ചിടത്തോളം എന്നും അപ്രാപ്യമായ ഒരു ഭാവനയായിരുന്നു. തനിക്ക് ലഭിക്കാത്തത്, എത്തിച്ചേരാനാകാത്തത് അതായിരുന്നു അദ്ദേഹത്തിന് സാധാരണമെന്നു നാം കരുതുന്ന തരത്തിലുള്ള ജീവിതസാഹചര്യം. പ്രണയം പോലും ഉയർന്ന മതിലിനിപ്പുറവും അപ്പുറവും. അതിന്റെ പ്രതീകങ്ങളാകട്ടെ, മരക്കോണി, ഉണങ്ങിയ കൊമ്പ്, ഉരുളൻ കല്ല് എന്നിങ്ങനെയുള്ള പരുക്കൻ സാധനങ്ങളും. ഭാഷയിലെ തന്റെ വാക്കുകളും വാചകങ്ങളും ഇതുപോലെ ആഢ്യത്വവും വ്യാകരണമികവുമില്ലാത്തവയാണെന്ന ബഷീർ വിവരിക്കുന്നുണ്ട്. *ഇക്കാക്കാ വ്യാകരണം പഠിക്കണം* എന്ന ബഷീറിന്റെ അധ്യാപകനായ അനിയൻ പറയുന്ന രംഗം ഓർക്കുക (പാത്തുമ്മായുടെ ആട്). അതിനുള്ള ബഷീറിന്റെ മറുപടി ഇങ്ങനെയാണ്. *പോടാ എണീറ്റ്. അവന്റെ ഒരു ലൊഡുക്കൂസ് ആഖ്യ! എടാ നീ അല്ലേ നെയ് കട്ടുതിന്ന് ദീനമാണെന്നു പറഞ്ഞു നടന്ന പെരുങ്കള്ളൻ! എടാ ഇതെല്ലാം ഞാൻ വർത്തമാനം പറയുന്ന മാതിരി തന്നെയാണ് എഴുതിവെച്ചിരിക്കുന്നത്. ഇതിൽ നിന്റെ ഒരു ചട്ടുകാലൻ ആഖ്യാദമില്ലെങ്കിലെന്ത്? അവന്റെ ഒരു പളുങ്കൂസൻ വ്യാകരണം!*

പൂർവമാതൃകകളോ ഗംഭീരമായ പാരമ്പര്യവും പൈതൃകവുമോ ബാധയാകാത്ത, ഏറ്റവും ആധുനികമായ ഒരു സാഹിത്യം സൃഷ്ടിച്ചുകൊണ്ട് താൻ ജീവിച്ചതും തനിക്കു ശേഷമുള്ളതുമായ കാലത്തെ മലയാള ഭാഷയെ അഭിമാനകരവും പക്വതയെത്തിയതുമായ ഒരു സൗന്ദര്യ-ലാവണ്യ വ്യവസ്ഥയായി പരിവർത്തിപ്പിച്ച ബഷീറിന്, സിനിമയുടെ നൂതനമായ ദൃശ്യ-ശബ്ദ വിന്യാസവും വഴങ്ങുമായിരുന്നു എന്നു പൂർണമായും വിശ്വസിക്കാവുന്ന വിധത്തിലുള്ള ഒരിടപെടലാണ് അദ്ദേഹം *ഭാർഗവീനിലയ*ത്തിലൂടെ നടത്തിയത്. എന്നാൽ അതേറ്റെടുക്കുന്നതിന് പാകത്തിലുള്ള നിർമാതാക്കളുടെയും സംവിധായകരുടെയും നിര രൂപപ്പെട്ടുവന്നില്ല എന്നതായി

രുന്നു ഏറ്റവും വലിയ പരിമിതി. ആ പരിമിതി ഇന്നും പരിഹരിക്കപ്പെട്ടിട്ടില്ലല്ലോ!

കാലത്തോടും ചരിത്രത്തോടും സത്യസന്ധമായി

മലയാള സിനിമാ ചരിത്രത്തിൽ സവിശേഷമായ ഒരു സ്ഥാനമാണ് *ഓളവും തീരവും* എന്ന ചിത്രത്തിനുള്ളത്. 1970-ലാണ് ഈ ചിത്രം പുറത്തു വന്നത്. മലയാള സാഹിത്യം, നവോത്ഥാന ചിന്ത, ഐക്യ കേരള പ്രസ്ഥാനം, നാടകവും സംഗീതവുമടക്കമുള്ള മറ്റ് കലകൾ എന്നിവയിൽ നിന്നൊക്കെ ഊർജ്ജം സംഭരിച്ച് സ്വതസ്സിദ്ധമായ തരത്തിൽ വളർച്ച പ്രാപിച്ച സൃഷ്ടികളാണ് അമ്പതുകളുടെ രണ്ടാം പകുതിയിലും അറുപതുകളിലും മലയാള സിനിമയിലുണ്ടായത്. ഈ വളർച്ചയുടെയും ആർജ്ജവത്തിന്റെയും കേരളീയ-മലയാള സ്വത്വബോധത്തിന്റെയും നിറവും പാകപ്പെടലും സമ്പൂർത്തീകരണവുമായിരുന്നു *ഓളവും തീരവും*.

എം.ടി. വാസുദേവൻ നായർ തിരക്കഥയെഴുതിയ ഈ ചിത്രം നിർമ്മിച്ചത് പി.എ. ബക്കറും സംവിധാനം ചെയ്തത് പി. എൻ. മേനോനുമാണ്. ക്യാമറ മങ്കട രവിവർമ്മയും സംഗീതം ബാബുരാജും കൈകാര്യം ചെയ്തു. ഗാനങ്ങളെഴുതിയത് പി. ഭാസ്ക്കരനായിരുന്നു. മധു നായകകഥാപാത്രത്തെയും ഉഷാനന്ദിനി നായികാകഥാപാത്രത്തെയും അവതരിപ്പിച്ചു. മറ്റു വേഷങ്ങൾ, ജോസ് പ്രകാശ്, പരിയാനമ്പറ്റ, ബഹദൂർ, നിലമ്പൂർ ബാലൻ, നിലമ്പൂർ ആയിഷ, നെല്ലിക്കോട് ഭാസ്ക്കരൻ, ആലുംമൂടൻ, ഫിലോമിന എന്നിവരവതരിപ്പിച്ചു.

മലയാള സിനിമാപ്രേക്ഷകന് ഏറെയൊന്നും പരിചിതമല്ലാത്ത ഒരു പ്രദേശത്തിന്റെയും ഒരു ജനവിഭാഗത്തിന്റെയും കഥയാണ് ഓളവും തീരവുമിൽ അവതരിപ്പിക്കപ്പെട്ടത്. എന്നാൽ, ഒട്ടും തന്നെ അപരിചിതത്വ ശങ്കയില്ലാതെയാണ് പ്രേക്ഷകസമൂഹം ഈ ചിത്രത്തെ ഏറ്റുവാങ്ങിയത് (മറക്കാനാവാത്ത മലയാള സിനിമകൾ-വിജയകൃഷ്ണൻ-ചിന്ത പബ്ലിഷേഴ്സ്-പേജ്37). സമ്പൂർണമായ വാതിൽപ്പുറ ചിത്രീകരണം, ചലച്ചിത്രഭാഷയെ നാടകസ്റ്റേജിന്റെ ചതുരയുക്തികളിൽ നിന്ന് വിമോചിപ്പിച്ചത്, ഗ്രാമീണവും മലയാളിത്തം നിറഞ്ഞു നിൽക്കുന്നതുമായ ഇതിവൃത്തം, പ്രാദേശിക വഴക്കങ്ങളുടെ തനിമ ചോർന്നു പോകാത്ത സംഭാഷണ ശൈലി എന്നിങ്ങനെയുള്ള നിരവധി സവിശേഷതകൾ കൊണ്ട് പക്വവും ധീരവുമായ വഴിത്തിരിവു (ട്രെന്റ് സെറ്റർ) സിനിമയായി *ഓളവും തീരവും*

ചരിത്രത്തിൽ അടയാളപ്പെടുത്തപ്പെട്ടു. *ഓളവും തീരവും മലയാള സിനിമയിലെ രണ്ടു കാലഘട്ടങ്ങളെ തമ്മിൽ ബന്ധിപ്പിക്കുന്ന പാല മത്രെ. അറുപതുകളിൽ സാഹിത്യകൃതികളെ ആശ്രയിച്ച് രൂപം കൊണ്ട ചലച്ചിത്രപ്രസ്ഥാനത്തിലെ അവസാനത്തെ പ്രസക്ത ചല ച്ചിത്രമാണത്; ഒപ്പം എഴുപതുകളിലെ നവസിനിമക്ക് തുടക്കം കുറിച്ച ചിത്രവും.*(മലയാള സിനിമയുടെ കഥ-വിജയകൃഷ്ണൻ-മാതൃഭൂമി ബുക്സ്-പേജ് 128) എഴുപതുകളിൽ ഫിലിം സൊസൈറ്റി പ്രസ്ഥാ നവും ആർട് സിനിമാ പരീക്ഷണങ്ങളും ചേർന്ന് മാറ്റി മറിച്ച ഭാവു കത്വം, *ഓളവും തീരവും* എന്ന ചിത്രത്തിലെത്തിച്ചേർന്ന മലയാള സിനിമയുടെ, സ്വന്തം സ്ഥലകാലത്തിലൂന്നിയ വളർച്ചയെ കൈയൊ ഴിഞ്ഞു. രണ്ടാം ലോകയുദ്ധാനന്തരം യൂറോപ്പിൽ രൂപപ്പെട്ട ആധു നികതയുടെ ഇതിവൃത്ത-ആഖ്യാന ശീലങ്ങളെ കോപ്പിയടിക്കാ നുള്ള പരിശ്രമങ്ങളാൽ, പുറമെ വാഴ്ത്തപ്പെടുമ്പോഴും അകമേ ക്ഷീണം പ്രാപിക്കുന്ന ഒന്നായി മലയാളത്തിലെ നവസിനിമ ജന ങ്ങളിൽ നിന്ന് അകന്നു പോകുന്ന സാംസ്ക്കാരിക വ്യവസ്ഥയായി പിൽക്കാലത്ത് പരിണമിക്കുകയും ചെയ്തു.

സാഹിത്യത്തോട് എനിക്ക് വലിയ കമ്പമില്ല, സിനിമയെന്ന തൊഴിലിന് സാഹിത്യം ആവശ്യമില്ലെന്നാണ് എന്റെ വിശ്വാസം. ജീവിതപരിചയങ്ങളും വിഷ്വൽസിന്റെ റിയലിസവുമൊക്കെ സിനി മയുടെ ആത്മാവാണെന്ന് ഞാൻ മനസ്സിലാക്കിയിട്ടുണ്ട്; പഠിച്ചുവെ ച്ചിട്ടുണ്ട്. സാഹിത്യത്തിൽ നിന്നു മോചനം നേടി വേണം സാഹി ത്യകൃതികൾ സിനിമയാക്കുവാൻ. സാഹിത്യകാരനായതുകൊണ്ട് തിരക്കഥാകാരനാകാൻ കഴിയില്ല. വാത്മീകിക്കും വേദവ്യാസനും തിരക്കഥ എഴുതാൻ കഴിയില്ലല്ലോ. ടെന്നസി വില്ല്യംസിന്റെ നാടക ങ്ങൾ സിനിമയിലെയും നാടകങ്ങൾ തന്നെയായിരുന്നു. തിരക്കഥ കാണാപ്പാഠം പഠിച്ചു സിനിമയെടുക്കുന്ന പണി എനിക്കറിയില്ല. ഏതു സ്ക്രിപ്റ്റായാലും സ്വാതന്ത്ര്യം എനിക്കുണ്ടാകണം (പി എൻ മേനോൻ വിഗ്രഹഭഞ്ജകർക്കൊരു പ്രതിഷ്ഠ-ജോൺ പോൾ/മാതൃ ഭൂമി ബുക്സ്) എന്നതായിരുന്നു പിഎൻ മേനോന്റെ നിലപാട്.

എംടി ഓളവും തീരവുമിന്റെ വിജയത്തെക്കുറിച്ച് ഇപ്രകാരം നിരീ ക്ഷിച്ചു: ആഗ്രഹങ്ങൾക്കൊത്ത് പലതും ചിത്രീകരിക്കാൻ കഴിഞ്ഞി ല്ലെങ്കിലും മോഹിച്ചു സൃഷ്ടിച്ച ജീവിതത്തിന്റെ നുറുങ്ങുകൾ സ്റ്റുഡിയോ ഫ്ളോറിന്റെ പരിമിതികളിൽ പരിഹാസ്യമായി മാറുന്ന അവസ്ഥയുണ്ടായില്ല. പ്രകൃതിയിലേക്കിറങ്ങി വന്ന മേനോൻ, ചിത്ര ത്തിന്റെ മൊത്തം സങ്കൽപത്തിലെ സത്യസന്ധത അതിന്റെ ദൃശ്യാ

ഖ്യാനത്തിലും നിലനിർത്തി. ജീവിതത്തെ തൊട്ടുകൊണ്ട് അതു ചിത്രീകരിക്കുവാൻ പിഎൻ മേനോന് കഴിഞ്ഞു. ഓളവും തീരവും ഒരു നല്ല അനുഭവമായിരുന്നു. ഹൃദയത്തോടടുത്ത ഒരു സിനിമ യായി ഞാൻ അതിനെ വിശേഷിപ്പിക്കും. (അതേ പുസ്തകം)

കലാചരിത്രത്തോടും കേരളയാഥാർത്ഥ്യത്തോടും ആത്മാർത്ഥ തയും സത്യസന്ധതയും പുലർത്തിയ മഹത്തായ സിനിമയായ ഓളവും തീരവും, സിനിമയുടെ ദൃശ്യ-ശബ്ദ വിന്യാസ പ്രത്യേക തകളെ സൂക്ഷ്മമായി ഉൾക്കൊണ്ടു. ഗാനരംഗങ്ങളിലും മറ്റും പ്രകൃ തിയുടെ സൂക്ഷ്മ-സ്ഥൂല പ്രതിനിധാനങ്ങളെ കറുപ്പിലും വെളു പ്പിലും ചാരനിറത്തിലും അവതരിപ്പിക്കാനുള്ള പ്രേരണ, സംവി ധായകന്റെ സർഗാത്മകവ്യക്തിത്വത്തെ എടുത്തുകാണിക്കുന്നു.

ഭാവുകത്വ പരിണാമവും മുസ്ലിം പ്രതിനിധാനവും

എംടിയുടെ *പള്ളിവാളും കാൽച്ചിലമ്പും* എന്ന ചെറുകഥയെ യാണ് *നിർമാല്യം* (1973) എന്ന ചിത്രം അവലംബമാക്കിയിട്ടുള്ളത്. ചെറുകഥയിൽ നിന്ന് സിനിമയിലെത്തുമ്പോഴുള്ള സംഘർഷിത വും പ്രകടവുമായ ചില മാറ്റങ്ങൾ സവിശേഷമാണ്. മൂശാരി നാണു വിന്റെ പുരയിലെത്തി തന്റെ കുലചിഹ്നവും ദേവനർത്തനത്തിന്റെ ഉപാധിയുമായ പള്ളിവാളും കാൽച്ചിലമ്പും റാത്തൽ കണക്കിൽ തൂക്കി വിറ്റ് ദാരിദ്ര്യമകറ്റാനുള്ള വഴിയന്വേഷിക്കുന്ന വെളിച്ചപ്പാടി ലാണ് ചെറുകഥ അവസാനിക്കുന്നത്. സിനിമയിലാകട്ടെ ഇത്തരം അപവിത്രമായ വിൽപ്പനക്ക് ശ്രമിക്കുന്നത് തെറിച്ചവനും മുടിഞ്ഞു പോകുന്നവനുമായ മകൻ അപ്പുവാണ്. അവനോട് രോഷം കൊണ്ട് അതിൽ നിന്ന് പിന്തിരിപ്പിക്കുകയും അവനെതിരെ കലി തുള്ളുക യുമാണ് വെളിച്ചപ്പാട് ചെയ്യുന്നത്.

മറ്റൊരു രീതിയിൽ നിരീക്ഷിച്ചാൽ; ചെറുകഥാ രചയിതാവിനെ തിരെ അഥവാ തന്റെ തന്നെ മുൻകാല ലിഖിത സാഹിത്യ രചനയുടെ പരിപ്രേക്ഷ്യത്തിനെതിരെ; തിരക്കഥാകാരനും സംവി ധായകനുമായിത്തീരുന്ന എംടി കലിതുള്ളി എതിർക്കുന്ന ഒരു പരി ണാമമായും ഇതിനെ വ്യാഖ്യാനിക്കാം. എന്നാൽ, ഏറ്റവും സുപ്ര ധാനമായ മാറ്റം സിനിമയുടെ ഇതിവൃത്തത്തിൽ, മൈമുണ്ണി എന്ന മുസ്ലിം കഥാപാത്രം കൂട്ടിച്ചേർക്കപ്പെട്ടിരിക്കുന്നു എന്നതാണ്. ഇയാ ളുടെ കൊള്ളരുതായ്മകളാണ് കഥാഗതിയെ പല നിർണായക അവ സരങ്ങളിലും സ്വാധീനിക്കുന്നതും വഴി തിരിച്ചു വിടുന്നതും. 1970-ൽ, വ്യത്യസ്ത പ്രതിനിധാനങ്ങളിൽ അണിനിരത്താൻ മാത്രം വൈവി

ധ്യമുണ്ടായിരുന്ന മുസ്ലിമിനെ അസന്മാർഗിയുടെ ഒറ്റ പ്രതിനിധാന ത്തിലേക്ക് വെട്ടിച്ചുരുക്കാൻ മൂന്നു കൊല്ലം കൊണ്ട് എംടിക്ക് സാധ്യ മായി എന്നത് ഞെട്ടിപ്പിക്കുന്ന യാഥാർത്ഥ്യമാണ്.

വഴിപാട് കുറഞ്ഞ വരുമാനം തീരെ ഇല്ലാതായ ശാന്തിപ്പണി വിട്ട്, നമ്പൂരി അമ്പലം വിട്ടു പോകുന്ന രംഗമാണ്, *നിർമാല്യ*ത്തിൽ രണ്ടാമത്തെ സീനായി ചിത്രീകരിച്ചിട്ടുള്ളത്. *വല്ല കിളക്കാനോ തേവാനോ പോയാല് ഇതിലധികം ലഭ്യണ്ട്* എന്നാണ് ശാന്തി രാജി വെച്ച് പോകുന്ന ബ്രാഹ്മണൻ വേവലാതിപ്പെടുന്നത്. അതായത്, വംശപരമായ ഉത്ക്കർഷത്തിനു പകരം വർഗ പരമായ ഉത്ക്കർഷ ത്തെത്തുടർന്ന് ഉത്പാദനക്ഷമമായ തൊഴിലുകളിൽ - ഇവിടെ സൂചി പ്പിക്കുന്നത് കൃഷി -ഏർപ്പെടുന്നവർക്ക് മര്യാദക്കൂലി ലഭിച്ചു തുട ങ്ങുകയും ജാതി മഹിമ കൊണ്ട് സ്വായത്തമായ ശാന്തി പോലുള്ള മഹത്തായ കുലത്തൊഴിലുകാർ പട്ടിണിയാവുകയും ചെയ്യുന്ന വൈപരീത്യത്തെയാണ് രചയിതാവ്/നിർമാതാവ്/സംവിധായകൻ വെളിപ്പെടുത്തുന്നത്. ഇത്തരത്തിൽ പുരോഗമനപരവും ഉത്പാദ നോത്സുകവുമായ മാറ്റത്തിൽ വേദനിക്കുന്ന പരിപ്രേക്ഷ്യത്തെ മതേ തരം, വർഗീയതാ വിരുദ്ധം, പുരോഗമനപരം എന്നൊക്കെ വ്യാഖ്യാ നിക്കാൻ മലയാളി മുതിർന്നു എന്നതാണ് ഏറ്റവും കൗതുകകരമായ ചരിത്രയാഥാർത്ഥ്യം. മറ്റൊരു രീതിയിൽ വ്യാഖ്യാനിച്ചാൽ, എഴുപ തുകളോടെ സജീവമായ നവീന സിനിമയുടെ ഉള്ളടക്കം തൊഴി ലാളി വിരുദ്ധവും മൃദുഹിന്ദുത്വപരവുമായിരുന്നു എന്നതിന്റെ മികച്ച ഉദാഹരണമാണ് *നിർമാല്യം* എന്നും സമർത്ഥിക്കാവുന്നതാണ്. *അക്കാലത്തു തന്നെ മലയാള സിനിമയിൽ രൂപപ്പെട്ടു കഴിഞ്ഞി രുന്ന നവസിനിമയുടെ ദൃശ്യസമീപനത്തിലെ പൊളിച്ചെഴുത്തുക ളുമായി ബന്ധപ്പെടാതെ പുതിയ സിനിമക്ക് ജനകീയമായ ഒരു പുതിയ ദൃശ്യവ്യാകരണം രചിച്ചു നൽകി നിർമാല്യം* എന്നും, *സ്വർണം പൂശിയ താഴികക്കുടങ്ങളുമായി അഹങ്കാരത്തോടെ തല യുയർത്തി നിൽക്കുന്ന ഈ വിശ്വാസമേടകളുടെ(ദേവാലയങ്ങൾ) പുതിയ പ്രതാപകാലത്ത് നിർമാല്യമുന്നയിച്ച കലാപത്തിന്റെ മാനു ഷികയുക്തികൾ കൂടുതൽ പ്രസക്തമാവുകയാണ് എന്നും* നിരീ ക്ഷിക്കപ്പെട്ടിരിക്കെ (നിർമാല്യത്തിലെ വിശ്വാസകലാപം- ആല ങ്കോട് ലീലാകൃഷ്ണൻ-കാണി നേരം, കാണി ഫിലിം സൊസൈറ്റി വാർഷികപ്പതിപ്പ് 2010), മനുഷ്യനു വേണ്ടിയെന്നതിനു പകരം സവർണ ഹിന്ദുവിനു വേണ്ടി എന്നും വീടിനു വേണ്ടിയെന്നതിനു പകരം ദേവാലയത്തിനു വേണ്ടി എന്നും മാറ്റി വായിച്ചാൽ മാത്രമേ

നിർമാല്യം ഏതു പക്ഷം പിടിച്ച കലാപമാണ് നടത്തിയത് എന്നു ബോധ്യപ്പെട്ടു.

ഊരാളനും നാട്ടാർക്കും അമ്പലം വേണ്ടാച്ചാൽ പിന്നെ നമുക്കാ? എന്നാണ് ശാന്തി വിട്ടു പോകുന്ന ബ്രാഹ്മണൻ ചോദിക്കുന്നത്. ഈ ചോദ്യത്തിനുള്ള കാലത്തിന്റേയും കേരള സമൂഹത്തിന്റേയും മറുപടിയും പരിഹാരക്രിയയുമായിട്ടായിരിക്കണം; പിന്നീടുള്ള പതിറ്റാണ്ടുകളിൽ ക്ഷേത്രം, ശാന്തി, ദേവസ്വം, തീർത്ഥയാത്രകൾ എന്നിവ വൻ വ്യവസായങ്ങളായി പരിണമിച്ചത്. ഗുരുവായൂരും ശബരിമലയിലും തന്ത്രിമാരായും ശാന്തിക്കാരായും ഒരു വർഷത്തേക്ക് നിയമനം ലഭിക്കുന്നവർക്ക് അവരുടെ മാത്രമല്ല, വരും തലമുറകളുടെ വരെ മുഴുവൻ ആവശ്യങ്ങളും ധൂർത്തുകളും നിറവേറ്റാൻ മാത്രം വരായ * ലഭ്യമാവുമെന്നാണ് അനുഭവസ്ഥർ പറയുന്നത്.

രണ്ടു പറ നെല്ലും വെളിച്ചെണ്ണേം കൊണ്ട് മാസം കഴിയുമോ എന്നാണ് വെളിച്ചപ്പാടി (ഈ കഥാപാത്രത്തെ ഹൃദയസ്പൃക്കായി അവതരിപ്പിച്ച പിജെ ആന്റണിക്ക് ഭരത് അവാർഡ് ലഭിക്കുകയുണ്ടായി) ന്റെ ഭാര്യ ചോദിക്കുന്നത്. *തമ്പുരാനെ കാണുമ്പോൾ ഒരു പറ നെല്ലു കൂടി ചോദിക്കരുതോ* എന്ന അവരുടെ ആവലാതിക്കു പുറകെയാണ് ഈ ജീവിതസത്യം വെളിപ്പെടുന്നത്. ശാന്തിക്കാര്യം പറയുന്നതിനിടയിലാണോ നെല്ലിന്റെ കാര്യം എന്ന് വെളിച്ചപ്പാട് അവളെ പരിഹസിക്കുകയും ശകാരിക്കുകയും ചെയ്യുന്നു. ചെയ്യുന്ന ജോലിക്ക് മര്യാദക്ക് കൂലി ചോദിച്ചുവാങ്ങിത്തുടങ്ങിയ തൊഴിലാളിവർഗത്തിന് പ്രായപൂർത്തിയെത്തിയ കാലമായിരുന്നു കേരളത്തിലെ എഴുപതുകൾ.

വേണ്ടത്ര വരുമാനം ഇല്ലാത്ത വെളിച്ചപ്പെടൽ, കഴകം, ശാന്തി, അടിച്ചുതളി തുടങ്ങിയ അമ്പലപ്പണികൾ ഉപേക്ഷിച്ച് വിവിധ ഉന്നതകുലജാതർ കീഴാളരെപ്പോലെ മേലനങ്ങി അധ്വാനിക്കാൻ തുടങ്ങിയ പരിവർത്തനകാലങ്ങൾ കടന്നു പോയിരുന്നു. അപ്പോഴാണ് ഇടിഞ്ഞുപൊളിഞ്ഞ ഒരു പഴയ കാലത്തെ എടുപ്പുകാലുകളാൽ നിവർത്തി നിർത്താൻ എംടി പരിശ്രമിക്കുന്നത്. ആ പ്രവർത്തനം പിൽക്കാലത്ത് സാക്ഷാത്കൃതമായി. കേരളത്തിലെ നഗര-ഗ്രാമങ്ങളെമ്പാടും ക്ഷേത്രവിസ്തൃതികൾ നിറഞ്ഞു. ആറ്റുകാൽ പൊങ്കാല വന്നാൽ തിരുവനന്തപുരവും പൂരം വന്നാൽ തൃശ്ശൂരും എന്നതുപോലെയായി ഉത്സവകാലങ്ങളിൽ കേരളം മുഴുവനും. പിന്നീട് ഉത്സവകാലം പോലെയായി എന്നും അമ്പലങ്ങൾ. പരമ്പരാഗത ദൈവങ്ങളും ക്ഷേത്രങ്ങളും പോരാഞ്ഞ് ആൾദൈവ വ്യവസായവും അവ

രുടെ ശ്വാസം വിടീലുകളും ചാനലുകളും പാട്ടുകളും കൊണ്ട് കേരളം തിങ്ങി നിറഞ്ഞു. ഇല്ല, *നിർമാല്യ*ത്തിലെ ഖേദപ്രകടനങ്ങൾ രചയിതാവിനെ ഇപ്പോൾ വേട്ടയാടുന്നുണ്ടാവില്ല.

വിശുദ്ധമായ ശാന്തി അഭംഗുരം തുടരണമെന്ന് തമ്പുരാനോട് ആവശ്യപ്പെടാൻ വഴിയിലിറങ്ങിയ വെളിച്ചപ്പാടിനെ പണി കിട്ടാനായി തൃശ്ശൂർക്ക് പോകാൻ രണ്ടു രൂപ ചോദിക്കുന്ന മകൻ അപ്പു മാത്രമല്ല അലോസരപ്പെടുത്തുന്നത്. കന്നുമായി വരുന്ന മൈമുണ്ണി എന്ന മുസ്ലിം(അന്യൻ) പലചരക്കു കച്ചവടക്കാരൻ പുറകിൽ നിന്ന് വിളിക്കുന്നു. തന്റെ കടയിൽ നിന്ന് വാങ്ങിയ സാധനങ്ങളുടെ പറ്റ് തീർത്തില്ലെങ്കിലും ബാധ്യതയിലേക്ക് എന്തെങ്കിലും വക വെക്കണമെന്ന് ചോദിക്കാനാണ് അയാൾ വെളിച്ചപ്പാടിനെ പിടിച്ചു നിർത്തുന്നത്.

ദിവ്യവും ദൈവികവുമായ കാര്യങ്ങൾ തിരിച്ചറിയാത്ത, കച്ചവടത്തിലും കടം തിരിച്ചുപിടിക്കലിലും മാത്രം ശ്രദ്ധയുള്ള ഒരു കഴുത്തറുപ്പുകാരൻ എന്ന നിലക്കാണ് ഇയാളുടെ പ്രതിനിധാനം. വെളിച്ചപ്പാടിനോട് ബീഡിയോ ബീഡിക്കുറ്റിയോ യാചിക്കുന്ന ഭ്രാന്തൻ ഗോപാലന്റെ ദയനീയാവസ്ഥ കണ്ട് ഒരു നിമിഷത്തേക്ക് മാത്രം മനസ്സലിയുന്ന മൈമുണ്ണി അയാൾ വലിച്ചുകൊണ്ടിരുന്ന ബീഡിക്കുറ്റി അവനു നേരെ എറിഞ്ഞുകൊടുത്ത് നടന്നകലുന്നു. *ഫ! അശുദ്ധാക്കാൻ വരും ഓരോ അശ്രീകരങ്ങള്* എന്നാണ് ആ ദയാപ്രവൃത്തിയെ ഭ്രാന്തൻ (അഥവാ ഭ്രാന്തിലും മറയാതെ പോകുന്ന ജാതി ചിന്ത നിറഞ്ഞ സവർണൻ) അറപ്പോടെയും വെറുപ്പോടെയും ഭർത്സിക്കുന്നത്. പിന്നീട് ശാന്തിക്കായി എത്തുന്ന ബ്രഹ്മദത്തൻ നമ്പൂതിരി(രവിമേനോൻ) എന്ന ഉണ്ണ്യമ്പൂരി തന്റെയും കാമുകിയായ വെളിച്ചപ്പാടിന്റെ മകൾ അമ്മിണിയു(സുമിത്ര)ടെയും ദാരിദ്ര്യത്തിനിടയിലും *ഞാനവനൊരു അണ കൊടുത്തു* എന്ന് സംതൃപ്തിയോടെയും ചാരിതാർത്ഥ്യത്തോടെയും പറയുന്നത് ശ്രദ്ധിക്കുക. ദാനധർമ്മശീലങ്ങളൊക്കെ ശുദ്ധിയും പവിത്രയും ജാതിക്കുലീനതയും ഉള്ളവർക്ക് അവകാശപ്പെട്ടതാണെന്ന ധാരണ തന്നെയാണ് ഇവിടെ പുനപ്രക്ഷേപിക്കപ്പെടുന്നത്.

കഴകക്കാരനായ വാര്യർ അയാളെ തോൽപ്പിക്കുന്ന കുടിയാനെക്കുറിച്ച് -*കുടിയാന്മാരുടെ കൈയിലായില്ലേ ഭൂമ്യൊക്കെ, അനുഭവിക്ക്യന്നെ* -വിലപിക്കുന്ന ദൃശ്യവും, തുടർന്നുള്ള പറകൾ നിറച്ച് മുറ്റത്ത് ധാന്യങ്ങൾ നിരത്തിയിരുന്ന പണിക്കാർ നിറഞ്ഞ കാലത്തെക്കുറിച്ചുള്ള പകൽസ്വപ്നക്കാഴ്ചയും ഭൂപരിഷ്ക്കരണം

പോലുള്ള മാറ്റങ്ങളിൽ പരിതപിക്കുന്ന രചയിതാവിനെ തുറന്നു കാട്ടുന്നുണ്ട്. തമ്പുരാനെ കാണാനെത്തുന്ന വെളിച്ചപ്പാടിന് തമ്പുരാൻ കായകൽപം സേവിച്ചിരിക്കുന്ന അവസ്ഥയിലായതിനാൽ കാഴ്ച തരപ്പെടുന്നില്ല. കാലുളുക്കിയ കഥകളിക്കാര(ശങ്കരാടി)നോട് ലോഹ്യം പറയാനേ അയാൾക്കാവുന്നുള്ളൂ. കഥകളിയും കൂത്തും കൃഷ്ണാട്ടവും ഗുരുതിയുമില്ലാതായ കെട്ട കാലത്തെക്കുറിച്ചവർ രണ്ടു പേരും പരിതപിക്കുന്നു. ബസ് സർവ്വീസ്, റബ്ബർ, ടയറിന്റെ വില എന്നിവയിലാണ് ഇല്ലത്തുള്ളവർക്ക് ഇപ്പോൾ ശ്രദ്ധ എന്നാണ് കഥകളിക്കാരൻ പരിതപിക്കുന്നത്. തമ്പുരാന്മാർക്ക് പല്ലക്കും കാള/കുതിര/പോത്ത് വണ്ടിയും കാറും ഉണ്ടായിരിക്കെ സാധാരണക്കാർക്ക് യാത്ര ചെയ്യാനുതകുന്ന ബസ് സർവ്വീസ് തുടങ്ങുന്നതിനെ കുറ്റകൃത്യമായി കാണുന്ന കാഴ്ചപ്പാട് പിൽക്കാലത്ത് മാറ്റുരക്കുന്നത് അരവിന്ദന്റെ *ഒരിടത്തിലാണ്*. ഗ്രാമത്തിൽ വൈദ്യുതി എത്തിച്ച് ഗ്രാമ വിശുദ്ധിയെ നശിപ്പിക്കുന്നവരാണല്ലോ *ഒരിടത്തി*ലെ കുറ്റവാളികൾ.

ഒരു വിശ്വാസകലാപം എന്ന നിലയിൽ നമ്മുടെ സാമൂഹികചരിത്രത്തിലെ ഒരു സുപ്രധാന ഇടപെടലുമാണ് നിർമാല്യം. മനുഷ്യനും അവന്റെ ജീവിതത്തിനും പ്രയോജനപ്പെടുന്നില്ലെങ്കിൽ ദൈവമെന്തിന് എന്ന ധീരവും മൗലികവുമായ ഒരു വിശ്വാസലംഘനത്തിന്റെ ചോദ്യം ഈ സിനിമയിൽ നിന്ന് മുഴങ്ങുന്നുണ്ട് (നിർമാല്യത്തിലെ വിശ്വാസകലാപം- ആലങ്കോട് ലീലാകൃഷ്ണൻ-കാണിനേരം, കാണി ഫിലിം സൊസൈറ്റി വാർഷികപ്പതിപ്പ് 2010) എന്ന് പൊതുബോധത്തിൽ വിലയിപ്പിച്ചു ചേർത്ത *നിർമാല്യ*ത്തിന്റെ പുരോഗമനസ്വഭാവം എന്ന പ്രതീതി അപനിർമ്മിച്ചാൽ, കേരളത്തിലെ പ്രത്യക്ഷ പുരോഗമനം എന്നത് യൂറോപ്യൻ ആധുനികതയും മുസ്ലിം വിരുദ്ധതയെയും സവർണതയെയും പൊതിഞ്ഞു വെച്ച യുക്തിവാദ/മതനിരപേക്ഷ നാട്യം മാത്രമാണെന്ന് വ്യക്തമാവും. *ഓളവും തീരവും* വിസ്മൃതിയിലേക്ക് മറഞ്ഞുപോകുകയും *നിർമാല്യം* വാഴ്ത്തപ്പെടലിലേക്ക് തെളിഞ്ഞുവരുകയും ചെയ്യുന്ന; *ഓളവും തീരവും* ആവർത്തിക്കപ്പെടാത്തത് വിശേഷിച്ച് പരാമർശിക്കേണ്ട കാര്യമല്ലാതാവുകയും *നിർമാല്യം* ആവർത്തിക്കപ്പെടാത്തത് വമ്പിച്ച പൊതുബോധ പ്രശ്നമാവുകയും ചെയ്യുന്ന പുതിയ കേരളം ആരുടെ കാഴ്ചയിലാണ് മറഞ്ഞു നിവരുന്നത് എന്നും അതിമാനുഷവത്കരിക്കപ്പെട്ട ഏത് കാണിയെയാണ് മുന്നിൽ നിർത്തുന്നതെന്നും നാം കാണാതെ പോകുകയാണെന്ന് കരുതേണ്ടിയിരിക്കുന്നു.

(വരുമാനം എന്ന അർത്ഥം വരുന്ന വള്ളുവനാടൻ പ്രയോഗം)*

കപടദൈവങ്ങളുടെ പുകപ്പുര

സ്വാതന്ത്ര്യ പൂർവ്വ/സ്വാതന്ത്ര്യാനന്തര ഇന്ത്യയിൽ നിലനിന്നു പോന്നതും അതിവേഗം ശക്തി പ്രാപിച്ചതുമായ പാൻ ഹിന്ദു സ്വത്വ രൂപവത്ക്കരണവുമായി ഐക്യപ്പെട്ടുകൊണ്ടും വിമോചനസമരാനന്തര കേരളത്തിലെ ജാതി-മത രാഷ്ട്രീയഭൂമികയിൽ നിന്ന് ഊർജ്ജങ്ങൾ സ്വീകരിച്ചുമാണ് കേരളത്തിലെ ആധുനിക കാല സവർണ-ഹിന്ദു വർഗീയത അതിന്റെ ആഴങ്ങളും ഉപരിതലങ്ങളും വെട്ടിപ്പിടിക്കുന്നത്. സവർണ ഹിന്ദു വർഗീയതക്ക് പുരോഗമന വിഭാഗത്തിൽ നിലകൊള്ളുന്ന ശുദ്ധാത്മാക്കൾ വിശ്വസിക്കുന്നതു പോലെ യാഥാസ്ഥിതികമായ അടിസ്ഥാനങ്ങളും പ്രവർത്തനപദ്ധതികളും മാത്രമല്ല ഉള്ളത്.

ഈ കാലഘട്ടത്തെയും ഈ രാജ്യത്തെയും അനീതികളിൽ നിന്നും അനാചാരങ്ങളിൽ നിന്നും വിമോചിപ്പിക്കാനുള്ള ഒരു വിപ്ലവ ശക്തി എന്ന നിലക്ക് അതിനെ ഉയർത്തിക്കാട്ടാൻ അതിന്റെ നേതൃത്വത്തിന് ഫലപ്രദമായി സാധിക്കുന്നുണ്ട് എന്നതും അവരുടെ അനുയായിവൃന്ദത്തിനിടയിൽ അത് വിലപ്പോവുന്നുമുണ്ട് എന്നതുമാണ് ശ്രദ്ധേയമായ കാര്യം. അഴിമതി, സ്വജനപക്ഷപാതം, കക്ഷിരാഷ്ട്രീയത്തിന്റെ അമിത സാന്നിദ്ധ്യം, സദാചാരധ്വംസനങ്ങൾ എന്നിങ്ങനെ സമകാല കേരളജീവിതത്തിന്റെ ഏറ്റവും പ്രധാനപ്പെട്ട മൂല്യത്തകർച്ചകൾ പരിഹരിക്കണമെങ്കിൽ ഇവിടെ ഒരു സ്വേച്ഛാധിപത്യഭരണമോ പട്ടാള ഭരണമോ നടപ്പാകണമെന്ന് ആഗ്രഹിക്കുന്നവർ നമുക്കിടയിൽ ധാരാളമാണ്. ജനാധിപത്യം ആണ് എല്ലാ കുഴപ്പങ്ങൾക്കും കാരണം എന്നു തുടരെത്തുടരെ നാം കേട്ടുകൊണ്ടിരിക്കുന്നുണ്ട്. പഴയ സുവർണകാലം നഷ്ടമായി എന്നു പല തരത്തിൽ വിലപിക്കുന്നതും ഇതിന്റെ തുടർച്ചയാണ്.

പുരോഗമന രാഷ്ട്രീയത്തിന്റെയും മതനിരപേക്ഷ സംസ്കാരത്തിന്റെയും തിളക്കമാർന്ന പ്രതീകമായിരുന്ന കേരളീയ ജീവിതം, അന്ധവിശ്വാസങ്ങൾ കൊണ്ടും ആൾദൈവങ്ങളുടെ അനുയായി സമ്പദ് വൈപുല്യം കൊണ്ടും മാമൂലുകളിലേക്കുള്ള തിരിച്ചുപോക്കുകൾ കൊണ്ടും അനുഷ്ഠാനങ്ങൾ കൊണ്ടുള്ള അമിതമായ ആസക്തി കൊണ്ടും ജാതിമത പരിഗണനകളുടെ ശാക്തേയം കൊണ്ടും പുനരാവിഷ്ക്കരിച്ചെടുത്ത മധ്യകാല സാങ്കൽപിക സ്ഥലകാലത്തിൽ കുടുങ്ങിയതു പോലാണിന്ന്. കേരള സമൂഹത്തിന്റെ ജനാധിപത്യവത്ക്കരണപ്രക്രിയ ഇടക്ക് വെച്ച് അശക്തമായതും വ്യക്തികൾ സമൂഹജീവികൾ എന്ന നില വിട്ട് കുടുംബജീവികളായി

പരിണമിച്ച് നല്ല കുട്ടികളായിത്തുടങ്ങിയതും ഒക്കെ കേരളം അതിവേഗം ഫാസിസത്തിന്റെ പുൽവട്ടിയായിത്തീരുന്നതിന് സഹായകമായി. അരാഷ്ട്രീയവത്ക്കരണവും സവർണാഭിമുഖ്യവും കൈയോടു കൈ ചേർത്തു പ്രവർത്തിക്കുന്ന ഒരു സൗന്ദര്യ- വ്യാവസായിക പ്രത്യയശാസ്ത്രം മലയാള സിനിമയിൽ സജീവമായതിന്റെ പുറം കാരണങ്ങൾ ഇതൊക്കെയാണ്.

തൊണ്ണൂറ്റിരണ്ട് ഡിസംബറിലിറങ്ങിയ (ബാബ്റി മസ്ജിദ് തകർത്ത മാസം) *ധ്രുവം* (ജോഷി) എന്ന ചിത്രത്തിന്റെ കമ്പോള വിജയത്തോടെയാണ് മലയാള സിനിമയിൽ പ്രത്യക്ഷമായ സവർണ വർഗീയ പ്രവണതകളുടെ ആധിക്യം ശ്രദ്ധിക്കപ്പെട്ടത്. ആനുകാലികങ്ങളിലും പൊതുചർച്ചാവേദികളിലും സുഹൃത്തുക്കൾ തമ്മിലുള്ള സൗഹൃദസംഭാഷണങ്ങളിൽ പോലും ഈ ഉത്ക്കണ്ഠകൾ പങ്കിടപ്പെട്ടു. പാരനോയിയയോ രാഷ്ട്രീയ തിമിരമോ ബാധിച്ച ചില ബുദ്ധിജീവി നാട്യക്കാരുടെ വെറും സംസാരങ്ങളായിട്ടതിനെ അന്നു പലരും തള്ളിക്കളഞ്ഞു.

എന്നാൽ, പിന്നീട് ഈ സവർണാധികാര പ്രവണത പടർന്നു പിടിക്കുകയും ഇപ്പോഴും അതിശക്തമായി തുടരുകയുമാണ്. കഥാഗതിയും കഥാപാത്രസ്ഥാനങ്ങളും ദൃശ്യവത്കരണവും സംഭാഷണത്തിലെ ഊന്നലുകളും ഉച്ചാരണപ്രത്യേകതകളും സംഗീതവും വർണഭാവങ്ങളും ആശയസംവാദം/വിവാദം എന്നിങ്ങനെ സിനിമയുടെ എല്ലാ തലങ്ങളിലും സജീവമായ അധികാരം ചെലുത്തിക്കൊണ്ടാണ് സവർണവർഗീയത അതിന്റെ രഥയാത്രകൾ സംഘടിപ്പിക്കുന്നത്.

നാടുവാഴിത്ത ഭൂതകാലത്തോടുള്ള ആതുരത ഉയർന്ന ജാതി ഹിന്ദുക്കൾ പരിശീലിച്ചിരുന്ന തരം ജീവിതരീതികൾ, സാംസ്കാരിക മുൻഗണനകൾ. സദാചാര നിർബന്ധങ്ങൾ എന്നിവയെ ഉദാത്തമാതൃകകളായി കൊണ്ടാടൽ, അനുഷ്ഠാനങ്ങളോടുള്ള സവിശേഷമായ താൽപര്യം, അന്ധവിശ്വാസജടിലമായ മതപ്രോക്തത, ആത്മീയനാട്യങ്ങളുടെ ജടിലോക്തി എന്നിങ്ങനെയുള്ള സ്വഭാവഘടകങ്ങളിലൂടെയാണ് ഈ സവർണാധികാരം പ്രത്യക്ഷപ്പെടുന്നത്. ഭൂതകാലത്തെയും ചരിത്രത്തെയും വളച്ചൊടിച്ചും ഒടിച്ചുമടക്കിയും അല്ലാത്തപ്പോൾ ഊതിവീർപ്പിച്ചും തങ്ങളുടെ പ്രതിവിപ്ലവ/വലതുപക്ഷ പിന്തിരിപ്പൻ ആവശ്യങ്ങൾക്കനുസരിച്ച് രൂപപ്പെടുത്തിയെടുക്കുന്നതിൽ സംഘപരിവാരം നടത്തുന്ന പരീക്ഷണങ്ങളുടെ രീതിശാസ്ത്രം തന്നെയാണ് മലയാള സിനിമയിലെ പ്രവണതക

ളിലും ആവർത്തിക്കപ്പെടുന്നത് എന്ന കാര്യം തിരിച്ചറിയുന്നത്, അതിനെ രാഷ്ട്രീയമായി സ്ഥാനപ്പെടുത്തുന്നതിന് അത്യാവശ്യമാണ്.

നവലോകം, നീലക്കുയിൽ, ന്യൂസ് പേപ്പർ ബോയ്, രാരിച്ചൻ എന്ന പൗരൻ, മുടിയനായ പുത്രൻ എന്നിങ്ങനെയുള്ള പഴയ സിനിമകൾ ചലച്ചിത്രസൗന്ദര്യ പരിഗണനകൾ വെച്ച് ഇന്നു പരിശോധിക്കുമ്പോൾ അപ്രസക്തമെന്നു തോന്നിക്കുന്നവയാണ്. എന്നാൽ, നവോത്ഥാന സങ്കൽപങ്ങളും പുരോഗമന ജീവിത വീക്ഷണവും അടിസ്ഥാനമാക്കിക്കൊണ്ട് അവയിൽ ഉൾച്ചേർന്നിരുന്ന കഥാഗതിയും മുൻഗണനകളും താരതമ്യങ്ങളും കേരളീയ സംസ്ക്കാരത്തിന്റെ അക്കാലത്തെ ഈടുവെപ്പുകളായിത്തന്നെ പരിഗണിക്കേണ്ടതുണ്ട്. പുരോഗമന ആശയങ്ങൾക്കു ചലച്ചിത്രങ്ങളുടെ മേലുണ്ടായിരുന്ന ഈ സാംസ്ക്കാരിക മേൽക്കോയ്മക്കു പകരം ഇന്ന് *ധ്രുവം* മുതൽ *ആറാം തമ്പുരാനും നരസിംഹവും* വരെ വൻ വിജയം നേടിയ കമ്പോള സിനിമകളിൽ നാടുവാഴികളും ബ്രാഹ്മണരും നാടിനെ രക്ഷിക്കാൻ പുനരവതരിക്കുന്ന കാഴ്ചയാണുള്ളത്. വർത്തമാനകാലസമൂഹത്തിലെ കുഴപ്പങ്ങൾ മുഴുവൻ ചരിത്രപരിണാമത്തിന്റെ ഭാഗമായി സമുദായം വഴിയിലുപേക്ഷിക്കുകയോ വിസ്മൃതിയിലാഴ്ത്തുകയോ ചെറുത്തുതോൽപ്പിക്കുകയോ ചെയ്തിട്ടുള്ള ആചാരവൈകൃതങ്ങളുടെയും; മര്യാദ, ആത്മാർത്ഥത എന്നിവയുടെ മൂടുപടമണിഞ്ഞ വർഗ വിധേയത്വത്തിന്റെയും അഭാവം മൂലമാണെന്നാണ് ഈ സിനിമകൾ ധ്വനിപ്പിക്കുന്നത്.

ജനാധിപത്യം മോശമാവുന്നത്; പണ്ട് പിഴച്ചുപെറ്റ്, നാടുവാഴിയുടെ വീട്ടിലെ അരിവെപ്പുകാരന്റെ സഹായിയായി തുടങ്ങി പിന്നെ ഡ്രൈവറായും അതു കഴിഞ്ഞ് നന്ദികേട് കാണിച്ചും ഒക്കെ വളർന്ന ഒരാൾ ജനപ്രതിനിധിയാകുന്നതുകൊണ്ടാണ് (ധ്രുവം), പട്ടികജാതിക്കാരനായ ഒരാൾ ദേവസ്വം ബോർഡ് മെമ്പറാകുന്നതുകൊണ്ടാണ് (അദ്വൈതം), അത്തരമൊരാൾ സബ് ഇൻസ്പെക്ടറാവുന്നതുകൊണ്ടാണ് (ആര്യൻ), ക്ഷുരകവംശജനായ ഒരാൾ മന്ത്രിയാകുന്നതു കൊണ്ടാണ് (ഏകലവ്യൻ), മുസ്ലിംകൾ കള്ളക്കടത്തിലൂടെയും മറ്റു സാമൂഹ്യവിരുദ്ധ പ്രവണതകളിലൂടെയും പണക്കാരായി വിലസുന്നതു കൊണ്ടാണ് (ദേവാസുരം, മഹാത്മ). സങ്കരജനനം കൊണ്ടും താഴ്ന്ന സമുദായങ്ങളിലെ ജനനം കൊണ്ടും അശുദ്ധരായ ഇക്കൂട്ടർ അമാന്യമായ ജോലികളിൽ ഏർപ്പെട്ടതിനു ശേഷം രാഷ്ട്രീയ-സാമ്പത്തിക മണ്ഡലങ്ങളിൽ പ്രവേശിച്ച് അധികാര

ഘടനയുടെ പാവനത ചവിട്ടിക്കെടുത്തുന്നതായി ആക്ഷേപിക്കപ്പെടുന്നു. നാസിസവും ഇതര യൂറോപ്യൻ ദേശീയ ഫാസിസ്റ്റ് പ്രത്യയശാസ്ത്രങ്ങളും എതിർത്തിരുന്നത് സങ്കരജനനത്തെയും പ്രകീർത്തിച്ചിരുന്നത് വംശമഹിമയെയുമായിരുന്നല്ലോ.

രാജാധിപത്യ/നാടുവാഴിത്തക്കാലത്ത് നിലനിന്നിരുന്നത് ന്യായം, ധർമം, നീതി എന്നിവയൊക്കെയായിരുന്നുവത്രെ! *ധ്രുവ*ത്തിലെ നാടുവാഴിയുടെ കൊട്ടാരത്തിന്റെ മുൻഭാഗത്ത് ഒരു മണി കെട്ടിത്തൂക്കിയിട്ടുണ്ട്. ഏതെങ്കിലുമൊരു പ്രജ വന്ന് ഈ മണിയടിച്ചാൽ അയാൾക്കെന്തോ ആവലാതി ബോധിപ്പിക്കാനുണ്ടെന്നാണർത്ഥം. പിന്നീട് ആ ആവലാതിക്കു നിവൃത്തിയുണ്ടാക്കാതെ നാടുവാഴി ഗൃഹത്തിലാർക്കും ഭക്ഷണമില്ല, ജലപാനമില്ല, കുളിജപമില്ല, മറ്റൊന്നുമില്ല! കുലമഹിമയുള്ള, തേജസ്സുറ്റ മുഖകാന്തിയുള്ള, സ്വന്തം കുളത്തിലെ ശുദ്ധജലത്തിൽ രാവിലെ മുങ്ങിക്കുളിച്ച് കുറി തൊടുന്ന, തൂവെള്ള ജൂബയും കസവുമുണ്ടും പുലിനഖമാലയും രുദ്രാക്ഷമാലയും കൈവളയും വിരൽമോതിരവും അണിയുന്ന, വരേണ്യമായ ഉച്ചാരണ ശുദ്ധിയോടെ സംസാരിക്കുന്ന, പൗരുഷവും ആകാര സൗഷ്ഠവവും ഉള്ള നാട്ടുരാജാക്കന്മാരാൽഭരിക്കപ്പെടാനുള്ള സൗഭാഗ്യമാണ് ഇത്തരം ചെറ്റകളുടെ കുടിലഭരണം പകരം വെച്ചു നാം നഷ്ടപ്പെടുത്തുന്നത്.

തുഞ്ചത്ത് എഴുത്തച്ഛൻ, അയ്യങ്കാളി, വൈകുണ്ഠ സ്വാമികൾ, ചാവറ അച്ചൻ, പൊയ്കയിൽ അപ്പച്ചൻ, മമ്പുറം തങ്ങൾ, വക്കം മൗലവി, ശ്രീനാരായണഗുരു, വി.ടി ഭട്ടതിരിപ്പാട്, കോൺഗ്രസും സാമ്രാജ്യവിരുദ്ധ പ്രസ്ഥാനങ്ങളും, കമ്യൂണിസ്റ്റ് പ്രസ്ഥാനം, കർഷകപ്രസ്ഥാനം എന്നീ പ്രതീകങ്ങളിലൂടെ നാം മനസ്സിലാക്കിയും ഉൾക്കൊണ്ടും പോന്ന കേരളീയ നവോത്ഥാനം മുഴുവൻ പരമാബദ്ധമായിരുന്നു എന്ന രാഷ്ട്രീയ ആശയമാണ് ഈ പ്രകടനങ്ങളുടെ അന്തസ്സത്ത.

ധ്രുവം, ആര്യൻ, അദ്വൈതം, അഭിമന്യു, ദേവാസുരം, ആറാം തമ്പുരാൻ, നരസിംഹം പോലുള്ള നിരവധി ഹിറ്റ് സിനിമകളിൽ നായകസ്ഥാനം ബ്രാഹ്മണ/ക്ഷത്രിയ വംശജർക്കായും പ്രതിനായകസ്ഥാനം മുസ്ലിമിങ്ങൾ, ദളിതർ, സ്ത്രീകൾ എന്നിവർക്കായും നീക്കിവെക്കപ്പെട്ടിരിക്കുകയാണ്. യഥാക്രമം നന്മയുടെയും തിന്മയുടെയും പ്രതീകങ്ങളും മൂർത്തിമദ്ഭാവങ്ങളുമായി പ്രേക്ഷകർ തിരിച്ചറിയുകയും നെഞ്ചിലേറ്റുകയും ചെയ്യുന്ന നായക-പ്രതിനായക ദ്വന്ദ്വത്തെ സാമർത്ഥ്യത്തോടെ രാഷ്ട്രീയവത്ക്കരിച്ചുകൊണ്ടാണ്

വർഗീയ അധിനിവേശത്തിന്റെ പ്രത്യക്ഷവും വിജയഭേരിയും അട യാളപ്പെടുത്തുന്നത്.

ദളിതരെയും ആദിവാസികളെയും അവമതിക്കുന്നതിലൂടെ ലഭി ക്കുന്ന ആനന്ദം മുഖ്യധാരാ സിനിമയുടെ ഒരു സവിശേഷ ഘടക മാണ്. അൽപവസ്ത്രധാരിണിയായ ഒരു നടിയുടെ ശരീരകാഴ്ച കൾക്കൊപ്പം ആടിത്തിമിർക്കുന്ന സവർണനായകൻ, കലാ വൻ മണിയുടെ ദളിത ശരീരത്തെ ചവിട്ടിവീഴ്ത്തുന്ന ദൃശ്യം *നരസിംഹം* എന്ന സിനിമയുടെ പ്രത്യക്ഷമുഖമായി ടെലിവിഷനിലൂടെ കൊണ്ടാ ടപ്പെടുകയുണ്ടായി. കാബറെ നൃത്തത്തിന് ബദലായി കാട്ടുജാതി എന്ന പേരിൽ ആദിവാസി സ്ത്രീകളെ കാമാതുരരും പ്രാപ്യരും ആയി ചിത്രീകരിക്കുന്ന പ്രവണതയും സജീവമാണ്. *നെല്ല്, ഇലവ ങ്കോട് ദേശം* എന്നീ സിനിമകൾ ഉദാഹരണം. ആദിവാസി സ്ത്രീകൾക്കു നേരെ നാഗരിക ജനത നടത്തുന്ന ലൈംഗിക കയ്യേ റ്റങ്ങൾക്കു വരെ ഈ സിനിമകൾ പ്രേരകമാവുന്നുണ്ട്.

കാഴ്ചയുടെയും കേൾവിയുടെയും സൗന്ദര്യമാതൃകകൾ ഓരോ കാലഘട്ടത്തിലും വ്യത്യാസപ്പെടുകയും നവീകരിക്കപ്പെടുകയും ചെയ്യുന്നുണ്ട്. തൊണ്ണൂറുകളിൽ നമ്മുടെ സൗന്ദര്യ-ഇഷ്ടങ്ങൾ പൊടുന്നനെ വള്ളുവനാട്ടിലേക്ക് കേന്ദ്രീകരിക്കപ്പെട്ടു. മനിശ്ശീരിയി ലെയും വല്ലപ്പുഴയിലെയും ആൾത്താമസമില്ലാത്ത ചില ഇല്ലങ്ങളും മനകളും മോടി പിടിപ്പിച്ച് പോളീഷിട്ട് വാടകക്കെടുത്ത് ഉപയോ ഗിച്ചു തുടങ്ങിയപ്പോൾ മലയാള സിനിമയെ കോടമ്പാക്കത്തു നിന്ന് വിമോചിപ്പിച്ച് മലയാളീകരിക്കുക എന്ന ചരിത്രപരമായ കടമ പൂർത്തിയായി. യഥാർത്ഥ കേരളീയ വാസ്തുശിൽപ മാതൃകകളായി വാഴ്ത്തപ്പെടുന്ന ഇത്തരം ഗൃഹങ്ങൾ സിനിമയുടെ ദൃശ്യസ്ഥലം മുഴുവൻ നിറഞ്ഞു നിന്ന് നമ്മെ സുഖിപ്പിക്കുന്ന പ്രവണത വ്യാപക മായി.

ഹിസ് ഹൈനസ് അബ്ദുള്ള, കുടുംബസമേതം, ധ്രുവം, വാത്സ ല്യം, മണിച്ചിത്രത്താഴ്, ദേവാസുരം, ആറാംതമ്പുരാൻ, പൈതൃകം, പാഥേയം, സോപാനം, പരിണയം, മഴയെത്തും മുമ്പെ, ദേശാടനം തുടങ്ങി ഒരു പാട് ചിത്രങ്ങളിൽ ആവശ്യത്തിനും അനാവശ്യത്തിനും ഇത്തരം പഴയ കാലത്ത് നാട്ടുപ്രമാണിമാർ താമസിച്ചിരുന്ന വീടു കളുടെ പുറവും അകവും നിറഞ്ഞു നിൽക്കുന്നു. ചുമർ ചിത്രങ്ങൾ, കൊത്തുപണിയെടുത്ത തൂണുകളും കനം കൂടിയ വാതിലുകളും മച്ചുകളും ഉമ്മറപ്പടികളും കോണിപ്പടിയും കൈവരിയും ജനാല കളും സിംഹാസനരൂപികളായ ഇരിപ്പിടങ്ങളും കട്ടിലുകളും ചാരു

പടികളും, ഓട്ടുപാത്രങ്ങൾ, ഉരുളികൾ, കിണ്ടികൾ, കോളാമ്പികൾ, തൂക്കുവിളക്കുകൾ, പടിപ്പുര, നടുമുറ്റം, അടുക്കളക്കിണർ എന്നിങ്ങനെ സമ്പന്നതയും സവർണതയും സ്ഫുരിക്കുന്ന ഗൃഹഭാഗങ്ങൾ എല്ലാം ക്ലോസപ്പുകളിൽ വിശദമാക്കപ്പെടുന്നു. ഇവയുടെ ഒക്കെ പ്രാഥമിക ഉപയോഗത്തെ -ഉദാ: കോളാമ്പിക്ക് മുറുക്കിത്തുപ്പാനുള്ളത് എന്ന ഉപയോഗത്തെ -അല്ല അവ പ്രതിനിധാനം ചെയ്യുന്നത്. മറിച്ച് അതു പ്രതിനിധീകരിക്കുന്ന കാലം, വർഗ-വർണ-ലിംഗ വ്യവസ്ഥ എന്നിവ പൊയ്പോയതിന്റെ നഷ്ടസ്മൃതികളെ ഉൾവഹിച്ച ദ്വിതീയ മാനം ആണ് പ്രതീകവത്ക്കരിക്കപ്പെടുന്നത്.

സംഭാഷണത്തിലെ ഊന്നലുകളിൽ സംവരണവും പുതിയ കാലത്തിന്റെ മറ്റു കുഴപ്പങ്ങളും അവഹേളിക്കപ്പെടുന്നു. മഞ്ചേശ്വരം മുതൽ പാറശ്ശാല വരെ ദേശീയപാതയിൽ ഒന്നു സഞ്ചരിച്ചുനോക്കൂ! റോഡിനിരുവശവും ഉയർന്നു നിൽക്കുന്ന രമ്യഹർമ്യങ്ങൾ മുഴുവൻ ഏതു സമുദായക്കാരുടേതാണ്? ഒരൊറ്റ ബ്രാഹ്മണന്റെ വീടും അതിലില്ല (മഹാത്മ). ബോംബിവിടെ ഇഷ്ടം പോലെ മലപ്പുറത്തു കിട്ടുമല്ലോ (ആറാം തമ്പുരാൻ). ഭൂരിപക്ഷ സമുദായത്തിൽ പെട്ട ഒരു സ്ത്രീയെ ന്യൂനപക്ഷക്കാരൻ കെട്ടിയാൽ അതു ദേശീയോദ്ഗ്രഥനവും മത സൗഹാർദ്ദവും; മറിച്ചായാൽ ഇവിടെ വർഗീയ ലഹള (ആര്യൻ) എന്നിവ ചില ഉദാഹരണങ്ങൾ മാത്രം. ഇത്തരം ചില സംഭാഷണങ്ങളും ക്ഷേത്രങ്ങളെ സർക്കാർ ദേവസ്വങ്ങളിൽ നിന്ന് വിമോചിപ്പിച്ച് യഥാർത്ഥ ഭക്തർക്ക് വിട്ടു കൊടുക്കുക (അദ്വൈതം) തുടങ്ങിയ ഭൂരിപക്ഷ വർഗീയത പ്രചരിപ്പിക്കുന്ന ആശയങ്ങൾ കൈയടിയുടെയും ആർപ്പുവിളികളുടെയും അകമ്പടികളടെ തിയറ്ററുകളിൽ സ്വീകരിക്കപ്പെടുന്നു.

സിനിമകളിലെ മലയാള ഭാഷയുടെ ഉച്ചാരണം പെട്ടെന്നു വള്ളുവനാട്ടിന്റെ രീതികളിലേക്ക് മാറി. ഇല്ല്യ, വന്നില്ല്യ, എന്തേണ്ടായ്യേ, എന്നിങ്ങനെ വള്ളുവനാടൻ ഉച്ചാരണം യഥാർത്ഥ മലയാളമായി പ്രതിഷ്ഠിക്കപ്പെട്ടു. *സാദരം* പോലുള്ള സിനിമകളിൽ സുരേഷ്ഗോപിയും *സ്നേഹം* പോലുള്ള സിനിമയിൽ ജയറാമും വള്ളുവനാടൻ ഭാഷ ഉച്ചരിക്കാൻ പെടാപ്പാടു പെടുന്നതു കാണുമ്പോൾ കാണികൾക്കു സഹതാപമുണരും.

വേഷവിധാനത്തിന്റെ കാര്യത്തിലും കേരളീയതയുടെ കപടപ്രവേശം പ്രകടമാണ്. ചിങ്ങം ഒന്നിന് മാത്രം ഓഫീസുകളിലെയും കലാലയങ്ങളിലെയും ടിവി സ്ക്രീനിലെയും വനിതകളും ഓണം വിശേഷാൽ പ്രതികൾക്കു വേണ്ടി സിനിമാനടികളും കസവുമുണ്ടും

വേഷ്ടിയും അണിയുന്നതുപോലുള്ള അശ്ലീലദൃശ്യം സിനിമകളിൽ നിറയാൻ തുടങ്ങി. ആൺ കഥാപാത്രങ്ങളും ഇത്തരം ഫ്യൂഡൽ വേഷങ്ങൾ -കസവുമുണ്ട്, വേഷ്ടി, ഉത്തരീയം, കൈവള, പുലി നഖ ലോക്കറ്റ് -അണിഞ്ഞ് അണിനിരക്കാൻ തുടങ്ങി. സവർ ണ ഹൈന്ദവ അനുഷ്ഠാനങ്ങളുടെ വിശദമായ ചിത്രീകരണം സിനിമ കളിൽ പതിവായി. *ദേശാടന*ത്തിലെ ബലിദാനങ്ങളുടെ നീണ്ട ദൃശ്യ വത്ക്കരണം ശ്രദ്ധിക്കുക. *പുരുഷാർത്ഥം, കഴകം, അദ്വൈതം, മഹാത്മ* തുടങ്ങിയ ചിത്രങ്ങളിലും ഇത്തരം ദൃശ്യങ്ങളുടെ അനവ സരത്തിലുള്ള ധാരാളിത്തമുണ്ട്.

ഇടക്കാലത്ത് വഴി തെറ്റി സിനിമാസംഗീതം പാശ്ചാത്യവത്ക്ക രണത്തിന്റെയും ഹിന്ദി-തമിഴ് സിനിമാപ്പാട്ടുകളുടെ വികലാനുകര ണത്തിന്റെയും സുഖക്കേടുകളിൽ കുടുങ്ങിപ്പോയെങ്കിൽ പിന്നീട് അതിനെ വീണ്ടെടുത്ത് അർധ-കർണാടക സംഗീത അടിസ്ഥാന ത്തിൽ ഉറപ്പിച്ചെടുക്കുകയുണ്ടായി. *ഭരതം, സർഗം, കമലദളം, സോപാനം* തുടങ്ങി ഒരു പാട് ചിത്രങ്ങളിൽ പീഡിപ്പിക്കപ്പെട്ട അർധ -കർണാടക ശാസ്ത്രീയ സംഗീതം പുനരവതരിക്കുന്ന ഇതിവൃത്തം തന്നെ രൂപപ്പെട്ടു. *ഹിസ് ഹൈനസ് അബ്ദുള്ള, ചിത്രം, ദേവരാ ഗം, ആറാം തമ്പുരാൻ* തുടങ്ങി നിരവധി ചിത്രങ്ങളിൽ ഈ ആഭി മുഖ്യം പ്രകടമാണ്. പിന്നീട് ഒരേ തരത്തിലുള്ള ഗാനങ്ങൾ -മി ക്കതും പഴയ ട്യൂണുകൾ മോഷ്ടിച്ചെടുത്തത് - അവതരിപ്പിച്ച് (ദേ ശാടനം, സ്നേഹം, ചിത്രശലഭം, താലോലം, നിവേദ്യം) അതാണ് ഇന്നത്തെ സവിശേഷത എന്നു കൊട്ടിഘോഷിച്ചു. കേരളീയ സവർണതയുടെ ഒരു ചിഹ്നമായി നിശിതാർത്ഥത്തിൽ കണക്കാ ക്കാൻ വയ്യാത്ത കർണാടക സംഗീതത്തെ അതേപടി വാഴ്ത്തുന്ന പ്രവണത, സവർണതയോടാണ്, മറിച്ച് കേരളീയതയോടല്ല ഈ ഭാവുകത്വത്തിന് ചായ്‌വ് എന്നതിന്റെ തെളിവാണ്.

പഴമയുടെ സുവർണപ്രഭാവം ജനിപ്പിക്കുന്നതിനായി വർണവി ധാനം ഉപയോഗിക്കുന്ന പ്രവണതയും കുറെ സിനിമകളിലുണ്ട്. (ഒരു വടക്കൻ വീരഗാഥ, വൈശാലി, പെരുന്തച്ചൻ, പൈതൃകം, ദേശാടനം) ഈ ചിത്രങ്ങളെ, രവി വർമ്മ ചിത്രങ്ങളിൽ പതിവുള്ള കൊളുത്തിവെച്ച നിലവിളക്കിന്റെ പ്രഭയിൽ തെളിയുന്ന വർണസ ങ്കേതം (ഒരു തരം മൂടൽ ബാധിച്ച മഞ്ഞ നിറം) പൊതിഞ്ഞു നിൽക്കുന്നതു കാണാം.

കച്ചവട സിനിമ, കലാ സിനിമ എന്നിങ്ങനെ വേർപിരിഞ്ഞു പോയിരുന്നതായി സങ്കൽപിക്കപ്പെട്ടിരുന്ന മലയാള സിനിമയുടെ

ഭാവുകത്വം ഈയിടെയായി ഒന്നായിത്തുടങ്ങുന്നുണ്ടെന്ന് പല നിരീക്ഷകരും ചൂണ്ടിക്കാട്ടിയിട്ടുണ്ട്. അതിന്, ഉയർന്ന നിലവാരമുള്ള കലയും അധമ കലയും ഒന്നാവുന്നതോ അഥവാ പരസ്പരം കുഴഞ്ഞുമറിയുന്നതോ ആയ ഉത്തരാധുനിക അവസ്ഥയടക്കം പല കാരണങ്ങളുണ്ടാവും. എന്നാൽ, ഈ പ്രവണതക്കനുസരിച്ച് മലയാള സിനിമയുടെ രാഷ്ട്രീയ ഊന്നലിനെ സവർണാധികാരം കവർന്നത് രണ്ടു തരം സിനിമകളിലും പ്രകടമാണെന്നതു ശ്രദ്ധേയമായ കാര്യമാണ്. ലോകപ്രശസ്തിയാർജ്ജിച്ച മലയാള ചിത്രങ്ങളായ *കഥാപുരുഷൻ* (അടൂർ ഗോപാലകൃഷ്ണൻ), *പിറവി, സ്വം*(ഷാജി എൻ കരുൺ), *പോക്കുവെയിൽ, ചിദംബരം* (അരവിന്ദൻ) തുടങ്ങിയവയും പലതരം കാപട്യങ്ങളിലൂടെയാണെങ്കിലും വിദേശത്തും ഇന്ത്യയിലും അംഗീകാരങ്ങൾ ലഭിച്ച *പൈതൃകം, ദേശാടനം, കളിയാട്ടം*(ജയരാജ്) തുടങ്ങിയവയും മുതൽക്ക് സാധാരണ പ്രേക്ഷകരെ ലക്ഷ്യമിട്ട് ഇറങ്ങുന്ന അടി പൊളി സിനിമകളായ *ധ്രുവം*(ജോഷി), *ദേവാസുരം* (ഐ വി ശശി), *ആറാം തമ്പുരാൻ, നരസിംഹം* (ഷാജി കൈലാസ്) തുടങ്ങിയവയടക്കം കഴിഞ്ഞ ദശകങ്ങളിൽ നിറഞ്ഞു നിന്ന സിനിമകളെയൊക്കെ കേരള സംസ്കാരം എന്ന അർത്ഥത്തിൽ ഹിന്ദുത്വവും സവർണാഭിമുഖ്യവും ആവേശിച്ചതു കാണാം.

കഥാപുരുഷനിൽ നായകനായ മുൻ നക്സലൈറ്റുകാരന്റെ മുമ്പേ നടക്കുന്ന മറ്റൊരു അതിമാനുഷനുണ്ട് (നരേന്ദ്രപ്രസാദ് അഭിനയിക്കുന്നു). ഒരു കാലത്ത് കോൺഗ്രസും പിന്നീട് കമ്യൂണിസ്റ്റും ആയിരുന്ന ഇയാൾ കഥ നടക്കുന്ന കാലത്ത് (എൺപതുകൾ) കാവി ധരിച്ച ഒരു സന്യാസിയായി അവതരിക്കുന്നു. നല്ല മൂല്യങ്ങളോട് ഐക്യപ്പെട്ട് ഓരോ കാലത്തും ത്യാഗധനന്മാരായ യുഗപുരുഷന്മാർ മനസ്സിലും ജീവിതത്തിലും കൈക്കൊള്ളുന്ന പ്രസ്ഥാനങ്ങൾ ഏതൊക്കെയാണെന്നാണ് ചലച്ചിത്രപ്രതീക വ്യവസ്ഥയുടെ പ്രയോഗത്തിൽ മാസ്റ്റർ തന്നെയായ അടൂർ ധ്വനിപ്പിക്കുന്നത്.

*പിറവിയി*ലെയും *സ്വമ്മി*ലെയും സവർണാഭിമുഖ്യം ധാരാളം ചർച്ച ചെയ്യപ്പെട്ടതാണ്. അടിയന്തിരാവസ്ഥക്കാലത്തെ രാജൻ സംഭവത്തെ ഉപജീവിച്ചെടുത്ത *പിറവിയി*ൽ നിന്നു കൃത്യമായ വർഷം, ഭരണാധികാരികൾ ആരായിരുന്നു എന്നീ കാര്യങ്ങൾ മാറ്റിമറിക്കപ്പെട്ടപ്പോൾ രാജൻ ജനിച്ച ജാതിയിൽ കാര്യമായ വ്യത്യാസം (വാരിയർക്കു പകരം ചാക്യാർ - രണ്ടും അമ്പലവാസി) വരുത്താൻ സംവിധായകൻ തയ്യാറാകുന്നില്ല. ഒരു ദളിതന്റെ ചാളയിലിരുന്നാണ് പ്രേംജിയും മകളും നഷ്ടപ്പെട്ട മകനെ/സഹോദരനെ ഓർത്ത് കര

ഞ്ഞിരുന്നതെങ്കിൽ *പിറവി* ക്ക് പ്രയോഗിക്കാനായ ശോകഭാവത്തിന്റെ അന്തസ്സത്ത വ്യത്യസ്തമാകുമായിരുന്നു. *സ്വമ്മി*ൽ ബ്രാഹ്മണവിധവയുടെ ദു:ഖം എന്ന നിലക്കാണ് നിരാശ ഘനീഭവിച്ചു നിന്നത്. കർത്താവ് ജീവിച്ചിരിക്കെ തന്നെ വിധവകളെപ്പോലെ അവലംബരഹിതരായി തീർന്ന എത്രയോ സ്ത്രീകൾ പിടിച്ചു നിന്നതിന്റെയും ഇടറിപ്പോയതിന്റെയും ഒടുങ്ങിപ്പോയതിന്റെയും സാക്ഷ്യങ്ങൾ കണക്കിലെടുക്കാതെ, സവർണസമുദായത്തിലെ സ്ത്രീക്ക് ഈ ദുരവസ്ഥ ഉണ്ടായതായി വിവരിക്കപ്പെടുമ്പോൾ അതിന് ഒരു കാലഘട്ടത്തിൽ കേരളവും തമിഴകവും തോൽപ്പിച്ചെടുത്ത ബ്രാഹ്മണാധിപത്യത്തെക്കുറിച്ചുള്ള നഷ്ടസ്മൃതികളും കൂട്ടായെത്തി. *ചിദംബര*ത്തിൽ ദളിതയായ സ്ത്രീയും താരതമ്യേന ഉയർന്ന ജാതിക്കാരനായ പുരുഷനും തമ്മിൽ നടത്തുന്ന അവിഹിതബന്ധത്തെ തുടർന്ന് പുരുഷൻ മാത്രം നിരാശയുടെ കയങ്ങൾ നീന്തി അവസാനം ചിദംബരം ക്ഷേത്രസന്നിധിയിൽ മോക്ഷം പ്രാപിക്കുന്നതായി പ്രസ്താവിക്കപ്പെടുന്നു.

ഹിന്ദു ദൈവവിശ്വാസവും യാഗ സംസ്കാരവും യുക്തിവാദത്തെ പരാജയപ്പെടുത്തുന്ന ഒരു സരള ഘടന മാത്രമല്ല *പൈതൃക*ത്തിനുള്ളത്. നമ്മുടെ ആധുനിക ഭാവുകത്വത്തിനു യോജിച്ച സങ്കീർണമായ ഇതിവൃത്തഘടനയുടെയും സ്വാഭാവികത ജനിപ്പിക്കുന്ന ദൃശ്യപ്രതീതിയുടെയും ഒരു വ്യാജതലം ഈ സിനിമയിലുണ്ട്. പരമ്പരാഗത വിശ്വാസവും യുക്തിവാദവും ഏറ്റുമുട്ടുന്ന നാല് അവസരങ്ങളാണ് *പൈതൃക*ത്തിലുള്ളത്. അതിരാത്രത്തെ തുടർന്ന് മഴ പെയ്യുന്ന അവസാനരംഗത്തിലൊഴിച്ച് മറ്റു മൂന്നവസരങ്ങളിലും ഈ രണ്ടു വിരുദ്ധ വിശ്വാസങ്ങൾക്കും അതിന്റേതായ വ്യാഖ്യാനങ്ങൾ പ്രകാരം പിടിച്ചു നിൽക്കാനുള്ള സാധ്യതകൾ അവശേഷിപ്പിച്ചുകൊണ്ടാണ് സംഭവങ്ങൾ വ്യവഹരിക്കപ്പെടുന്നത്. ബൗദ്ധികമായി ഉയർന്നു നിന്ന പഴയ കാലത്തെക്കുറിച്ചുള്ള സ്മൃതികൾ പുനരുത്പാദിപ്പിക്കപ്പെടുന്ന *പൈതൃക*ത്തിൽ ദേവദത്തൻ സോമയാജിപ്പാടി(നരേന്ദ്രപ്രസാദ്) ലെത്തി നിൽക്കുന്ന യജ്ഞകാരന്മാരുടെ ഒരു തുടർച്ചയാണ് പാരമ്പര്യമായും പൈതൃകമായും അവതരിപ്പിക്കപ്പെടുന്നത്. അങ്ങനെ നമ്മുടെ യഥാർത്ഥ പാരമ്പര്യം ആത്മീയതയുടേതാണെന്ന പ്രത്യയശാസ്ത്രം പ്രക്ഷേപിക്കപ്പെടുന്നു.

ദേശാടനം, കേരളത്തിന് അന്യമായ ഒരു ഹിന്ദു ആശ്രമസംസ്കാരത്തിന്റെ പ്രത്യയശാസ്ത്രസമ്മതം നേടിയെടുക്കാനുള്ള ശ്രമമാണ്. ബലപ്രയോഗത്തിനു പകരം അനുനയത്തിന്റെ മാർഗം

ഉപയോഗിക്കുന്ന ആശ്രമാധിപന്റെയും മുത്തച്ഛന്റെയും രീതി തന്നെയാണ് സിനിമക്കുമുള്ളത്. *ദേശാടനം* ഫലത്തിൽ സന്യാസത്തോട് ദ്വേഷം ജനിപ്പിക്കുകയാണ് ചെയ്യുന്നത് എന്ന ചില ഇടതുപക്ഷക്കാരുടെ അഭിപ്രായം ബാലിശമാണ്. സന്യാസത്തിനു വേണ്ടി മകനെ വിട്ടുകൊടുക്കുന്നതിലൂടെ അച്ഛനമ്മമാരും കുടുംബവും അഭിമുഖീകരിക്കുന്ന വേദന, അനാഥത്വം, ശൂന്യത എല്ലാം അനിവാര്യമാണെന്നും അതല്ലാതെ, അങ്ങനെയല്ലാതെ അവർക്ക് ഒന്നും ചെയ്യാനാവില്ലെന്നും ഉള്ള ധ്വനികൾ ചിത്രത്തിന്റെ അന്ത്യത്തോടെ സജീവമാകുന്നു. പരിവ്രാജകയോഗം, വിധി – അതിനെ ആർക്കാണ് തടുക്കാനാവുക എന്നു മുത്തച്ഛൻ ചോദിക്കുന്നുമുണ്ടല്ലോ. ഈ രണ്ടു ചിത്രങ്ങളും പുറകെ വന്ന *കളിയാട്ട*വും കേരള ഭൂപ്രദേശത്തിന്റെ സ്ഥലകാലങ്ങളെ സമർത്ഥമായി തെറ്റിദ്ധരിപ്പിക്കുന്നുമുണ്ട്.

*ധ്രുവ*ത്തിൽ ചലച്ചിത്രഭാഷയുടെ സൂക്ഷ്മമായ ഉപയോഗം മൂലം ധ്വനിപ്പിക്കുന്ന രാഷ്ട്രീയ അർത്ഥഭാവങ്ങൾ ശ്രദ്ധേയമാണ്. കള്ളക്കടത്തിന്റെയും ഉപരാഷ്ട്രപതിയെ ബോംബിട്ടു കൊല്ലുന്നതിന്റെയും വിശദാംശങ്ങൾ ഒട്ടും കാണിക്കാത്ത സിനിമയിൽ, മുസ്ലിമായ പ്രതിനായകൻ സവർണഹിന്ദുവായ സൽക്കഥാപാത്രത്തിന്റെ മകന്റെ ചിതാഭസ്മകും ചവിട്ടിപ്പൊട്ടിച്ച് വാഷ്ബേസിനിലേക്ക് (അഴുക്കുചാലിലേക്കുള്ള വഴി) ഒഴുക്കുന്നതിന്റെ ദൃശ്യം വിശദമായി കാണിക്കുന്നു. *ആര്യനി*ൽ നിരപരാധിയാണെന്നറിഞ്ഞിട്ടും സവർണഹിന്ദുവായ വൃദ്ധ ബ്രാഹ്മണനെ പീഡിപ്പിക്കുന്നതിൽ പട്ടികജാതിക്കാരനായ സബ് ഇൻസ്പെക്ടർ രസവും സന്തോഷവും കണ്ടെത്തുന്നതായി വിവരിക്കുന്നു. *വിയറ്റ്നാം കോളനി*യിൽ അനാഥമൃതദേഹത്തെ ബ്രാഹ്മണ കഥാപാത്രം പൂണുനൂലിനെ സാക്ഷിനിർത്തി സംസ്ക്കരിക്കാനേറ്റെടുക്കുന്ന രംഗം, ബ്രാഹ്മണന്റെ ധർമസംരക്ഷണ നിയോഗത്തെ പ്രഖ്യാപിക്കാനുള്ളതാണ്.

നാടുവാഴിത്തത്തെയും സവർണ ബ്രാഹ്മണാധികാരത്തെയും ആദർശവത്ക്കരിക്കുകയും ഉയർന്ന ജാതിക്കാരുടെ സാംസ്ക്കാരിക നിർണയനങ്ങളെ കേരള സംസ്ക്കാരമായി തെറ്റായി പ്രതിഷ്ഠിക്കുകയും ചെയ്യുന്ന ആശയപ്രചാരണമാണ് ഈ സിനിമകളെ സ്വാധീനിക്കുന്നത്. കർഷകരും തൊഴിലാളികളും നടത്തിയ അനവധി സമരങ്ങളിലൂടെ തോൽപ്പിക്കപ്പെട്ട പഴയ തരം അധികാരബന്ധങ്ങളെ പുനരാവഹിക്കാനുള്ള ശ്രമങ്ങളുമാണത്.

ഹിന്ദി, തമിഴ്, തെലുങ്ക് തുടങ്ങിയ മറ്റ് ഇന്ത്യൻ ഭാഷകളിലിറങ്ങുന്നതിനെ അപേക്ഷിച്ച് ആഭാസങ്ങളില്ലാത്തതും കുടുംബസമേതം

കാണാവുന്നതുമായ മാന്യമായ സിനിമകളാണ് മലയാളത്തിലുള്ളത് എന്നതാണ് പൊതുധാരണ. ഗോവിന്ദയും സൽമാൻ ഖാനും അക്ഷയ്കുമാറും അല്ലു അർജുനും വിജയ് യും പിന്നെ എണ്ണിയാലൊടുങ്ങാത്ത അത്ര എണ്ണം അൽപവസ്ത്രധാരിണികളും ചേർന്ന് അവതരിപ്പിക്കുന്ന മൈഥുന ചേഷ്ടകളും അശ്ലീലധ്വനികളും നിറഞ്ഞ പാട്ടും കൂത്തും മലയാളത്തിലില്ല എന്നത് സത്യം തന്നെയാണ്. എന്നാൽ, മലയാള ഭാഷ എന്നും കേരള സംസ്ക്കാരം എന്നും നമ്മെ തെറ്റിദ്ധരിപ്പിക്കുന്ന തരം ഈ പരിശുദ്ധ സിനിമയുടെ മുഖമുദ്രകളും അന്തർധ്വനികളും സവർണവർഗീയതയുടെ പ്രത്യയശാസ്ത്രം തന്നെയാണെന്ന വസ്തുത തിരിച്ചറിഞ്ഞു പ്രതിരോധിക്കുന്നത്, ഒരു പ്ലൂരൽ സമൂഹം എന്ന നിലക്കുള്ള കേരളീയ പൊതുജീവിതത്തിന്റെ അടിസ്ഥാന സ്വഭാവം സംരക്ഷിച്ചു നിർത്തുന്നതിന് അനിവാര്യമാണ്.

ദളിതന്റെ വ്യാജവിജയങ്ങൾ

കഴിഞ്ഞ ദശകത്തിൽ, മലയാള സിനിമയിൽ സജീവമായ സവർണ ഹിന്ദു തേരോട്ടങ്ങൾക്ക് ബദലായി കച്ചവടസിനിമയിൽ തന്നെയുള്ള പരീക്ഷണ/വിജയങ്ങളായിട്ടാണ് വിനയന്റെ ചില സിനിമകൾ-വാസന്തിയും ലക്ഷ്മിയും പിന്നെ ഞാനും, ദാദാസാഹിബ്, കരുമാടിക്കുട്ടൻ- ഉയർത്തിക്കാട്ടപ്പെടുന്നത്. മുഖ്യധാരയിൽ നിന്ന് തള്ളിമാറ്റപ്പെട്ട ദളിതരും ന്യൂനപക്ഷ-പിന്നോക്ക സമുദായക്കാരും വികലാംഗരും അന്ധ-ബധിര-മൂകരും ബുദ്ധിമാന്ദ്യം സംഭവിച്ചവരും മറ്റും നായകരാകുകയും വിജയശ്രീലാളിതരാവുകയും ചെയ്യുന്ന ഈ പ്രമേയങ്ങൾ, മലയാള സിനിമ കേവലം ബ്രാഹ്മണ്യത്തിന്റെയും തമ്പുരാൻ സേവയുടെയും വിധേയത്വങ്ങളിൽ കുടുങ്ങിപ്പോവുന്നില്ല എന്നതിന്റെ തെളിവുകളാണെന്ന് സംവിധായകനും മറ്റും ചൂണ്ടിക്കാട്ടുകയുണ്ടായി. കലാഭവൻ മണി എന്ന നടന് ലഭിക്കുന്ന വൻതോതിലുള്ള ജനപ്രീതിയും പ്രാധാന്യവും ഇത്തരമൊരു വ്യത്യസ്ത വിജയത്തിന്റെ ലക്ഷണമാണെന്നും വ്യാഖ്യാനിക്കപ്പെടുന്നു. എന്നാലെന്താണ് വാസ്തവം?

കലാഭവൻ മണി എന്ന അനുഗൃഹീതനായ അഭിനേതാവിനെ ഏതു തരം വാർപ്പുമാതൃകയിലേക്കാണ് മലയാള സിനിമ ഒതുക്കിക്കൂട്ടുന്നത് എന്നൊന്ന് നിരീക്ഷിച്ചു നോക്കുക. സർക്കാരുദ്യോഗങ്ങളിൽ നിർബന്ധിത സംവരണം ഏർപ്പെടുത്തുന്നതിന്റെ ഭാഗമായി, ശിപായിയുടെയും തൂപ്പുകാരന്റെയും പണികളിൽ മാത്രം പട്ടികജാതി-പട്ടികവർഗ്ഗക്കാരെ നിയമിച്ച് ശതമാനം തികയ്ക്കുന്ന

നിഗൂഢ തന്ത്രത്തിന്റെ ആവർത്തനമാണിവിടെയും നടക്കുന്നത്. മണിക്ക് കിട്ടുന്ന വേഷങ്ങളെപ്പോഴും കോമാളി, മന്ദബുദ്ധി, ഭ്രാന്തൻ, അന്ധ-ബധിര-മൂകൻ എന്നിങ്ങനെയായിരിക്കും. സർവ്വവും തികഞ്ഞ അമാനുഷികരായ സവർണ്ണ നായക വേഷങ്ങൾ മോഹൻലാൽ മുതൽ ദിലീപ് വരെയുള്ള വെളുത്ത നിറക്കാർക്കായി ഉറപ്പിച്ചു നിർത്തുന്നതിന്റെ സ്വാഭാവിക അപരമാണീ പതിച്ചു നൽകൽ. നരസിംഹം പോലുള്ള ക്രിമിനലിസവും അമിതാധികാര പ്രവണതയും സ്ത്രീവിരുദ്ധതയും ന്യൂനപക്ഷ-ദളിത് വിദ്വേഷവും പ്രോത്സാഹിപ്പിക്കുന്ന സവർണ്ണ-വലതുപക്ഷ സിനിമകളിൽ കലാഭവൻ മണിക്ക് ലഭിക്കുന്ന ചെറുകിട വേഷങ്ങളുടെ വികസിത രൂപങ്ങൾ തന്നെയാണ് വിനയൻ സിനിമകളിലുമുള്ളത്.

നരസിംഹത്തിലെ പ്രധാനപ്പെട്ട ഒരു ദൃശ്യാഹ്ലാദ ഘടകം, സവർണ്ണ നായകൻ മണിയുടെ കറുത്തിരുണ്ട ദളിത് ശരീരത്തെ ഊക്കോടെ ചവിട്ടിത്തെറിപ്പിക്കുന്നതാണ്.

അധ:സ്ഥിതനെ ചവിട്ടിയരക്കുന്നതിലൂടെ സവർണ്ണ-ബ്രാഹ്മണാധിപത്യത്തെ പുനരാനയിക്കുന്നതായി പ്രേക്ഷകർക്ക് മിഥ്യാഭ്രമമുണ്ടാക്കുകയും, സ്വപ്നം/ഓർമ്മ എന്നീ ആനന്ദഘടകങ്ങളിൽ അബോധമായി രാഷ്ട്രീയ പ്രവർത്തനം നടത്തുകയും ചെയ്യുകയാണിവിടെ. ഇത്തരം ചവിട്ടു നാടകം വല്യേട്ടൻ, ദാദാസാഹിബ് തുടങ്ങി നിരവധി സിനിമകളിൽ ആവർത്തിക്കുകയും പ്രേക്ഷകരൊന്നടങ്കം കയ്യടിച്ചും ആർത്തുവിളിച്ചും അംഗീകരിച്ചുകൊടുക്കുകയും ചെയ്തിട്ടുണ്ട്. കരുമാടിക്കുട്ടനിൽ മണിയെ ചവിട്ടുമ്പോഴും തത്തുല്യമായ ആനന്ദം തന്നെയാണ് പ്രേക്ഷകർക്ക് ലഭ്യമാവുന്നത്. കഥയുടെ പിൽക്കാല ഘട്ടത്തിൽ അവൻ തിരിച്ചടിക്കുന്നുണ്ടെന്നത് മറ്റൊരു വസ്തുതയാണ്. *നരസിംഹ*ത്തിന്റെ ഒരു അബോധ ന്യായീകരണമായിട്ടാണ് *കരുമാടിക്കുട്ടൻ* പരിണമിക്കുന്നത് എന്നർത്ഥം.

കലാഭവൻ മണി വ്യത്യസ്ത ചിത്രങ്ങളിലവതരിപ്പിച്ച കഥാപാത്രങ്ങളുടെ പേരുകൾ/സ്വഭാവങ്ങൾ നോക്കുക - സമുദായം-മീൻ വിൽപനക്കാരൻ, അക്ഷരം-ഓട്ടോ ഡ്രൈവർ, സല്ലാപം- കള്ളുചെത്തുകാരൻ രാജപ്പൻ, കഥാനായകൻ-കുട്ടൻ, ഗജരാജമന്ത്രം-പരമൻ, ഭൂതക്കണ്ണാടി-അയ്യപ്പൻ, സമ്മർ ഇൻ ബത്‌ലഹേം-മോനായി, ചിത്രശലഭം-ബക്കർ പരപ്പനങ്ങാടി, വാസന്തിയും ലക്ഷ്മിയും പിന്നെ ഞാനും-അന്ധനായ രാമു, വല്ല്യേട്ടൻ-കാട്ടിപ്പള്ളി പപ്പൻ, മിസ്റ്റർ ബട്‌ലർ-മേജർ കുട്ടൻ, ദാദാ സാഹിബ്-തങ്കച്ചൻ, കരുമാടി

ക്കുട്ടൻ-കരുമാടിക്കുട്ടൻ, വാൽക്കണ്ണാടി-അപ്പുണ്ണി, മലയാളി മാമന് വണക്കം-തിരുപ്പതി പെരുമാൾ/മുനിയാണ്ടി, കൺമഷി-മുരുകൻ, ജഗതി ജഗദീഷ് ഇൻ ടൗൺ-മല്ലേശ്വരൻ, ബാംബു ബോയ്സ്-ഒള ങ്ങ, വെള്ളിത്തിര-വാക്കത്തി വാസു, ബാലേട്ടൻ-മുസ്തഫ, പട്ടാ ളം-മൊയ്തു പിലാക്കണ്ടി, സേതുരാമയ്യർ സിബിഐ-ഈശോ അല ക്സ്, സി ഐ മഹാദേവൻ അഞ്ചടി നാലിഞ്ച്-കരിമ്പുലി അന്തോ ണി, കണ്ണിനും കണ്ണാടിക്കും-പ്രാവ്/മണിയൻ, നാട്ടുരാജാവ്-മണി ക്കുട്ടൻ, ഇരുവട്ടം മണവാട്ടി-കോരത്ത് രാഘവൻ, അന്നൊരിക്കൽ -പാണ്ടി, പൗരൻ-ട്രേഡ് യൂണിയൻ നേതാവ്, ഉടയോൻ-മാത്തൻ, അനന്തഭദ്രം-ചെമ്പൻ. ഇനിയും കുറെയധികമുണ്ട്. ഭൂരിപക്ഷം കഥാപാത്രങ്ങൾക്കും പരിഷ്കൃത നാമധേയങ്ങളില്ല. അവരൊന്നു കിൽ ദളിതൻ അല്ലെങ്കിൽ തമിഴൻ, അതുമല്ലെങ്കിൽ പിന്നോക്കജാ തിക്കാരൻ, അതും കഴിഞ്ഞ് മുസ്ലിം, ചിലപ്പോൾ (അവശ!)കൃസ്ത്യാ നി. പലപ്പോഴും വികലാംഗൻ, അതല്ലെങ്കിൽ അവിദഗ്ദ്ധ തൊഴി ലാളി. മുഖ്യധാരാ സമൂഹം അപരവൽക്കരിക്കുന്ന പ്രതിനിധാന ങ്ങളെയാണ് കലാഭവൻ മണിയിലൂടെ മലയാള സിനിമ സാക്ഷാ ത്ക്കരിക്കാൻ ശ്രമിച്ചതെന്നു ചുരുക്കം.

കറുത്ത നിറമുള്ളവനും ദളിതനും വേണ്ടത്ര വിദ്യാഭ്യാസമില്ലാ ത്തവനും ഓട്ടോറിക്ഷ ഓടിച്ചു നടന്നവനും മിമിക്രിക്കാരനും കോമാളി നടനും തെരുവിലെ അന്ധഗായകന്റെ വേഷത്തിന് അവാർഡ് പ്രതീക്ഷിച്ചവനും അവാർഡ് ലഭിക്കാത്തപ്പോൾ ബോധം കെടുന്ന തരം അവിവേകവും അൽപത്തരവും കാണിച്ചവനുമായ കലാഭവൻ മണിയെ ശാരീരികമായും മാനസികമായും ദ്രോഹിച്ച് അവഹേളിക്കുന്നതിലൂടെ പ്രേക്ഷകർക്ക് ലഭിക്കുന്ന ആനന്ദം നിഷ്ക ളങ്കമായ ഒന്നല്ല. അത് കേരള സമൂഹത്തിന്റെ വലതുപക്ഷവൽക്ക രണത്തിന്റെയും ഫാസിസ്റ്റുവൽക്കരണത്തിന്റെയും ലക്ഷണങ്ങളാ ണ്.

ഈ കപടനാട്യക്കാരുടെ കെണിയിൽ കലാഭവൻ മണി അക പ്പെട്ടു എന്നതാണ് ഏറ്റവും പരിതാപകരമായ കാര്യം. മീശ പിരിച്ച് ആഭാസവും കാട്ടി കാളക്കൂറ്റനെ പോലെ അലറി നടക്കുന്ന സവർണ-തെമ്മാടി വേഷങ്ങളിൽ (ദേവാസുരം, ഉസ്താദ്, നരസിം ഹം, ആറാംതമ്പുരാൻ, രാവണപ്രഭു, പ്രജ) മോഹൻലാലിനെ തള ച്ചിടുന്നതിന്റെ മറ്റൊരു രൂപം തന്നെയാണിതും.

ബലാത്സംഗവും കുളിസീനും അക്രമപരമ്പരകളും പൈങ്കിളിപ്പാ ട്ടുകളും പ്രതികാരവും കടുത്ത ചായക്കൂട്ടുകളോടെ കുത്തി നിറച്ച

വിനയൻ സിനിമകളുടെ ചരിത്രവിരുദ്ധ സമീപനം വെളിപ്പെടുന്നതിന് *കരുമാടിക്കുട്ടൻ* എന്ന ഹിറ്റുചിത്രം പരിശോധിച്ചാൽ മതി. കോവിലകത്തെ തമ്പുരാക്കന്മാരുടെ പ്രഭാവം നശിക്കുകയും അവർ താഴ്ന്ന സമുദായക്കാരനായ ചെത്തുകാരൻ നീലാണ്ടൻ മുതലാളി (രാജൻ പി ദേവ്)യുടെ വഞ്ചനകളിലും ക്രൂരതകളിലും ആക്രമണങ്ങളിലും പെട്ട് ഗതികെടുന്നതിന്റെ നീണ്ട കഥനമാണ് *കരുമാടിക്കുട്ടനി*ലുള്ളത്. ഭൂസ്വത്തിന്റെയും അക്രമവാഴ്ചയുടെയും അട്ടിപ്പേറവകാശം തമ്പുരാക്കന്മാരിൽ നിന്ന് ചെത്തുകാരും മറ്റുമടങ്ങുന്ന താഴ്ന്ന സമുദായക്കാരിലേക്കും തൊഴിലാളികളിലേക്കും കൈമാറ്റം ചെയ്യപ്പെടുന്നതിന്റെ വിലാപകാവ്യമാണ് യഥാർത്ഥത്തിൽ ഈ സിനിമ. പഴയകാല തറവാടികൾക്കു പകരം ചുമട്ടു തൊഴിലാളികൾ അക്രമം കാട്ടുന്നതിൽ ബേജാറാവുന്ന മധ്യവർഗ്ഗ-അരാഷ്ട്രീയ മലയാളി മനസ്സിന്റെ ധാർമ്മിക ഉത്ക്കണ്ഠയുടെ മറ്റൊരു പ്രത്യക്ഷമാണിത്.

ചെറുമന് അധികാരിപ്പണി കിട്ടിയാൽ, പിന്നേം ചങ്കരൻ തെങ്ങേൽ തന്നെ തുടങ്ങിയ പതിരില്ലാത്ത പഴഞ്ചൊല്ലുകളിൽ സൂചിതമാവുന്ന നാടുവാഴിത്ത/സവർണ പ്രത്യയശാസ്ത്രമാണ് ഈ കഥയിൽ അടിസ്ഥാനമാകുന്നത്. ചതിയിലൂടെ കൈവശപ്പെടുത്തിയ സ്വത്തുക്കളിലൂടെ മദ്യരാജാക്കന്മാരായി മാറിയ ഈഴവസമുദായക്കാർ തമ്പുരാട്ടിമാർക്കെതിരെയും മറ്റും നടത്തുന്ന അതിക്രൂരമായ പീഡനങ്ങൾ സിനിമയിൽ കടുത്ത ശബ്ദ-ഘോഷങ്ങളോടെ പ്രത്യക്ഷമാക്കുന്നു. ഇവർക്കു കൂട്ടുനിൽക്കുന്നതാകട്ടെ കറുത്ത തൊലിനിറമുള്ള ഒരു പഞ്ചായത്തുമെമ്പറും. സംവരണസീറ്റിൽ നിന്നു ജയിച്ചുവന്നയാൾ എന്ന് തുറന്നു പറയാതെ തന്നെ സൂചിപ്പിക്കുന്ന ഈ കഥാപാത്രത്തിന്റെ അപഹാസ്യമായ നിലയിലൂടെ ജനാധിപത്യ സമ്പ്രദായം പഴയ നാടുവാഴിത്ത സുവർണകാലത്തേക്കാൾ തീരെ വിലകെട്ടതാണെന്നാണ് പ്രചരിപ്പിക്കുന്നത്.

ദളിതരും മറ്റ് അധ:സ്ഥിതരും സ്വാഭാവിക സഖ്യകക്ഷിയായി ഐക്യപ്പെടേണ്ടത് പിന്നോക്ക-ന്യൂനപക്ഷ സമുദായത്തോടാണ്. ഈ ഐക്യത്തെ തകർക്കുന്നതിലൂടെ പ്രതിരോധമുന്നണിയിൽ വിള്ളൽ വീഴ്ത്തി തങ്ങളുടെ ആധിപത്യം തുടരാനുള്ള കുറുക്കുവഴികൾ സവർണ്ണശക്തികൾ സ്വീകരിക്കുന്നുണ്ട്. (ഗുജറാത്തിൽ മുസ്ലിങ്ങളെ കൂട്ടക്കൊല ചെയ്യുന്നതിന് സ്ത്രീകളും ഹിന്ദുക്കളാക്കപ്പെട്ട ദളിതരും മുന്നിട്ടിറങ്ങിയതുപോലെ). ഇത്തരമൊരു തന്ത്രമാണ് കരുമാടിക്കുട്ടൻ പോലുള്ള ഒരു സിനിമയിലൊളിഞ്ഞിരിക്കുന്നത്.

കലാഭവൻ മണിയെ വസ്തുവൽക്കരിക്കുകയും ചരക്കുവൽക്കരിക്കുകയും സ്റ്റിരിയോ ടൈപ്പിലേക്ക് ഒതുക്കിമാറ്റി മുതലെടുക്കുകയും ചെയ്യുന്ന വിനയൻ തന്ത്രത്തിന്റെ ഏറ്റവും മൂർത്തമായ ലക്ഷണമാണ് *രാക്ഷസരാജാവ്* എന്ന സിനിമ. 1992 ഡിസംബറിനു ശേഷമിറങ്ങിയ *ധ്രുവം* മുതലുള്ള നിരവധി മലയാള സിനിമകളിലെന്നതുപോലെ മുസ്ലിങ്ങളും ക്രിസ്ത്യാനികളും ദളിതരും പ്രതിനായകപക്ഷത്തണി നിരക്കുന്ന ഈ സിനിമയിലെ മുഖ്യ പ്രതിനായക വേഷം കലാ വൻ മണിയുടെ ദളിതനും വിക്കനും മന്ത്രിയുമായ ഗുണശേഖരൻ എന്ന കഥാപാത്രത്തിന്മേലാണ് ചാർത്തിയിരിക്കുന്നത്. മൂന്നാം ക്ലാസിൽ മൂന്നുവട്ടം തോറ്റ ഇയാൾ തേങ്ങ മോഷ്ടിക്കുന്ന വെറുമൊരു മോഷ്ടാവിൽ നിന്ന് വളർന്നാണ് എക്സൈസും വിദ്യാഭ്യാസവും ഒന്നിച്ച് കൈകാര്യം ചെയ്യുന്ന വിചിത്രനായ മന്ത്രിയായി നാടുമുടിക്കാനായി വളരുന്നത്. സുലൈമാൻ റാവുത്തർ, ഇബ്രാഹിം, അവറാച്ചൻ, ആന്റണി, ഗോമസ് അലക്സാണ്ടർ എന്നിങ്ങനെ ന്യൂനപക്ഷസമുദായങ്ങളിൽ പെട്ട ഒരു പറ്റം സാമൂഹ്യവിരുദ്ധന്മാരുടെ കൂട്ടു ചേർന്ന്, പിന്നെ അവസാനം കൂട്ടു നിന്നവരെ തന്നെ കൊന്നും കൊല വിളിച്ചും ഇയാൾ കാട്ടുന്ന കോപ്രായങ്ങൾ അതിനിഷ്ഠൂരവും ക്രൂരവുമാണ്. അനാഥാലയം നടത്താനെന്ന പേരിൽ ഇയാളുടേതടക്കമുള്ള ദുഷ്പ്രവൃത്തികളെ ഒരു പരിധി വരെ ഒതുക്കിക്കൊടുത്ത രാമനാഥൻ എന്ന സവർണനായ നായകൻ (മമ്മൂട്ടി) ഇയാളെ തീക്കൊടുക്കുന്നതായ വിജയാന്ത്യത്തിലാണ് കഥ ചെന്നു നിൽക്കുന്നത്.

കലാഭവൻ മണി തമിഴിൽ വ്യത്യസ്തമായ പ്രതിനായക വേഷങ്ങൾ(വാഞ്ചി നാഥൻ, ജെമിനി,അന്യൻ) ചെയ്തതിനെ തുടർന്ന് മലയാളത്തിലെ ഏതാനും ചെലവു കുറഞ്ഞ ചിത്രങ്ങളിലെ നായകവേഷവും അവതരിപ്പിക്കുകയുണ്ടായി (ബെൻ ജോൺസൺ, ആയിരത്തിൽ ഒരുവൻ, രാവണൻ, കിസാൻ, ചാക്കോ രണ്ടാമൻ, രക്ഷകൻ, പായും പുലി, ആണ്ടവൻ, സ്വർണം, നമ്മ, കേരള പോലീസ്). ഇക്കൂട്ടത്തിൽ ഒന്നോ രണ്ടോ ചിത്രം മാത്രമാണ് ശ്രദ്ധിക്കപ്പെട്ടിട്ടുള്ളത്. കലാഭവൻ മണി എന്ന അനുഗൃഹീത നടനെ പ്രേക്ഷകരുടെ ഇഷ്ടമേഖലകളിൽ നിന്ന് തള്ളി മാറ്റാനേ അവയും ആത്യന്തികമായി ഉപകാരപ്പെട്ടുള്ളൂ എന്നതാണ് വാസ്തവം. ക്രൗഡ് പുള്ളറല്ലാത്ത നായകവേഷക്കാരൻ എന്ന ശകാരമേറ്റുവാങ്ങി, വീണ്ടും വല്ല അന്ധ-ബധിര-മൂകന്റേയോ വികാലംഗന്റേയോ വേഷമാണ് മണിക്ക് ചേരുക എന്ന ഉപദേശമാണ് ഇതിലൂടെ സമൂഹം അദ്ദേഹത്തിനു

മേൽ അടിച്ചേൽപ്പിക്കുന്നത്.

വലതുപക്ഷ മൂല്യങ്ങൾ തുടർന്നും മേൽക്കോയ്മ നിലനിർത്തുന്നതിന്റെ വിജയലക്ഷണങ്ങളായിട്ടു വേണം, വിജയപ്രതീതിയുള്ള പരാജയം എന്ന വ്യാജപ്രതിനിധാനങ്ങളിലൂടെ ദളിതനെയും അധ:സ്ഥിതനെയും അവഹേളനത്തിന്റെ പിച്ചപ്പാത്രത്തിൽ തന്നെ തളച്ചിടുന്നതിനെയും കാണേണ്ടത്.

പുതിയ തലമുറ, പഴയ ഭാവുകത്വം

ഫ്യൂഡൽ ജന്മികളുടെയും ജാതിമേന്മാ അഭിമാനികളുടെയും ആശയപ്രരൂപങ്ങളായിരുന്ന താരനായകത്വത്തിന്റെ കൊഴിഞ്ഞുപോക്കിനു വഴി വെക്കുകയും; ആഗോളവത്ക്കരണകാലത്തെ പ്രേക്ഷകരെയും അവരിലൂടെ പുനർ നിർമിക്കപ്പെടുന്ന സാമ്രാജ്യത്വ/നവമുതലാളിത്ത/നവവരേണ്യ വർഗതാൽപര്യത്തെയും അഭിമുഖീകരിക്കാനുതകയും ചെയ്യുന്ന തരം ഇതിവൃത്ത-ആഖ്യാന പരിസരത്തിലേക്ക് മലയാളസിനിമ സ്വയം പുനക്രമീകരിച്ചിരിക്കുന്നു. ഹോളിവുഡിൽ നിന്നോ ഹിന്ദി മുഖ്യധാരയിൽ നിന്നോ തമിഴിൽ നിന്നോ ഉള്ള അനുകരണങ്ങളുടെയും കോപ്പിയടികളുടെയും മുൻകാലത്തിൽ നിന്ന് വ്യത്യസ്തമായി; മേളകളിലൂടെയും ബീമാപ്പള്ളി ഡിവിഡികളിലൂടെയും ടോറന്റ് ഡൗൺലോഡിംഗിലൂടെയും പരിചയപ്പെട്ടതും ഹോളിവുഡിൽ നിന്നുള്ളതല്ലാത്തതായതുമായ ലോകസിനിമയിൽ നിന്ന് കോപ്പിയടിക്കാനുള്ള മികവും കഴിവുമുള്ള കുറെ ചെറുപ്പക്കാരാണ് ഈ പ്രവണതക്ക് തുടക്കമിട്ടത് എന്നത് കൗതുകകരമാണ്. ഹോളിവുഡിതര സിനിമകളുടെ വ്യത്യസ്ത-വിഭിന്നമായ രാഷ്ട്രീയ നിലപാടുകളെയും ആശയ/പ്രയോഗ ബഹുത്വങ്ങളെയും പിന്തുടരാനോ പരിചയപ്പെടാനോ ഉള്ള ത്രാണിയോ ലോകവിവരമോ ഇക്കൂട്ടർക്കില്ലാത്തതിനാൽ രൂപപരമായ ചില തൊലിപ്പുറം മാറ്റങ്ങൾ മാത്രമാണിവർ വരുത്തിവെച്ചത്. സംഭാഷണങ്ങൾക്കിടെ ചില അശ്ലീലപദങ്ങളോ തെറിവാക്കുകളോ തിരുകിക്കയറ്റുക; സ്ത്രീ അഭിനേതാക്കളുടെ മാറിടവും നിതംബവും പിടിച്ചമർത്തുക; അധരവും അധരവും തമ്മിലുള്ള ചുംബനം ചിത്രീകരിക്കുക; എന്നിങ്ങനെയുള്ള സാഹസിക നാട്യങ്ങളിലൂടെ തങ്ങൾ വലിയ വിമോചനം സൃഷ്ടിച്ചിരിക്കുന്നു എന്നു ഞെളിയുന്ന ചില ഇളമുറക്കാരുടെ ചപ്പടാച്ചികളാകട്ടെ ജുഗുപ്സാവഹവുമാണ്. ന്യൂ ജനറേഷൻ എന്നും നവതരംഗം എന്നും മൾടിപ്ലെക്സ് രുചി എന്നുമൊക്കെ മാറി മാറി സ്വയം അവതരിക്കുന്ന ഈ സിനിമകളുടെ രാഷ്ട്രീയ ആശയങ്ങളും നിലപാടുകളുമാകട്ടെ അങ്ങേയറ്റം

പിന്തിരിപ്പനുമാണ്.

മലയാൾ ഡോട്ട് എഎമ്മിൽ ബി അബൂബക്കർ സാക്ഷ്യപ്പെടുത്തുന്നതു പോലെ; വിഷയസ്വീകരണം, ഇതിവൃത്തവികാസം, ആഖ്യാന സാമർത്ഥ്യം, വിവിധ ഘടകങ്ങളുടെ ഏകോപനം, കഥാഗതി, ക്ലൈമാക്സ്, നടീനടന്മാരുടെ തെരഞ്ഞെടുപ്പ്, ഫ്രെയിം കോംപിനേഷൻ തുടങ്ങി സിനിമ അതിന്റെ രൂപഭാവപ്രാപ്തിക്ക് ഉപയുക്തമാക്കുന്ന മിക്കവാറും എല്ലാ ഘടകങ്ങളിലും കലാപഭരിതവും ഊഷ്മളവും കലാത്മകവും സൗന്ദര്യാത്മകവുമായ പുതുമയും മികവും പ്രകടിപ്പിക്കുന്നവയാണ് നവതരംഗ സിനിമകൾ. എന്നാലവ, നവോത്ഥാനാനന്തര കേരളത്തിന്റെ രാഷ്ട്രീയ ഉന്മുഖതയെ പരിഹസിക്കുന്നതും വംശീയവും ലിംഗപരവും യാഥാസ്ഥിതികവും ആയ ആധിപത്യ വാസനകളെ പുനരാനയിക്കുന്നതുമായ ഇതിവൃത്ത/ആഖ്യാന രീതികൾ കൊണ്ടാണ് പുതിയ ജനപ്രിയതാ രൂപീകരണത്തെയും നിർണയിക്കുന്നത് എന്നത് സൂക്ഷ്മ പാരായണത്തിലൂടെ തുറന്നു കാണിക്കാനാകും. ഒപ്പം, മനസ്സുകളുടെ അധോലോകങ്ങളിൽ ദമിതമായിക്കിടക്കുന്ന ഹിംസയുടെയും രത്യാധിപത്യത്തിന്റെയും വാസനകൾ ബഹിർസ്ഫുരിക്കപ്പെടുകയും ചെയ്യുന്നു.

ആഷിക് അബു സംവിധാനം ചെയ്ത *സാൾട്ട് എൻ പെപ്പർ* എന്ന ചിത്രത്തിന്റെ ലിംഗപരവും വംശീയവുമായ ധ്വനികളും ഊന്നലുകളും അത്യപകടകരമാം വിധം അധികാരോന്മുഖവും പ്രതിലോമപരവുമാണ്. *ഒരു ഫോൺ മേടിക്കാനും അത് ചെവിയിൽ വെച്ചു കൊണ്ടു നടക്കാനും ഏതു* ***കൊശവനും*** *സാധിക്കും* എന്ന മായ(ശ്വേതാ മേനോൻ)യുടെ അധിക്ഷേപം അങ്ങേയറ്റം ദളിത് വിരുദ്ധവും ഇന്ത്യൻ ഭരണഘടനാ ലംഘനവുമാണ്. ഇബ്നു ബത്തൂത്ത കൊടുത്ത കവചകുണ്ഡലം ശേഖരിക്കാനും പിന്നെ കാടൻ രീതിയിലുള്ള ഭക്ഷണപാചകവിധി പഠിക്കാനുമെന്ന പേരിൽ ആദിവാസി മൂപ്പനെ ബലമായി കടത്തിക്കൊണ്ടു വന്ന് വീട്ടിൽ നിലത്തിരുത്തുന്ന നായകനായ കാളിദാസന്റെ(ലാൽ) രീതികൾ നഗരവത്കൃത മധ്യവർഗ സവർണരുടെയും സവർണ ബോധത്തിന് കീഴ്പ്പെട്ട ഒ ബി സിക്കാരുടെയും ജാത്യാധീശത്വമല്ലാതെ മറ്റൊന്നുമല്ല. ചെവി കേവലം ജൈവശാസ്ത്രപരമായി വിശകലനം ചെയ്യാവുന്നതും അടയാളപ്പെടുത്താവുന്നതുമായ ഒരു അവയവം മാത്രമല്ലെന്നും, ചരിത്രപരവും ആശയപരവുമായ പരിശീലനം കൊടുക്കേണ്ട ഒരു രാഷ്ട്രീയ ജീവിതമാണെന്നും തെളിയിക്കുന്ന മൂന്നു പ്രതിനിധാന

ങ്ങളാണ് സാൾട്ട് ആന്റ് പെപ്പറിനെ ശബ്ദായമാനമാക്കുന്നത്. ഒന്നാമത്തേത്, നേരത്തെ ഉദ്ധരിച്ച സംഭാഷണശകലം ഞങ്ങൾ കേട്ടിട്ടില്ല എന്നാശ്വസിക്കുന്ന സാമാന്യ പ്രേക്ഷകവൃന്ദത്തിന്റെ ചെവികളാണ്. അവരുടെ കേൾവികൾ വ്യവസ്ഥാസ്ഥിരീകരണത്തിന്റെ സുഖശീതളിമയിൽ മരവിച്ചുപോയതിനാലാണ് ഈ സംഭാഷണശകലത്തിലെ കൊശവൻ പ്രയോഗത്തിന്റെ വംശീയധ്വനികൾ ഒരു ചെവിയിലൂടെ കേട്ട് മറു ചെവിയിലൂടെ റദ്ദായിപ്പോയത്. രണ്ടാമത്തേത്, ഫോൺ മേടിച്ച് വെക്കാനും അതിലൂടെ ശകാരവും ശകാരത്തിലെ വംശീയാധിക്ഷേപങ്ങളും കേട്ട് പ്രണയത്തിലേക്ക് എടുത്തുചാടുന്ന കാളിദാസന്റെ ചെവിയാണ്.

ചെവിയിലൂടെയാണയാൾ ഫോൺ ചെയ്യുന്ന മായയുടെ പ്രായം അളക്കുന്നതും പ്രായം കുറവായിരിക്കുമെന്നു വിശ്വസിച്ച് പ്രണയിക്കുന്നതും. മൂന്നാമത്തേത്, കവചകുണ്ഡലം അടി ച്ചുമാറ്റാനായി അയാൾ മുറിച്ചെടുക്കാനുദ്ദേശിക്കുന്ന ആദിവാസിയുടെ ചെവിയാണ്. കൊശവൻ എന്ന വിളിയെ അചരിത്രവത്ക്കരിച്ചുകൊണ്ട് സാമാന്യവത്ക്കരിക്കുകയും ഒരേ സമയം മഹത്വവത്ക്കരിക്കുകയോ നിസ്സാരവത്ക്കരിക്കുകയോ ചെയ്യുകയും ചെയ്യുന്നതിനെ വിമർശിച്ചതിന്റെയും അതിനോടുള്ള പലവിധപ്രതികരണങ്ങളെയും പാരഡിവത്ക്കരിക്കുന്നതിനു വേണ്ടിയാണ് നീചനും മ്ലേച്ഛനും എന്ന വിളിയും തലക്കെട്ടും. ആഷിക് അബു തന്റെ പുതിയ സിനിമയായ ഇടുക്കി ഗോൾഡിൽ ശബ്ദായമാനമായി ഉയർത്തിയിരിക്കുന്നത്.

കേരളത്തിലെ പുരുഷജീവിതത്തെ അമ്പരപ്പിക്കുകയും അസ്വസ്ഥമാക്കുകയും ചെയ്യുന്ന ലൈംഗിക നിരാസക്തിയുടെ അന്യാപദേശകഥകൾ ആഖ്യാനം ചെയ്യാനായി, ഒരു വശം ചലനമറ്റവരോ, കഴുത്തിനു കീഴെ തളർന്നവരോ ആയ രോഗികളെ മുഖ്യ കഥാപാത്രമാക്കി സാമൂഹിക ആൾമാറാട്ടം നടത്തുകയാണ് മലയാള സിനിമ ചെയ്യുന്നത്. ബ്ലെസ്സി സംവിധാനം ചെയ്ത *പ്രണയ*ത്തിൽ; മോഹൻലാൽ അവതരിപ്പിച്ച മാത്യൂസ് എന്ന കഥാപാത്രത്തിലൂടെ തനിക്ക് നിയന്ത്രണവിധേയമല്ലാത്ത തരത്തിൽ തന്റെ അധീനതയിലുള്ള ഗ്രേസിന്റെ സ്ത്രീശരീരത്തെ ആദ്യകാമുകനും മുൻ ർത്താവുമായ അച്യുതമേനോനോട് അടുപ്പം കാണിക്കുന്നുവെന്ന് തോന്നുമ്പോൾ, ദയാവധത്തിന് വിധേയമാക്കുകയാണ് സംവിധായകൻ ചെയ്യുന്നത്. സമാനമായ ഒരൊളിച്ചോട്ടം തന്നെയാണ്, മൾട്ടിപ്ലെക്സ് സ്പെഷ്യലിസ്റ്റായി സ്വയം അവരോധിതനായ, തിരക്കഥയും പാട്ടുമെഴുതി പ്രധാന വേഷത്തിലഭിനയിക്കുന്ന പതിവുള്ള അനൂപ്മേ

നോന്റെ മുഖ്യ കാർമികത്വത്തിൽ, വി.കെ. പ്രകാശ് സംവിധാനം ചെയ്ത *ബ്യൂട്ടിഫുൾ* എന്ന സിനിമയും. ചുമരിൽ തൂക്കിയിട്ടുള്ള പെയിന്റിംഗുകളിലെയും തനിക്ക് മുമ്പിലുള്ള ടെലിവിഷൻ സ്ക്രീനിലെയും അർദ്ധ നഗ്നതകൾ, സ്റ്റീഫൻ ലൂയിസ്(ജയസൂര്യ) തന്നെ പരിചരിക്കാനെത്തുന്ന വേലക്കാരിയുടെയും ഹോം നഴ്സിന്റെയും അനാവൃത ശരീരഭാഗങ്ങളിൽ ആരോപിച്ച് സ്വയം നിർവൃതിയടയുകയാണ്. അസംതൃപ്തരായ കേരളീയ പുരുഷന്മാരും ഇതു തന്നെയാണ് മിക്കപ്പോഴും ചെയ്തു വരുന്നത്. അതായത്, ലൈംഗികാസംതൃപ്തനായ കേരളീയ പുരുഷത്വത്തെ തന്നെയാണ് കഴുത്തിനു താഴോട്ട് ശരീരമനക്കാൻ കഴിയാത്ത വിധത്തിൽ രോഗാതുരനായ സ്റ്റീഫൻ ലൂയീസിലൂടെ പ്രത്യക്ഷപ്പെടുത്തുന്നത്. അനങ്ങേണ്ടതൊന്നും അനക്കാൻ കഴിയാത്തവൻ എന്നാണ് ഇയാൾ സ്വയം പരിചയപ്പെടുത്തുന്നത്.

ലിംഗത്തിന്റെ ഉദ്ധാരണമില്ലായ്മയെ സംബന്ധിച്ച് മറ്റേതോ ഒരു സംഭാഷണത്തിൽ പരാമർശിക്കുന്നുമുണ്ട്. ഇയാളുടെ ഉദ്ധാരണമില്ലായ്മ അഥവാ കഴുത്തിനു താഴോട്ടുള്ള നിശ്ചലാവസ്ഥ, കേരളീയ പുരുഷന്റെ അസംതൃപ്ത ലൈംഗിക കാമന എന്ന രോഗാതുരത തന്നെയാണെന്നർത്ഥം. ഇത്തരമൊരു അധ്യാരോപത്തിന്റെ കുസൃതിയിൽ അവസാനിപ്പിക്കുന്നതുകൊണ്ട്, കേരളീയ പുരുഷന്റെ അസംതൃപ്ത ലൈംഗിക കാമനയുടെ ചരിത്രപരവും രാഷ്ട്രീയവുമായ കാരണങ്ങൾ മൂടിവെക്കപ്പെടുകയും ചെയ്യുന്നു. അഞ്ജലി എന്ന പേരിൽ ആൾമാറാട്ടം നടത്തി, ആൻ എന്ന സുന്ദരി ഹോം നഴ്സ് ചമഞ്ഞ് സ്റ്റീഫനെ പരിചരിക്കാനെത്തി അയാളെ കൊലപ്പെടുത്താൻ ശ്രമിക്കുന്നതാണ് ഇടവേളക്കു ശേഷമുള്ള കഥാഭാഗം. സ്റ്റീഫന്റെ തുറിച്ചു നോട്ടത്തിന്റെയും ഒളിഞ്ഞ/തുറന്നഭാവനകളുടെയും വിസ്തൃതി ബോധ്യമുള്ള അലെക്സ് രഹസ്യമായിട്ടാണ് അവളെ പേരുമാറ്റി അവിടേക്ക് പറഞ്ഞു വിടുന്നത്. അയാളുടെ വെപ്പാട്ടി കൂടിയാണവൾ. *എന്നും ഇങ്ങനെ വെപ്പാട്ടിയായി കഴിഞ്ഞാൽ മതിയോ* എന്ന മലയാള സിനിമയിലെ ക്ലീഷേ ആയ അറുപഴഞ്ചൻ ഡയലോഗ് പോലും അതു പോലെ എടുത്തുപയോഗിക്കാൻ മടി കാണിക്കാത്ത രചയിതാവിന്റെ ഉള്ളിരിപ്പ് തനി പിന്തിരിപ്പൻ സ്വഭാവം തന്നെയാണെന്നും നവസിനിമ എന്ന ഇക്കൂട്ടരുടെ സ്വയം പ്രശംസകൾ പൊള്ളയാണെന്നും യഥാർത്ഥത്തിൽ ഇവയും പ്രതിലോമാശയങ്ങൾ തന്നെയാണ് വിപണനം ചെയ്യുന്നതെന്നും അനൂപ് കിളിമാനൂർ ശബ്ദങ്ങൾ എന്ന തന്റെ ബ്ലോഗിലെഴുതിയി

രിക്കുന്നത് ശ്രദ്ധേയമാണ്. ആനിന്റെ അഞ്ജലി എന്ന ആൾമാറാട്ടത്തിലെ മതംമാറ്റം, വേഷമാറ്റം എന്നിവയിലെ രാഷ്ട്രീയ ധ്വനികൾ അത്യന്തം അപകടകരമാണ് എന്നും അനൂപ് വിവരിക്കുന്നു.

വലിയൊരു പൊട്ടും തൊട്ട് സവർണകുലജാതയായി വരുന്ന അഞ്ജലി സ്റ്റീഫനെ നന്നായി നോക്കുന്ന, ജോണിന്റെ പ്രണയത്തിന് പാത്രമാകുന്ന സാരി മാത്രമുടുക്കുന്ന കഥാപാത്രമാണ്. എന്നാൽ ഇതേ കഥാപാത്രം സ്റ്റീഫനെ വിഷം കൊടുത്തു കൊല്ലാൻ ശ്രമിക്കുന്ന ക്രിമിനൽ ആയി മാറുമ്പോൾ അലെക്സുമായി സാമ്പ്രദായിക കുടുംബ ബന്ധങ്ങൾക്ക് നിരക്കാത്ത ബന്ധം പുലർത്തുന്ന മോഡേൺ വസ്ത്രങ്ങൾ ധരിക്കുന്ന, ന്യൂനപക്ഷ വിഭാഗത്തിൽ പെട്ട ആനി എന്ന പെൺകുട്ടിയായി മാറുന്നു. ഒരേ കഥാപാത്രത്തിന്റെ നന്മ-തിന്മ എന്നീ വിരുദ്ധ ധ്രുവങ്ങൾക്ക് വേണ്ടി ഉപയോഗിച്ചിരിക്കുന്ന വസ്ത്രങ്ങളും പേരും ജാതിയും സ്വഭാവ സവിശേഷതകളും നൽകുന്ന സൂചന ഒട്ടും ശുഭകരമല്ല എന്ന് അനൂപ് വ്യക്തമാക്കുന്നു.

ഇരുനൂറു കോടി സ്വത്തുള്ള, കഴുത്തിന് താഴോട്ട് ചലനശേഷിയില്ലാത്ത, സ്റ്റീഫൻ ലൂയിസ് ജീവിതത്തോട് പ്രസാദാത്മകമായ നിലപാടുള്ള ആൾ എന്ന നിലക്കാണ് വിശേഷിപ്പിക്കപ്പെടുന്നത്. സത്യത്തിൽ, കാമാതുരതയുള്ള ഒരാൾ എന്നല്ലാതെ ഇയാളിൽ ഏതെങ്കിലും വിധത്തിലുള്ള പ്രസാദാത്മകതയോ ജീവിതാഭിവാഞ്ഛയോ കാണാനാകുന്നില്ല. മാത്രമല്ല, ഇയാളുടെ കാമാതുരത തന്നെ അസംതൃപ്തമായതിനാൽ ഇയാൾ സത്യത്തിൽ അങ്ങേയറ്റം നിരാശനാണെന്നതാണ് യാഥാർത്ഥ്യം. വീൽചെയറുണ്ടെങ്കിലും വീട്ടുവേലക്കാരനോട് തന്നെ ചുമക്കാൻ പറയുകയും, വീട്ടുവേലക്കാരികളും ഹോം നഴ്സുമാരും നഴ്സുമാരും എളുപ്പത്തിൽ വഴങ്ങുന്നവരാണെന്ന് വരുത്തിത്തീർക്കുകയും ചെയ്യുന്ന *ബ്യൂട്ടിഫുൾ* മുഖ്യധാരാ സിനിമയിലെ നവവസന്തമെന്ന പേരിൽ അതീവം പിന്തിരിപ്പൻ ആശയങ്ങളെ പുനഃസ്ഥാപിക്കുക മാത്രമാണ് ചെയ്യുന്നത്.

നിരാശരായ കാമമോഹികളുടെ, നാടൻ ഭാഷയിൽ പറഞ്ഞാൽ വായ് നോക്കികളുടെ വ്രണിത തീർത്ഥാടനമാണ് ട്രിവാൻഡ്രം ലോഡ്ജ് എന്ന ന്യൂജനറേഷൻ അസ്തിത്വവാദ സിനിമ. മട്ടാഞ്ചേരിയെയും ഫോർട് കൊച്ചിയെയും അധോലോക-സ്ലോ മോഷൻ ഭീകര കേന്ദ്രങ്ങളെന്ന ലേബലിൽ നിന്ന് മാറ്റി, നൊസ്റ്റാൾജിയയെ ടൂറിസ്റ്റുകൾക്കും തങ്ങൾക്കു തന്നെയും-സ്വദേശ/വിദേശ/ആത്മരതി-വിറ്റു തിന്നാനുള്ള ഒരു കാഴ്ചബംഗ്ലാവായി മാറ്റുന്ന സിനിമ കൂടി

യാണ് ട്രിവാൻഡ്രം ലോഡ്ജ്.

ഫെമിനിസ്റ്റ് ചിത്രമായി വിശുദ്ധവത്ക്കരിക്കപ്പെടുകയും വാഴ്ത്തപ്പെടുകയും ചെയ്ത *22 ഫീമെയിൽ കോട്ടയ*(ആഷിക് അബു)ത്തിലെ, മുഖ്യ കഥാപാത്രമായ ടെസ്സ കെ ഏബ്രഹാം(റീമ കല്ലിങ്കൽ); സ്ത്രീ, നഴ്സ്, കൃസ്ത്യാനി, കേരളത്തിനു പുറത്ത് ജോലി ചെയ്യുന്ന മലയാളി, കോട്ടയംകാരി, അവിവാഹിത, കാമുകി, കന്യക/അകന്യക, സുരക്ഷിതകുടുംബമില്ലാത്തവൾ, പടിഞ്ഞാറുനോക്കി എന്നിങ്ങനെയുള്ള അവസ്ഥകളുടെ പ്രാതിനിധ്യവൈവിധ്യങ്ങളും പൊരുത്തങ്ങളുമാണ് പേറുന്നത്.

ടൈറ്റിൽ സോംഗിപ്രകാരമാണ്: *ചില്ലാണേ, നിന്നുടൽ മിന്നണ ചില്ലേ; തീവെയിൽ തോക്കണ ചില്ലേ; പൂവാണേ, തേൻതുള്ളി ചോരണ പെണ്ണേ* (രചന: ആർ. വേണുഗോപാൽ). സ്ത്രീത്വമെന്നത് ഉടയുന്ന ചില്ലും മനോഹാരിതയാർന്ന പൂവുമാണെന്ന പുരുഷ സങ്കൽപമാണ് ശീർഷകമായി അവിയൽ ബാൻഡ് പാടുന്നത്. പെണ്ണിന്റെ ശക്തിയും പ്രശ്നവും ഒന്നാണെന്ന്, ജയിലിലെ സഹ അന്തേവാസിയായിരുന്ന സുബൈദ ടെസ്സയോട് പറയുന്നുണ്ടല്ലോ. ഈ ശക്തിയോടും പ്രശ്നത്തോടും കൂടിയാണ് പെണ്ണ് പിറന്നു വീഴുന്നതു തന്നെയെന്നാണ് സുബൈദ പറയുന്നത്. പെണ്ണിന്റെ ഉടലിനെ ചൂഴ്ന്നു നിൽക്കുന്ന ലൈംഗികതയുടെ ആവരണവും ഉള്ളടക്കവും തന്നെയാണ് ഈ പ്രശ്നം അഥവാ ശക്തി എന്ന് വ്യവഹരിക്കപ്പെടുന്നത്. സ്ത്രീ എന്നത് ലൈംഗികത മാത്രം നിറഞ്ഞു നിൽക്കുകയും വിനിമയം ചെയ്യുകയും ചെയ്യുന്ന വെറും ഒരു ഉടൽ മാത്രമാണെന്ന; നൂറ്റാണ്ടുകളായി പുനർ നിർമിച്ചു കൊണ്ടേയിരിക്കുന്ന ആശയപ്രരൂപത്തെ കൂടുതൽ ഫലപ്രദമായും അത്യാഘാതത്തോടെയും പുനപ്രക്ഷേപിക്കുക തന്നെയാണ് *22 ഫീമെയിൽ കോട്ടയ*വും നിർവഹിക്കുന്ന പ്രവൃത്തി.

ഞാൻ നിന്നോട് ലൈംഗികമായി ബന്ധപ്പെട്ടോട്ടെ (കാൻ ഐ ഹാവ് സെക്സ് വിത്ത് യു) എന്ന ഹെഗ്ഡേയുടെ ചോദ്യവും അയാളുടെ കടന്നാക്രമണവും അവളിലേക്ക് ചെന്നെത്തുന്നത്, ബെന്നിയോടും സിറിളിനോടും വിധേയപ്പെട്ടതിലൂടെ അവൾ തന്നെ തുറന്ന വഴിയിലൂടെയാണെന്നാണ് സിനിമക്കു പിറകിലും മുകളിലും മുന്നിലുമായി നിറഞ്ഞു നിൽക്കുന്ന ആൺ വ്യാഖ്യാന/രക്ഷാകർതൃത്വ/നോട്ടങ്ങളുടെ നിരീക്ഷണവും രൂപീകരണവും. കോടതികളിൽ ബലാത്സംഗക്കേസുകളുടെ വിചാരണ വേളകളിൽ, ഇരയാക്കപ്പെട്ട പെൺകുട്ടികളുടെഭൂതകാലം അന്വേഷിച്ചും വിവരിച്ചും കേ

സിൽ നിന്ന് പ്രതികളെ രക്ഷപ്പെടുത്താനായി ശ്രമിക്കുന്ന നിയമ വിശാരദന്മാരുടെ സദാചാര കാപട്യമാണ് ഈ കന്യകാധ്വംസന പ്രസ്താവന. മാത്രമല്ല, പ്രതികാരനിർവഹണത്തിനായി ടെസ്സക്ക് ഉപകാരപ്പെടുന്നത് പ്രധാനമായും രണ്ട് പുരുഷന്മാരാണ്. മുൻകാല മലയാള സിനിമകളിലെ ബലാത്സംഗവീരന്മാരായ ടി.ജി. രവിയും സത്താറുമാണ് ഈ കഥാപാത്രങ്ങളെ അവതരിപ്പിക്കുന്നത്. നഴ്സെന്ന നിലക്കുള്ള അവളുടെ ശാരീരികസാമീപ്യത്തെ കാരുണ്യമെന്ന് കൊണ്ടാടി തന്റെ സ്വത്തിന്റെ ഭീമ ഭാഗം അവൾക്കായി രവി (ടി.ജി. രവി) നീക്കി വെക്കുന്നു. ക്വട്ടേഷൻ ചിലവിനായി അവൾക്കിതുപകാരപ്പെടുന്നു. മറ്റ് സഹായങ്ങൾ ചെയ്യുന്നതാകട്ടെ സ്ത്രീ ലമ്പടനും വ്യഭിചാരിയുമായ ഡികെ(സത്താർ)യും. അയാൾക്കവൾ നൽകുന്ന പ്രത്യുപകാരങ്ങൾ എന്തൊക്കെയെന്ന് അവ്യക്തമായി വ്യക്തമാക്കപ്പെടുകയും ചെയ്യുന്നു. അതായത്, ഗ്ലോറിഫൈഡ് വ്യഭിചാരം എന്ന് പുരുഷാധിപത്യത്താൽ അപഹസിക്കപ്പെടുന്ന നഴ്സിംഗിന് ചേർന്ന പണി തന്നെയേ അവൾക്ക് പ്രതിവിധിയായുള്ളൂ എന്നാണ് പ്രത്യക്ഷപ്പെടുത്തുന്നത്.

പ്രണയവഴിയിലേക്ക് തിരിയുന്ന ഇടത്തിൽ താൻ പതിവ്രതയല്ലെന്ന് ടെസ വെളിപ്പെടുത്തുന്നത് സാധാരണ സങ്കൽപങ്ങളെ തകർക്കുന്നു എന്നാണ്; ഫേസ്ബുക്കിലും പുറത്തുമായി ആഷിക്ക് അബുവിനെ കൊണ്ടാടുന്ന നിരവധി ആരാധക/വിശാരദന്മാരുടെ വ്യാഖ്യാനം. എന്നാൽ, ഒരിക്കൽ പിഴച്ചു പോയ പെണ്ണ് ഒരു കാലത്തും രക്ഷപ്പെടാൻ പോകുന്നില്ല, അല്ലെങ്കിൽ രക്ഷപ്പെടരുത്; എന്ന *നീലക്കുയിൽ* മുതലുള്ള മലയാള സിനിമയുടെ സ്ഥിരം ശാപവചനം കൂടുതൽ ശക്തിമത്തായി ആവർത്തിച്ചുറപ്പിക്കുക മാത്രമാണ് ഈ ചിത്രവും ചെയ്യുന്നതെന്നാണ് പരമാർത്ഥം. ലൈംഗിക പരിശുദ്ധി അഥവാ ചാരിത്രം സ്ത്രീയുടെ മാത്രം ബാധ്യതയാണെന്ന പുരുഷ വ്യാഖ്യാനങ്ങളെ പുനഃസ്ഥാപിക്കുന്നതിനു വേണ്ടിത്തന്നെയാണ് ഈ ഭൂതകാലസൂചനയെന്നതും ശ്രദ്ധേയമാണ്. കാമുക/വഞ്ചകനും റേപ്പിസ്റ്റുമടക്കം ഒരു പുരുഷന്റെയും ഭൂതകാല ലൈംഗിക സഞ്ചാരങ്ങൾ വിശകലനം ചെയ്യപ്പെടുകയോ വിമർശിക്കപ്പെടുകയോ ചെയ്യുന്നില്ലല്ലോ.

സ്ത്രീ, നഴ്സ്, കൃസ്ത്യാനി, കോട്ടയംകാരി, സുരക്ഷിത കുടുംബമില്ലാത്തവൾ, കേരളത്തിനു പുറത്ത് ജോലി ചെയ്യുന്നവൾ, അതും കഴിഞ്ഞ് കൂടുതൽ മെച്ചപ്പെട്ട സാമ്പത്തികലാഭത്തിനു വേണ്ടി ഇന്ത്യക്കു പുറത്തേക്ക് കടക്കാനാഗ്രഹിക്കുന്നവൾ എന്നിങ്ങനെ വിക

സിതമാവുന്ന നായികയുടെ പ്രതിനിധാനവു(ങ്ങളു)മായി ലൈംഗിക പരിശുദ്ധിയുടെ സങ്കൽപം കൂട്ടിഘടിപ്പിക്കുന്നതിന് പൊതുബോധത്തിൽ വിലയിച്ചു കിടക്കുന്ന ധാരണകളെ ഊതിവീർപ്പിക്കുകയാണ് ചലച്ചിത്രകാരൻ ചെയ്യുന്നത്. ഇത്തരക്കാരികളൊക്കെ സ്വന്തം കാര്യം നേടാനായി കിടന്നു കൊടുക്കുന്നവരാണ് എന്നാണ്; കൾവർടിലും ബാർബർഷാപ്പിലും ചായക്കടയിലും തുടങ്ങി ഇപ്പോൾ ഫേസ്ബുക്കിൽ ചെന്നു നിൽക്കുന്ന പൊതുബോധ-രാഷ്ട്രീയ വിശകലനങ്ങളുടെ പ്രചാരണം.

നീ വെറും പെണ്ണാണെടീ എന്ന ആവർത്തിക്കുന്ന ഓർമ്മപ്പെടുത്തൽ പോലെ തന്നെയാണ് നീ വെറും നഴ്സാടീ എന്ന അധികാര വാക്യവും. എല്ലാ തൊഴിലും മഹത്തരമാണെന്ന മഹാത്മാഗാന്ധിയുടെ നിർവചനത്തെ പൊളിച്ചു കളയുന്നതിൽ മുമ്പന്തിയിലുള്ള ഇന്ത്യാക്കാരുടെ ആത്മവഞ്ചനക്കുള്ള ഏറ്റവും വലിയ തെളിവാണ് നഴ്സുമാരുടെ അവസ്ഥ. ഡോക്ടർക്ക് ഒരു ലക്ഷത്തിനു മുകളിലും നഴ്സിന് അയ്യായിരത്തിനു താഴെയും എന്ന വിധത്തിൽ മലയാള സിനിമക്കു സമാനമായ തൊഴിലധികാര/സാമ്പത്തിക ക്രമമാണ് സ്വകാര്യാശുപത്രികളിൽ നിലനിൽക്കുന്നതെന്ന വസ്തുത അടുത്തിടെ കൂടുതൽ കൂടുതലായി പുറത്തു വന്നുകൊണ്ടേയിരിക്കുകയാണ്. അപ്പോഴാണ്, ഉന്നത മധ്യവർഗത്തിന്റെ ജീവിത രീതി പിന്തുടരുന്ന ഏതാനും നഴ്സുമാരെ *22 ഫീമെയിൽ കോട്ടയം* പ്രത്യക്ഷപ്പെടുത്തുന്നത്. ചിത്രത്തിൽ വ്യക്തമാക്കുന്നതനുസരിച്ച്, അയ്യായിരത്തിനു താഴെ കിട്ടുന്ന മാസശമ്പളം കൊണ്ടല്ല അവർ ഐടിക്കാർക്കു സമാനമായി ജീവിക്കുന്നത്. നഴ്സുമാരെല്ലാം വ്യഭിചരിക്കുന്നവരാണ് എന്ന തെരുവോര ഗോസിപ്പിനെ വ്യവസ്ഥാപിതപ്പെടുത്തുന്നതിലൂടെയാണ് ആഷിക് അബു എന്ന പുതുബോധക്കാരനായി നടിക്കുന്ന ഇളമുറക്കാരൻ ന്യായം കണ്ടെത്തുന്നത്.

കേരളത്തിലും പുറത്തുമുള്ള സ്ത്രീ നഴ്സുമാർ, അതും മലയാളി നഴ്സുമാർ അനുഭവിക്കുന്ന സാമ്പത്തികവും അല്ലാത്തതുമായ കടുത്ത ചൂഷണങ്ങൾ അടുത്തകാലത്തായി വൻ തോതിൽ പുറത്തു വന്നതിന്റെ പശ്ചാത്തലത്തിൽ കൂടി വേണം ഈ ചിത്രത്തിന്റെ പ്രത്യക്ഷത്തെ തിരിച്ചറിയാൻ. മാലാഖമാരെന്നും മറ്റും വിശേഷിപ്പിക്കപ്പെട്ട് മഹത്വവത്ക്കരിച്ചുകൊണ്ടു തന്നെ ചൂഷണം ചെയ്ത് വന്നിരുന്ന നഴ്സുമാരെ ഇനിയുള്ള കാലം അതിനു കഴിയില്ല എന്ന് പുരുഷന്മാരും മുതലാളിമാരും അടക്കമുള്ള മേധാവിത്ത സമൂഹം തിരിച്ചറിഞ്ഞിരിക്കുകയാണ്. സംഘടിച്ചുകൊണ്ട് തങ്ങളുടെ അവകാ

ശങ്ങൾ നേടിയെടുക്കാനും സാമൂഹിക പ്രതിനിധാനത്തെ തെളിയിച്ചെടുക്കാനും വേണ്ടിയുള്ള നഴ്സുമാരുടെ സമരകലഹങ്ങൾ കൊണ്ട് കലുഷിതമായിക്കഴിഞ്ഞ പരിസരത്തിലേക്കാണ് നഴ്സെന്നാൽ വ്യഭിചാരിണിയാണെന്ന് ഒരു വശത്തും അവർക്ക് സാമ്പത്തിക ബുദ്ധിമുട്ടൊന്നുമില്ലെന്ന് മറുവശത്തും ദ്യോതിപ്പിക്കുന്ന *22 ഫീമെയിൽ കോട്ടയം* പോലുള്ള സിനിമകൾ പൊതുബോധത്തിൽ നിറയാനായി പുറത്തിറങ്ങുന്നത് എന്നത് യാദൃച്ഛികമല്ല. നഴ്സുമാർക്കും സ്ത്രീകൾക്കും അനുകൂലമെന്ന വിധത്തിൽ സമർത്ഥമായ നിലപാടെടുത്തുകൊണ്ട് ഫലത്തിൽ അവരെ നിശ്ശബ്ദരാക്കുകയാണ് *22 ഫിമെയിൽ കോട്ടയം* ചെയ്യുന്നത്.

തന്നെ ബലാത്സംഗം ചെയ്ത കർണാടക സ്വദേശിയും സമ്പന്നനുമായ ഹെഗ്ഡെ (പ്രതാപ് പോത്തൻ)യെ ഗുണ്ടകളുടെ സഹായത്തോടെ മൂർഖനെക്കൊണ്ട് കൊത്തിച്ച് കൊല്ലുകയും; ഈ അക്രമിയിലേക്ക് തന്റെ ശരീരത്തെ എത്തിക്കുന്നതിനു വേണ്ടി പ്രണയവും കാമവും അഭിനയിച്ച സിറിൾ സി മാത്യുവിന്റെ (ഫഹദ് ഫാസിൽ) ലിംഗം ശസ്ത്രക്രിയയിലൂടെ ഛേദിച്ചുകളയുകയും ചെയ്തുകൊണ്ടാണ് ടെസ്സ തന്റെ പ്രതികാരം നിർവഹിക്കുന്നത്. പ്രധാന റേപ്പിസ്റ്റായി, കർണാടക സ്വദേശി അഥവാ മലയാള പത്രഭാഷയിൽ അന്യസംസ്ഥാനക്കാരനെ നിയമിച്ചിരിക്കുന്നത് *ഈ അടുത്ത കാലത്തി*ന്റെ തുടർച്ചയായി, മലയാള സിനിമയിലെയും കേരളീയ പൊതുബോധത്തിലെയും പുതിയ പ്രതിനായകനായി മലയാളികളല്ലാത്തവരെ സ്ഥിരപ്പെടുത്തുന്നതിനുള്ള നികൃഷ്ടമായ നീക്കമാണെന്നു തിരിച്ചറിയണം. നിർമാതാവും സംവിധായകനും തിരക്കഥാകൃത്തും ഛായാഗ്രാഹകനും എഡിറ്ററുമാണ് സിനിമയുടെ പ്രധാന സ്രഷ്ടാക്കൾ. ഈ സിനിമയുടെ കാര്യത്തിൽ ഇവരാരും സ്ത്രീകളല്ല. ഈ പല/ഒരേ പുരുഷന്റെ അകത്ത് എരിഞ്ഞു പുകയുന്ന അടിച്ചമർത്തപ്പെട്ട ലൈംഗിക കാമനകളും അക്രമ വാസനകളും തന്നെയാണ് നായിക എന്ന വ്യാജസ്ത്രീ പ്രതിനിധാന നിർമിതിയിലേക്ക് തള്ളിക്കയറ്റുന്നത്.

ഒരു പുരുഷന് ഒരിക്കലും ഫെമിനിസ്റ്റാകാനാകില്ല എന്നത് ഒരിക്കൽ കൂടി തെളിയിക്കുകയാണ് ഈ സിനിമ എന്നാണ് ബി അബൂബക്കറിന്റെ വ്യക്തമായ അഭിപ്രായം. ഫെമിനിസ്റ്റ് എന്നു നടിക്കുമ്പോഴും ചിത്രം ഇരയോടൊപ്പമല്ല, വേട്ടക്കാരനോടൊപ്പം ആണ് എന്ന് തെളിയിക്കുന്ന ഒന്നല്ലൊട്ടനേകം സന്ദർഭങ്ങളാണ് ചിത്രത്തിലുള്ളത്. റേപ്പ് രംഗങ്ങളിലും പെൺകുട്ടികളുടെ ദേഹപരിശോധ

നാരംഗത്തും രതിരംഗങ്ങളിലും ക്യാമറ പമ്മിപ്പതുങ്ങി, ഇളിഭ്യച്ചിരി ചിരിച്ച് റോന്തു ചുറ്റുന്നത് നടുക്കത്തോടെയേ കണ്ടിരിക്കാനാവൂ. റേപ്പ് വിക്റ്റിമിനോട് അനുതാപം പ്രകടിപ്പിക്കാൻ അവരോട് സമരസപ്പെടാൻ ക്യാമറയുടെ നീക്കങ്ങൾ ഒരിക്കലും പ്രേക്ഷകനെ അനുവദിക്കുന്നില്ല. വിശദവിവരങ്ങൾ, മലയാൾ ഡോട്ട് എഎമ്മിലുള്ളത് മുഴുവൻ ആവർത്തിക്കുന്നില്ല.

സ്ത്രീകളെയും സ്ത്രീത്വത്തെയും അപഹസിക്കുകയും അവഹേളിക്കുകയും വിറ്റു തിന്നുകയും ചെയ്യുന്ന നൂറു കണക്കിന് മലയാള സിനിമകൾക്കു ശേഷം; അവയുടെ മടുപ്പുകൾക്കും ചെടിപ്പുകൾക്കും ശേഷം; സ്ത്രീവാദപരം എന്ന വ്യാജ പ്രാതിനിധ്യത്തോടെ പെരുമാറുകയും സ്വയം കൊണ്ടാടുകയും ചെയ്യുന്ന ഈ സിനിമ, സ്ത്രീ എന്നത് കേവലം ലൈംഗിക ശരീരം അഥവാ നാടൻ ഭാഷയിൽ പറഞ്ഞാൽ ചരക്ക് മാത്രമാണെന്ന പുരുഷ മേധാവിത്ത വ്യാഖ്യാനത്തെ സൂക്ഷ്മമായും ശക്തമായും ഉറപ്പിച്ചെടുക്കുകയാണ് ചെയ്യുന്നത്.

ശാരീരികാകർഷണം എന്ന ലൈംഗിക പ്രക്രിയയെ അതല്ലാതാക്കി തീർക്കുകയോ അതിൽ നിന്നുയർത്തുന്നു എന്നു ഭാവിക്കുകയോ ചെയ്യുന്നതിലൂടെ നിർമിക്കപ്പെടുന്ന പ്രണയം എന്ന ഭാവന/യാഥാർത്ഥ്യത്തെ ചൂഴ്ന്നു നിൽക്കുന്ന ആശയം, സന്ദർഭം, പ്രദേശം, മതം/മതവൈജാത്യം എന്നിവയും ഇതിലെല്ലാമുപരിയായി ചലച്ചിത്രവത്ക്കരണത്തിന്റെ രൂപ/നിർവഹണപരമായ പ്രത്യേകതകളുമാണ് മറ്റനവധി പ്രണയ സിനിമകളിലെന്നതു പോലെ അന്നയും റസൂലും എന്ന സിനിമയിലും അന്വേഷിക്കപ്പെടുന്നത്. പ്രണയത്തെ സാധ്യമാക്കുകയും അസാധ്യമാക്കുകയും ചെയ്യുന്ന സാമ്പ്രദായികവും സാധാരണവുമായി നാം പരിഗണിക്കാറുള്ള ഘടകങ്ങൾക്കപ്പുറത്തുള്ളതും എന്നാൽ അസാധാരണമല്ലാത്തതുമായ ഒരു ഘടകത്തെയാണ് അന്നയും റസൂലും പിന്തുടരുന്നതെന്നതാണ് സത്യത്തിൽ ഈ ചിത്രത്തിന്റെ സവിശേഷത.

ഗൾഫ് പ്രവാസിയായ ഒരു സാധാരണക്കാരൻ ഭർത്താവിനോട് അയാളുടെ ഭാര്യയും പെൺമക്കളുമടങ്ങുന്ന കുടുംബത്തിനും സുഹൃത്തുക്കൾക്കുമുള്ള ബന്ധവും കാഴ്ചപ്പാടും; അയാൾക്ക് തിരിച്ച് അവരോടും സമൂഹത്തോടുമുള്ള ബന്ധം; കൗമാരപ്രായത്തിലുള്ള പെൺകുട്ടികളെ സംബന്ധിച്ച് മാതാപിതാക്കൾക്കും അവരിലൂടെ സാമാന്യ സമൂഹത്തിനുമുള്ള കരുതൽ(!); മദ്യപാനം, ലൈംഗികത്തൊഴിൽ തുടങ്ങിയ വിലക്കപ്പെട്ടതും തുറന്നുവിട്ടതുമായ സാഹ

സികകുസൃതികളോടുള്ള ഒളിമറകൾ എന്നിങ്ങനെ ചങ്കിൽ തട്ടുന്ന അടിസ്ഥാനപ്രമേയങ്ങളെടുത്താണ് ഷട്ടറിലൂടെ ജോയ് മാത്യു മലയാളിയെയും മലയാളിത്തത്തെയും അഭിമുഖീകരിക്കുന്നത്. സൗഹൃദം, വിവാഹം, വ്യക്തിത്വം തുടങ്ങിയ കാര്യങ്ങളെ സംബന്ധിച്ച് കൗമാരക്കാരിയായ മകൾ വാപ്പയെ പാഠം പഠിപ്പിക്കുന്ന ഷട്ടറിന്റെ സമാപനരംഗം ഒരു പക്ഷേ, മലയാളസിനിമയിലെ എണ്ണം പറഞ്ഞ ഒരു സമാപന രംഗം തന്നെയാണ്.

മുകളിലേക്ക് കയറിയും താഴോട്ട് ഇറങ്ങിയും, മുമ്പോട്ട് നീങ്ങിയും പുറകിലോട്ട് വലിഞ്ഞും, ആമേനിലെ ക്യാമറ എല്ലാ മൂലകളിലൂടെയും വളവുതിരിവുകളിലൂടെയും സഞ്ചരിക്കുന്നു. എല്ലാ വിടവുകളിലും പിളർപ്പുകളിലും, മേശപ്പുറങ്ങളിലും മേശക്കടികളിലും, പുരപ്പുറങ്ങളിലും മച്ചുകളിലും, മരങ്ങളുടെ കൊമ്പുകളിലും ഇലകൾക്കിടയിലും, ആകാശങ്ങളിലും ഭൂമികളിലും, തരംഗങ്ങളോടൊപ്പവും വരികളിൽ പിടിച്ചും, ഒളിഞ്ഞു നോക്കിയും പാളി നോക്കിയും ഇഴഞ്ഞും നിവർന്നും മൂക്കു പിടിച്ചും എല്ലാം എല്ലാമാണത് നിർവൃതിയടയുന്നത്. പുറമേക്ക് മാന്യത നടിക്കുന്ന സാമാന്യ മലയാളിയുടെ നിഗൂഢമായ അകം/പുറം സഞ്ചാരങ്ങളെയും ഒളിസേവകളെയും തന്നെയാണ് ഈ ക്യാമറാസഞ്ചാരം പ്രതിനിധീകരിക്കുന്നത്.

ആത്മാവു നഷ്ടമായ രൂപക്കൂടാണെങ്കിലും, ആ പ്രത്യക്ഷം നിർവഹിക്കുന്ന ചില ഗുണാതിരേകങ്ങൾ സൂചിപ്പിക്കേണ്ടിയിരിക്കുന്നു. താരാധിപത്യ-തമ്പുരാൻ സിനിമകളുടെ സ്ഥലപശ്ചാത്തലമായിരുന്ന വള്ളുവനാടൻ മനകളിൽ നിന്ന് മലയാള സിനിമയെ കുട്ടനാട്ടിലേക്കും കത്തോലിക്കാ ജീവിതപരിസരത്തിലേക്കും വിന്യസിപ്പിച്ചു എന്നത് ഗംഭീരം തന്നെയാണ്. ലോകം മനകളല്ല ഭായ് എന്ന ആഷിക് അബുവിന്റെ ധൈര്യമാർന്ന വിയോജനത്തിന് ലോകം കൊച്ചിയുമല്ല ഭായ് എന്ന് ലിജോ ജോസ് പെല്ലിശ്ശേരി അനുബന്ധം തെളിയിക്കുകയാണിവിടെ. കേരളീയ ഗ്രാമങ്ങളെക്കുറിച്ചുള്ള നാട്ടിൻപുറം നന്മകളാൽ സമൃദ്ധം എന്ന നുണയുടെ പൊലിപ്പിക്കൽ ഗൃഹാതുരത്വങ്ങളിൽ നിന്നുള്ള വഴിമാറി നടപ്പുമാണിത്.

മലയാള സിനിമ നേരിടുന്ന ഒരു വ്യാവസായിക പ്രതിസന്ധി മറികടക്കാനും കൂടിയാണ് ന്യൂ ജനറേഷൻ സിനിമകളിൽ തെറി വ്യാപകമാകുന്നതെന്നു വേണം കരുതാൻ. കുടുംബകങ്ങളിലെ ടെലിവിഷൻ എപ്പിസോഡുകളിൽ നിന്ന് പ്രേക്ഷകരെ സിനിമാശാലകളിലേക്ക് വലിച്ചടുപ്പിക്കാൻ ത്രീഡി പോലുള്ള സാങ്കേതിക

വിസ്മയങ്ങളാണ് ഹോളിവുഡ് പരീക്ഷിച്ചത്. സാമ്പത്തിക പരാധീനത മൂലം മലയാളത്തിനത് സാധ്യമല്ലാത്തതിനാൽ, സാംസ്ക്കാരിക വിസ്മയങ്ങളിലാണ് പരീക്ഷണം. വീടകങ്ങളുടെ കപട സദാചാര നിർവചനങ്ങളിൽ അനുവദനീയമല്ലാത്ത തെറി വാക്കുകൾ ഉച്ചത്തിലുച്ചരിക്കുന്നതു കേൾക്കുമ്പോഴുണ്ടാകുന്ന നിഗൂഢമായ ആനന്ദം പൊതുസ്ഥലത്തെ ഏകാന്തതയിലിരുന്ന് ആസ്വദിക്കുമ്പോഴുണ്ടാകുന്ന കൗതുകമാണിവിടെ മുതലെടുക്കപ്പെടുന്നത്.

മലയാളത്തിലെ ന്യൂ ജനറേഷൻ സിനിമ, ക്യൂബ് പോലെ പുതിയ തലമുറക്കാർക്ക് കളിക്കാനായി ഇട്ടുകൊടുക്കുന്ന ഒരു രൂപവിന്യാസം മാത്രമാണെന്നതിന്, ലിജോ ജോസിന്റെ സിനിമകൾ തന്നെയാണ് ഏറ്റവും വലിയ തെളിവ്. വീട്ടിലെ പ്ലെയറിൽ ഡിവിഡി കാണുന്നതു പോലെയായിരുന്നു ലിജോ ജോസ് പെല്ലിശ്ശേരിയുടെ മുൻ ചിത്രമായ *സിറ്റി ഓഫ്* ഗോഡിന്റെ ആഖ്യാനം. ഫാസ്റ്റ് ഫോർവേഡ്, ബാക്ക്, സ്പീഡ്, സ്ലോ എന്നിങ്ങനെ. താൻ പ്രേക്ഷകർക്ക് മുന്നിൽ സങ്കീർണമായ ഒരു കളി(ുൗ്വഹല) ഇട്ടു കൊടുക്കുകയാണ് ചെയ്തത് എന്ന് സംവിധായകൻ ഒരു ടി വി അഭിമുഖത്തിൽ അഭിമാനിക്കുന്നതും കാണാനിടയായി. അതായത്, പ്രേക്ഷകനെ കേവലമായി വിഭ്രമിപ്പിക്കുക എന്നല്ലാതെ, നൂതനമായ ഒരു ഇതിവൃത്തമോ ഒരു ആഖ്യാനരീതിയോ കൊണ്ടുവരാൻ തന്റെ പക്കൽ സ്കോപ്പില്ല എന്ന് പറയാതെ പറയുകയാണ് സംവിധായകൻ.

അൻവർ അബ്ദുള്ള ശരിയായി നിരീക്ഷിക്കുന്നതു പോലെ; ഒരു സാധാരണ വൈദ്യശാസ്ത്ര വിദ്യാർത്ഥി നടത്തുന്ന കേവലമൊരു സാഹസിക പര്യടനം അവനെ അങ്ങേയറ്റം രാഷ്ട്രീയതീവ്രതയാർന്നവനാക്കുന്ന സൂക്ഷ്മപരിണാമത്തിന്റെ ഗാഥയായിരുന്നു മോട്ടോർ സൈക്കിൾ ഡയറീസെങ്കിൽ, നീലാകാശം പച്ചക്കടൽ ചുവന്ന ഭൂമിയിൽ അത് കേവലം ഒരു പെണ്ണിനെ തട്ടിക്കൊണ്ടുവരലായി ചുരുങ്ങുന്നു. ആഹ്ലാദവേട്ടക്കായിറങ്ങിയ രണ്ട് യുവാക്കളുടെയും ഓർമയുടെയും വർത്തമാനത്തിന്റെയും ഇടവേളകളിൽ കടന്നു വരുന്ന ഫില്ലറുകൾ മാത്രമാണ് രാഷ്ട്രീയവും ദേശീയതയും പ്രാദേശികതയും ഭീകരതയും പട്ടാള ഭാഷ്യങ്ങളും മതവിമർശനവും എന്തിന് കാമുകി പോലും.

നാഗാലാണ്ടിലും വടക്കു കിഴക്കൻ സംസ്ഥാനങ്ങളിലുമുള്ള തീവ്രവാദികൾക്കെതിരായ ഭരണകൂട/പട്ടാള വ്യാഖ്യാനങ്ങൾ തന്നെയാണ് നീലാകാശവും ഉന്നയിക്കുന്നത്. മണിരത്നം മുതൽ മേജർ രവി വരെയുള്ളവരുടെയും അഭിപ്രായം ഇതു തന്നെയായിരുന്നു.

എന്നാൽ, മാവോയിസ്റ്റുകളോട് ചിത്രം മൃദു സമീപനമെടുക്കുന്നതായി വേഷം കെട്ടുന്നുണ്ട്. ജനാധിപത്യ പരിഹാരങ്ങളിൽ വിശ്വാസമില്ലാത്ത മാവോയിസ്റ്റുകളെ തങ്ങളുടെ ഗൂഢതാൽപര്യങ്ങൾക്കുവേണ്ടി ഉപയോഗപ്പെടുത്തുന്ന വലതുപക്ഷ രാഷ്ട്രീയ കക്ഷികളുടെ രീതിയാണിത്. ഏറെ ഇടത്തോട്ട് സഞ്ചരിച്ചാൽ വലതുപക്ഷത്താണ് ചെന്നെത്തുക എന്ന തിരിച്ചറിവും ആലോചിച്ചാൽ ബോധ്യപ്പെടും. മണിപ്പൂരിലെ അമ്മമാർ, പരിപൂർണനഗ്നരായി ആസാം റൈഫിൾസ് ആസ്ഥാനത്തിനു മുമ്പിൽ നിന്ന് ഇന്ത്യൻ ആർമി, ഞങ്ങളെ ബലാത്സംഗം ചെയ്യൂ എന്ന് സമരപ്രകടനം നടത്തിയതിന്റെ ദൃശ്യങ്ങളും വാർത്തകളും ഇന്ത്യയിലും പുറത്തും കണ്ണു തുറന്നു വെച്ചിരിക്കുന്ന എല്ലാവരും കണ്ടതാണ്. ഇറോം ഷർമിള ഇപ്പോഴും നിരാഹാരം തുടരുന്നു. ഹോബം പബൻ കുമാർ സംവിധാനം ചെയ്ത എഎഫ്എസ്പിഎ 1958 എന്ന ഉജ്വലമായ ഡോക്കുമെന്ററി കണ്ടവർക്കും വടക്കു കിഴക്കൻ സംസ്ഥാനങ്ങളിലെ യഥാർത്ഥ സ്ഥിതിയെക്കുറിച്ച് ധാരണ ലഭിക്കുകയുണ്ടായി. ഇതൊന്നും കാണാതെയോ അറിയാതെയോ അറിഞ്ഞിട്ടും അറിഞ്ഞിട്ടില്ലെന്നു നടിച്ചു കൊണ്ടോ, ഭരണകൂട പൊതുബോധ വ്യാഖ്യാനം അതേപടി ആവർത്തിച്ചിരിക്കുന്നത് കണ്ട് ലജ്ജാവഹം എന്നല്ലാതെ എന്തു പറയാൻ!

ഐക്യ കേരള രൂപീകരണ/നിർമാണത്തെ സന്ദിഗ്ദ്ധമാക്കുന്ന നിരവധി പ്രതിനിധാനങ്ങളുടെ കുഴമറിച്ചിലുകളും; പരസ്പരവിരുദ്ധവും സങ്കീർണവുമായ ആശ്ലേഷണ-വിശ്ലേഷണങ്ങളും കൊണ്ട് സജീവവും ചടുലവുമായ ദൃശ്യ/ചലന ചിത്രങ്ങളാണ് നോർത്ത് 24 കാതം എന്ന സിനിമയിലുള്ളത്. മുതിർന്നവർ/ചെറുപ്പക്കാർ, പുരുഷൻ/സ്ത്രീ, ഐടിക്കാർ/സാധാരണക്കാർ, വൃത്തിബോധം അമിതമായുള്ളവർ/അങ്ങനെയല്ലാതെ നോർമലായുള്ളവർ, കേരളത്തിനകത്തുള്ള മലയാളികൾ/മറുനാടൻ മലയാളികൾ, മലയാളികൾ/മലയാളികളല്ലാത്തവർ, രാഷ്ട്രീയ-ചരിത്രബോധമുള്ളവർ/അല്ലാത്തവർ എന്നിങ്ങനെ പലതരം വൈരുദ്ധ്യങ്ങളും ദ്വന്ദ്വങ്ങളും ആണ് നോർത്ത് 24 കാതത്തിലെ കഥാപാത്രവ്യതിരിക്തതകൾ. പ്രത്യക്ഷ ദൃശ്യത്തിനു പകരം പരോക്ഷ പ്രതിനിധാനമായി പാർടി ആപ്പീസും, മരിച്ച ആദർശാത്മക സഖാവ്/വനിത/ഭാര്യയും കടന്നു വരുന്നത് അവയുടെ എതിർ പ്രതിനിധാനങ്ങളെ - ആദർശരാഹിത്യം, കാപട്യം, അഴിമതി - ആരോപിച്ച് ഉറപ്പിച്ചെടുക്കാനുമാണ്.

ആദർശാത്മകവ്യക്തിത്വങ്ങളും ആദർശ രാഷ്ട്രീയവും അന്യം

നിന്നു പോയിരിക്കുന്നു എന്ന ഫ്യൂഡൽ നിർമിത നൊസ്റ്റാൾജിയയാണിവിടെ പതിവു പോലെ വേവുന്നത്. നോർത്ത് 24 കാതത്തിലെ മൂന്നു പ്രധാന കഥാപാത്രങ്ങളുടെയും ആത്മവ്യക്തിത്വത്തിനതീതമായ സാമൂഹിക ബോധം വിന്യസിപ്പിച്ചിരിക്കുന്നതെപ്രകാരമാണെന്ന് നോക്കുക. ഹരികൃഷ്ണൻ തനിക്ക് ചുറ്റുമുള്ള സമൂഹത്തെ -കുടുംബം, ഓഫീസ്, മറ്റു ജനങ്ങൾ - ഭയപ്പാടോടെയും അകൽച്ചയോടെയും കാണുന്നു. സഖാവ് തികച്ചും സ്നേഹത്തോടെയും വിശ്വാസത്തോടെയും സമഭാവത്തോടെയും എല്ലാവരെയും കാണുന്നു; പക്ഷെ, അയാൾ പഴയ തലമുറക്കാരനാണ്, അതിനാൽ അത്തരം സാമൂഹ്യ ബോധക്കാർ ഇനിയുള്ള കാലത്ത് അപ്രസക്തരാണ് എന്നും ധ്വനിപ്പിച്ചതായി കരുതാം. നാരായണിക്ക് സഹജീവി സ്നേഹവും പക്വതയും എല്ലാമുണ്ട്; പക്ഷേ, അവൾ സർക്കാരിതര സംഘടന(എൻജിഒ)യിൽ പ്രതിഫലത്തിന് സാമൂഹ്യ സേവനം നടത്തുന്നവളാണ്, പേരിൽ പഴക്കച്ചുവ ഉള്ളതു തന്നെ പഴമക്കാർക്കു മാത്രമുള്ള സാമൂഹ്യ പ്രതിബദ്ധതയെ ഭംഗ്യന്തരേണ ഓർമ്മിപ്പിക്കാനുമാവും.

നവതരംഗ സിനിമകളെയും സിനിമാക്കാരെയും പുകഴ്ത്തിക്കൊണ്ടുള്ള കൊട്ടിഘോഷങ്ങൾ പൊതുബോധത്തെ നിയന്ത്രിക്കുകയും നിർണയിക്കുകയും ചെയ്യുന്ന ആണധികാരത്തിന്റെ പ്രകടനങ്ങൾ കൂടിയാണ്. ജോഷി സംവിധാനം ചെയ്ത് മോഹൻലാൽ നായക നായഭിനയിച്ച നവതരംഗസിനിമയാണ് റൺ ബേബി റൺ!. ടിവി ക്യാമറാമാനായ മോഹൻലാലിന്റെ കഥാപാത്രം സ്റ്റാർട്ട് ചെയ്യുന്ന ബൈക്കിനു പുറകിൽ, നായികയായ അമലാപോൾ/റിപ്പോർടർ കയറാൻ ശ്രമിക്കുന്നു. ഒരേ വാർത്ത റിപ്പോർട്ട് ചെയ്യാനായിട്ടാണവരുടെ പോക്ക്. ഏതാനും വർഷം മുമ്പ് അവൾ നടത്തിയതായി അയാൾക്ക് തോന്നിയ ഒരു ചതിയുടെ പേരിൽ, പിണങ്ങി മാറിയ കാമുകീ കാമുകന്മാരാണവർ. തന്റെ ബൈക്കിന്റെ പുറകിൽ ഒട്ടിയിരുന്ന് യാത്ര ചെയ്യാനുള്ള മുൻ കാമുകിയുടെ ശ്രമത്തെ അറപ്പോടെയാണയാൾ ആദ്യം ചെറുക്കുന്നത്. പിന്നീട്, നിവൃത്തിയില്ലെന്നായപ്പോൾ അതനുവദിക്കുന്നു. അപ്പോൾ, അയാൾ പറയുന്ന ഡയലോഗ് ഏതാണ്ടിങ്ങനെയാണ്:

കയറുന്നതൊക്കെ കൊള്ളാം, വിട്ടിരുന്നോണം, നിന്റെ അമ്മിഞ്ഞയെങ്ങാനും എന്റെ ദേഹത്ത് വെച്ചമർത്തിയാൽ സ്വഭാവം മാറും. അടിച്ചമർത്തപ്പെട്ട ലൈംഗികതയുടെ സംഘർഷ-സമ്മർദ്ദങ്ങളുമായി പിടിമുറുക്കിയിരിക്കുന്ന ആൺ കാണികളുടെ പിടിവിട്ട

കൂവലും സീൽക്കാരങ്ങളും കൊണ്ട് തിയറ്റർ ഇളകി മറിയുന്നു. ടിവി റിപ്പോർടറല്ല, പ്രസിഡണ്ടു തന്നെയായാലും സ്ത്രീയെ കേവലം ലൈംഗികശരീരം മാത്രമാക്കി പരിമിതപ്പെടുത്തിയൊതുക്കുന്ന പൊതു ബോധം അതിശക്തമായി നവതരംഗ കാലത്തും അതേ താരനായകനിലൂടെ പുനഃപ്രഖ്യാപിക്കപ്പെടുന്നതിന്റെ ജുഗുപ്സാവഹമായ ഉദാഹരണങ്ങളി ലൊന്നാണിത്.

ന്യൂജനറേഷനെതിരായി പഴഞ്ചൻ സിനിമ നയിക്കുന്ന നിഴൽ യുദ്ധത്തിന്റെ നായകനായ ദിലീപിന്റെ മൈ ബോസിലും അപരന്മാരോ അന്യന്മാരോ ആയി വരുന്നത് മറ്റു മിക്ക മലയാള സിനിമയിലുമെന്നതു പോലെ ന്യൂനപക്ഷമതസ്ഥർ തന്നെ. ഓപ്പറേഷൻസ് വിഭാഗത്തിന്റെ തലവനായ മാത്യു(ആനന്ദ്)വും, മനു വർമയെ അയാളുമായി അടുപ്പിക്കുന്ന മധ്യസ്ഥപ്പണി ചെയ്യുന്ന അലി(കലാഭവൻ ഷാജോൺ)യും ആണ് കഥയെ ശുഭപര്യവസായിയാക്കുന്നതിൽ നിന്ന് തടയുന്ന അന്യന്മാർ.

മേലധികാരിയായ പ്രിയ എസ് നായർ അലിയെ ശാസിക്കുമ്പോൾ, അയാൾ സഹികെട്ട് പറയുന്ന മറുപടി ഇപ്രകാരമാണ്. നീ മലപ്പുറത്തേക്ക് വാടി, കാണിച്ചു തരാം. മലപ്പുറം കേരളത്തിലെ കാശ്മീരാണെന്ന ഫാസിസ്റ്റ് പ്രചാരണത്തിന് ആറാം തമ്പുരാൻ (ഷാജി കൈലാസ്), വിനോദയാത്ര(സത്യൻ അന്തിക്കാട്) തുടങ്ങിയ സിനിമകളിലെന്നതു പോലെ സാധൂകരണം നൽകുകയാണ് മൈ ബോസും. എഴുപതുകൾ മുതൽ ആരംഭിച്ചതും എൺപതുകളോടെ സജീവമായിത്തീർന്നതും ആയ മലയാള സിനിമയുടെ ന്യൂനപക്ഷ -ദളിത്-സ്ത്രീ വേട്ടയുടെ ജനപ്രിയതാ രൂപീകരണം നിർബാധം തുടരുന്നുവെന്നതിന്റെ ഞെട്ടിപ്പിക്കുന്ന ഉദാഹരണങ്ങളാണ്, താരാധിപത്യത്തെ തോൽപ്പിച്ചുവെന്ന് വീമ്പിളക്കുന്ന ന്യൂ ജനറേഷൻ എന്ന ഓമനപ്പേരിലിറങ്ങുന്ന സിനിമകൾ. ന്യൂ ജനറേഷൻ തന്നെയല്ലേ ഉന്നം വെക്കുന്നതെന്ന് പരാജയബോധത്തോടെ സ്വയം കരുതി ഭീതിയിലായ ജനപ്രിയ നായകൻ ദിലീപ്; ന്യൂജനറേഷനെതിരെ കിട്ടിയ അവസരങ്ങളിലൊ ക്കെയും ആഞ്ഞടിക്കുന്നുണ്ട്. മൈ ബോസിലും ഇതിന്റെ അനുരണനങ്ങൾ കടന്നു വരുന്നതു കാണാം. മനുവർമയുടെ സഹോദരീപുത്രനായ ഹൈസ്ക്കൂൾ വിദ്യാർത്ഥി, വഴിയരുകിൽ സഹപാഠിയായ പെൺകുട്ടിയോട് സംസാരിക്കുമ്പോൾ കടന്നു വരുന്ന അയാൾ, സദാചാരപോലീസ് ചമഞ്ഞു കൊണ്ട് ഇതാരാടാ എന്നു ചോദിക്കുന്നു. എന്റെ ഗേൾ ഫ്രണ്ടാണ് എന്നു ആർജ്ജവത്തോടെ മറുപടി പറയുന്ന ചെക്കൻ, അവളോട്

പിരിയുമ്പോൾ നാളെ ഇതേ സമയം ഇതേ സ്ഥലത്ത് കാണാം എന്ന് പറയുന്നതു കേട്ട് അപ്പോ ഇതാണല്ലേ ന്യൂ ജനറേഷൻ എന്ന് മനു വർമ്മ പരിതപിക്കുന്നു. ട്രിവാൻഡ്രം ലോഡ്ജിൽ (അനൂപ് മേനോൻ/ വി.കെ. പ്രകാശ്) ഹൈസ്ക്കൂൾ റൊമാൻസിന്റെ അശ്ലീലം കാണിച്ച തുമായി വ്യാജയുദ്ധത്തിലേർപ്പെടുകയാണ് മൈ ബോസ്.

പുതിയ കാലത്ത് സ്ത്രീക്ക് ലഭ്യമായ അനവധി കുടുംബേതര സാധ്യതകൾ ഈ ചിത്രങ്ങളിലൊക്കെയും അനാവരണം ചെയ്യ പ്പെടുന്നുണ്ട്. ചേരികൾ, ചവറു കൂനകൾ, അധോലോകങ്ങൾ എന്നി വിടങ്ങളിൽ നിന്നു തുടങ്ങി പൊതു വാഹനങ്ങൾ, റെയിൽവെ സ്റ്റേഷൻ, ബസ്സ്റ്റാൻഡ്, പൊതുനിരത്തുകൾ, പാർക്കുകൾ, ഹോട്ട ലുകൾ, തിയറ്ററുകൾ, ഷോപ്പിംഗ് മാളുകൾ, റേഡിയോ/ടെലിവി ഷൻ കേന്ദ്രങ്ങൾ, ഓഫീസുകൾ, സ്റ്റുഡിയോകൾ, കെട്ടിടപ്പണിയിട ങ്ങൾ എന്നീ തുറസ്സുകളിലെ അടഞ്ഞ ഇടങ്ങളും അടയലുകളിലെ തുറന്ന ഇടങ്ങളും വരെയെത്തുന്ന ആഖ്യാനങ്ങളിൽ സ്ത്രീ പ്രത്യ ക്ഷപ്പെടുന്നു. സ്ത്രീക്ക് പുതിയ കാലത്ത് ലഭിച്ച സാമ്പത്തിക-സാ മൂഹ്യ അധികാരം/സാന്നിദ്ധ്യത്തിന്റെ ഫലവും പ്രതിഫലനവുമാ ണിതെന്ന് സി.എസ്. വെങ്കിടേശ്വരൻ നിരീക്ഷിക്കുന്നു.

ഈ നവതരംഗ വിപ്ലവത്തിനു ശേഷവും കേരളത്തിലെ തിയറ്റ റുകളെ ഇളക്കി മിറക്കുന്നത് മല്ലുസിംഗും മായാമോഹിനിയും പോലുള്ള തട്ടുപൊളിപ്പനും അശ്ലീല ദ്വയാർത്ഥ പ്രയോഗങ്ങൾ നിറ ഞ്ഞതുമായ നിസ്സാരോപദേശകഥകളാ (പ്രയോഗത്തിന് ടി. ശ്രീവ ത്സന് നന്ദി) ണെന്നാണ് റിപ്പോർട്ടുകൾ സൂചിപ്പിക്കുന്നത്. മലയാള സിനിമ കഴിഞ്ഞ ദശകങ്ങളിലൂടെ വളർത്തിയെടുത്ത കമ്യൂണിസ്റ്റ്, തൊഴിലാളികൾ, ദരിദ്രർ, ഭിക്ഷക്കാർ, വീട്ടുവേലക്കാർ, ലൈംഗിക ത്തൊഴിലാളികൾ, ആദിവാസികൾ, മുസ്ലിമിങ്ങൾ, മറ്റു ന്യൂനപക്ഷ ങ്ങൾ, ദളിതർ, സ്ത്രീകൾ എന്നീപ്രതിനായക പ്രതിനിധാനങ്ങളുടെ കൂട്ടത്തിലേക്ക് പുതിയ കാലത്തിനനുസൃതമായ രണ്ടു വില്ലന്മാരെ കൂടി നവതരംഗ സിനിമ നിർമിച്ചെടുത്തിരിക്കുന്നു. അന്യസംസ്ഥാ നക്കാരൻ/രി എന്ന് പത്രഭാഷയിൽ നിരന്തരം ആക്ഷേപിക്കപ്പെടുന്ന മലയാളികളല്ലാത്തവരാണ് അതിലാദ്യത്തെ വർഗം/വംശം.

രണ്ടാമത്തേത് നവസാങ്കേതിക വിദ്യയാണ്. മൊബൈൽ ഫോ ണും ഇൻർനെറ്റുമടക്കമുള്ള ഡിജിറ്റൽ വ്യവസ്ഥയെ അമിത ഭയ ത്തോടെയും അങ്കലാപ്പോടെയുമാണ് സമകാലിക കേരള സമൂഹം എന്നതു പോലെ പുതിയ മലയാളസിനിമയും അതിന്റെ ചുവടു പിടിച്ച് പഴയ മലയാള സിനിമയും അഭിമുഖീകരിക്കുന്നത്. സി.എസ്.

വെങ്കിടേശ്വരൻ ശരിയായി നിരീക്ഷിക്കുന്നതു പോലെ, കഴിഞ്ഞ പതിറ്റാണ്ടിനിടയിലിറങ്ങിയ എത്രയധികം മലയാള ചിത്രങ്ങളിലാണ് മൊബൈൽ ഫോൺ പെൺകുട്ടികളുടെയും കുലീനസ്ത്രീകളുടെയും വഴിതെറ്റലിനും പതനത്തിനും കാരണമായിട്ടുള്ളത്! ഇത് സാമൂഹിക ഭയത്തിന്റെ പ്രതിനിധാനമാണെന്നതിന്റെ തെളിവുകളാണ്, വിദ്യാലയങ്ങൾക്കു പുറകെ സർക്കാർ ആപ്പീസുകളിലും മൊബൈൽ ഫോൺ നിരോധിച്ചുകൊണ്ടിറങ്ങിയ അപഹാസ്യമായ സർക്കാരുത്തരവ്.

ഉള്ളു പൊള്ളയായതും ബാലിശവുമായ ചില തൊലിപ്പുറം പരിഷ്ക്കാരങ്ങൾ മാത്രമേ, താരാധിപത്യത്തെ തോൽപിച്ചുവെന്നും ചരിത്രം കീഴ്മേൽ മറിച്ചുവെന്നും അവകാശവാദമുന്നയിച്ചുകൊണ്ട് കൊട്ടിഘോഷിക്കപ്പെടുന്ന ഈ സിനിമകൾ നിർവഹിക്കുന്നുള്ളൂ എന്നതാണ് യാഥാർത്ഥ്യം. ഒരു ഭാഗത്ത്, ഫേസ്ബുക്കും മൊബൈലും പരസ്യപ്രചാരണത്തിനായി ഉപയോഗിക്കുകയും; മറുഭാഗത്ത്, നവസാങ്കേതിക വിദ്യയെ യാഥാസ്ഥിതികമായി സമീപിക്കുന്ന പിന്തിരിപ്പൻ ആശയനിലപാട് ഇതിവൃത്തത്തിലും ആഖ്യാനത്തിലും സ്വീകരിക്കുകയും ചെയ്യുന്ന ഇത്തരം സിനിമകളുടെ ഇരട്ടത്താപ്പ് ഈ പുതുമാവാദത്തെ തുറന്നു കാണിക്കുന്നുണ്ട്. അതോടൊപ്പമോ അതിലുപരിയായോ ശ്രദ്ധിക്കേണ്ട കാര്യമാണ്; കുടുംബരൂപീകരണവും ശൈഥില്യവും, സമുദായ പരിഷ്ക്കരണം, തൊഴിൽ മേഖല, സാംസ്ക്കാരിക ഇടകലരൽ, സദാചാരം, രാഷ്ട്രീയം എന്നിങ്ങനെയുള്ള നിരവധി മനുഷ്യ വ്യവഹാരങ്ങളെ സംബന്ധിച്ച് ഈ സിനിമകൾ സാമാന്യമായി പുലർത്തുന്ന നിഷേധാത്മക നിലപാടുകളും പ്രതിനിധാനങ്ങളും.

താരാധിപത്യവും സാറ്റലൈറ്റ് വിൽപനയും സംഘടനകളും ചേർന്ന് മൃതപ്രായത്തിലെത്തിച്ച മലയാളസിനിമയുടെ ജീവൻ കുറച്ചു കാലം കൂടി നിലനിർത്താനുതകുന്ന കൃത്രിമ ശ്വാസമായി ഈ പുതുമാപ്രതീതിക്ക് പ്രവർത്തിക്കാനാവുമോ എന്നു കണ്ടറിയാം.

○○

4

പരസ്യങ്ങളും മാധ്യമങ്ങളുടെ സാംസ്കാരികസമ്പദ്ഘടനയും

ഡോ.സന്തോഷ് മാനിച്ചേരി

പരസ്യവും സാംസ്കാരിക സമ്പദ്വ്യവസ്ഥയും തമ്മിലുള്ള സവിശേഷമായ ബന്ധത്തെക്കുറിച്ചുള്ള വിശകലനം പരസ്യമെന്ന സ്ഥാപനത്തെയും അതിനു വിധേയമാകുന്ന മനുഷ്യരെയും പഠിക്കാനുള്ള മുന്നുപാധിയാണ്. സംസ്കാരവും സമ്പദ്വ്യവസ്ഥയും തമ്മിൽ മുമ്പെങ്ങുമില്ലാത്ത വിധം വളരെ സങ്കീർണ്ണമായ ബന്ധരൂപങ്ങളോടെ സങ്കരരൂപമാർന്ന കാലമാണ് നമ്മുടേത്. സംസ്കാരവും സമ്പദ്വ്യവസ്ഥയും ഭിന്നവ്യക്തിത്വമുള്ള വേറിട്ട രണ്ടു സംവർഗങ്ങളാണെന്ന പത്തൊമ്പതാം ശതകത്തിലെ സാമ്പത്തിക നിർണ്ണയവാദ സമീപനങ്ങൾ ഇന്നു അതേപടി നിലനിൽക്കുന്നില്ല. സംസ്കാരവും സമ്പദ്വ്യവസ്ഥയും തമ്മിലുള്ള ആപേക്ഷിക ബന്ധങ്ങളുടേയും പരസ്പരനിർണ്ണയനങ്ങളുടേയും തലത്തിലാണ് ഇന്ന് അവ നിലയുറിപ്പിക്കുന്നത്. ചിന്താമണ്ഡലത്തിലെ സംസ്കാര ഗതിമാറ്റത്തെ (cultural turn)മനസ്സിലാക്കുന്നതിലൂടെ മാത്രമേ ഈ ബന്ധത്തിന്റെ സമകാലികപ്രാധാന്യവും അതോടൊപ്പമുള്ള പുതിയ ജ്ഞാനാന്വേഷണങ്ങളേയും തിരിച്ചറിയാനാവൂ.

1970-കൾ മുതൽ ഒരു സാംസ്കാരികഗതിമാറ്റം ആഗോളമുതലാളിത്തത്തിന്റെ ചരിത്രത്തിൽ രൂപപ്പെട്ടുവെന്ന ഘടനാവാദാനന്തരവാദികൾ പറയുന്നുണ്ട്. (ഈ സാംസ്കാരിക ഗതിമാറ്റത്തോടെ ഇമേജുകൾ, ബ്രാൻഡുകൾ, ജനപ്രിയ സാംസ്കാരിക രൂപങ്ങൾ തുടങ്ങിയവയുടെ വ്യാവസായികോത്പാദനം സമ്പദ്വ്യവസ്ഥയുടെ കേന്ദ്രമാകാൻ തുടങ്ങി. വിവരവും (information) വിനോദവും (entertainment) സുപ്രധാനധാരകളായ ഒരു മുതലാളിത്ത സമൂഹം

ഇക്കാലളവിൽ രൂപപ്പെടുന്നുണ്ട്. കാഴ്ച്ചാസമൂഹം (Debored G, 1967) വ്യവസായാനന്തര മുതലാളിത്തം, സാംസ്കാരിക മുതലാളിത്തം (Bell D,1973) എന്നിങ്ങനെയാണ് മുതലാളിത്തത്തിന്റെ ഈ പുതിയ രൂപീകരണങ്ങളെ പഠിതാക്കൾ അടയാളപ്പെടുത്തുന്നത്.

ഇക്കാലമാവുമ്പോഴേക്കും സംസ്കാരം വിപണിയിലെ ഒരിനമായും വിപണിയെ ഏകോപിക്കുന്ന അടിസ്ഥാനമാതൃകയായും പരിണമിക്കുന്നു. സംസ്കാരത്തെയും സമ്പദ്വ്യവസ്ഥയേയും ഭിന്നാസ്തിത്വമുള്ള മണ്ഡലങ്ങളായി സങ്കൽപിക്കുകയും സമ്പദ്ഘടനയ്ക്ക് അതീതനിർണയത്വം സംസ്കാരത്തിനുമേൽ കല്പിക്കുകയും ചെയ്യുന്ന പത്തൊമ്പതാം ശതകത്തിലെ പഠന മാതൃകകൾ ഇരുപതാം ശതകത്തിന്റെ രണ്ടാം പകുതിയോടെ തന്നെ ചോദ്യം ചെയ്യപ്പെടുകയും സംസ്കാരത്തിന്റെ അപേക്ഷിക സ്വാതന്ത്ര്യം പ്രഖ്യാപിക്കുകയും ചെയ്യുന്നുണ്ട്. 1970-കളോടെ ശക്തിയാർജ്ജിക്കുന്ന വ്യവസായിക സമൂഹത്തിന്റെ ലക്ഷണം തന്നെ സാംസ്കാരികമായിത്തീർന്നിട്ടുണ്ട്.

സമകാലികമായ ആഗോള സാംസ്കാരിക സമ്പദ്വ്യവസ്ഥ, സ്വത്തവകാശ നിയമങ്ങൾ, വൻ ആൾകൂട്ട വിപണികൾ, വിദേശമൂലധനം, ബഹു-തലങ്ങളിലുള്ള നിയന്ത്രണസംവിധാനങ്ങൾ ഇവയെല്ലാമടങ്ങിയ ഒരു ഏകോപിത വ്യവസ്ഥയാണ് (Paquet, 2005). ഇതുപ്രകാരം ഈ സാംസ്കാരിക സമ്പദ്വ്യവസ്ഥയ്ക്ക് 4 ഭാഗങ്ങളുണ്ട്.

1. വിപണി,
2. അന്താരാഷ്ട്രസംഘടനകൾ
3. പുതിയ ചട്ടങ്ങൾ
4. ആഗോളപാരമ്പര്യം (Dawel, Deche & Mare, tone)

ഇതിൽ വിപണിയാണ് ഏറ്റവും പ്രാധാന്യമർഹിക്കുന്നത്. ഈ വിപണി സാംസ്കാരിക മൂല്യമുള്ള വസ്തുക്കളുടെ സഞ്ചിത ശേഖരവും വിപണനശാലയുമാണ്. ആശയവിനിമയ സംവിധാനങ്ങളിലൂടെയുള്ള അമൂർത്തതകളുടെ വിപണനമാണ് യഥാർത്ഥത്തിൽ ഇവിടെ നടക്കുന്നത്. ഈ വിപണിയിൽ പ്രതീകാത്മക അധികാരത്തിന്റെ വിന്യസനമാണ് നടക്കുക. സാംസ്കാരികോൽപന്നങ്ങൾ മൂല്യവത്തായിത്തീരുന്നത് പ്രതീകാർത്ഥങ്ങളിലൂടെയും പ്രതികാത്മക അധികാരവിന്യസനത്തിലൂടെയുമാണ്. ഉപഭോക്താവ് അവരുടെ പ്രതീകാത്മകമായ അധികാരത്തെക്കുറിച്ച് മൂല്യനിർണ്ണയം ചെയ്യാൻ പ്രാപ്തനാകുന്നുവെന്നതാണ് സാംസ്കാരികവസ്തുത

ക്കൾ മൂല്യവത്താവാനുള്ള കാരണം (Thorshy, 2001). അധികാരാംശ ത്തെകുറിച്ചുള്ള ഈ സ്വയംപ്രാപ്തനാകൽ ഉപഭോഗധർമ്മ മായിത്തീരുന്നത് ഉദാരവിപണി യാഥാർത്ഥ്യമാകുന്നതോടെയാണ്. പുതിയകാലത്ത് സൂപ്പർമാർക്കറ്റിലേക്കുള്ള യാത്ര സമൂഹജീവിത ത്തിന്റെ നിലവാരത്തെ നിർണ്ണയിക്കുന്ന ഒരു പ്രവൃത്തി ആയിത്തീ രുകയും ബ്രാൻഡിന്റെ തിരഞ്ഞെടുപ്പ് സ്വത്വപ്രകാശനവും സ്വത്വാ വിഷ്കാരവും ആയിത്തീരുകയും ചെയ്യുന്നത് അതുകൊണ്ടാണ്. ആഗോള സാംസ്കാരവിപണിയെ നിർണയിക്കുന്ന രണ്ടാമത്തെ ഘടകം. സാർവ്വദേശീയമായ സംഘടനകളാണ്. ണറാഛ, ണകജഛ പോലെയുള്ള സംഘടനകൾ വിപണിയെ പലവിധത്തിലുള്ള നിയ ന്ത്രണങ്ങൾക്കും രൂപപ്പെടുത്തലുകൾക്കും വിധേയമാരംഭിക്കുന്നു ണ്ട്. മൂന്നാമത്തെ ഘടകം ചട്ടങ്ങളാണ് (Norms).

സാംസ്കാരികവിനിമയത്തിന് നവ ഉദാരവത്കരണകരണകാ ലത്ത് പുതിയ ചട്ടങ്ങൾ രൂപപ്പെട്ടിട്ടുണ്ട്. ഈ ചട്ടങ്ങൾ വൈവിധ്യ ത്തിലും ലഭ്യതയിലും ശ്രദ്ധിക്കുന്നു. മാതൃകാ കച്ചവടസ്ഥലത്തെ ക്കുറിച്ചുള്ള സങ്കൽപങ്ങളിലാണ് ഈ ചട്ടങ്ങൾ രൂപം കൊള്ളുന്ന ത്. മാതൃകാ കച്ചവടസ്ഥലം ഉപഭോക്താക്കളാൽ സമ്പന്നമാണ്. ഈ ഉപഭോക്താക്കൾ സംസ്കാരിക സാധാരണക്കാരാണ് (Cultural commons). സാംസ്കാരികമായി പരസ്പരം പങ്കുപറ്റുന്ന, സാസ്കാ രികമാനമുള്ള സാമൂഹ്യസ്ഥിതികളെ അർത്ഥവത്താക്കുന്നവർ ഇത്തരം ഉപഭോക്താക്കളാണ്. വാരാന്ത്യത്തിൽ പാർക്കുകളിലും ബുക്ക്ഷോപ്പുകളിലും പബുകളിലും വിനോദകേന്ദ്രങ്ങളിലും നിറയുന്നത് ഈ സാധാരണക്കാരാണ്. സാംസ്കാരികവിപണിയെ നിർണ്ണയിക്കുന്ന നാലാമത്തെ ഘടകം ആഗോള പൗരത്വ (Global Citizenship) മാണ്. തദ്ദേശീയ രൂപങ്ങളിൽ നിലയുറപ്പിച്ചുകൊണ്ടു തന്നെ സാംസ്കാരവിപണി ഉപഭോക്താവിന് ആഗോളപൗര ത്വം നൽകുന്നു.

ഇന്റർനെറ്റും പരോക്ഷ ഭൗതികസാങ്കേതികവിദ്യയും സവിശേ ഷമാവുന്നതോടെ ഈ ആഗോളപൗരത്വം രൂപപ്പെട്ടു കഴിഞ്ഞു. ദേശ ങ്ങളെ അതിവർത്തിക്കുന്ന ഉപഭോഗസ്വഭാവമാണ് ഇതുകൊണ്ടർത്ഥ മാക്കുന്നത്. നിങ്ങൾ ഒരു സോപ്പു വാങ്ങുമ്പോൾ, ഒരു സൗന്ദര്യ വർദ്ധക വസ്തു വാങ്ങുമ്പോൾ ബിസ്കറ്റ് വാങ്ങുമ്പോൾ അന്താ രാഷ്ട്രനിലവാരത്തെകുറിച്ചുള്ള ധാരണകളും ഒപ്പം വരുന്നുണ്ട്. ആഗോളസംസ്കാര വിപണിയെക്കുറിച്ചുള്ള ഉദാരവത്കരണ സങ്കൽപങ്ങൾ ഈ 4 നെടുംതൂണുകളിലൂടെയാണ് രൂപപ്പെടുന്ന

തെന്നർത്ഥം. ഇവ നിർദ്ദേശിക്കുന്ന രാഷ്ട്രീയ ധർമ്മങ്ങളെകുറിച്ചും താത്പര്യസംരക്ഷണത്തെക്കുറിച്ചും പിന്നീട് വിശകലനം ചെയ്യാം.

ഈ സാംസ്കാരിക വിപണിയേയും സാമ്പത്തിക താൽപര്യങ്ങളും രൂപപ്പെടുന്ന ചരിത്രപരമായ സാഹചര്യങ്ങളേതെന്നു നോക്കാം. പത്തൊമ്പതാം നൂറ്റാണ്ടിനു മുമ്പുള്ള യുറോപ്യൻ സാമ്പത്തിക ചിന്ത യുക്തി ഭദ്രത യുള്ള ഉപഭോഗത്തിൽ നീതിയുക്തതയുള്ള ഉപഭോക്താവിനെയാണ് സങ്കൽപിച്ചിരുന്നത്. തൃഷ്ണ (desire) നിയന്ത്രിക്കുന്നതിൽ ഉന്നതമായ ധാർമ്മികത പുലർത്തുന്നയാളായിരുന്നു അക്കാലത്തെ ഉപഭോക്താവ്. ഈ കാലത്തെ മാക്സ് വെബർ സന്യാസമുതലാളിത്തം (Ascetic Capitalism) എന്നാണ് വിളിക്കുന്നത്. (Weber,2002)

എന്നാൽ വ്യവസായാനന്തര മുതലാളിത്തം തൃഷ്ണകളുടെ ഉൽപാദനത്തിലാണ് ശ്രദ്ധിക്കുന്നത്. അഭിനിവേശങ്ങളും തൃഷ്ണകളുമുള്ള അയുക്തികനായ ഭ്രമകൽപനകളിൽ ജീവിക്കുന്ന ഒരു ഉപഭോക്താവിനെ സങ്കൽപിക്കുകയും അത് നടപ്പിൽവരുത്തുകയും ചെയ്യുന്നു. ഈ പുതിയ ഉപഭോക്താവിന്റെ ജീവിതം ഭ്രമ കല്പനയിലാണ്. പുതിയ അനുഭവങ്ങളിൽനിന്ന് സ്വരൂപമാർജ്ജിക്കുന്ന ഒരുതരം അയവുള്ള സ്വത്വഘടനയാണ് അയാൾക്കുള്ളത്. ഈ ഉപഭോക്താവിനെയാണ് ഭാവനാത്മക ജീവിയെന്ന് കോളിൻ ക്യാപ്ബെൽ വിവരിക്കുന്നത്. (Campbtell, 1994) പരമ്പരാഗത ഉപഭോക്താവ് ഇന്ദ്രിയാനന്ദങ്ങളെ യാഥാർത്ഥ്യവത്കരിക്കാനാണ് ശ്രമിച്ചിരുന്നതെങ്കിൽ ഈ പുതിയ ഉപഭോക്താവ് ഭാവനാത്മകമായ അനുഭവങ്ങളിൽ അഭിരമിക്കുന്നയാളാണ്. ഊന്നൽ ഇന്ദ്രിയസംവേദനങ്ങളുടെ പൂർത്തീകരണത്തിൽ നിന്ന് അവസാനിക്കാത്ത വികാരാനുഭവങ്ങളിലേക്ക് മാറിയിരിക്കുന്നു. ഇത് ആധുനിക മനുഷ്യന്റെ ആന്തരിക മനോലോകത്തേക്കുള്ള ഒരു താക്കോലാണ്. ഈ ആന്തരിക ലോകത്ത് ആനന്ദം അനുഭവിക്കുന്നത് ഭാവനയിലൂടെയാണ്. ഇവിടെ ഒരു കല്പനികസ്വത്വം വികാരങ്ങളെ ഉൽപാദിപ്പിച്ചുകൊണ്ടിരിക്കുന്നു (Ibid:138).

ഇത്തരത്തിൽ ഭാവനയിലഭിരമിക്കുന്ന, ഭാവനപൂർണ്ണനായ, അയുക്തികതയേറെയുള്ള ഭ്രമകല്പനകളിൽ മുഴുകുന്ന ആഗ്രഹങ്ങളിൽ പതറിപ്പോവുന്ന ഉപഭോക്താവാണ് പുതിയ വിപണിയുടെ ആദർശം. ഇവിടെ ഉപഭോഗം ഒരു തരം ആത്മഭോഗമാണ്. ആസ്വാദ്യകരമായ ഒരു തരം ആത്മഭോഗം. ആസ്വാദ്യകരമായ ഒരു തരം ആസ്വാസ്ഥ്യത്തിൽ തുടരുന്നയാളാണ് അയാൾ. അതു പരിഹരിക്കപ്പെടു

ന്നതിലല്ല. അതിൽ തുടരുന്നതിനാലാണ് അയാൾ ആനന്ദം കാണുന്നത്. ആവശ്യമായതിനെ കവിയുന്ന ആസക്തി, ആസക്തിയുടെ അതിരില്ലായ്മ, പുതിയതിനുവേണ്ടിയുള്ള അനന്തമായ അന്വേഷണം പുതിയ വിപണിയുടെ സ്വഭാവത്തെ ഇത്തരത്തിൽ മൂന്നായി ചുരുക്കിയെഴുതിയാൽ അതിന്റെ ആകെത്തുകയാണ് ഈ ഉപഭോക്താവ്. പുതിയ വിപണിയിലെ ഉപഭോക്താവിന്റെ ചിത്രമാണ് ഇത്.

ഈ ഉപഭോക്താവ് ഭാവനാത്മകമായി ക്ഷിക്കുന്നത് ഇമേജുകളേയാണ്. ഇമേജുകളുടെ ഒരു സ്ഥലമായി പോകുന്ന പുനഃസൃഷ്ടിച്ചുകൊണ്ടുകൂടിയാണ് നിക്ഷേപക മൂലധന (Finance Capital) ത്തിന്റെ യുഗം പിറക്കുന്നത്. ഈ സന്ദർഭത്തെ സൂചിപ്പിക്കാനാണ് Financialisation of world economy എന്ന് ജിയോവെനി അരിജി (1994) ഉപയോഗിക്കുന്നത്. ഫിനാൻഷ്യലൈസേഷൻ എന്ന പ്രയോഗം നിക്ഷേപകമൂലധനത്തിന്റെ വ്യാപനം എന്ന സാങ്കേതികാർത്ഥത്തിൽ മാത്രമല്ല. മുതലാളിത്തത്തിന്റെ തന്നെ ഘടനാപരമായ പുനർരൂപീകരണമെന്ന വിശാല അർത്ഥത്തിലാണ്. ചരിത്രപരമായ മുതലാളിത്തം കടന്നുപോയ സാമൂഹികവും രാഷ്ട്രീയവും സാമ്പത്തികവുമായ പരിവർത്തനങ്ങളെ തിരിച്ചറിയാതെ ഫിനാൻഷ്യലൈസേഷനെ മനസ്സിലാക്കാനാവില്ല.

ഫിനാൻഷ്യലൈസേഷൻ ഒരു കാരണമല്ല ഫലമാണ്. ഈചലന നിയമങ്ങൾക്കകത്താണ് സമകാലിക വിപണിയിലെ സാംസ്കാരികോൽപാദനത്തെ കാണേണ്ടത്. ഈ പ്രക്രിയയുടെ രണ്ട് സന്തതികളാണ് അമൂർത്തവൽകരണം, അഭൗതികവൽകരണം എന്നിവ. അമൂർത്തവൽകരണം ഉൽപാദനത്തിന് മൂർത്തതയേക്കാൾ അമൂർത്ത സ്വഭാവം കൊണ്ടു വരുന്നു. ഈ ആമൂർത്തത വസ്തുവിനെ / ഉത്പാദനത്തെ അഭൗതിക സ്വഭാവമുള്ളതാക്കി മാറ്റുന്നു. യഥാർത്ഥത്തിൽ ഈ അഭൗതികവത്കരണം ഉൽപന്നത്തെ മത്സരാത്മക സ്വഭാവമുള്ളതാക്കി മാറ്റുകയാണ് ചെയ്യുന്നത്.

മത്സരാത്മകമായ ഈ സംസ്കാരിക വിപണിയെ നിർമ്മിക്കുന്നതും പരിപാലിക്കുന്നതും പരസ്യങ്ങൾ എന്ന സ്ഥാപനത്തിലൂടെയാണ്. പരസ്യം മുതലാളിത്തത്തിന്റെ ഔദ്യോഗിക കലാസ്ഥാപനമെന്ന നിലയിൽ സാംസ്കാരികപഠിതാക്കളുടെ ശ്രദ്ധ പതിഞ്ഞിട്ടുള്ളതാണ്. പല തലങ്ങളിൽ പരസ്യത്തിന്റെ സ്വഭാവരൂപങ്ങൾ വിശകലനം ചെയ്യപ്പെട്ടിട്ടുണ്ട്. തെറ്റായ ചോദനകളുടെ ഉത്പാദനം (Galbrath,1958) മുതലാളിത്ത ഉൽപാദനവ്യവസ്ഥയുടെ നിലനിന്നതിനുള്ള സ്ഥാപനം (Even,1976; Haug,1986; Jhally,1987) വരേണ്യ

സംസ്കാരത്തെ അപമൂല്യവൽകരണത്തിനു വിധേയമാക്കുന്ന സ്ഥാപനം (Barthes, 1977, Williams ,1978) മുതലാളിത്തത്തിന്റെ അധിശത്വോപകരണം (Goldman R, 1992) എന്നിങ്ങനെ പല നിലകളിൽ സംസ്കാരവുമായുള്ള പരസ്യത്തിന്റെ ബന്ധസ്വരൂപം വിശകലനം ചെയ്യപ്പെട്ടിട്ടുണ്ട്. ഈ വിശകലനങ്ങളെല്ലാം സമ്പദ്വ്യവസ്ഥയും സംസ്കാരവും തമ്മിലുള്ള ബന്ധരൂപങ്ങൾക്കുമേൽ പ്രവർത്തിക്കാനുള്ള പരസ്യങ്ങളുടെ ശക്തിയെയാണ് മുന്നറിയിവായി സ്വീകരിക്കുന്നത് (Mcfall, L,). സംസ്കാരത്തേയും സമ്പദ് വ്യവസ്ഥയേയും സങ്കരപ്പെടുത്തുന്ന സ്ഥാപനമാണ് പരസ്യമെന്നാണ് ഈ വിശകലനങ്ങളെല്ലാം കാണിക്കുന്നത്.

സംസ്കാരവ്യവസായം എന്ന സങ്കൽപനം ഫ്രാങ്ക്ഫർട്ട് സ്കൂൾ ചിന്തയിൽ വിമർശനാത്മക സങ്കൽപനമായിട്ടാണ് പ്രത്യക്ഷപ്പെടുന്നത്. സംസ്കാരവ്യവസായത്തിലെ സംസ്കാരികരൂപങ്ങളുടെ ഉൽപാദനം മുതലാളിത്ത ഉൽപാദനരീതി തന്നെയാണ് അനുവർത്തിക്കുന്നതെന്നാണ് അഡോർണെ അഭിപ്രായപ്പെടുന്നത് (1991; 53) ചരക്കിന്റെ യുക്തിയും ഉപകരണാത്മകയുക്തിയു (Commodity logic & Instrumental rationality) മാണ് ഇതിനാധാരം. കലയുടേയും സംസ്കാരത്തിന്റേയും സ്വയംസിദ്ധസ്വഭാവമുള്ള സ്വയം ശാസിതമായ വരേണ്യമണ്ഡലം വ്യതിചലനത്തിനു വിധേയമായി സംസ്കാരവ്യവസായത്തിലേക്കു കൂപ്പുകുത്തുന്നതും താഴ്ന്ന നിലവാരുമുള്ള സാംസ്കാരിക വസ്തുക്കൾ ധാരാളമായി ഉത്പാദിപ്പിക്കപ്പെടുന്നതും വ്യത്യസ്തതകളെയെല്ലാം ഏകീഭവിപ്പിക്കുന്നതുമായ ആൾകൂട്ടസംസ്കാരത്തെയാണ് അഡോർണൊ സംസ്കാര വ്യവസായം എന്ന പ്രയോഗത്തിലൂടെ അർത്ഥമാക്കുന്നത്. ഇവിടെ വരേണ്യമായ സംസ്കാരത്തെ ഇല്ലാതാക്കുന്ന മുതലാളിത്ത സംസ്കാരത്തിന്റെ ഇടപെടൽ എന്ന രീതിയിലാണ് പരസ്യത്തെ കാണുന്നതെങ്കിൽ പിന്നീട് വരേണ്യത/ജനപ്രിയത എന്ന ദ്വന്ദ്വത്തെത്തന്നെ ഇല്ലായ്മ ചെയ്യുന്ന പൂർണ്ണസംസ്കാരിക വ്യവസായമായി അതു വികസിച്ചു. വ്യവസായാനന്തര മുതലാളിത്തം എല്ലാ അർത്ഥങ്ങളേയും വിലയിപ്പിക്കുന്ന സാംസ്കാരികവ്യവസായമാണ്.

മനുഷ്യനിരപേക്ഷമായ ക്രയശേഷിയോടെയും ക്രിയശേഷിയോടെയും ചരക്ക് മനുഷ്യജീവിതത്തെ തന്നെ നിർണ്ണയിക്കുന്ന അതീത ശക്തിയായി മാറുന്നു. ഇതാണ് മാർക്ക്സ് ഫെറ്റിഷിസം എന്ന ആശയത്തിലൂടെ അവതരിപ്പിച്ചത്. ഉപയോഗമൂല്യം വിനിമയമൂല്യത്തിനു കീഴ്പ്പെടുന്ന അവസ്ഥയാണത്. വിനിമയമൂല്യത്തിനുള്ള അസാധാ

രണമായ മേൽക്കൈ വസ്തുക്കളെ അവയുടെ യഥാർത്ഥഅർത്ഥ ങ്ങളിൽ നിന്നു ഭിന്നമായ പുതിയ അർത്ഥങ്ങൾ എടുത്തണിയാൻ പ്രേരിപ്പിക്കുന്നു. ഈ സന്ദർഭമാണ് പരസ്യങ്ങളുടെ ധർമ്മനിർവ്വഹ ണത്തിനുള്ള സന്ദർഭം.

മുതലാളിത്ത ഉൽപാദനവ്യവസ്ഥ വസ്തുക്കളുടെ (യഥാർത്ഥ) അർത്ഥത്തെ ശൂന്യമാക്കുകയും ഈ ശൂന്യരൂപത്തിനകത്തേക്ക് അർത്ഥത്തെ നിറയ്ക്കാനുള്ള ഉത്തരവാദിത്വം പരസ്യങ്ങൾക്കു നൽകുകയും ചെയ്യുന്നു. ഇതുവഴി ഉപയോഗമൂല്യത്തെ വിനി മയമൂല്യം വിഴുങ്ങുന്നു (Jhally, 1987;173)

സാമ്പത്തിക ലക്ഷ്യങ്ങളെ മുൻനിർത്തി സാംസ്കാരിക ജ്ഞാനം രൂപപ്പെടുത്തുകയാണ് പരസ്യങ്ങൾ എന്ന ലളിതമായി പറയാവു ന്നതാണ്. പരസ്യം ഒരു സ്ഥാപനമെന്നനിലയിൽ പുതിയ ചേരുവ കളെ സാമ്പത്തികവ്യവസ്ഥയ്ക്കും സാംസ്കാരിക പരിതസ്ഥിതി കൾക്കും ഇടയിൽ നിർമ്മിച്ചെടുക്കുന്നു. ഈ നിർമ്മിച്ചെടുക്കൽ വിശ ദമാക്കാൻ സാംസ്കാരിക മദ്ധ്യവർത്തികൾ എന്ന ബോർദ്യുവിയൽ ആശയമാണ് ലാഷും,. ലൂറിയും ഉപയോഗിക്കുന്നത് (1994;139). സാമ്പ ത്തികമാറ്റങ്ങളെ ഘടനാപരമായി സ്ഥാനപ്പെടുത്തുന്നതിനാലാണ് ഈ പുതിയ സാംസ്കാരിക മധ്യവർത്തികൾ ചെയ്യുന്നതെന്നാണ് ബോർദ്യു അഭിപ്രായപ്പെടുന്നത്. ഈ മദ്ധ്യവർത്തികളുടെ ഇടപെട ലോടെ ആവശ്യങ്ങളെ രൂപപ്പെടുത്തുകയും സൃഷ്ടിക്കുകയും ചെയ്യുന്ന പ്രതികാത്മകയവൃത്തികളുടെ പങ്ക് സമ്പദ്ഘടനയിൽ വർദ്ധിച്ചു.

ചരക്കുകളുടെ ഉൽപാദനത്തിലും പേക് ചെയ്യലിലും വിൽപന യിലും പരസ്യങ്ങളിലുമെല്ലാം ഇതിന്റെ പ്രതിഫലനങ്ങൾ കാണാ വുന്നതാണ് (1984; 345). സാമ്പത്തികജ്ഞാനം പ്രതികാത്മകവൃത്തി കൾകൊണ്ട് പകരം വെക്കപ്പെടുന്നു ഇവിടെ .പരസ്യങ്ങളിലൂടെയു ള്ള ഈ അർത്ഥനിർമ്മിതി സമീപകാലത്ത് വികാരനിർമ്മിതിയായി പരിണമിക്കുന്നുണ്ട്.പരസ്യം പരിണാമിയായ ഒരു സ്ഥാപനമാണ്.

ചരിത്രപരമായി അതിന്റെ പരിണാമങ്ങളേയും സൂക്ഷ്മവൃത്തി കളെയും അന്വേഷിക്കുന്നതിലൂടെയേ മുതലാളിത്തലോകം നമ്മെ രൂപപ്പെടുത്തിക്കൊണ്ടിരിക്കുന്നതെങ്ങനെയാണെന്നു വ്യക്തമാകു കയുള്ളൂ. പരസ്യമെന്ന സ്ഥാപനം സംസ്കാരത്തിന്റെയും സമ്പ ദ്വ്യവസ്ഥയുടെയും സങ്കരയിനം പ്രയോഗപദ്ധതിയാണെന്നാണ് ഈ പറഞ്ഞതിനർത്ഥം. തദ്ദേശീയ ജീവിതക്രമങ്ങളിൽ സൂക്ഷ്മ മായ പരിവർത്തനങ്ങൾ രൂപപ്പെടുത്താൻ ശക്തമാണ് ഈ മുതലാ

ളിത്ത കലാസ്ഥാപനം. കൂടുതൽ മത്സരാത്മകമാകുന്നതോടെയാണ് പരസ്യങ്ങൾ സൂക്ഷ്മസന്ദർഭങ്ങളെ സംസ്കാരിക വിപണനത്തിനുള്ള ഉപാധിയായി മാറ്റുന്നത്.

മാധ്യമങ്ങളുടെ സമയസമീപനത്തെ പണം ഒറ്റ അർത്ഥത്തിലേക്കു പരിവർത്തിപ്പിക്കാൻ അവയ്ക്കു കഴിയുന്നു. നമ്മുടെ മാധ്യമങ്ങളിലെ പരസ്യയുഗത്തിന്റെ വളർച്ച കണക്കുകളിലൂടെ പരിശോധിച്ചാൽ പതിൻമടങ്ങാണ് വർദ്ധനവെന്നു കാണാനാവും. തൊണ്ണൂറുകളിലെ ദൃശ്യമാധ്യമയുഗത്തിന്റെ സ്ഥാപനവും വളർച്ചയും പരസ്യങ്ങളുടെ ചരിത്രപരമായ വളർച്ചയ്ക്കും പരസ്യങ്ങൾ കണ്ണാടിയാവുന്ന (വില്യംസൺ, 1977) ഒരു സമൂഹത്തിന്റെ വളർച്ചയ്ക്കും കേരളത്തിൽ കാരണമായി.

പരസ്യങ്ങൾ കണ്ണാടിയാവുന്ന ഈ കാഴ്ചാസമൂഹത്തിന്റെ ചിത്രം നമ്മുടെ സാംസ്കാരിക പ്രതിനിധാനങ്ങളെയാകെ ബാധിച്ചിട്ടുണ്ട്. സിനിമ, സാഹിത്യം തുടങ്ങിയ സ്ഥാപനങ്ങൾ പരസ്യങ്ങളുടെ സ്വാധീനതയിലായിട്ടുണ്ട്. റിലയൻസ് പോലെയുള്ള വൻകമ്പനികൾ അവരുടെ താൽപര്യത്തെ മുൻനിർത്തി സിനിമകൾ നിർമ്മിച്ചു തുടങ്ങിയിട്ടുണ്ട്. സാഹിത്യം പരസ്യപ്പെടുത്തലിനുള്ള ഒരു ഉപാധിയായിത്തീരുന്ന കാലം വിദൂരമല്ല. ടെലിവിഷൻ, പത്രം, റേഡിയോ തുടങ്ങിയ മാധ്യമങ്ങളുടെ ഉള്ളടക്കത്തെ നിശ്ചയിക്കുകയും നിർണ്ണയിക്കുകയും ചെയ്യുന്നത് പരസ്യങ്ങളിലൂടെയുള്ള സംസ്കാരിക സമ്പദ്വ്യവസ്ഥയാണ്.

തദ്ദേശിയ അധികാരഭ്രമത്തെയും സൗന്ദര്യസങ്കൽപങ്ങളെയും തങ്ങൾക്കനുകൂലമായി ഉപയോഗപ്പെടുത്താനും ആഗോളിയമായ സങ്കരമാതൃകകൾ രൂപപ്പെടുത്താനും പരസ്യങ്ങളുടെ അനുശീലന-ഉപഭോഗത്തിനു സാധിക്കുന്നുണ്ട്. ഓരോ മാധ്യമരൂപങ്ങളേയും മുൻനിർത്തി ഇവയുടെ ചേരുവകളെക്കുറിച്ച് സവിശേഷമായി അന്വേഷിക്കേണ്ടതുണ്ട്.

oo

5

വാർത്താടെലിവിഷൻ: പങ്കാളിത്ത ജനാധിപത്യവും രാഷ്ട്രീയപൊതുമണ്ഡലവും

ഷാജി ജേക്കബ്

Microphone and Camera abolish the class character of the mode of production

-Hans Magnus Enzensberger

The Cameras and Microphones of Television are seen as extremely powerful and hence extremely important in terms of control: when speaking in front of them, one speaks from the centre of the publicsphere

- Jostein Gripsrud.

.... the news is full of little stories which are very similar to war romances. And so there isn t, I think, any way of simplifying that relationship between reality and fiction

- Stuart Hall

ടെലിവിഷൻ പാഠങ്ങളുടെ അർത്ഥോൽപാദനപ്രക്രിയയെക്കുറിച്ചുള്ള പഠനങ്ങൾ മുഖ്യമായും രണ്ട് സമീപനങ്ങളിലാണ് ഊന്നിയിട്ടുള്ളത്. പാഠത്തിന്റെ ഘടനയിൽ സന്നിഹിതമായിട്ടുള്ള പ്രത്യയശാസ്ത്രം പ്രേക്ഷകരുടെ കർതൃത്വത്തെ ആ പ്രത്യയശാസ്ത്രത്തിന്റെ കർതൃത്വസ്ഥാനത്തിന് കീഴ്പ്പെടുത്തുന്നു എന്ന സമീപനമാണ് ഒന്നാമത്തേത്. (Screen Theory of Classic Realism എന്നാണിത് അറിയപ്പെടുന്നത്). പ്രേക്ഷകരുടെ കർതൃസ്ഥാനത്തിന് മേൽക്കോയ്മ നിലനിർത്താൻ കഴിയുംവിധമാണ് അവരുടെ

കർതൃത്വം പാഠത്തിന്റെ പ്രത്യയശാസ്ത്രവുമായി സംവദിക്കുന്നത് എന്ന സമീപനമാണ് രണ്ടാമത്തേത്. സാംസ്കാരിക വിമർശനപദ്ധതിയിലാണ് ഇത് പ്രസക്തമാകുന്നത്. ടെലിവിഷൻ പാഠങ്ങൾ മുമ്പെന്നത്തേക്കാളും തുറന്നതും ബഹ്വർത്ഥകവുമാണെന്ന് ചൂണ്ടിക്കാണിച്ചുകൊണ്ട് ഡി ഹോബ്സൺ എഴുതുന്നു : 1 ഒരു മാധ്യമപാഠത്തിന്റെ സന്ദേശമെന്നത് ആ പാഠത്തിൽ പൂർണമായും സന്നിഹിതമായിരിക്കുകയല്ല. പ്രേക്ഷകർ തങ്ങളുടെ വായനയിലും വ്യാഖ്യാനത്തിലും കൂടി അത് പൂർത്തീകരിക്കുകയാണ് ചെയ്യുന്നത്11 (Fiske, 2006:66).

മലയാളവാർത്താചാനലുകളിലെ സംവാദങ്ങൾ സൃഷ്ടിക്കുന്ന രാഷ്ട്രീയ പൊതുമണ്ഡലത്തെക്കുറിച്ചുള്ള ചിന്തകൾ രൂപപ്പെടുന്ന സന്ദർഭവും ഇതുതന്നെയാണ്. മാധ്യമസ്ഥാപനങ്ങളോ പാഠങ്ങളോ ഏകപക്ഷീയമായി പുലർത്തുന്ന മേൽക്കോയ്മയും അർത്ഥോല്പാദനവും മുൻനിർത്തി മാധ്യമവിശകലനം നടത്തിയിരുന്ന ഭൂതകാലത്തുനിന്നു ഭിന്നമായി പ്രേക്ഷകർക്ക് പാഠനിർമ്മിതിയിലും അർത്ഥോൽപ്പാദനത്തിലുമുള്ള ഇടപെടൽ ശേഷി മാത്രമല്ല സ്വന്തം കർതൃസ്ഥാനങ്ങളെ മാധ്യമത്തിന്റെ പ്രത്യയശാസ്ത്രങ്ങൾക്ക് കീഴ്പ്പെടാതെ നിലനിർത്താനുള്ള സാമൂഹികജാഗ്രതയും തിരിച്ചറിയുകയാണ് സമകാലമാധ്യമപഠനങ്ങളുടെ രീതി.

മറ്റൊരു തരത്തിൽ പറഞ്ഞാൽ ഭരണകൂടം നിശ്ചയിക്കുന്ന നയപരമായ അജണ്ട (Policy Agenda) കളിൽ നിന്നും മാധ്യമങ്ങളുടെ സ്ഥാപനപരമായ അജണ്ട (Media Agenda)കളിൽ നിന്നും മാധ്യമങ്ങളെ നിയന്ത്രിക്കുന്ന കമ്പോള അജണ്ട (Corporate Agenda) കളിൽ നിന്നും ഭിന്നമായി ബഹുജന അജണ്ട (Public Agenda) കളുടെ കാലത്തേക്ക് മാറുന്ന മാധ്യമസ്വഭാവങ്ങളുടെ വിശകലനം കൂടിയാണ് ഇത്തരമൊരു മാധ്യമപഠനത്തിൽ സാധ്യമാകുന്നത്.

പൊതുജനാഭിപ്രായരൂപീകരണത്തിന്റെ തലത്തിൽ മലയാളത്തിലെ വാർത്താ ചാനലുകൾ ചെലുത്തുന്ന പ്രഭാവം മുൻപൊരിക്കലും ഒരു മാധ്യമത്തിനും സാധ്യമാകാത്തവിധം വിപുലവും സജീവവുമാണ്. മുഖ്യമായും അഞ്ച് കാരണങ്ങൾ ചൂണ്ടിക്കാണിച്ചുകൊണ്ട് പത്രം, റേഡിയോ, ആനുകാലികങ്ങൾ എന്നിവയേക്കാൾ ടെലിവിഷനുള്ള സ്വാധീനശക്തി വിശദീകരിക്കുന്നുണ്ട് Jostn Gripseirud (2002 : 260, 261).

ടെലിവിഷന്റെ വൻതോതിലുള്ള പ്രാപ്യത, പ്രേക്ഷകർ ഏറെ സമയം ചെലവഴിക്കുന്ന മാധ്യമം, അസാധാരണാംവിധമുള്ള സാമൂ

ഹികത, സംസ്കാരവൈവിധ്യത്തിന്റെ ഏറ്റവും പ്രമുഖമായ മാധ്യമം, പൊതുമണ്ഡലത്തിന്റെ അജണ്ടകൾ നിശ്ചയിക്കുന്നതിലുള്ള പങ്ക് എന്നിവയാണ് അവ.

ഇവയിൽ അഞ്ചാമത്തെ ഘടകം ശ്രദ്ധിക്കുക. 'ടെലിവിഷൻ കാമറയ്ക്കും മൈക്രോഫോണിനും മുന്നിൽ സംസാരിക്കുമ്പോൾ നിങ്ങൾ പൊതുമണ്ഡലത്തിന് നടുവിൽ നിന്നാണ് സംസാരിക്കുന്നത്' എന്ന നിരീക്ഷണത്തിന്റെ സാധ്യതകൾ തുറന്നുകിട്ടുന്നതിവിടെയാണ്. ഒന്നരനൂറ്റാണ്ടുകാലം പത്രത്തിലും ഒരു നൂറ്റാണ്ടുകാലം ആനുകാലികങ്ങളിലും മുക്കാൽ നൂറ്റാണ്ടുകാലം റേഡിയോവിലും ലഭിക്കാതിരുന്നവിധം സജീവവും സചേതനവുമായ പങ്കാളിത്തത്തിന്റെയും പ്രാതിനിധ്യത്തിന്റെയും തലങ്ങളാണ് ടെലിവിഷനിൽ പൊതുസമൂഹത്തിന് പൊതുവിലും രാഷ്ട്രീയസമൂഹത്തിന് വിശേഷിച്ചും ലഭിക്കുന്നത്. 2003 ലാണ് മലയാളത്തിലെ ആദ്യവാർത്താ ചാനൽ (ഇന്ത്യാവിഷൻ) നിലവിൽ വരുന്നതും ടെലിവിഷൻ വാർത്തകളുടെ ഘടനയും ശൈലിയും അടിമുടി നവീകരിക്കപ്പെടുന്നതും. സംവാദങ്ങളുടെ പ്രതലമായി ചാനൽ വാർത്തകൾ മാറി.

തുടർന്ന് നിലവിൽ വന്ന മറ്റ് വാർത്താചാനലുകളും ഈ ശൈലി മാറ്റമില്ലാതെ പിന്തുടർന്നു. വാർത്തയെന്നാൽ രാഷ്ട്രീയ വാർത്തയാണ് എന്നൊരു പൊതുബോധം മുമ്പുതന്നെ മലയാളമാധ്യമങ്ങൾക്കുണ്ടായിരുന്നതിനെ കൂടുതൽ വളർത്തിയെടുത്ത വാർത്താ ചാനലുകൾ സംവാദങ്ങളിലൂടെ ഈ മാധ്യമപാഠത്തിന് മുമ്പില്ലാതിരുന്ന രണ്ട് സ്വഭാവങ്ങൾ നേടിക്കൊടുക്കുകയും ചെയ്തു. ഒന്ന്, വാർത്തയും അതിന്റെ ചർച്ചയും അസാധാരണമാംവിധം ജനാധിപത്യവൽക്കരിക്കപ്പെടുന്ന ഒരു രാഷ്ട്രീയാന്തരീക്ഷത്തിന് രൂപം നൽകുന്നു എന്ന ധാരണ സൃഷ്ടിച്ചു. പങ്കാളിത്ത ജനാധിപത്യത്തിന്റെ ജനകീയസാധ്യതകൾ തുറന്നിട്ട് വാർത്തകളും വാർത്താധിഷ്ഠിതപരിപാടികളും വഴി ചാനലുകൾ ഇന്ററാക്ടീവ് എന്ന മാധ്യമസ്വഭാവം മാത്രമല്ല നവമാധ്യമങ്ങൾ (മൊബൈൽ ഫോൺ മുതൽ സാമൂഹ്യമാധ്യമങ്ങൾ വരെയുള്ള) വഴിയുള്ള ഇടപെടൽ സാധ്യതകളും പൂരിപ്പിക്കൽ സാധ്യതകളും ടെലിവിഷനിൽ യാഥാർത്ഥ്യമാക്കി. മാധ്യമം നിങ്ങൾക്കുമുന്നിൽ ഇട്ടുതരുന്ന ഒന്നല്ല വാർത്തയെന്നും നിങ്ങൾ കൂടി ചേർന്ന് തീരുമാനിക്കേണ്ട ഒന്നാണതെന്നുമുള്ള സ്ഥിതി രൂപപ്പെട്ടു.

വാർത്തയുടെ ഏകപക്ഷീയമായ വിക്ഷേപണം നിലച്ചു. രാഷ്ട്രീയമെന്നത് എത്രമാത്രം സാമൂഹികപങ്കാളിത്തമുള്ളതാണോ അത്ര

തന്നെ പങ്കാളിത്തമുള്ളതാണ് രാഷ്ട്രീയവാർത്തകളെന്നും ഇതാദ്യ മായി തെളിയിക്കപ്പെട്ടു. അങ്ങനെ, മുമ്പ് പറഞ്ഞതുപോലെ ഭരണ കൂടത്തിന്റെയോ മാധ്യമസ്ഥാപനത്തിന്റെയോ വിപണിയുടെയോ താത്പര്യങ്ങൾ നിശ്ശബ്ദം ഏറ്റുപാടിയിരുന്ന കാലം പിന്നിട്ട് പൊതു ജനതാത്പര്യം മുൻനിർത്തുന്ന വാർത്താരാഷ്ട്രീയം രൂപപ്പെടുത്തുക എന്നത് ചാനലുകളുടെ രീതിയായി.

ജനാധിപത്യവൽക്കരണത്തിന്റെ സാരസംഗ്രഹമെന്നോണം ബഹുജനത്തിന്റേത് (public) എന്ന അർത്ഥത്തിലുള്ള നിരവധി സംജ്ഞകളും സങ്കല്പനങ്ങളും വാർത്താചാനൽ മാധ്യമങ്ങൾ കേന്ദ്രീകരിച്ചു രൂപം കൊള്ളുന്നതിന്റെ എത്രയെങ്കിലും ഉദാഹര ണങ്ങൾ ഇക്കാലത്തു കാണാം. public opinion, public agenda, public debate, public intellectuals, public journalism, publicsphere എന്നിങ്ങനെ.

മാധ്യമപാഠത്തിന്റെ വായനയെന്നത് പാഠത്തിൽ നിന്ന് ഏകപ ക്ഷീയമായി അർഥങ്ങൾ ആദാനം ചെയ്യുന്ന പ്രക്രിയയല്ല, പാഠവും സമൂഹത്തിൽ നിലനിൽക്കുന്ന പ്രേക്ഷകരും തമ്മിലുള്ള ഒരു സംഭാഷണമാണ് എന്ന വൊളോസിനോവിന്റെ വാക്കുകൾ പ്രസ ക്തമാകുന്നത് ഈ സന്ദർഭത്തിലാണ്. പ്രശസ്ത മാധ്യമപഠിതാവായ ഡേവിഡ് മോർലി എഴുതുന്നു.

The meaning of the text must be thought in terms of which set of discourses it encounters in any particular set of circumstances, and how this encounter may re-structure both the meaning of the text and the discourses which it meets . The meaning of the text will be constructed differently according to the discourses (knowledge, prejudices, resistances etc) brought to bear on the text by the reader and the crucial factor in the encounter of audience/ subject and text will be the range of discourses at the disposal of the audience.

ഇത്തരമൊരു സാംസ്കാരികാന്തരീക്ഷം സംജാതമായിക്ക ഴിഞ്ഞതോടെ, മലയാളവാർത്താചാനൽ പ്രേക്ഷകർക്കു കൈവന്ന അഭിപ്രായരൂപീകരണശേഷിയുടെയും മാധ്യമപാഠങ്ങൾക്ക് അവർ നൽകുന്ന അർഥാദേശങ്ങളുടെയും കാലം, അപൂർവമാം വിധം ജനാ ധിപത്യവൽക്കരിക്കപ്പെട്ടുതുടങ്ങുന്ന ഒരു രാഷ്ട്രീയ പൊതുമണ്ഡ ലത്തെയാണ് നമുക്കുമുന്നിൽ അവതരിപ്പിക്കുന്നത്.

രണ്ടാമത്തേത്, പൊതുസമൂഹത്തിൽ മാത്രം സാധ്യമായിരുന്ന

രാഷ്ട്രീയസംവാദങ്ങൾ ടെലിവിഷൻ മാധ്യമത്തിൽ സാധ്യമായി എന്നതാണ്. അതോടെ മാധ്യമത്തിന്റെ രാഷ്ട്രീയമെന്ന ആശയത്തേക്കാൾ പ്രാധാന്യം മാധ്യമത്തിലെ രാഷ്ട്രീയം എന്നതിനായി. രാഷ്ട്രീയാജണ്ടകൾ മാധ്യമങ്ങളുടെ നിയന്ത്രണത്തിലായി എന്ന വിമർശനം ഉയർന്നപ്പോൾ തന്നെ മാധ്യമീകൃതരാഷ്ട്രീയത്തിന്റെ പുതിയൊരു അന്തരീക്ഷവും സംസ്കാരവും രൂപംകൊണ്ടുതുടങ്ങി. രാഷ്ട്രീയസംഘടനകളും നേതാക്കളും തങ്ങളുടെ രാഷ്ട്രീയാശയ സംവേദനത്തിന് പൊതുസമൂഹവേദികളേക്കാൾ ഫലപ്രദമായ ഇടമായി ടെലിവിഷൻ സ്റ്റുഡിയോകളെ ഉപയോഗിച്ചുതുടങ്ങി എന്നതാണ് പ്രകടമായ ഏറ്റവും വലിയ മാറ്റം.

മലയാളിയുടെ ലോകബോധവും കാലബോധവും നിർണ്ണയിക്കുന്ന അസ്തിത്വചിഹ്നങ്ങളിലൊന്നായി ഉപഗ്രഹ ടെലിവിഷൻ പിറന്നുവീണത് ആഗോളവൽക്കരണത്തിനൊപ്പമായിരുന്നുവെങ്കിലും വാർത്താ ചാനൽ സംസ്കാരത്തിലേക്ക് അത് ചുവടുവെയ്ക്കുന്നത് പിന്നെയും ഒരു ദശകത്തിനുശേഷമാണ്. 1984-ൽ മലയാളം ദൂരദർശൻ സംപ്രേഷണമാരംഭിച്ചു. 1993-ൽ ഏഷ്യാനെറ്റിലൂടെ സ്വകാര്യ, ഉപഗ്രഹടെലിവിഷനും. 2003 ജൂലൈ 14-ന് ഇന്ത്യാവിഷൻ വാർത്താചാനൽ സംപ്രേഷണമാരംഭിച്ചതോടെ മലയാളിയുടെ ടെലിവിഷൻ സംസ്കാരം അതിന്റെ മൂന്നാം ദശകത്തിലും മൂന്നാം ഘട്ടത്തിലുമെത്തി.

1980-കളിലാണ് അമേരിക്കയിൽ പോലും 24 x 7 വാർത്താ ചാനലുകൾ നിലവിൽ വരുന്നത്. ഇന്ത്യയിൽ 1998ലും. മലയാളത്തിലാകട്ടെ, ടെലിവിഷൻ കാൽ നൂറ്റാണ്ടു പിന്നിടുമ്പോൾ ഒന്നേകാൽ നൂറ്റാണ്ടുകൊണ്ട് പത്രങ്ങൾ കൈവരിച്ചതിനേക്കാൾ ജനപ്രീതിയും ഏതാണ്ട് തുല്യമായ പരസ്യവരുമാനവും നേടി നാല്പതോളം ചാനലുകൾ നിലവിൽ വന്നുകഴിഞ്ഞിരിക്കുന്നു. ഇവയിൽ മുഴുവൻ സമയവാർത്താ ചാനലുകൾ തന്നെ ആറെണ്ണമുണ്ട്. ഇടയ്ക്ക് വാർത്താ ബുള്ളറ്റിനുകളുള്ളവ വേറെ പത്തെണ്ണവും. 2003-ൽ ഇന്ത്യാവിഷൻ നിലവിൽ വരുമ്പോൾ ഒരു മലയാളപത്രസ്ഥാപനം മാത്രമേ ടെലിവിഷൻ രംഗത്തെങ്കിലും ചുവടുവച്ചിരുന്നുള്ളു. ഒരു ദശകത്തിനുള്ളിൽ മുഴുവൻ പത്രങ്ങളും ടെലിവിഷൻ രംഗത്തുചുവടുറപ്പിച്ചുകഴിഞ്ഞു.

മുൻനിര പത്രങ്ങൾ രണ്ടും വാർത്താ ചാനലും തുടങ്ങി. ഇക്കാലയളവിൽ പത്രപ്രചാരം ഗണ്യമായിവർദ്ധിക്കുന്നുവെന്നത് വസ്തുതയാണെങ്കിലും ടെലിവിഷൻ അതിനേക്കാൾ വേഗം വളരുകയാ

ണ്. വിനോദചാനലുകളെ അപേക്ഷിച്ച് പ്രേക്ഷകരും പരസ്യവരുമാനവും വാർത്താചാനലുകൾക്ക് തുച്ഛമാണെങ്കിലും (പത്തുശതമാനത്തിൽ താഴെ മാത്രം) അവയുടെ അഭിപ്രായരൂപീകരണശേഷിയും രാഷ്ട്രീയ, സാമൂഹിക ഇടപെടൽ ശേഷിയും വളരെ കൂടുതലാണ്. പത്രങ്ങളുടെ പോലും വാർത്താനയങ്ങളും അജണ്ടകളും രൂപപ്പെടുത്തുന്നതിൽ വാർത്താചാനലുകൾക്കു വലിയ പങ്കാണുള്ളത്. രാഷ്ട്രീയം, വാണിജ്യം, മതം, സാംസ്കാരികരംഗങ്ങൾ എന്നിങ്ങനെ ഏതു സാമൂഹികമണ്ഡലത്തിന്റെയും അജണ്ടകൾ വഴിതിരിച്ചുവിടുന്നതിൽ വാർത്താചാനലുകൾക്കുള്ള അസാധാരണമായ പ്രഭാവമാണ് ഏറ്റവും പ്രധാനപ്പെട്ട കാര്യം. മാധ്യമീകൃതമാകാത്ത പൊതുമണ്ഡലങ്ങളില്ല എന്നതുപോലെ തന്നെ ശരിയാണ് ടെലിവിഷലൈസ് ചെയ്യപ്പെടാത്ത സാമൂഹ്യാനുഭവങ്ങളില്ല എന്നതും. ഈ വിധം ലോകത്തെ മിക്ക ഇടങ്ങളിലുമെന്ന പോലെ കേരളത്തിലും വലിയ കുതിപ്പുതന്നെ നടത്തിക്കഴിഞ്ഞ വാർത്താചാനലുകൾ ഇക്കഴിഞ്ഞ ഒരു ദശകത്തിൽ മലയാളിയുടെ ജീവിതമണ്ഡലങ്ങളുടെ ഗ്രാഫ് മാറ്റി വരച്ചതെങ്ങനെ എന്നന്വേഷിക്കുമ്പോൾ വെളിപ്പെടുന്ന ചില വസ്തുതകളാണ് ഇവിടെ മുന്നോട്ടുവയ്ക്കുന്നത്.

1. മലയാളിക്ക്, മുമ്പനുഭവമില്ലാത്ത വാർത്താ ടെലിവിഷൻ സംസ്കാരം സൃഷ്ടിച്ചുവെന്നതാണ് ഒന്നാമത്തെ മാറ്റം. സാങ്കേതികത, മാധ്യമം, സംസ്കാരം എന്നീ മൂന്നുനിലകളിലും വിനോദടെലിവിഷനിൽ നിന്ന് ഏറെ ഭിന്നമായിരുന്നു, തുടക്കത്തിൽ പോലും വാർത്താടെലിവിഷൻ. സിനിമ പുരുഷന്റെയും ടെലിവിഷൻ സ്ത്രീയുടെയും മാധ്യമമാണ് എന്ന ധാരണ പ്രചരിച്ച കാലത്ത് വിനോദടെലിവിഷൻ പൊതുവിൽ സ്ത്രീ കേന്ദ്രിതമാണ് എന്നൊരു ധാരണയും നിലവിലിരുന്നു. സിനിമയുടെ സാമൂഹികതയും ടെലിവിഷന്റെ ഗാർഹികതയുമായിരുന്നു ഈ ധാരണകൾക്കടിസ്ഥാനം. ഇതിനുപകരമെന്നോണം, *പുരുഷന്മാർക്കുള്ള പരമ്പരയായി രൂപം കൊണ്ടതാണ് ടെലിവിഷൻ വാർത്ത*യെന്ന് ജോൺ എല്ലിസ് പറയുന്നുണ്ട്.വാർത്താചാനലുകൾ ഈ തത്വം ഒരു മുഴുനീള യാഥാർത്ഥ്യമാക്കി മാറ്റി. ബഹുരാഷ്ട്രമുതലാളിത്തവും കുത്തകമാധ്യമങ്ങളും മറ്റും ചേർന്നു റദ്ദാക്കിക്കളഞ്ഞ ആധുനിക ജനാധിപത്യ പൊതുമണ്ഡലത്തെ പലനിലകളിൽ തിരിച്ചുപിടിച്ചു, വാർത്താടെലിവിഷൻ എന്നൊരു വാദവുമുണ്ട്.

കാമറയ്ക്കും മൈക്രോഫോണിനും മുന്നിൽ നിന്നുസംസാരിക്കുമ്പോൾ നിങ്ങൾ പൊതുമണ്ഡലത്തിന് നടുവിൽ തന്നെയാണ്

എന്ന ജോസ്റ്റിൻ ഗ്രിപ്സ്റഡിന്റെ വാക്കുകൾ ഇതാണ് സൂചിപ്പിക്കുന്നത്. വാർത്താചാനലുകൾ രൂപം കൊണ്ടുതുടങ്ങിയ ദശകത്തിൽ തന്നെ ടെലിവിഷൻ വാർത്തകളെക്കുറിച്ച് ഏറ്റവും സമഗ്രമായി പഠിച്ച ഗ്ലാസ്ഗോ സർവ്വകലാശാലയിലെ മാധ്യമപഠനവിഭാഗം മുന്നോട്ടുവച്ച അടിസ്ഥാനതത്വങ്ങളിലൊന്ന് *കാഴ്ചയും വിശ്വാസവും* (Seeing and believing) എന്നതായിരുന്നു. റേഡിയോ, പത്രവാർത്തകളിൽ നിന്ന് ടെലിവിഷൻ വാർത്തയ്ക്കുള്ള മൗലികവും ഘടനാപരവുമായ വ്യത്യാസം, കണ്ടുവിശ്വസിക്കുക എന്നതുതന്നെയാണ്. ഈ കാഴ്ചയ്ക്കും വിശ്വാസത്തിനുംമേലാണ് ടെലിവിഷൻ വാർത്തകൾ അതിന്റെ ഗണപരമായ പരിണാമങ്ങൾ ആർജ്ജിക്കുന്നതും വാർത്താചാനലുകൾ അതിലൂടെ സ്വയം ഒരു ടെലിവിഷൻ സംസ്കാരത്തിനുതന്നെ രൂപം കൊടുക്കുന്നതും. തത്സമയസംപ്രേഷണം (Live telecast) എന്നതായിരുന്നു വാർത്താചാനലുകൾ സൃഷ്ടിച്ച ഒന്നാമത്തെ മാധ്യമ, സാങ്കേതികാനുഭവം. സ്ഥലകാലങ്ങളെ ഒരേ സമയം റദ്ദുചെയ്തുകൊണ്ടുള്ള സാംസ്കാരികാനുഭവമായി ഇതു മാറി. തത്സമയമെന്നതുപോലെതന്നെ ജീവനുള്ളത് എന്നും Live എന്ന വാക്കിനും സങ്കല്പനത്തിനും അർഥമുണ്ടെന്ന് മാധ്യമപഠനങ്ങൾ ചൂണ്ടിക്കാണിച്ചു. മറ്റെവിടെയുമെന്നപോലെ മലയാളത്തിലും വാർത്താചാനലുകൾ തത്സമയസംപ്രേഷണത്തിലൂടെ സൃഷ്ടിച്ചു നല്കാൻ ശ്രമിച്ചത് ഈ രണ്ടർത്ഥങ്ങളുമാണ്.

ആഗോളവാർത്താ ഏജൻസികൾ, അമേരിക്കൻ വാർത്താ ടെലിവിഷൻ, പടിഞ്ഞാറൻ ടെലിവിഷൻ സംപ്രേഷണ സാങ്കേതികതകൾ എന്നിവ ചേർന്ന് രൂപപ്പെടുത്തിയ വാർത്താ ചാനൽ സംസ്കാരത്തിന്റെ രാഷ്ട്രീയം നവമാധ്യമങ്ങളുടെ കാലത്ത് സവിശേഷമായ ഒരു മാധ്യമസംലയന (Media Convergence) ത്തിനു വിധേയമായി. 1963-ലാണ് അമേരിക്കയിൽ ആദ്യമായി പത്രങ്ങളെക്കാൾ വിശ്വാസ്യതയുള്ള വാർത്താമാധ്യമമായി ടെലിവിഷൻ അംഗീകാരം നേടുന്നതെന്ന് അലക്സ് എസ്. ജോൺസ് പറയുന്നുണ്ട് (2009). 1970-കളിൽ രാത്രി വാർത്തകളിലൂടെ സായാഹ്നപത്രങ്ങളെ ഇല്ലാതാക്കിയ ടെലിവിഷൻ 80-കളിൽ കേബിൾ സാങ്കേതികതയുടെ വരവോടെ 24X7 വാർത്താസാധ്യതകളിലേക്കു ചുവടുവച്ചു. പക്ഷേ ഇതോടെ രാത്രിവാർത്തകളുടെ പ്രേക്ഷകർ പകുതിയായി കുറഞ്ഞു. ഒപ്പം പ്രഭാതപത്രങ്ങളും വെല്ലുവിളി നേരിട്ടു തുടങ്ങി. തൊണ്ണൂറുകളിൽ ഇന്റർനെറ്റും 2000 നു ശേഷം സാമൂഹ്യമാധ്യമങ്ങളും സജീവമായതോടെ നാളതുവരെയുണ്ടായിരുന്ന വാർത്താമാ

ധ്യമ സംസ്കാരംതന്നെ അട്ടിമറിക്കപ്പെട്ടു. ഏതാണ്ട് അരനൂറ്റാണ്ടു കൊണ്ട് അമേരിക്കയിൽ സംഭവിച്ച ഈ മാറ്റങ്ങൾ ഒന്നടങ്കം വെറും ഒരു ദശകംകൊണ്ടുതന്നെ ഇരുപത്തൊന്നാം നൂറ്റാണ്ടിന്റെ തുടക്കത്തിൽ ഇന്ത്യയിലും മലയാളത്തിലും സംഭവിക്കുകയാണ് എന്നു വേണമെങ്കിൽ പറയാം, പ്രഭാതപത്രങ്ങളുടെ കാര്യത്തിലൊഴികെ.

അമേരിക്കൻ ചാനലുകളുടെ മാതൃകയിലാരംഭിച്ച ഇന്ത്യൻ ഇംഗ്ലീഷ് വാർത്താചാനലുകളുടെ മാതൃകയിലാണ് മലയാളത്തിലും ഇന്ത്യാവിഷൻ വാർത്താചാനലിന്റെ പാഠരൂപങ്ങളും ആഖ്യാനശൈലിയും അവതരണകലയുമെല്ലാം ആവിഷ്കരിച്ചത്. തുടർന്നുവന്ന വാർത്താചാനലുകളും മറ്റൊരു വഴിക്കല്ല നീങ്ങിയത്. അറിവിനൊപ്പം തന്നെ, വിനോദം, ഉദ്വേഗം, സംഘർഷം എന്നിവ ലക്ഷ്യമിട്ട് സംഗീതം, സ്പെഷൽ ഇഫക്ടുകൾ, ഗ്രാഫിക്സ്, ദൃശ്യസംവിധാനങ്ങൾ, വോയ്സ് ഓവർ തുടങ്ങിയവയിലൂടെ നിർമ്മിച്ചെടുക്കുന്ന നാടകീയതയാണ് വാർത്താചാനലുകളുടെ മുഖമുദ്ര. അഥവാ വാർത്തയും വിനോദവും തമ്മിലുള്ള അതിർവരമ്പുകൾ അടർത്തിമാറ്റുകയെന്നതാണ് ഇവ കൈവരിച്ച മാധ്യമസ്വഭാവങ്ങളിൽ പ്രമുഖം. അതുവഴി, സ്റ്റുവർട്ട് ഹാൾ പറയുന്നതുപോലെ, യുദ്ധകഥകളായി അന്യാപദേശം ചെയ്യപ്പെടുന്ന വർത്തമാനകാലലോകാനുഭവങ്ങളുടെ ജനപ്രിയപാഠരൂപങ്ങളായി മാറുന്നു ഇത്തരം വാർത്തകൾ. സിനിമാറ്റിക് എന്നുപോലും വിളിക്കാവുന്ന വിധം ദൃശ്യ, ശ്രാവ്യ, പങ്കാളിത്താനുഭവങ്ങളും പ്രതീതികളും പരമാവധി പ്രയോജനപ്പെടുത്തിക്കൊണ്ടാണ് വാർത്താചാനലുകൾ തനതായ ഒരു മാധ്യമസംസ്കാരത്തിനു രൂപം കൊടുക്കുന്നത്. 24X7 എന്ന പരികല്പന മുതൽ ബ്രേക്കിംഗ് ന്യൂസ്, എക്സ്ക്ലുസീവ് തുടങ്ങിയ സാധ്യതകൾ വരെ (ലൈവിനുപുറമെ) പരമാവധി പ്രയോജനപ്പെടുത്തിയും രാഷ്ട്രീയം മുതൽ കുറ്റകൃത്യങ്ങൾ വരെയുള്ള വാർത്താമണ്ഡലങ്ങൾക്കു സ്ലോട്ടുകൾ നിശ്ചയിച്ചുനല്കിയും തങ്ങളുടെ പ്രേക്ഷകരുടെ തുടർസാന്നിദ്ധ്യവും ഇവ ഉറപ്പാക്കുന്നു. ഇന്ത്യാവിഷൻ മുതൽ മാതൃഭൂമി ന്യൂസ് വരെയുള്ളവയ്ക്ക് ഇക്കാര്യങ്ങളിൽ ഒരേ സമീപനം തന്നെയാണുള്ളത്. പത്രങ്ങളെപ്പോലെ, ഭിന്ന രാഷ്ട്രീയനിലപാടുകൾ കൈകൊള്ളാൻ പോലും അവ മിക്കപ്പോഴും തയ്യാറാകുന്നില്ല. തുറന്ന ഒരു മത്സരത്തിനോ കൈവിട്ട ഒരു കളിക്കോ നമ്മുടെ വാർത്താചാനലുകൾ ഒന്നുപോലും താത്പര്യം കാണിക്കുന്നില്ല എന്നതാണ് യാഥാർത്ഥ്യം.

സി.എൻ.എൻ. മുതൽ അൽ ജസീറ വരെയുള്ള വാർത്താചാനലുകൾ സൃഷ്ടിക്കുന്ന ആഗോളരാഷ്ട്രീയധ്രുവീകരണങ്ങളുടെ പ്രത്യാഘാതങ്ങൾ പോലും ചെറിയ തോതിലെങ്കിലും നമ്മുടെ ചാനലുകളെയും സ്വാധീനിക്കാറുണ്ട്. വിശേഷിച്ചും മധ്യേഷ്യൻ രാഷ്ട്രീയ റിപ്പോർട്ടിംഗിൽ. എങ്കിലും പൊതുവെ *പടിഞ്ഞാറിന്റെ നവസാമ്രാജ്യത്ത* (സിയാവുദ്ദീൻ സർദാറിന്റെ പ്രയോഗം) ത്തോടൊട്ടി നിൽക്കുന്ന വാർത്താസംസ്കാരം തന്നെയാണ് മലയാളവാർത്താ ചാനലുകൾ സാങ്കേതികമായും ഘടനാപരമായും ഉള്ളടക്കപരമായും രാഷ്ട്രീയമായുമൊക്കെ പിന്തുടരുന്നത് എന്നുകാണാം.

ദേശീയ, സംസ്ഥാന രാഷ്ട്രീയത്തിൽ വാർത്താചാനലുകൾക്കുള്ള ഇടപെടൽശേഷി കഴിഞ്ഞ ഒരു പതിറ്റാണ്ടിന്റെ ഇന്ത്യൻ രാഷ്ട്രീയത്തെ വിധ്യാത്മകമായിത്തന്നെ സ്വാധീനിച്ചിട്ടുണ്ട്. 1998-ലെ പൊതുതെരഞ്ഞെടുപ്പും 2002-ലെ ഗുജറാത്ത് കലാപവും മുതൽ എത്രയോ ഉദാഹരണങ്ങൾ. എന്തായാലും വാർത്താരംഗത്ത് ടെലിവിഷൻ സൃഷ്ടിച്ച ഭൂകമ്പസമാനമായ നാനാതരം പ്രഭാവങ്ങളിലൂടെ കഴിഞ്ഞ ഒന്നരദശകത്തിൽ ദേശീയ തലത്തിലും ഒരു ദശകത്തിൽ കേരളത്തിലും വേറിട്ട ഒരു മാധ്യമസംസ്കാരം തന്നെ രൂപം കൊണ്ടിരിക്കുന്നു. മലയാളത്തിലെ വാർത്താ ചാനലുകളുടെ ജീവചരിത്രമെന്ന നിലയിൽ ഇനിയങ്ങോട്ടു ചൂണ്ടിക്കാണിക്കുന്ന ഓരോ വസ്തുതയും ഈ സംസ്കാരത്തിന്റെ കൂടി ജീവിതചിത്രങ്ങളാണ് രേഖപ്പെടുത്താൻ ശ്രമിക്കുന്നത്.

2. മുൻപുതന്നെ നിലവിലിരുന്ന പത്രം, റേഡിയോ, വിനോദചാനൽ എന്നീ മാധ്യമങ്ങളിലെ വാർത്തകളിൽ നിന്ന് ഭിന്നമായ ഒരു പാഠരൂപം വാർത്താ, ചാനലുകൾ വാർത്തയ്ക്കു നിർമ്മിച്ചുനല്കി. അവ റിപ്പോർട്ടിംഗിനപ്പുറം ചർച്ചകളും വിശകലനങ്ങളുമായി മാറി. റിപ്പോർട്ടിംഗിലൂടെ കൈവരിച്ചിരുന്ന അപാരമായ വിശ്വാസ്യതയായിരുന്നു ടെലിവിഷൻ വാർത്തയുടെ മുഖമുദ്ര. വാർത്താചാനലുകൾ റിപ്പോർട്ടറുടെ മരണവും അവതാരകരുടെ ജനനവും ഒരേ സമയം ആഘോഷിച്ചു. താരമൂല്യമുള്ള റിപ്പോർട്ടർമാരുടെ സ്ഥാനം താരമൂല്യമുള്ള അവതാരകർ കയ്യടക്കി. പൊളിറ്റിക്കൽ ഡിബേറ്റ് എന്ന നിലയിലേക്ക് വാർത്താചർച്ചകൾ മിക്കപ്പോഴും ഉയർന്നതേയില്ല, പകരം തർക്കങ്ങളും വഴക്കുകളും ബഹളങ്ങളുമായി അവ തുടർന്നുപോരുന്നു. ചില അവതാരകരെങ്കിലും വലിയ പ്രഭാഷകരായി പ്രത്യക്ഷപ്പെടുകയും ആധികാരികതയോടെ തർക്കവിഷയത്തിന്റെ അവതരണത്തിലും വിചാരണയിലും വിധി കല്പനയിലും അഭിരമിക്കു

കയും ചെയ്യുന്നു. വാർത്താ ചാനലുകൾ കോടതി മുറികളാകുന്നു വെന്ന വിമർശനം വ്യാപകമായി ഉയരാറുണ്ടല്ലോ. പങ്കാളികളുടെ മിടുക്കനുസരിച്ച് ചർച്ചയിൽ തീരുമാനിക്കപ്പെടേണ്ടതാണ് വാർത്ത യുടെ മൂല്യമെന്ന ധാരണയും പ്രബലമായിട്ടുണ്ട്. എൻഡി ടിവി യുടെ പ്രണോയ്റോയി തുടങ്ങിവച്ച ഈ രീതി അദ്ദേഹത്തിന്റെ സഹപ്രവർത്തകരായെത്തിയ മൂന്നുപേർ (ബർക്കാദത്ത്, രാജ്ദീപ് സർദേശായി, അർണാബ് ഗോസ്വാമി) ഏറ്റെടുത്തു വളർത്തി. പിന്നീട് നിലവിൽ വന്ന മുഴുവൻ ഇന്ത്യൻ വാർത്താ ചാനലുകളും ഈ രീതി സ്വീകരിക്കുകയും ചെയ്തു. മതവർഗ്ഗീയതക്കെതിരായ നിശിതമായ രാഷ്ട്രീയനിലപാടുകൾ ബർക്കക്കും രാജ്ദീപിനുമുണ്ട്. അച്ചടി മാധ്യമരംഗത്തും പ്രതിഭ തെളിയിച്ച ഇവരെക്കാൾ ഇന്ന് പ്രശസ്തൻ പക്ഷേ അർണാബാണ്. ടൈംസ് നൗ ചാനലിലെ അർണാബിന്റെ വാർത്താവതരണകല ഏറെ വിമർശനങ്ങൾക്കിട യാകുമ്പോഴും വേറിട്ട ഒരു മാധ്യമാനുഭവം തന്നെയാണ്.

മലയാളത്തിൽ ശശികുമാറിന്റെ സഹപ്രവർത്തകരായെത്തിയ ഒരു നിര ചെറുപ്പക്കാരാണ് വാർത്താചാനൽ എന്ന നിലയിൽ ഇന്ത്യാവിഷനെ തുടക്കത്തിൽ ശ്രദ്ധേയമാക്കിയത്. എം.വി. നികേഷ് കുമാർ, എൻ.പി. ചന്ദ്രശേഖരൻ, പ്രമോദ് രാമൻ എന്നിങ്ങനെ. എങ്കിലും ആദ്യവാർത്താചാനലിന്റെ തുടക്കത്തിൽ മാത്രം രംഗത്തു വന്ന വീണ ജോർജ്ജ്, ഷാനി ടി.പി., വേണുനായർ എന്നിവരാണ് നികേഷ് കുമാറിനൊപ്പം പിന്നീടുള്ള കാലത്ത് ഭേദപ്പെട്ട വാർത്താ വതാരകരായി മലയാളത്തിൽ ശ്രദ്ധേയരായത്. ഇപ്പോഴാകട്ടെ ഇവർ നാലുപേരും നാലുവാർത്താചാനലുകളിലെ പ്രധാന അവതാരക രായി പ്രവർത്തിക്കുകയും ചെയ്യുന്നു (യഥാർഥത്തിൽ മലയാള ത്തിലെ ആദ്യനിര ടെലിവിഷൻ പ്രൊഫഷണലുകൾ ദൂരദർശനി ലായിരുന്നുവെങ്കിലും വാർത്താചാനൽ സംസ്കാരത്തിൽ നിന്ന് ഈ സ്ഥാപനം വിട്ടൊഴിഞ്ഞുനിന്നതിനാൽ ഇവർ - ശ്യാമപ്രസാദ്, ബൈജു ചന്ദ്രൻ, സാജൻ, തുടങ്ങിയവർ- ഇതര ടെലിവിഷൻ രംഗങ്ങളിലേക്കും സിനിമയിലേക്കും മറ്റും തങ്ങളുടെ പ്രവർത്തനം വഴി തിരിച്ചുവിടുകയായിരുന്നു).

Teleology എന്ന പ്രസിദ്ധമായ ടെലിവിഷൻ പഠനത്തിൽ ടെലി വിഷൻ വാർത്താവതരണത്തിന്റെ ഏറ്റവും മൗലികമായ ഘടകവും സ്വഭാവവുമായി ചൂണ്ടിക്കാണിക്കപ്പെടുന്ന വസ്തുത വ്യക്തികളുടെ, വിശേഷിച്ചും അവരുടെ മുഖത്തിന്റെയും ഭാവങ്ങളുടെയും കണ്ണുക ളുടെയും പ്രതിനിധാനമാണ്. പരമ്പരാഗതമായി ടെലിവിഷനും

എക്കാലത്തും സിനിമയും ഒഴിവാക്കിയിരുന്ന രീതിയാണ് പ്രേക്ഷകരുടെ കണ്ണിലേക്ക് നേരിട്ടുള്ള നോട്ടം. ടെലിവിഷൻ ഇതിനുവിരുദ്ധമായി, പ്രേക്ഷകരെ അവരുടെ കണ്ണിലേക്കു നോക്കി വാർത്തകളവതരിപ്പിച്ച് അപൂർവ്വമായ ഒരാത്മബന്ധത്തിന്റെയും അടുപ്പത്തിന്റെയും പങ്കാളിത്തത്തിന്റെയും പ്രതീതികളിലേക്ക് മാറ്റുന്നു. ടെലിപ്രോംപ്ടറിന്റെ സഹായത്തോടെയും കാമറയുടെ ചലനങ്ങളിലൂടെയും സൃഷ്ടിക്കപ്പെടുന്ന ഈ അവതരണകല ഓരോ പ്രേക്ഷകനും പ്രേക്ഷകയ്ക്കും തന്നോടാണ് വാർത്താവതാരകർ സംസാരിക്കുന്നത് എന്ന തോന്നൽ ജനിപ്പിക്കുകയും അത് വിശ്വാസ്യതയുടെ പുതിയൊരു അനുഭവതലം നിർമ്മിച്ചുനല്കുകയും ചെയ്യുന്നു. സ്വാഭാവികമായും ചർച്ചകളിൽ അവതാരകർ പ്രേക്ഷകർക്കുവേണ്ടി സംസാരിക്കുന്നുവെന്ന് അവർ കരുതുകയും തങ്ങളെക്കൂടി പ്രതിനിധാനം ചെയ്യുന്ന ഒന്നായി വാർത്താചർച്ചകളെ കാണുകയും ചെയ്യുന്നു. റിപ്പോർട്ടറും ചർച്ചയിലെ അതിഥിയുമൊക്കെ അന്യരായി മാറുന്നു. അവതാരകരോടുണ്ടാകുന്ന അസാധാരണമായ ഈ താദാത്മ്യപ്പെടലാണ് വാർത്താ ചർച്ചകളുടെ രസതന്ത്രം. ഇതിനനുബന്ധമായി മിക്ക വാർത്താ ചാനലുകളും പ്രേക്ഷകരെ നേരിട്ടു പങ്കെടുപ്പിക്കുന്ന വാർത്താ ചർച്ചകളും സംഘടിപ്പിക്കുന്നു. ഫോൺ-ഇൻ -സംവാദം മുതൽ ടോക് ഷോകൾ വരെ. പങ്കാളിത്ത ജനാധിപത്യത്തിന്റെ തന്ത്രങ്ങളായി ടെലിവിഷൻ ഏറ്റെടുത്തിട്ടുള്ള സിറ്റിസൺ ജേണലിസം പോലുള്ള പരിപാടികളാണ് മറ്റൊരിനം. എന്നാൽ ഈ സമീപനങ്ങളുടെ വാണിജ്യതന്ത്രം മറ്റൊന്നാണ്.

ഇന്ത്യയിൽ ഈ വാർത്താ ടെലിവിഷൻ മാധ്യമതന്ത്രങ്ങളാവിഷ്കരിച്ച എൻ.ഡി.ടി.വി.യുടെ സീനിയർ എഡിറ്ററായിരുന്ന പങ്കജ് പച്ചൗരിയുടെ അഭിപ്രായത്തിൽ, ഏറ്റവും എളുപ്പവും ചെലവു കുറവുള്ളതുമായ വാർത്താ തന്ത്രമാണ് ഇത്തരം ചർച്ചകൾ. രണ്ട് അതിഥികളെ വിളിക്കുക, അവരുമായി അരമണിക്കൂർ സംസാരിക്കുക. കഴിഞ്ഞു കാര്യം. ഇത്രയും സമയം സംപ്രേഷണം ചെയ്യാൻ വേണ്ട റിപ്പോർട്ടുകൾക്കും ദൃശ്യങ്ങൾക്കും വേണ്ടിവരുന്ന വൻതുക ലാഭം. യഥാർത്ഥത്തിൽ നമ്മുടെ വാർത്താ ചാനലുകൾ വാർത്തകളെ ചർച്ചകളാക്കിമാറ്റിയതിന്റെ രഹസ്യമിതാണ്. ചർച്ചയിൽ പങ്കെടുക്കുന്നവർക്ക് പ്രതിഫലം പോലും ഒരു ചാനലും നല്കാറില്ല എന്നുകൂടി ഓർക്കുക. (സ്പോർട്സ് ചാനലുകൾ നിലവിൽ വന്ന കാലത്തുണ്ടായിരുന്ന ടെലിവിഷൻ തന്ത്രവും സമാനമായിരുന്നു. ഏതെങ്കിലും കളി മുഴുവൻ സമയവും സംപ്രേഷണം ചെയ്യുക - സ്വന്തമായി

ഉള്ളടക്കം നിർമ്മിക്കുകയോ അതിന്റെ വിജയപരാജയങ്ങളെക്കുറിച്ച് ആശങ്കപ്പെടുകയോ വേണ്ടിയിരുന്നില്ല സ്പോർട്സ് ടെലിവിഷന്. മ്യൂസിക് ചാനലുകളും സമാനമായിരുന്നു).

അതേസമയം തന്നെ, വാർത്തയെ സംബന്ധിക്കുന്ന മറ്റൊരു സാമൂഹ്യശാസ്ത്രവും ഈ ചർച്ചകൾ വെളിപ്പെടുത്തുന്നുണ്ട്. സാമൂഹികതയുടെ വ്യക്തിവൽക്കരണമാണ് പലപ്പോഴും ഇവിടെ നടക്കുന്നത്. ഏത് സാമൂഹിക പ്രശ്നവും വ്യക്തികളുടെ പ്രശ്നം മാത്രമാക്കി, രണ്ടോ മൂന്നോ പേർക്കിടയിൽ രൂപം കൊള്ളുന്ന സംഘർഷമായി അവയെ അവതരിപ്പിക്കുകയാണ് വാർത്താ ചാനലുകൾ ചെയ്യുന്നത്. *സാമൂഹ്യസംഘർഷങ്ങൾ വ്യക്തിസംഘർഷങ്ങളായി മാറ്റിയെഴുതുകയാണ് വാർത്താചാനലുകളുടെ രീതി*യെന്ന ജോൺ ഫിസ്കെയുടെ നിരീക്ഷണം ഓർക്കുക. വൈയക്തികമായി നടക്കുന്ന ചർച്ചകളാകട്ടെ, നാം കരുതുന്നതുപോലെ വൈയക്തികം മാത്രവുമല്ല. ജോൺ ഹാർട്ട്ലിയുടെ ഒരു നിരീക്ഷണം ജോൺ ഫിസ്കെ ഉദാഹരിക്കുന്നുണ്ട്. ഒരു നോവലിൽ കഥാപാത്രങ്ങൾ പറയുന്ന സംഭാഷണങ്ങൾ അവരുടേതായി നാം വായിക്കുന്നുണ്ടെങ്കിലും അവ യഥാർത്ഥത്തിൽ നോവലിസ്റ്റിന്റേതാണല്ലോ. അതുപോലെതന്നെയാണ് ടെലിവിഷൻ വാർത്താ ചർച്ചകളുടെയും സ്ഥിതി. ചർച്ചകളിൽ പങ്കെടുക്കുന്നവരുടെ അഭിപ്രായങ്ങൾക്ക് അർത്ഥം നിർമ്മിച്ചുനല്കുന്നത് അവരല്ല, അവ രൂപപ്പെടുന്ന സാഹചര്യങ്ങളും വാർത്തയിൽ അവയ്ക്ക് ലഭിക്കുന്ന സന്ദർഭങ്ങളുമാണ്. ചാനൽ മുൻകൂർ നിർമ്മിക്കുന്ന ഒരു മൂശയിലേക്ക് ഒഴിച്ചുവാർക്കപ്പെടുന്നവയാണ് പലപ്പോഴും ചർച്ചകളിലെ അഭിപ്രായങ്ങൾ. അവയാകട്ടെ, മുമ്പു സൂചിപ്പിച്ചതുപോലെ, വൈയക്തികമായി മാറ്റപ്പെടുന്ന സാമൂഹികതയുടെ മുഴുവൻ പരിമിതികളും വെളിപ്പെടുന്നവയായിരിക്കുകയും ചെയ്യും.

മലയാളത്തിലെ വാർത്താചാനലുകൾ ഇക്കഴിഞ്ഞ പത്തുവർഷം കൊണ്ട് മേല്പറഞ്ഞ സ്വഭാവങ്ങളും സമീപനങ്ങളും തങ്ങളുടെ വാർത്താചർച്ചകളിൽ നിരന്തരം സ്ഥാപിച്ചെടുക്കുകയായിരുന്നുവെന്നുകാണാം. ഗുണമാകട്ടെ, ദോഷമാകട്ടെ മലയാളത്തിൽ വാർത്താ ചാനലുകൾ ടെലിവിഷൻ വാർത്തയെന്ന ഗണത്തെ നിർമ്മിച്ചെടുത്തതിന്റെ രീതിശാസ്ത്രമായി ഇത് നിലനില്ക്കുകതന്നെ ചെയ്യുന്നു.

3. വാർത്താമാധ്യമങ്ങളായി നിലനിന്ന പത്രം, റേഡിയോ എന്നിവയ്ക്കും വാർത്താവലോകനങ്ങളിലൂടെ അസ്തിത്വമുറപ്പിച്ചിരുന്ന

വാർത്താമാസികകൾക്കും മേൽ വാർത്താചാനലുകൾ സൃഷ്ടിച്ച പ്രഭാവമാണ് മറ്റൊരു ഘടകം.

വിനോദമാധ്യമമെന്ന നിലയിൽ ടെലിവിഷൻ 1990കളുടെ തുടക്കം മുതൽ സാഹിത്യം, സിനിമ തുടങ്ങിയ ആധുനിക മാധ്യമങ്ങൾക്കും സാംസ്കാരിക രൂപങ്ങൾക്കും സൃഷ്ടിച്ച പ്രതിസന്ധി ഏറെ ചർച്ച ചെയ്യപ്പെട്ടതാണ്. വാർത്താമാധ്യമം എന്ന നിലയിൽ 2003 മുതലുള്ള കാലത്ത് ഇതര വാർത്താ മാധ്യമങ്ങൾക്കുമേൽ ചാനലുകൾ സൃഷ്ടിച്ച പ്രഭാവം മറ്റൊരു വിഷയമാണ്. ഇക്കാലയളവിലെ ഏറ്റവും പ്രധാനമാറ്റം മലയാളത്തിലെ മുഴുവൻ പത്രങ്ങളും ചാനലുകൾ ആരംഭിച്ചുവെന്നതാണ്; സാമ്പത്തിക സ്ഥിതി ഭദ്രമായുള്ളവർ വാർത്താ ചാനലുകൾ തന്നെയും. ഇന്ത്യാവിഷൻ നിലവിൽ വരുമ്പോൾ ദേശാഭിമാനി പത്രത്തിന്റെ ഉടമകൾ മാത്രമേ ടെലിവിഷൻ രംഗത്തുണ്ടായിരുന്നുള്ളു. അതും വിനോദചാനൽ രംഗത്ത്. പിന്നീടാകട്ടെ ദേശാഭിമാനിക്കുപുറമെ, മനോരമ, മാതൃഭൂമി, മാധ്യമം, കേരള കൗമുദി, വീക്ഷണം തുടങ്ങിയ പത്രസ്ഥാപനങ്ങളെല്ലാം ചാനലാരംഭിച്ചു. വാർത്താചാനൽ ചരിത്രം ഒരു ദശകം പിന്നിടുമ്പോൾ പത്രസ്ഥാപനങ്ങളുടേതല്ലാതെ നിലവിലുള്ള മൂന്നുവാർത്താചാനലുകളും മൂന്നു പത്രങ്ങളുടെ ഉടമസ്ഥതയിലുള്ള വാർത്താ ചാനലുകളും തമ്മിലുള്ള മത്സരം മൂർദ്ധന്യത്തിലെത്തിക്കഴിഞ്ഞിരിക്കുന്നു. (ഇതേപതിറ്റാണ്ടിന്റെ രണ്ടാം പകുതിയിൽ മലയാളത്തിലെ എഫ് എം റേഡിയോ നിലയങ്ങൾ ഏതാണ്ട് മുക്കാലും സ്വന്തമാക്കി, ഇവയിൽ രണ്ടു പത്രങ്ങൾ ആ മാധ്യമരംഗത്തും ചുവടുറപ്പിച്ചുകഴിഞ്ഞു.)

രണ്ടാമത്തെ മാറ്റം പത്രവാർത്തകളും ടെലിവിഷൻ വാർത്തകളും തമ്മിലുള്ള പരസ്പരസ്വാധീനമാണ്. പത്രരംഗത്തു പരിശീലനം ലഭിച്ചവരാണ് ഇന്നും മലയാളത്തിലെ മുഴുവൻ വാർത്താചാനലുകളുടെയും തലപ്പത്തുള്ളത്. റിപ്പോർട്ടർ ചാനലിൽ തന്നെയും നികേഷ് കുമാർ ഒഴികെ മുഴുവൻപേരും പത്രപ്രവർത്തകരായിരുന്നു. പത്രരംഗമാകട്ടെ, ടെലിവിഷൻ വാർത്തകൾ തലേന്നുസൃഷ്ടിച്ച വാർത്താ പ്രഭാവത്തെ മറികടക്കാനുള്ള തന്ത്രങ്ങളാവിഷ്കരിച്ചാണ് ഇക്കാലമത്രയും നിലനിന്നുപോന്നിട്ടുള്ളതും. വാരാന്ത്യം (ഇന്ത്യാവിഷൻ) പോലെ, വാർത്താചാനലുകളിൽ നിശിതമായ പത്രവിമർശനപംക്തികളുണ്ടായിട്ടും പത്രങ്ങളിൽ നിശിതമായ ടെലിവിഷൻ വിമർശനങ്ങളില്ല എന്ന കൗതുകകരമായ വൈരുദ്ധ്യം നിലനില്ക്കുന്നു. അതേസമയം, പ്രാദേശികവാർത്തകൾ, ചരമ-വിവാഹകോളങ്ങൾ, ക്ലാസിഫൈഡ്സ്, തൊഴിൽ പരസ്യങ്ങൾ തുട

ങ്ങിയവയിലൂടെയും സൂക്ഷ്മമായ മതരാഷ്ട്രീയത്തിലൂടെയും നിലനില്ക്കുന്ന പത്രങ്ങളുടെ മണ്ഡലത്തിനുപുറത്താണ് വാർത്താ ചാനലുകളുടെ നിലനില്പ്പ് എന്നും കാണാം. മൂന്നു പത്രങ്ങളൊഴികെ ഓരോന്നും വാർത്താചാനൽ കാലത്ത് പ്രചാരത്തിലും പരസ്യവരുമാനത്തിലും പ്രതിസന്ധി നേരിടുമ്പോൾ, പുതുതായി ഒരു പത്രം പോലും ആരംഭിക്കാൻ ആരും ധൈര്യപ്പെടാത്തപ്പോൾ (ഫാരിസ് അബൂബക്കർ ഒഴികെ) തന്നെയാണ് വിനോദ, വാർത്താ ചാനലുകൾ ഒന്നൊന്നായി പെറ്റുപെരുകുന്നത് എന്നും ഓർക്കുക. എങ്കിൽപോലും സ്വന്തം നില നിൽപ്പിനാവശ്യമെന്ന് പത്രങ്ങളും ചാനലുകളും കരുതുന്ന ഘടകങ്ങൾ ഇരുവരും പരസ്പരം കടം കൊള്ളാറുണ്ട്. ശ്രദ്ധിക്കേണ്ട മറ്റൊരു വസ്തുതയുള്ളത്, 1995 മുതലുള്ള കാലത്ത് ടെലിവിഷൻ പരമ്പരകൾ മലയാളിയുടെ ജനപ്രിയവാരികാ, നോവൽ വായനാസംസ്കാരത്തെ അട്ടിമറിച്ചതിനുസമാനമായി ടെലിവിഷൻ വാർത്താചാനലുകൾ മലയാളത്തിലെ വാർത്താമാസികകളുടെ നിലനില്പ്പ് ഏതാണ്ടൊന്നടങ്കം പ്രതിസന്ധിയിലാക്കിയിട്ടുണ്ട് എന്നതാണ്. ഇതേ സമയത്തുതന്നെയാണ് ടെലിവിഷനിൽ ദൃശ്യപ്രീതിനേടിയെടുത്ത ചില ഗണങ്ങളുടെ മാസികാരൂപങ്ങൾ പിറവികൊള്ളുന്നതും. വീട്, പാചകം, യാത്ര, ആരോഗ്യം, വാഹനം എന്നിങ്ങനെ ഉദാഹരണങ്ങൾ പലതുണ്ട്.

ഇന്ററാക്ടീവ് മാധ്യമസ്വഭാവങ്ങൾ പിന്തുടരുന്നതിൽ, നവ, സാമൂഹ്യമാധ്യമങ്ങളുടെ ഉപയോഗത്തിൽ, വാർത്തയെ വിനോദവൽക്കരിക്കുന്നതിൽ, ചില പൊതുവിഷയങ്ങളിൽ സമാനമായ നിലപാട് സ്വീകരിക്കുന്നതിൽ, ടെലിവിഷന്റെ വാർത്താ സങ്കേതങ്ങൾ പലതും പത്രങ്ങൾ പിന്തുടരുന്നതിൽ, പത്രരംഗത്തുള്ളവരെ രാഷ്ട്രീയചർച്ചകൾക്ക് ആശ്രയിക്കുന്നതിൽ ഒക്കെ ഈ സമാനതകളും സമാന്തരതകളും കാണാം. തുടക്കത്തിലുണ്ടായിരുന്ന ശത്രുതാഭാവം ഇപ്പോളില്ല എന്നുപോലും പറയാവുന്ന വിധം വാർത്താ ചാനലുകളും പത്രങ്ങളും തമ്മിലുള്ള ബന്ധം മാറിവന്നിരിക്കുന്നു. ശേഷിക്കുന്ന വാർത്താ മാസികകളും തങ്ങളുടെ ഉള്ളടക്കത്തിലും ഘടനയിലും ഫോട്ടോ ജേണലിസം ഉൾപ്പെടെയുള്ള നാനാതരം മാറ്റങ്ങൾ വരുത്തിയാണ് മുന്നോട്ടുപോകുന്നത്.

വായനാകേന്ദ്രിതവും ഏകപക്ഷീയവുമായിരുന്ന പത്രവാർത്താ സംസ്കാരത്തിനുമേൽ ദൃശ്യഭാവുകത്വത്തിനും പങ്കാളിത്ത മനോഭാവത്തിനും കൈവന്ന സ്വാധീനമാണ് ഏറ്റവും ശ്രദ്ധേയമായ മാറ്റം. പത്രവാർത്തകൾ ടെലിവിഷൻ സ്വഭാവമാർജ്ജിക്കുന്നതും ചാനൽ

വാർത്തകൾ വിശകലനസ്വഭാവമാർജ്ജിക്കുന്നതും ഒരുതരം ഉഭയ ജീവിതത്തിന്റെ താത്പര്യത്തിൽ തന്നെയാണ്.

ദേശീയതലത്തിൽ ക്രിക്കറ്റ്, ക്രൈം, സിനിമ എന്നിവ മൂന്നും ചേർന്നാണ് ഇന്ത്യൻ വാർത്താചാനലുകളെ നിലനിർത്തുന്നത് എന്നൊരു നിരീക്ഷണമുണ്ട്. രാഷ്ട്രീയവും മതവും വിപണിയും കൂടി ച്ചേർന്നാൽ അതു സമ്പൂർണ്ണമായി. മലയാളത്തിൽ ക്രിക്കറ്റിന്റെ സ്വാധീനം അത്രമേൽ പ്രകടമല്ല. മറ്റു ഘടകങ്ങളാണ് നമ്മുടെ വാർത്താ ചാനലുകളുടെ പഞ്ചേന്ദ്രിയങ്ങൾ. ഒറ്റയ്ക്കും കൂടിക്കു ഴഞ്ഞും മലയാളിയുടെ വാർത്താജീവിതത്തെ നാനാതലങ്ങളിൽ സ്വാധീനിക്കുന്ന മാധ്യമവിഭവങ്ങളായി ഇവ മാറുന്നു. വാർത്തയെ വിനോദവൽക്കരിച്ചും വിനോദത്തെ വികാരവൽക്കരിച്ചും നിശ്ചയ മായും ചെറിയൊരു ശതമാനം മാത്രമാണെങ്കിലും ആഗോളമല യാളി (പുരുഷ) വാർത്താചാനൽ പ്രേക്ഷകരുടെ രാപ്പകലുകൾ ഏതാണ്ടൊരു തുടർച്ചയിൽ ഇവ ഏറ്റെടുക്കുകയും ചെയ്യുന്നു.

4. രാഷ്ട്രീയ വാർത്തകൾക്കും വാർത്താ രാഷ്ട്രീയത്തിനും കൈവന്ന അപൂർവ്വമായ മേൽക്കൈയാണ് വാർത്താചാനലുകളുടെ നിർണായകമായ ഇടപെടൽ മേഖലകളിലൊന്ന്. വാർത്തയെന്നാൽ രാഷ്ട്രീയ വാർത്തയാണ് എന്നൊരു പൊതുബോധം മുമ്പുതന്നെ മലയാളമാധ്യമങ്ങൾക്കുണ്ടായിരുന്നതിനെ കൂടുതൽ വളർത്തിയെ ടുത്ത വാർത്താചാനലുകൾ സംവാദങ്ങളിലൂടെ ഈ മാധ്യമപാഠ ത്തിന് മുമ്പില്ലാതിരുന്ന ചില സ്വഭാവങ്ങൾ നേടിക്കൊടുക്കുകയും ചെയ്തു. വാർത്തയും അതിന്റെ ചർച്ചയും അസാധാരണമാംവിധം ജനാധിപത്യവൽക്കരിക്കപ്പെടുന്ന ഒരു രാഷ്ട്രീയാന്തരീക്ഷത്തിന് രൂപം നൽകുന്നു എന്ന ധാരണ അവ സൃഷ്ടിച്ചു. പങ്കാളിത്ത ജനാ ധിപത്യത്തിന്റെ ജനകീയസാധ്യതകൾ തുറന്നിട്ട് വാർത്തകളും വാർത്താധിഷ്ഠിതപരിപാടികളും വഴി ചാനലുകൾ ഇന്ററാക്ടീവ് എന്ന മാധ്യമസ്വഭാവം മാത്രമല്ല നവമാധ്യമങ്ങൾ (മൊബൈൽ ഫോൺ മുതൽ സാമൂഹ്യമാധ്യമങ്ങൾ വരെയുള്ള) വഴിയുള്ള ഇട പെടൽ സാധ്യതകളും പൂരിപ്പിക്കൽ സാധ്യതകളും ടെലിവിഷനിൽ യാഥാർത്ഥ്യമാക്കി. മാധ്യമം നിങ്ങൾക്കുമുന്നിൽ ഇട്ടുതരുന്ന ഒന്നല്ല വാർത്തയെന്നും നിങ്ങൾ കൂടി ചേർന്ന് തീരുമാനിക്കേണ്ട ഒന്നാ ണതെന്നുമുള്ള സ്ഥിതി രൂപപ്പെട്ടു. വാർത്തയുടെ ഏകപക്ഷീയമായ വിക്ഷേപണം നിലച്ചു. രാഷ്ട്രീയമെന്നത് എത്രമാത്രം സാമൂഹികപ ങ്കാളിത്തമുള്ളതാണോ അത്രതന്നെ പങ്കാളിത്തമുള്ളതാണ് രാഷ്ട്രീ യവാർത്തകളെന്നും ഇതാദ്യമായി തെളിയിക്കപ്പെട്ടു. അങ്ങനെ, മുമ്പ്

പറഞ്ഞതുപോലെ ഭരണകൂടത്തിന്റെയോ മാധ്യമസ്ഥാപനത്തിന്റെയോ വിപണിയുടെയോ താത്പര്യങ്ങൾ നിശ്ശബ്ദം ഏറ്റുപാടിയിരുന്ന കാലം പിന്നിട്ട് പൊതുജനതാത്പര്യം മുൻനിർത്തുന്ന വാർത്താരാഷ്ട്രീയം രൂപപ്പെടുത്തുക എന്നത് ചാനലുകളുടെ രീതിയായി.

മറ്റൊരു സ്വഭാവം, പൊതുസമൂഹത്തിൽ മാത്രം സാധ്യമായിരുന്ന രാഷ്ട്രീയസംവാദങ്ങൾ ടെലിവിഷൻ മാധ്യമത്തിൽ സാധ്യമായി എന്നതാണ്. അതോടെ മാധ്യമത്തിന്റെ രാഷ്ട്രീയമെന്ന ആശയത്തേക്കാൾ പ്രാധാന്യം മാധ്യമത്തിലെ രാഷ്ട്രീയം എന്നതിനായി. രാഷ്ട്രീയാജണ്ടകൾ മാധ്യമങ്ങളുടെ നിയന്ത്രണത്തിലായി എന്ന വിമർശനം ഉയർന്നപ്പോൾ തന്നെ മാധ്യമീകൃതരാഷ്ട്രീയത്തിന്റെ പുതിയൊരു അന്തരീക്ഷവും സംസ്കാരവും രൂപംകൊണ്ടുതുടങ്ങി. രാഷ്ട്രീയസംഘടനകളും നേതാക്കളും തങ്ങളുടെ രാഷ്ട്രീയാശയസംവേദനത്തിന് പൊതുസമൂഹവേദികളേക്കാൾ ഫലപ്രദമായ ഇടമായി ടെലിവിഷൻ സ്റ്റുഡിയോകളെ ഉപയോഗിച്ചുതുടങ്ങി. ഇവിടെയാണ് മത്സരബുദ്ധിയോടെ തങ്ങളുടെ നിലപാടുകളും സമീപനങ്ങളും സമർത്ഥിച്ച് സംവാദത്തിൽ മികവ് തെളിയിക്കുന്ന രാഷ്ട്രീയനേതാവിന്റെയോ വക്താവിന്റെയോ ചുമലിൽ മുമ്പില്ലാതിരുന്നവിധം രാഷ്ട്രീയ സംഘടനയുടെ പ്രതിച്ഛായയ്ക്കുള്ള ഉത്തരവാദിത്വം കൂടി ഭാരം കയറ്റുന്നത്. ലോട്ടറികുംഭകോണവിഷയത്തിൽ 2010 സെപ്തംബർ 13ന് ധനമന്ത്രി തോമസ് ഐസക്കും കോൺഗ്രസ് നേതാവ് വി.ഡി. സതീശനും തമ്മിൽ നടന്ന തുറന്ന സംവാദം കേരളത്തിൽ ഈ രംഗത്തുണ്ടായ ഏക സംഭവമാണെങ്കിൽ തന്നെയും അനുദിനം ചാനൽ സ്റ്റുഡിയോകളിൽ ഇതിന്റെ ചെറുപതിപ്പുകളാണ് അരങ്ങേറുന്നത്. എന്നാൽ, സാങ്കേതികമായി രാഷ്ട്രീയനേതാക്കൾക്കു മുന്നിൽ സാധ്യതകൾ മാത്രമല്ല കുരുക്കുകൾ കൂടിയാണ് ടെലിവിഷൻ തുറന്നുവയ്കുന്നത്. മുമ്പ് നിഷേധിക്കാമായിരുന്ന വാക്കുകളും ചേഷ്ടകളും ഇപ്പോൾ നിഷേധിക്കാനാവാതെയായി. വാക്കുകളിലൂടെ മാത്രം സാമാന്യജനതക്ക് പരിചിതരായിരുന്ന നേതാക്കൾ സ്വന്തം വീട്ടിലെന്നപോലെ കൺമുമ്പിൽ പ്രത്യക്ഷരായി. സിനിമ അതിന്റെ ദൃശ്യസാധ്യതകളിലൂടെ മറ്റെല്ലാ കലകളെയും മാധ്യമങ്ങളെയും കീഴടക്കി ജനപ്രിയമായതുപോലെ രാഷ്ട്രീയവും ഒരു ജനപ്രിയസംസ്കാരമായി മാറിത്തുടങ്ങി. മുമ്പ് ഭരണകൂട നിയമങ്ങളുടെ ബാധ്യതകളും പ്രേരണകളുംകൊണ്ട് മാത്രം ജനങ്ങൾ ഭാഗഭാക്കായിരുന്ന രാഷ്ട്രീയമണ്ഡലം മാധ്യമീകൃതജനപ്രിയ

സംസ്കാരത്തിന്റെ നിലയിലേക്കുമാറി. അതോടെ വൻതോതിലുള്ള ഒരു നിരപ്പാക്കൽ പ്രക്രിയയ്ക്ക് ഓരോ രാഷ്ട്രീയ പ്രസ്ഥാനവും വിധേയമായി. ഉദാഹരണത്തിന് കേരളത്തിൽ നാളതുവരെ ഏതു രംഗത്തും മൂല്യാധിഷ്ഠിതവും തത്ത്വാധിഷ്ഠിതവുമായ നിലപാടെടുത്തിരുന്നത് ഇടതുപക്ഷമാണ് എന്ന പൊതുബോധം ടെലിവിഷൻ കാലത്ത് തകർന്നുതരിപ്പണമായി. മധ്യകാലത്ത് നിലനിന്നിരുന്നുവെന്ന് നാം കരുതുന്ന കാടത്തങ്ങൾ ഇന്നും വാക്കുകളിലും ശരീരഭാഷയിലും പേറുന്ന നേതാക്കൾ വളരെവേഗം ജനമധ്യത്തിൽ പരിഹാസ്യരായി മാറുകയും ചെയ്തു.

സംവാദം എന്നതായിരുന്നു രാഷ്ട്രീയപൊതുമണ്ഡലത്തിന്റെ എക്കാലത്തെയും ജീവനോപാധി. ഇപ്പോഴത് ടെലിവിഷൻ സംവാദം എന്നായിരിക്കുന്നു. ജനാധിപത്യവൽക്കരണപ്രക്രിയ നിലനില്ക്കുന്നത് സംവാദങ്ങളിലാണ്. ഏകാധിപത്യ, സർവ്വാധിപത്യക്രമങ്ങൾ നിലനിന്നിരുന്ന രാജഭരണത്തിലും പിന്നീട് ഇസ്ലാമിക, കമ്മ്യൂണിസ്റ്റ് ഭരണങ്ങളിലുമാണ് സംവാദങ്ങൾ ഇല്ലാതിരുന്നത്. സംവാദങ്ങൾക്ക് പുതിയ രൂപങ്ങളും ശൈലികളും കൈവരുന്നതോടെ ജനാധിപത്യം പുതിയ മാനങ്ങളിലേക്ക് വളരുകയാണ് ചെയ്യുന്നത്.

രാഷ്ട്രീയത്തിൽ *സ്ഥിരം പ്രചാരണം* (Permanent Campaign) എന്നൊരവസ്ഥ തന്നെ വാർത്താ ടെലിവിഷൻ നിർമ്മിച്ചതായി മാധ്യമപഠനങ്ങൾ ചൂണ്ടിക്കാണിക്കുന്നുണ്ട്. മുമ്പൊക്കെ തെരഞ്ഞെടുപ്പുകാലത്തുമാത്രം വേണ്ടിയിരുന്ന പ്രചാരണപ്രക്രിയ ഇപ്പോൾ എല്ലാദിവസവും ചാനലുകളിൽ നടത്താൻ രാഷ്ട്രീയപ്രസ്ഥാനങ്ങൾ നിർബന്ധിതരാകുന്നു. കാരണം ഓരോ ദിവസവും തങ്ങളുടെ രാഷ്ട്രീയ അജണ്ടകളുടെ ഭിന്ന തലങ്ങളിലുള്ള വിശദീകരണങ്ങൾക്ക് അവർ നിർബന്ധിതരാകുന്നു. മറ്റൊരാശയമാണ് രാഷ്ട്രീയം തന്നെയും വാർത്താചാനലുകളിൽ ഒരുതരം നാടകമായി പരിണമിക്കുന്നുവെന്നത്. Stage managed Political theatre ആണ് വാർത്താചാനലുകളിലെ രാഷ്ട്രീയസംവാദങ്ങളോരോന്നും എന്ന് നിരീക്ഷിക്കപ്പെട്ടിട്ടുണ്ട്.

യുദ്ധം (War), കളി (Game) നാടകം (Drama) എന്നീ മൂന്നു രൂപകങ്ങളോടാണ് ടെലിവിഷൻ വാർത്തകൾ സമീകരിക്കപ്പെടാറുള്ളത് എന്നു ചൂണ്ടിക്കാണിച്ചുകൊണ്ട്, രാഷ്ട്രീയവാർത്തകൾക്കും വാർത്തകളിലെ രാഷ്ട്രീയത്തിനും പ്രത്യക്ഷതലത്തിലും പൊതുസമൂഹത്തിലെ രാഷ്ട്രീയസംസ്കാരത്തിന് പരോക്ഷതലത്തിലും സംഭവിക്കുന്ന മാറ്റങ്ങൾ ജോൺ ഫിസ്കെ വിശകലനം ചെയ്യുന്നുണ്ട്.

പൊതുമണ്ഡലത്തിന്റെ ഭാഗമായി നടക്കുന്ന ആശയസംവാദങ്ങൾക്കപ്പുറം ഭിന്നശാക്തികചേരികൾ തമ്മിൽ നടക്കുന്ന ചെറുയുദ്ധങ്ങളോ വാശിയേറിയ കളികളോ സംഘർഷാത്മകത നിറഞ്ഞ നാടകങ്ങളോ ഒക്കെയായി ചാനൽ വാർത്തകളിൽ രാഷ്ട്രീയം രൂപപ്പെടുന്നു. ദൃശ്യങ്ങൾ, വിവരണഭാഷ, എഡിറ്റിംഗ്, ഗ്രാഫിക്സ്, പശ്ചാത്തല സംഗീതം തുടങ്ങിയവയുടെ സവിശേഷ സന്നിവേശത്തിലൂടെ ഈ പ്രതീതികൾ പ്രേക്ഷകരിലേക്ക് വളരെ വേഗം വിനിമയം ചെയ്യപ്പെടുകയും ചെയ്യുന്നു. 'വീഡിയോ ഗെയിമുകളായി മാറുന്ന രാഷ്ട്രീയ വാർത്തകളായിരിക്കും ഭാവിയുടെ മാതൃക'യെന്ന് നവമാധ്യമ രംഗത്തെ പ്രമുഖർ ചൂണ്ടിക്കാണിക്കുന്ന പശ്ചാത്തല മിതാണ്.

രാഷ്ട്രീയവാർത്തകൾക്കൊപ്പം മറ്റുവാർത്തകളും സമാനമായിത്തന്നെയാണ് ഇന്നിപ്പോൾ ചാനലുകളിൽ ആഖ്യാനം ചെയ്യപ്പെടുന്നത്. സന്ദർഭമനുസരിച്ച് നവരസങ്ങളും ഉല്പാദിപ്പിക്കാൻ വാർത്താ ചാനലുകൾ തയ്യാറാണ്. ദുരന്തങ്ങളും അപകടങ്ങളും മുതൽ വിജയങ്ങളും വീഴ്ചകളും വരെ ഒന്നും ഇതിനപവാദമല്ല. യാഥാർത്ഥ്യത്തിനും ഭാവനക്കുമിടയിലുള്ള അതിർവരമ്പുകളില്ലാതാക്കുന്നു, ടെലിവിഷൻ വാർത്തകളെന്ന് സ്റ്റുവർട്ട് ഹാൾ നടത്തുന്ന നിരീക്ഷണത്തിന്റെ സാംഗത്യവും ഇവിടെത്തന്നെയാണ്.

5. വാർത്താചാനലുകൾ കൈകൊള്ളുന്ന നിശിതമായ പ്രതിപക്ഷസ്വഭാവം രാഷ്ട്രീയവാർത്തകളിൽ അവയെ പത്രങ്ങളിൽ നിന്നു ഭിന്നമാക്കുന്ന അടിസ്ഥാനഘടകമാണ്. 2003-ൽ ഇന്ത്യാവിഷൻ ആരംഭിച്ചത് അന്നത്തെ യുഡിഎഫ് മന്ത്രിസഭയിലെ ഒരംഗവും മറ്റൊരംഗത്തിന്റെ മകനും ചേർന്നായിരുന്നു. 2006-ലെ നിയമസഭാതെരഞ്ഞെടുപ്പിൽ ഐക്യമുന്നണിക്കു ഭരണം നഷ്ടമായപ്പോൾ മുഖ്യമന്ത്രിയായിരുന്ന ഉമ്മൻചാണ്ടി പറഞ്ഞത്, *ഒരു മന്ത്രിയും മറ്റൊരു മന്ത്രിയുടെ മകനും കൂടിയാണ് തങ്ങളെ തോൽപ്പിച്ചത്* എന്നായിരുന്നു. ഒരു പക്ഷെ കേരളത്തിൽ വാർത്താചാനലുകൾ തുടക്കം മുതൽ സ്വീകരിച്ച രാഷ്ട്രീയസംസ്കാരത്തിനു ലഭിച്ച ഏറ്റവും വലിയ അംഗീകാരമാണ് ഈ നിരീക്ഷണം എന്നുകരുതാം. ഇന്ത്യാവിഷനെ തുടർന്നുവന്ന ചാനലുകളും ഇക്കാര്യത്തിൽ വലിയ വ്യത്യാസം പുലർത്തുന്നില്ല. മനോരമ, മാതൃഭൂമി പത്രങ്ങളുടെ വാർത്താരാഷ്ട്രീയവും അവയുടെ ചാനലുകളുടെ വാർത്താ രാഷ്ട്രീയവും തമ്മിലുള്ള അന്തരം ശ്രദ്ധിച്ചാലും ഈ വസ്തുത വ്യക്തമാകും. കൗതുകകരമായ ഒരു ഇടതുപക്ഷ പരത മലയാളത്തിൽ വാർത്താ ചാനലുകൾ ഒന്നടങ്കം നിലനിർത്തിപ്പോരുന്നു. മുൻനിര പത്രങ്ങൾ രണ്ടും

വിട്ടുവീഴ്ചയില്ലാതെ ഇടതുപക്ഷവിരുദ്ധത അവയുടെ ചരിത്രപരമായ എഡിറ്റോറിയൽ നയമായി സ്വീകരിക്കുന്നതാവാം ഇതിനൊരു കാരണം. അല്ലെങ്കിൽ, ശശികുമാർ രൂപം കൊടുത്ത മലയാളത്തിലെ സ്വകാര്യ ടെലിവിഷൻ വാർത്താ സംസ്കാരത്തിന്റെയോ ആദ്യകാല ടെലിവിഷൻ പ്രവർത്തകർ പൊതുവിൽ പുലർത്തിപ്പോന്ന വ്യക്തിപരമായ രാഷ്ട്രീയനിലപാടുകളുടെയോ ഒക്കെ ഗൃഹാതുരത പോലും ഇതിന്റെ കാരണങ്ങളാകാം. എന്തായാലും ഏറ്റവും ജനപ്രീതിയുള്ള പത്രങ്ങൾ രണ്ടും സ്വീകരിക്കുന്നതുപോലെ ഇടതുവിരുദ്ധരാഷ്ട്രീയം തുറന്നു പ്രകടിപ്പിക്കാൻ ഇന്നോളം മലയാളത്തിൽ വാർത്താ ചാനലുകൾ തയ്യാറാകുന്നില്ല എന്നത് കൗതുകകരം തന്നെയാണ്. എന്നാൽ ഇടതുപക്ഷത്തെ വിമർശിക്കുന്നതിൽ അവയ്ക്ക് യാതൊരു ചാഞ്ചല്യവും ഒട്ടില്ലതാനും.

ഈ സൗവർണ്ണപ്രതിപക്ഷസ്വഭാവത്തിന്റെ ഏറ്റവും മികച്ച ഉദാഹരണമാണ് ഓരോ വാർത്താ ചാനലിലുമുള്ള രാഷ്ട്രീയാക്ഷേപഹാസ്യപരിപാടികൾ. ഇന്ത്യാവിഷൻ, ഏഷ്യാനെറ്റ്, മനോരമ, റിപ്പോർട്ടർ, പീപ്ൾ, അമൃത, മാതൃഭൂമി തുടങ്ങിയ ചാനലുകളിലെല്ലാമുണ്ട് ഏതാണ്ടൊരേ ഘടനയിൽ മുന്നോട്ടുപോകുന്ന, രാഷ്ട്രീയത്തെ സിനിമാറ്റൈസ് ചെയ്തും അല്ലാതെയും വലിയൊരു കോമഡിയാക്കി ചിത്രീകരിക്കുന്ന പ്രതിവാരപരിപാടികൾ. റിപ്പോർട്ടറിലും പീപ്ൾ ചാനലിലും ഇപ്പോഴിത് പ്രതിദിന പരിപാടികൾ തന്നെയായിരിക്കുന്നു. ചാനലുകൾ തോലുരിച്ചുനിർത്താത്ത ഒരൊറ്റ രാഷ്ട്രീയനേതാവോ മതപ്രമാണിയോ ജാതിസമുദായനേതാവോ ആൾദൈവമോ ഇല്ല കേരളത്തിൽ. വാർത്തകളിൽ ഉൾക്കൊള്ളിക്കാൻ കഴിയാത്ത വിമർശനങ്ങളും വിയോജിപ്പുകളും ചാനലുകൾ പ്രകടിപ്പിക്കുന്നത് ഇത്തരം പരിപാടികളിലാണ്. മിമിക്രി മുതൽ കാർട്ടൂൺ വരെയും നർമലേഖനം മുതൽ സിനിമകളിലെ കോമഡികൾ വരെയുമുള്ള മലയാളിയുടെ ആധുനിക രാഷ്ട്രീയവിമർശനമാധ്യമതന്ത്രങ്ങളൊന്നടങ്കം ഇത്തരം പരിപാടികളിൽ ആവിഷ്കൃതമാകുന്നു. എൻഡിടിവിയിലെ The Great Indian Tamasha യും സിഎൻഎൻഐബി എന്നിലെ The Week that wasn't ഉം ദേശീയതലത്തിൽ സൃഷ്ടിക്കുന്ന രാഷ്ട്രീയാക്ഷേപഹാസ്യത്തിനുസമാനമാണ് പൊളിട്രിക്സ്, തിരുവാ എതിർവാ, ഡമോക്രേസി, നാടകമേ ഉലകം, ധിംതരികിടതോം, കോക്ടെയിൽ തുടങ്ങിയ മലയാള പരിപാടികൾ. പലപ്പോഴും ഈ ചാനലുകളുടെ വാർത്താ സമീപനത്തിന്റെ അളവുകോലുകളായിപ്പോലും ഇവയെ കാണാൻ കഴിയും.

6. പത്രങ്ങളുടേതിൽ നിന്ന് പ്രകടമായിത്തന്നെ ഭിന്നമായ വാർത്താ സമീപനം ചാനലുകൾ കൈകൊണ്ട ചില മേഖലകളുണ്ട്. പരിസ്ഥിതി, ആദിവാസി, ദളിത്, സ്ത്രീ പ്രശ്നങ്ങളാണ് ഇവയിൽ പ്രമുഖം. ജനകീയ പ്രശ്നങ്ങളിലെ ഇടപെടലുകളായാണ് പലപ്പോഴും പരിസ്ഥിതി വിഷയത്തിൽ ചാനലുകൾ നിലപാടെടുക്കുന്നത്. വികസനത്തിനുവേണ്ടി കുടിയൊഴിപ്പിക്കപ്പെടുന്നവർ, ഭൂരഹിതർ, ഭൂമാഫിയയുടെയും മറ്റും കയ്യേറ്റങ്ങൾ, വനനശീകരണം, പാറ, മണൽ ഖനനങ്ങൾ, നശിക്കുന്ന നദികളും ജലസ്രോതസ്സുകളും, മാലിന്യപ്രശ്നങ്ങൾ... എണ്ണമറ്റ വിഷയങ്ങളിൽ വാർത്താ ചാനലുകൾ നടത്തിയ ഇടപെടലുകൾ നമുക്ക് മുന്നിലുണ്ട്. പത്രങ്ങൾക്ക് ഒരിക്കലും കഴിയാത്തവിധം ദൃശ്യവൽക്കരണത്തിന്റെ സാധ്യതകളുപയോഗിച്ച് ഭരണകൂട-ഉദ്യോഗസ്ഥ-വ്യവസായകൂട്ടുകെട്ടുകൾ നടത്തുന്ന പരിസ്ഥിതി നശീകരണങ്ങളുടെ കഥകൾ കേരളമെമ്പാടും നിന്ന് ചാനലുകൾ പ്രേക്ഷകരിലെത്തിച്ചു. പല വിഷയങ്ങളിലും പ്രചാരണങ്ങൾ പോലും സംഘടിപ്പിച്ചു. പല അഴിമതിക്കേസുകളിലും സംഭവിച്ച രാഷ്ട്രീയഭൂകമ്പങ്ങളുടെ തുടക്കം പോലും ഇത്തരം വിഷയങ്ങളിലായിരുന്നു. മതികെട്ടാൻ മുതൽ നെല്ലിയാമ്പതി വരെ ഉദാഹരണം നിരവധി. അട്ടപ്പാടി, ശാസ്താംകോട്ട, മെർക്കിസ്റ്റൺ, എച്ച്എംടി മൂലമ്പിള്ളി, കിനാലൂർ, വിളപ്പിൽശാല, ബ്രഹ്മപുരം, ആതിരപ്പിള്ളി, എൻഡോസൾഫാൻ... ചാനലുകൾ ക്രിയാത്മകമായി ഇടപെട്ട ഭൂ, പാരിസ്ഥിതികപ്രശ്നങ്ങൾ അവസാനിക്കുന്നില്ല.

ദൂരദർശൻ, ഹരിതവിദ്യാലയം എന്ന പേരിൽ ഒരു റിയാലിറ്റിഷോ അവതരിപ്പിച്ചപ്പോൾ ഇന്ത്യാവിഷൻ, ദ് ഗ്രീൻ റിപ്പോർട്ട് എന്നൊരു ഡോക്യുമെന്ററി പരമ്പര സംപ്രേഷണം ചെയ്യുന്നു. മറ്റു ചാനലുകളിലുമുണ്ട് സമാനമായ ചില പരിപാടികൾ.

ഇതേ പോലെ തന്നെ വ്യാപകമാണ് ആദിവാസി, ദളിത്, സ്ത്രീ വിഷയങ്ങളിലെ ഇടപെടലുകളും. മുത്തങ്ങ മുതൽ ചെങ്ങറ വരെ. വിതുര മുതൽ സൂര്യനെല്ലിവരെ. ഇടതു, വലതു രാഷ്ട്രീയ മുന്നണികൾ തരാതരം പോലെ മുതലെടുപ്പുനടത്തിപ്പോന്ന ഓരോ വിഷയത്തിലും വാർത്താചാനലുകൾ ഏതാണ്ടൊരേസമീപനവും നിലപാടും സ്വീകരിച്ചതോടെ ഇത്തരം പ്രശ്നങ്ങളുടെ അടിവേരുകളോളം ചെന്ന് അവ വിശകലനം ചെയ്യാൻ പത്രങ്ങളും നിർബന്ധിതമായി. ചെങ്ങറ പോലുള്ള ഒരു വിഷയത്തിൽ ഇടതു, വലതു പത്രങ്ങൾ കൈകൊണ്ട നിലപാടുകൾക്കു കടകവിരുദ്ധമായി വാർത്താ ചാന

ലുകൾ ഏതാണ്ടൊന്നടങ്കവും ജനാഭിപ്രായം ദളിദർക്കനുകൂലമാക്കി മാറ്റിയെടുത്തു. ഗാഡ്ഗിൽ കമ്മിറ്റി റിപ്പോർട്ടിന്മേൽ നടക്കുന്ന പത്ര, ചാനൽ ചർച്ചകൾക്കും സമാനമായ അന്തരമുണ്ട്.

കേരളത്തിൽ ഇക്കഴിഞ്ഞ ഒരു ദശകക്കാലത്തുടനീളമുണ്ടായ സ്ത്രീ പീഡനക്കേസുകളുടെ റിപ്പോർട്ടിംഗും ചർച്ചയും പക്ഷെ നിശ്ചയമായും വാർത്താ ചാനലുകളെ പ്രതിക്കൂട്ടിൽ നിർത്തുന്ന ഒരു പ്രവണതതന്നെയായി മാറി. ഇന്ത്യാവിഷന്റെ ഏറ്റവുമാദ്യത്തെ വൻ ചുവടുവയ്പുതന്നെ ഐസ്ക്രീം പാർലർകേസിന്റെ രണ്ടാം വരവായിരുന്നു. മറ്റൊരു വാർത്താചാനൽ തമസ്കരിക്കാൻ ശ്രമിച്ച വാർത്തയാണ് ഇന്ത്യാവിഷൻ ഏറ്റെടുത്ത് കൊടുങ്കാറ്റുയർത്തിയത്. അതുതൊട്ട് 2013 ലെ സൂര്യനെല്ലിക്കേസിന്റെ രണ്ടാംവരവ് വരെ ഏതുദാഹരണമെടുത്താലും ഇതു വ്യക്തമാകും. പത്രങ്ങൾ പൊതുവെ മൂടിവച്ച വൻതോക്കുകളായ പ്രതികളുടെ മുഖംമൂടി ചാനലുകൾ അഴിച്ചുകളഞ്ഞുവെന്നതുനേരുതന്നെ. കുഞ്ഞാലിക്കുട്ടിയും പി. ശശിയും മുതൽ പി.ജെ. കുര്യൻ വരെയുള്ളവരുടെ കഥ തെളിവാണ്. പക്ഷെ പെൺകുട്ടികളുടെ സ്വകാര്യതയിൽ യാതൊരു നെറിയുമില്ലാതെ കടന്നുകയറിയായിരുന്നു ഇക്കാലമത്രയും ചാനലുകൾ ഈ വാർത്തകൾ റിപ്പോർട്ടുചെയ്തതും ചർച്ച ചെയ്തതും. ഒരുവശത്ത്, പ്രതി ഏതു രാഷ്ട്രീയപാർട്ടിയുടെ ആളാണോ അതിന്റെ മാധ്യമവക്താക്കളാൽ കടിച്ചുകീറപ്പെടുന്ന ഇരകൾ തന്നെ മറുവശത്ത് ചാനൽ കാമറയുടെ ഒളിഞ്ഞുനോട്ടരതിക്കിരയാകുന്നു. പല നിലകളിൽ ഇത്തരം കേസുകളിൽ ഇരകൾക്കൊപ്പമാണ് തങ്ങൾ എന്നു പറയുമ്പോൾ തന്നെ ചാനലുകൾ ചെയ്യുന്ന ഈ സ്ത്രീഹിംസ കാണാതിരുന്നുകൂടാ.

7. പൊതുസമൂഹത്തിന്റെയെന്ന പോലെ മാധ്യമങ്ങളുടെയും അജണ്ടകൾ സ്ത്രീവിരുദ്ധമാകുമ്പോൾ തന്നെ സ്ത്രീ മാധ്യമപ്രവർത്തകരുടെ അപൂർവ്വമാം വിധമുള്ള രംഗപ്രവേശനത്തിന് മലയാളം സാക്ഷിയാകുന്നതും വാർത്താ ചാനൽ കാലത്തുതന്നെയാണ്. ടെലിവിഷൻ സ്ത്രീയെ കാഴ്ചവസ്തുവായാണ് മുന്നോട്ടുവയ്ക്കുന്നതെന്ന വിമർശനം നിലനില്ക്കുമ്പോൾ തന്നെയാണ് ആത്മബോധമുള്ള സ്ത്രീകളുടെ സ്വയം നിർണയശേഷി വെളിപ്പെടുന്ന സാന്നിദ്ധ്യങ്ങൾ ചുരുങ്ങിയ തോതിലെങ്കിലും മലയാളവാർത്താചാനലുകളിൽ പ്രകടമാവുന്നത്. ന്യൂസ് റിപ്പോർട്ടിംഗിലും അവതരണത്തിലും ദീപ, വീണ, ഷാനി തുടങ്ങിയവർ കഴിഞ്ഞ ഒരു ദശകകാലത്തു വെളിപ്പെടുത്തിയ സ്ത്രീസാന്നിദ്ധ്യം ടെലിവിഷനിലെ തന്നെ

ഇതരമേഖലകൾ പലതിലുമുള്ള സ്ത്രീ സാന്നിദ്ധ്യങ്ങൾക്കുപിന്നിലെ സമവാക്യങ്ങൾ മറികടക്കുന്നവയാണ്. രാജശ്രീവാരിയർ, രഞ്ജിനി ഹരിദാസ് തുടങ്ങിയ ചുരുക്കം ചില സ്ത്രീകൾ വിനോദപരിപാടികളുടെ അവതരണത്തിൽ സ്ത്രീയുടെ ആത്മബോധവും മാധ്യമപരമായ പ്രൊഫഷണലിസവും തെളിയിക്കുമ്പോൾ ബഹുഭൂരിപക്ഷം സ്ത്രീകളും വെറും അലങ്കാരങ്ങളോ കാഴ്ചപ്പകിട്ടോ മാത്രമായി ചുരുങ്ങിപ്പോകുന്നു. ഉപഗ്രഹ, സ്വകാര്യ, ടെലിവിഷൻ ചാനലുകളുടെ വരവിനുമുമ്പ് ഒരു മലയാളപത്രം മാത്രമാണ് വിരലിലെണ്ണാവുന്ന സ്ത്രീ പത്രപ്രവർത്തകരെ നിയമിച്ചതെന്നും ചാനലുകളുടെ കാലത്ത് മുഴുവൻ മലയാളപത്രങ്ങളിലും സ്ത്രീ മാധ്യമപ്രവർത്തകർ നിയമിക്കപ്പെട്ടു എന്നും കൂടി ഓർത്താൽ ഈ മാറ്റത്തിന്റെ പ്രാധാന്യം വ്യക്തമാകും.

പത്രപ്രവർത്തനത്തിൽ ശ്രദ്ധേയമായ നേട്ടമുണ്ടാക്കിയ സ്ത്രീകൾ മലയാളത്തിലില്ല എന്നത് വസ്തുതയാണ്. വനിതാപ്രസിദ്ധീകരണങ്ങൾ ഉൾപ്പെടെ ഒരു മാധ്യമത്തിന്റെയും പത്രാധിപസമിതിയുടെ മുകൾത്തട്ടിൽ ഒരു സ്ത്രീ പോലുമില്ല. എങ്കിലും സ്ത്രീയുടെ അഭാവം ഒരിടത്തുമില്ല എന്നതാണ് പ്രധാനം. ക്രിയാത്മകതയിലും സർഗാത്മകമായ അധികാരപ്രയോഗത്തിലും സ്ത്രീക്ക് മാധ്യമ സ്ഥാപനങ്ങൾ ഇടം നല്കാൻ മടിക്കുന്നതാണോ, അതോ സ്ത്രീകൾ അവിടെ നിന്ന് പിൻവാങ്ങുന്നതാണോ? അന്വേഷിക്കേണ്ട വിഷയമാണ്.

സ്ത്രീയുടെ ലിംഗബോധപരമായ സാന്നിദ്ധ്യം ടെലിവിഷൻ വാർത്താ ചാനലുകളിലുണ്ടെങ്കിൽ പോലും നമ്മുടെ ചാനലുകളുടെ വാർത്താനയം ആ വിധത്തിൽ രൂപം കൊണ്ടിട്ടില്ല എന്നു പറയേണ്ടിവരുന്നു. *വാർത്തകൾ ആണത്തപരമാണെന്നും സ്ത്രീ റിപ്പോർട്ട് ചെയ്യുന്നതു കൊണ്ടോ അവതരിപ്പിക്കുന്നതുകൊണ്ടോ ഒന്നും അതിന്റെ ആണത്തസ്വഭാവം ഇല്ലാതാകുന്നി*ല്ലെന്നും ഡേവിഡ് മോർലിയെപ്പോലുള്ളവർ ചൂണ്ടിക്കാണിച്ചിട്ടുള്ളത് ഇവിടെയും ശരിയാണ്.

മലയാളത്തിലെ വാർത്താ ചാനലുകളിൽ സ്ത്രീവിഷയങ്ങളിൽ ചർച്ചക്കുവരുന്ന സ്ത്രീ രാഷ്ട്രീയനേതാക്കൾപോലും ഏതാണ്ടൊന്നടങ്കം സ്ത്രീവിരുദ്ധമായ നിലപാടാണെടുക്കാറുള്ളത്. സ്ത്രീകൾ ടെലിവിഷൻ വാർത്ത കാണാറില്ല എന്ന പരമ്പരാഗതധാരണ മറികടക്കാൻ പോലും നമുക്കായിട്ടില്ല എന്നതാണ് വസ്തുത.

ചാനലുകൾ സ്ത്രീകളെ റിപ്പോർട്ടർമാരോ അവതാരകരോ

ആക്കുന്നത് ഒരുതരം കാഴ്ചരതി മുന്നിൽ കണ്ടാണെന്ന് ലോറാ മൾവിയും മറ്റും സൂചിപ്പിക്കുണ്ട്. *ഒരുതരം To-be- looked- at-ness മാത്രമാണ് മാധ്യമങ്ങളിലെ സ്ത്രീത്വമെന്നതുതന്നെ* - മൾവി പറയുന്നു. വിനോദപരിപാടിയായാലും വാർത്തയായാലും പരസ്യമായാലും ഇതിനുമാറ്റമുണ്ടാവില്ല. വാർത്താ ചാനലുകളിൽ വാർത്താപരിപാടിയുടെ ഉള്ളടക്കം തന്നെയും വൻതോതിൽ പുരുഷകേന്ദ്രിതമാണ് എന്നു നിരീക്ഷിക്കപ്പെട്ടിട്ടുണ്ട്. അമേരിക്കയിൽ ഒരു മാസത്തെ ടെലിവിഷൻ വാർത്ത തുടർച്ചയായി വീക്ഷിച്ച് സ്ത്രീയുടെ പ്രാതിനിധ്യരാഷ്ട്രീയം പഠിച്ച ലാനാ റക്കോവും കിംബർലി ക്രാനിച്ചും പുരുഷന്റെ പൊതുമണ്ഡലത്തിനുബദലായെന്നോണം സ്ത്രീയുടെ ഗാർഹിക മണ്ഡലത്തെയാണ് വാർത്താചാനലുകൾ പോലും ആഘോഷിക്കുന്നതെന്നു കണ്ടെത്തുന്നു.

ഇത്തരം സാഹചര്യങ്ങൾ നിലനില്ക്കുമ്പോൾ തന്നെ മലയാളത്തിലെ വാർത്താ ചാനലുകൾ സ്ത്രീക്കുനിർമ്മിച്ചുകൊടുത്തിട്ടുള്ള പൊതു ഇടങ്ങളിലെ സാന്നിദ്ധ്യവും ആത്മാവിഷ്കാരസാധ്യതകളും ചെറുതല്ലാത്ത ഒരു മാറ്റമായിത്തന്നെ കാണേണ്ടതുണ്ട്.

എന്നാൽ ഇതോടൊപ്പം തന്നെ പത്രങ്ങളുടെ രീതി മറികടന്ന് വാർത്താചാനലുകൾക്കു നിർവഹിക്കാമായിരുന്ന, എന്നാൽ അവ തീരെ നിർവഹിക്കാത്ത ഒന്നാണ് ദളിത് പ്രതിനിധാനത്തിന്റെ വിഷയം. ഒരൊറ്റ വാർത്താചാനലിലും വിനോദചാനലുകളിലെന്നപോലെ തന്നെ, ദളിതരുടെ ക്രിയാത്മകസാന്നിദ്ധ്യമില്ല. വിപണി, മുതലാളിത്ത, പുരുഷ പക്ഷപാതങ്ങൾക്കൊപ്പം വാർത്താമാധ്യമങ്ങൾ തുടരുന്ന സവർണ, ജാതി രാഷ്ട്രീയങ്ങളും ഇവിടെ പരിഗണിക്കപ്പെടേണ്ട വിഷയം തന്നെയാണ്. ദളിത് അഭാവം കാമറക്കുമുന്നിലും പിന്നിലും ഒരു പോലെ പ്രകടമാണ് എന്നതാണ് യാഥാർത്ഥ്യം. എന്നുവച്ചാൽ വാർത്താചാനലിൽ ക്രിയാത്മക രംഗങ്ങളിൽ ദളിതർ ജീവനക്കാരായില്ല എന്നതുപോലെ തന്നെ ശ്രദ്ധേയമാണ് വാർത്തകളുടെ ഉള്ളടക്കത്തിലും ദളിതർ പരിഗണനാവിഷയമല്ല എന്നത്.

8. വാർത്താചാനലുകളുടെ ആഖ്യാനഘടനയും രീതിശാസ്ത്രവും നിരവധി മാധ്യമവിഗ്രഹങ്ങൾക്കു ജന്മം കൊടുത്തുവെന്നതാണ് പ്രധാനപ്പെട്ട മറ്റൊരു വസ്തുത. ഇതിനൊരുമറുവശവുമുണ്ട്. ഇതേ മാധ്യമങ്ങളിലും ഇതേ സമയത്തും തന്നെയാണ് ചില വിഗ്രഹങ്ങളുടെ തച്ചുടക്കലും നടന്നത്.

ടെലിവിഷൻ മാധ്യമത്തിന്റെ അടിസ്ഥാനസ്വഭാവങ്ങളിലൊന്നാണ്

ജനപ്രിയമാകാവുന്ന മാധ്യമബിംബങ്ങളുടെ നിർമ്മിതി. സിനിമയിലെ താരസങ്കല്പത്തിനു സമാന്തരമായി വിനോദചാനലുകളിൽ കൂടുതൽ വേഗത്തിൽ നടക്കുന്ന ഈ ഭാവനാത്മകബിംബനിർമ്മിതി വാർത്താ ചാനലുകൾ ഏറ്റെടുക്കുന്നത് മറ്റൊരു തരത്തിലാണ്. യഥാർത്ഥതാരങ്ങളെത്തന്നെ ബിംബവൽക്കരിക്കുകയാണ് അവയുടെ രീതി. രാഷ്ട്രീയം, മതം തുടങ്ങിയ മണ്ഡലങ്ങളിൽ നിലവിലുള്ള താരങ്ങളെ വിഗ്രഹവൽക്കരിക്കുകയോ തങ്ങൾക്കിണങ്ങുന്ന വിഗ്രഹങ്ങളെ പുതുതായി നിർമ്മിക്കുകയോ ചെയ്യും വാർത്താ ചാനലുകൾ. ദേശീയ ചാനലുകൾ ബിജെപിയിലും കോൺഗ്രസ്സിലുമൊക്കെ ഇങ്ങനെ നിർമ്മിച്ചെടുത്ത വിഗ്രഹങ്ങളാണ് ഇന്നിപ്പോൾ ആ പാർട്ടികളുടെ ദേശീയനേതൃത്വത്തിൽ ഒരുനിരതന്നെ. അരുൺ ജയ്റ്റ്ലിയും കപിൽ സിബലുമാണ് ഏറ്റവും നല്ല ഉദാഹരണങ്ങൾ. ജനകീയാടിത്തറയോ സാമൂഹികബന്ധമോ കഷ്ടിയാണെങ്കിലും രാഷ്ട്രീയനേതൃനിരയിൽ ഇവർ അവഗണിക്കാനാവാത്ത തലത്തിലേക്കുയർന്നുകഴിഞ്ഞിരിക്കുന്നു. സമാനമായ അന്തരീക്ഷമൊന്നും കേരളത്തിലില്ല. വാർത്താചാനലുകളിലൂടെ തങ്ങളുടെ രാഷ്ട്രീയ അജണ്ടകൾ ഫലപ്രദമായി നടപ്പാക്കുകയോ ചാനലുകൾ തങ്ങളുടെ മാധ്യമഅജണ്ടകൾ നടപ്പാക്കാൻ ഫലപ്രദമായി ഉപയോഗപ്പെടുത്തുകയോ ചെയ്ത ഒരു നിര നേതാക്കൾ ഇവിടെയുമുണ്ടായി. നിശ്ചയമായും വി.എസ്. അച്യുതാനന്ദനാണ് വാർത്താ ടെലിവിഷൻ കാലത്തെ കേരളീയ രാഷ്ട്രീയവിഗ്രഹങ്ങളിൽ ഒന്നാമൻ.

2003ൽ ഇന്ത്യാവിഷൻ സംപ്രേഷണമാരംഭിക്കുന്ന കാലത്തുതന്നെയാണ് അന്ന് പ്രതിപക്ഷനേതാവായിരുന്ന വി.എസ്. സിപിഎമ്മിനുള്ളിലും പുറത്തും തന്റെ രാഷ്ട്രീയപോരാട്ടങ്ങൾ ശക്തിപ്പെടുത്തുന്നത്. പരിസ്ഥിതി, സ്ത്രീ, അഴിമതി വിരുദ്ധ ഇടപെടലുകളിലൂടെ കേരളത്തിൽ വാർത്താ ചാനൽ രാഷ്ട്രീയത്തിന്റെ ആദ്യതാരബിംബമായി മാറി വി.എസ്. ഏതാണ്ടിതേകാലത്തുതന്നെയാണ് ഒരു വശത്ത് പിണറായി വിജയനും മറുവശത്ത് പി.കെ. കുഞ്ഞാലിക്കുട്ടിയും യഥാക്രമം ലാവ്‌ലിൻ, ഐസ് ക്രീം പാർലർ കേസുകളിൽ പെട്ടു നട്ടം തിരിയുന്നതും ഇരുവർക്കുമെതിരെ വി.എസ്. തന്നെ പടനയിക്കുന്നതും വാർത്താ ചാനലുകൾ അവ ഏറ്റെടുക്കുന്നതും സംശയരഹിതമായി വി.എസിനൊപ്പം തന്നെ നിലയുറപ്പിക്കുന്നതും. 2005ലെ മലപ്പുറം സമ്മേളനത്തിൽ നിന്ന് സി.പി.എം. വാർത്തകൾ നേരിട്ടുചോർത്തിയെടുത്ത് ഇന്ത്യാവിഷൻ ഉൾപ്പെടെയുള്ള ചാനലുകൾ തത്സമയം ചർച്ച ചെയ്തതോടെ മാധ്യമസിൻഡി

ക്കേറ്റിനെക്കുറിച്ച് പിണറായി വിജയൻ സംസാരിച്ചുതുടങ്ങുന്നതും ഇക്കാലത്താണ്. മുഖ്യമായും മാതൃഭൂമി പത്രമായിരുന്നു വിജയന്റെ മനസ്സിലെങ്കിലും വാർത്താചാനലുകളായിരുന്നു അതിന്റെ കൂടുതൽ വാചാലരായ വക്താക്കൾ.

രാഷ്ട്രീയ നിരീക്ഷകർ, നിയമവിദഗ്ദ്ധർ, മനുഷ്യാവകാശ പ്രവർത്തകർ, പരിസ്ഥിതിവാദികൾ, സ്ത്രീവാദികൾ, മാധ്യമപ്രവർത്തകർ എന്നിങ്ങനെ മുമ്പ് പൊതുവിഷയങ്ങളിൽ പരിമിതമായി മാത്രം ഇടപെട്ടിരുന്ന ധാരാളം പേർ വാർത്താ ചാനലുകളിൽ ഓരോ വിഷയത്തിന്റെയും സ്വഭാവമനുസരിച്ച് ചർച്ചകൾക്കെത്തിത്തുടങ്ങിയതോടെ അഭിപ്രായരൂപീകരണശേഷിയിൽ വാർത്താചാനലുകൾക്കുള്ള സ്ഥാനം ഏറെ മുകളിലായി. രാഷ്ട്രീയ പാർട്ടിനേതാക്കളിൽ തന്നെ ദൃശ്യമാധ്യമത്തിന്റെ ഘടനക്കും രീതിക്കുമിണങ്ങുന്ന ഒരു സംഘം മറ്റുനേതാക്കളിൽ നിന്നുഭിന്നമായി പൊതുസമൂഹത്തിൽ അറിയപ്പെട്ടുതുടങ്ങി. രാഷ്ട്രീയപാർട്ടികൾ തങ്ങളുടെ ഏറ്റവും പ്രധാനപ്പെട്ട പൊതുവേദികളായി ചാനൽ ചർച്ചകളെ കണ്ടുതുടങ്ങിയതോടെ പുതിയ രാഷ്ട്രീയബിംബങ്ങളും താരങ്ങളും വിഗ്രഹങ്ങളും രൂപംകൊണ്ടുതുടങ്ങി. ഇഷ്ടപ്പെട്ടാലുമില്ലെങ്കിലും പി.സി. ജോർജ്ജ് പോലും ഒരു ടെലിവിഷൻ മിത്തായി മാറി, ഇക്കാലത്ത്. 2006–11 കാലത്ത് രണ്ട് ഇടതുമന്ത്രിമാരെയും 2011–നുശേഷം ഇതിനകം തന്നെ ഒരു യുഡിഎഫ് മന്ത്രിയെയും രാജി വയ്പ്പിക്കാൻ ജോർജ്ജിന്റെ തുണയ്ക്കെത്തിയത് മുഖ്യമായും വാർത്താചാനലുകളാണ്. ചാനലിലെ പ്രാതിനിധ്യം സൃഷ്ടിക്കുന്ന സമ്മർദ്ദം അത്രമേൽ മറികടക്കാൻ കഴിയുന്നവർ വിരളമാണെന്നുതന്നെ പറയാം.

വിഗ്രഹനിഗ്രഹങ്ങളുടെ കഥയും ഭിന്നമല്ല. 2004–06 കാലത്ത് ഇന്ത്യാവിഷൻ പി.കെ. കുഞ്ഞാലിക്കുട്ടിയെ നിഗ്രഹിച്ചതാണ് ഈ രംഗത്തെ ഏറ്റവും പ്രസിദ്ധമായ ഉദാഹരണം. തുടർന്ന് പിണറായി വിജയനായി ചാനലുകളുടെ മുഖ്യ ഇര. സുപ്രീം കോടതി ചീഫ് ജസ്റ്റിസായിരുന്ന കെ.ജി. ബാലകൃഷ്ണനാണ് ടെലിവിഷനിൽ തകർന്നുതരിപ്പണമായിപ്പോയ മറ്റൊരാൾ. വെള്ളാപ്പള്ളി നടേശൻ, ജി. സുകുമാരൻ നായർ, സ്വാശ്രയകോളേജ് കച്ചവടക്കാരായ ചില ക്രിസ്ത്യൻ മെത്രാന്മാർ, പി.ജെ. തോമസ് മുതൽ പി.ജെ. കുര്യൻ വരെയുള്ള ഉദ്യോഗസ്ഥ, രാഷ്ട്രീയപ്രമുഖർ എന്നിങ്ങനെ നിരവധി പേരുണ്ട് മുഖ്യമായും വാർത്താ ചാനലുകളിൽ മൺപ്രതിമപോലെ ഉടഞ്ഞുവീണവർ.

9. വാർത്താ ചാനലുകൾ മലയാളത്തിൽ സൃഷ്ടിച്ച ഏറ്റവും പ്രതി

ലോമകരമായ രണ്ടുപ്രവണതകൾ കൂടി ചൂണ്ടിക്കാണിക്കേണ്ടിയിരിക്കുന്നു. വാർത്തയുടെ സെൻസേഷണലിസവും വാർത്താ മാധ്യമത്തിനുസംഭവിച്ച നാനാതലങ്ങളിലെ വിപണിവൽക്കരണവുമാണ് അവ.

വാർത്തയ്ക്ക് പരസ്യവുമായുണ്ടാകുന്ന കലർപ്പ്, വാർത്തയും വിനോദവും തമ്മിലുള്ള അതിർവരമ്പു മാഞ്ഞുപോകൽ, വാർത്തയ്ക്കുസംഭവിക്കുന്ന അമിതമായ വ്യക്തികേന്ദ്രിതത്വം, ഉപരി-വരേണ്യ-നഗരജീവിതത്തിനുലഭിക്കുന്ന ആദർശാത്മകപ്രാതിനിധ്യം, ജനപ്രിയഘടകങ്ങൾ വാർത്താപരിപാടികളിൽ നിരന്തരമാവർത്തിക്കുന്ന രീതി, സ്റ്റിംഗ് ഓപ്പറേഷനുകളിലൂടെയും മറ്റും സൃഷ്ടിക്കുന്ന സംഭ്രമപരത, വർദ്ധിച്ച നാടകീയത, സ്ത്രീകേന്ദ്രിതവാർത്തകൾക്കുകൈവരുന്ന ലൈംഗികച്ഛായ, സിനിമാ-സ്പോർട്സ് താരങ്ങൾക്കും മറ്റും നല്കുന്ന അമിതപ്രാധാന്യവും പ്രാതിനിധ്യവും കുറ്റകൃത്യങ്ങൾക്കു ലഭിക്കുന്ന വാർത്താപ്രാമാണ്യം എന്നിങ്ങനെ എത്രയെങ്കിലും സമീപനങ്ങളിലൂടെ ചാനലുകൾ (മാധ്യമങ്ങൾ തന്നെയും) വാർത്തയെ സെൻസേഷണലൈസ് ചെയ്യാൻ നിരന്തരം ശ്രമിക്കുന്നു. *ബാഡ് ന്യൂസ്* എന്നു വിളിക്കപ്പെടുന്നവയ്ക്കാണ് പ്രേക്ഷകശ്രദ്ധയും മാധ്യമശ്രദ്ധയും പിടിച്ചുപറ്റാൻ കഴിയുക എന്നത് ഇന്നൊരു അംഗീകൃതതത്വം തന്നെയായിമാറിയിട്ടുണ്ട്. രാഷ്ട്രങ്ങൾ തമ്മിലുള്ള യുദ്ധം മുതൽ വൈയക്തികദുരന്തം വരെ ഏതും ഈ വിഭാഗത്തിൽ വരുന്നു. മലയാളത്തിൽ മുഴുവൻ വാർത്താചാനലുകളും ക്രൈം വാർത്തകൾക്കു വേണ്ടിമാത്രം ഓരോ പരിപാടി ദിവസവും നടത്തുന്നുണ്ടെങ്കിലും പൊതുവാർത്തകളിലും വലിയൊരു ശതമാനം കുറ്റകൃത്യങ്ങളെക്കുറിച്ചുള്ളവ തന്നെയാണ്.

കൊലപാതകം, സ്ത്രീപീഡനം, രാഷ്ട്രീയാഴിമതി, ദുരന്തങ്ങൾ എന്നിങ്ങനെയുള്ളവയോരോന്നും വാർത്താ ചാനലുകൾ സെൻസേഷണലൈസ് ചെയ്തുമാത്രമേ അവതരിപ്പിക്കാറുള്ളു. ദേശീയ വാർത്താചാനലുകളുടെ ജനപ്രിയ സമവാക്യങ്ങളിൽ ക്രൈം, ക്രിക്കറ്റ്, സിനിമ എന്നിവയ്ക്കുള്ള പ്രാധാന്യം മുമ്പു സൂചിപ്പിച്ചു. വാട്ടർഗേറ്റ് റിപ്പോർട്ടിംഗിലൂടെ ലോകപ്രശസ്തനായ കാൾ ബേൺസ്റ്റീൻ പറയുന്നതുപോലെ, മികച്ച മാധ്യമപ്രവർത്തനം യഥാർഥ ജനപ്രിയ സംസ്കാരമാണ്, മാധ്യമ ഉപഭോക്താക്കളെ വിവരസജ്ജരും വിഷയസമ്പന്നരുമാക്കുന്ന ജനപ്രിയസംസ്കാരം. അല്ലാതെ അവരുടെ പ്രാഥമിക താൽപര്യങ്ങൾ തൃപ്തിപ്പെടുത്തുന്ന സംസ്കാരമല്ല...1 പക്ഷേ, സംഭവിക്കുന്നതെന്താണ്?

ബേൺസ്റ്റീൻ തുടരുന്നു: The coverage is distorted by celebrity and the worship of celebrity; by the reduction of the news to gossip, which is the lowest form of news; by sesationalism, which is always a turning away from a society s real conditions and by a political and social discourse that we - the press, the media, the politicians and the people - are turning into a sewer (Allen Stuart, 2010).

മലയാളത്തിൽ പല ലക്ഷ്യങ്ങൾ മുൻനിർത്തിയാണ് വാർത്താ ചാനലുകൾ ഈ വിധമൊരു സമീപനം കൈകൊള്ളുന്നത് എന്നു കാണാം. ഉദാഹരണത്തിന് വിശേഷദിവസങ്ങളിൽ വാർത്താ പരിപാടി അവതരിപ്പിക്കാൻ സിനിമാതാരങ്ങളെ ക്ഷണിക്കുന്ന രീതി മിക്ക ചാനലുകളും അനുവർത്തിക്കുന്നുണ്ട്. അടുത്തിടെ സംപ്രേഷണമാരംഭിച്ച മാതൃഭൂമി ന്യൂസ്, ഉദ്ഘാടനദിവസം വാർത്തയവതരിപ്പിക്കാൻ നടൻ മമ്മൂട്ടിയെയാണ് ചാനലിലെത്തിച്ചത്.

2005 മെയ് 26 വ്യാഴാഴ്ച രാത്രി എട്ടുമണിക്ക് എൻഡിടിവിയിൽ അഭിഷേക് ബച്ചനും റാണി മുഖർജിയും രാത്രി എട്ടുമണിക്കുള്ള വാർത്തയവതരിപ്പിച്ചത്, അവർ അഭിനയിച്ച് പിറ്റേന്നു റിലീസ് ചെയ്യാനിരുന്ന *ബണ്ടി ഓർ ബബ്ലി* എന്ന സിനിമയിലെ നായകനും നായികയുമായി സ്വയം പരിചയപ്പെടുത്തിക്കൊണ്ടായിരുന്നു. സിനിമയുടെ പരസ്യം എന്നതിനൊപ്പം താരമൂല്യത്തിന്റെ വാർത്താപ്രവേശവുമായി മാറി ഈ ബുള്ളറ്റിൻ. *മിസ്റ്റർ ആൻഡ് മിസിസ് സ്മിത്ത്* എന്ന സിനിമയുടെ റിലീസിംഗിനുതലേന്ന് ബ്രാഡ്പിറ്റും ഏഞ്ചലീനാജോളിയും സിബിഎസ് ചാനലിൽ വാർത്താവതാരകരായെത്തിയതായിരുന്നു എൻഡിടിവി മാതൃകയാക്കിയതെന്ന് ഇന്ത്യൻ വാർത്താചാനലുകളെക്കുറിച്ച് തയ്യാറാക്കിയ തന്റെ ഡോക്ടറൽ പ്രബന്ധത്തിൽ മാധ്യമപ്രവർത്തകനായ നളിൻ മേത്ത ചൂണ്ടിക്കാണിക്കുന്നുണ്ട്.

പൊതുവിൽ സ്ത്രീപ്രേക്ഷകർ കുറവായ വാർത്താ ബുള്ളറ്റിനുകൾക്കും വാർത്താചാനലുകൾക്കും വീണുകിട്ടുന്ന അവസരങ്ങളുടെ മുതലെടുപ്പുകൂടിയായാണ് കേരളത്തിൽ കൊലപാതകങ്ങളുടെയും സ്ത്രീപീഡനങ്ങളുടെയും വാർത്താപ്രളയം തന്നെയുണ്ടായത്. കുപ്രസിദ്ധങ്ങളായ കൂട്ട ആത്മഹത്യകൾ മുതൽ മുത്തൂറ്റ് പോൾ വധം, ടി.പി. ചന്ദ്രശേഖരൻ വധം എന്നിവവരെയുള്ളവയിൽ ചാനലുകൾ കൈകൊണ്ട സമീപനം ഈ രീതിയിൽ പഠിക്കപ്പെടേണ്ടതാണ്. കുടുംബസദസ്സുകളെ പിടിച്ചിരുത്തുന്ന സംഭ്രമജനകമായ സിനിമ

യുടെ ശൈലിയിൽ മുത്തൂറ്റ് പോൾ വധവും അതിദാരുണമായ ഒരു ഹിംസയെ ഒരു കുടുംബദുരന്തമാക്കിമാറ്റി കെ.കെ. രമയ്ക്ക് വൻ പ്രാധാന്യം നല്കി ടിപി വധവും ചാനലുകൾ (നിശ്ചയമായും പത്രങ്ങളും) റിപ്പോർട്ടുചെയ്തു. ഒരുപക്ഷെ വാർത്താ ചാനൽ കാണുന്ന ഒരു വീട്ടിലും സ്ത്രീകൾ ഈ വാർത്തകൾ കാണാതെ പോയിട്ടുണ്ടാകും എന്നു കരുതാനാവില്ല, അവുടെ സംപ്രേഷണ ശൈലിമൂലം. കുടുംബആത്മഹത്യ എന്ന വിചിത്ര വിശേഷണത്തോടെ അവതരിപ്പിക്കപ്പെടുന്ന ഹിംസാരീതിക്കു മലയാളമാധ്യമങ്ങളിൽ കിട്ടുന്ന പ്രാതിനിധ്യവും കുടുംബപ്രേക്ഷകരെ വാർത്താ ചാനലുകൾക്ക് മുന്നിലേക്കാകർഷിക്കുക എന്ന ലക്ഷ്യം മുൻനിർത്തിയുള്ളതാണ്. സമാനമാണ് സ്ത്രീപീഡനവാർത്തകളുടെ ചാനൽരൂപങ്ങളും. കേരളത്തിലെവിടെനിന്നും എത്ര ചെറിയ സ്ത്രീപീഡന വാർത്തയും ചാനലുകൾ പ്രധാനവാർത്തയായി നല്കുന്നത് സ്ത്രീയോടുള്ള പ്രതിബദ്ധതകൊണ്ടല്ല എന്നിടത്താണ് ഇത്തരം മാധ്യമതന്ത്രങ്ങളുടെ അജണ്ട ചർച്ച ചെയ്യപ്പെടേണ്ടത്. വനിതാമാസികകളുടെ ജനപ്രീതിക്കുപിന്നിലെ പ്രാഥമികസൂത്രവാക്യമായ പെൺകുട്ടികളുടെ ലൈംഗികഭീതി ചാനലുകൾ വഴി കുടുംബസദസ്സുകളിൽ ചർച്ചക്കെത്തിക്കുകയാണ് ഇവിടത്തെ സമീപനം.

രാഷ്ട്രീയാഴിമതികളും ദുരന്തങ്ങളും റിപ്പോർട്ടു ചെയ്യപ്പെടുന്നതും ചർച്ച ചെയ്യപ്പെടുന്നതും സെൻസേഷണലിസത്തിന്റെ സാധ്യമായ സാധ്യതകളെല്ലാമുപയോഗപ്പെടുത്തിയാണ് ശ്രീശാന്ത് വിഷയത്തിൽ ഓരോ ചാനലും ഏറ്റവും കൗതുകത്തോടെ എത്തിനോക്കിയത്. അയാളുടെ സ്ത്രീബന്ധങ്ങളിലേക്കാണ് എന്നതോർക്കുക. ഒരു വിഷയത്തിന്റെ സാമൂഹികപ്രത്യാഘാതങ്ങൾ വിശകലനം ചെയ്തും പരിഗണിച്ചും ഗൗരവതരമായ വാർത്താസമീപനം, പുലർത്തേണ്ട ചാനലുകൾ ചെയ്യുന്ന ഇത്തരം വിട്ടുവീഴ്ചകൾ കേരളത്തിൽ വാർത്താചാനലുകളുടെ മാധ്യമധാർമ്മികതക്കും സാമൂഹിക പ്രതിബദ്ധതക്കും നേർക്കുയർത്തുന്ന വെല്ലുവിളികൾ ചെറുതല്ല.

10. നമ്മുടെ കാലത്തിന്റെ മതം വിപണിയും വിശ്വാസം ഉപഭോഗവുമാണ്. മറ്റുമാധ്യമങ്ങളേതും പോലെ വാർത്താ ചാനലുകളും ഈ മതത്തിനും വിശ്വാസത്തിനും സർവാത്മനാ പിന്തുണ നല്കുന്നു. എങ്കിലും വാർത്തകളുടെ മൂല്യങ്ങളെത്തന്നെ അട്ടിമറിക്കും വിധം വിപണി താത്പര്യങ്ങൾ മേൽക്കൈ നേടുമ്പോഴാണ് ഈ പ്രവണത മറ്റുമാധ്യമങ്ങളേക്കാൾ വാർത്താമാധ്യമങ്ങളുടെ വിശ്വാസ്യത തകർക്കുന്നത്.

മലയാളമാധ്യമചരിത്രത്തിൽ പത്രങ്ങൾക്കുസംഭവിച്ച ഏറ്റവും വലിയ പ്രതിലോമപരത അവയുടെ മതവൽക്കരണമാണെങ്കിൽ സമാനമായി വാർത്താടെലിവിഷനുള്ള സ്വഭാവം വിപണിവൽക്കരണമാണ്. ഇത് മലയാളത്തിൽ മാത്രമുള്ള പ്രവണതയൊന്നുമല്ല. *ആഗോളമാധ്യമസംസ്കാരം, വിശേഷിച്ചും ടെലിവിഷൻ സംസ്കാരം മൊത്തത്തിൽ പരസ്യവിപണിയുടെയും പബ്ലിക് റിലേഷൻസ് സ്ഥാപനങ്ങളുടെയും നിയന്ത്രണത്തിലാണ് നിലനില്ക്കുന്നതെന്ന്* റോബർട്ട് മക് ചെസ്നിയെപ്പോലുള്ളവർ ചൂണ്ടിക്കാണിക്കുന്നുണ്ട്. കോർപ്പറേറ്റ് വിപണി തന്നെയാണ് രാഷ്ട്രീയലോബിയിംഗും ബഹുജനാഭിപ്രായങ്ങളും മാധ്യമപ്രവർത്തനം തന്നെയും നിയന്ത്രിക്കുന്നത്.

വിപണിയുടെ മേൽക്കോയ്മ മുഴുവൻ മണ്ഡലങ്ങളിലും വ്യാപിച്ചിട്ടുള്ള മാധ്യമങ്ങൾ, മാധ്യമധർമ്മങ്ങളിൽ ചെയ്യേണ്ടിവരുന്ന വിട്ടുവീഴ്ചകളും ഒത്തുതീർപ്പുകളും എഡ്വേർഡ് എസ് ഹെർമനും മക്ചെസ്നിയും വിശദമായി അവതരിപ്പിക്കുന്നുണ്ട്, തങ്ങളുടെ വിഖ്യാതമായ മാധ്യമപഠനഗ്രന്ഥത്തിൽ (The global media : The new Missionaries of corporate capitalism, 1997). വിപണി, പ്രേക്ഷകരെ പൗരരായല്ല ഉപഭോക്താക്കളായാണ് കാണുന്നത്. പൊതുമണ്ഡലത്തിന്റെ തകർച്ചയ്ക്ക് ഇത് വഴിവയ്ക്കുന്നു. ഉപഭോക്താക്കളായി കാണുമ്പോൾ തന്നെയും പ്രേക്ഷകർക്ക് തെരഞ്ഞെടുപ്പിനുള്ള സ്വാതന്ത്ര്യം വിപണി നല്കുന്നില്ല. പ്രേക്ഷകരെ പരസ്യക്കമ്പനികളുടെ, വിപണിയുടെ താത്പര്യമനുസരിച്ചുമാത്രമേ മാധ്യമങ്ങൾ പരിഗണിക്കൂ എന്നതാണ് മറ്റൊരു പ്രശ്നം. വാങ്ങൽശേഷിയുള്ള ഉപഭോക്താവിനെമാത്രമേ യഥാർത്ഥപ്രേക്ഷകരായി വിപണിയും അതുവഴി മാധ്യമങ്ങളും കാണുന്നുള്ളു,

ഇത്തരം നിരീക്ഷണങ്ങൾ മുൻനിർത്തിയാണ്, *ചെലവ് കൂടിയ മാധ്യമമായതിനാൽ ടെലിവിഷൻ ജനാധിപത്യവൽകൃതമാകാൻ വലിയ ബുദ്ധിമുട്ടാണ്* എന്ന നിലപാടിലേക്ക് ഹെർമനും മക് ചെസ്നിയും എത്തിച്ചേരുന്നത്. ഇതുതന്നെയാണ് മലയാളത്തിലും സംഭവിച്ചുകൊണ്ടിരിക്കുന്നത്. അഥവാ, 2003 മുതൽ പരിശോധിച്ചാൽ കാലക്രമത്തിൽ മലയാളത്തിലെ വാർത്താചാനലുകൾക്ക് കൈവന്ന ഏറ്റവും വലിയ മാധ്യമദുരന്തം വിപണിക്കുകീഴടങ്ങിയതുമൂലം അവ നഷ്ടപ്പെടുത്തിക്കൊണ്ടിരിക്കുന്ന ജനാധിപത്യസ്വഭാവം തന്നെയാണ്. വാർത്ത തന്നെ ഒരു ചരക്കാണെന്നും അതിന് ചെലവേറെയുണ്ടെന്നും പരസ്യവിപണിക്ക് പ്രേക്ഷകരെ വിറ്റാണ്

ചാനലുകൾ ആ ചെലവ് കണ്ടെത്തുന്നതെന്നും പറയാറുണ്ട്. *പരസ്യത്തിന്റെ മറുവശത്തെഴുതപ്പെട്ടതെന്തോ അതാണ് വാർത്ത* എന്നൊരു നിർവ്വചനം തന്നെ ജോൺ ഫിസ്കെ നല്കുന്നുണ്ടല്ലോ.

ഇന്ത്യൻ മാധ്യമമേഖലയുടെ നിലനിൽപ്പുതന്നെ പരസ്യവിപണിയെ ആശ്രയിച്ചാണ്. 2012ലെ മൊത്തത്തിലുള്ള ചിത്രമെടുത്താൽ, കാൽനൂറ്റാണ്ടുകൊണ്ടുതന്നെ ഇന്ത്യൻ ടെലിവിഷൻ രംഗം ഒന്നര നൂറ്റാണ്ടിന്റെ ചരിത്രമുള്ള പത്രവ്യവസായത്തെക്കാൾ വളർച്ചയും പ്രചാരവും വരുമാനവും നേടിക്കഴിഞ്ഞതായി കാണാം. പത്രങ്ങൾക്ക്, പത്ര വിലയിൽ നിന്ന് 7,500 കോടിയും പരസ്യങ്ങളിൽ നിന്നും 15,000 കോടിയും (ആകെ 22,500 കോടി) ലഭിക്കുമ്പോൾ ടെലിവിഷൻ ചാനലുകൾക്ക് വരിക്കാരിൽ നിന്ന് 24,500 കോടിയും പരസ്യങ്ങളിൽ നിന്ന് 12,500 കോടിയും (ആകെ 37,000 കോടി) ലഭിക്കുന്നു. മലയാളത്തിലും സ്ഥിതി ഭിന്നമല്ല. പക്ഷേ വിനോദചാനലുകളാണ് ടെലിവിഷൻ വ്യവസായത്തിന്റെ നട്ടെല്ല് എന്നതുമറക്കരുത്.

പത്തുശതമാനത്തിൽ താഴെ ടെലിവിഷൻ പ്രേക്ഷകരേ വാർത്താചാനലുകൾക്കുള്ളു. കുറേക്കൂടി കൃത്യമായി പറഞ്ഞാൽ ആകെ ടെലിവിഷൻ പ്രേക്ഷകരുടെ (ഇത് മൊത്തം ജനസംഖ്യയുടെ എഴുപതുശതമാനം വരും) ഏഴരശതമാനം മാത്രമാണ് വാർത്താചാനലുകൾക്കുപരമാവധിയുള്ളത്. അതുകൊണ്ടുകൂടിയാവണം ഒരുവശത്ത് ജനാധിപത്യത്തിന്റെ കാവൽ നായ്ക്കളായി നില്ക്കുമ്പോൾ തന്നെ മറുവശത്ത് വിപണിയുടെ കുഴലൂത്തുകാരായും ഇവ മാറുന്നത്.

പലതലങ്ങളിൽ കാണാം വാർത്താചാനലുകളുടെ വിപണിപ്രീണനത്തെ ഒന്ന്, വാർത്താനയങ്ങളിലും നിലപാടുകളിലും വിപണികേന്ദ്രങ്ങൾക്കുവേണ്ടി വെള്ളം ചേർക്കുന്ന രീതിയാണ്. തങ്ങളുടെ പരസ്യദാതാക്കളാണ് വാർത്തയിൽ പ്രതിസ്ഥാനത്തുവരുന്നതെങ്കിൽ അത്തരം വാർത്തകൾ തമസ്കരിക്കാൻ ഒരു മാധ്യമവും മടിക്കാറില്ല. (പരസ്യദാതാക്കളല്ലെങ്കിലും ജാതി, സമുദായ, മതനേതാക്കളെയും സംഘടനകളെയും പ്രതിക്കൂട്ടിലാക്കുന്ന മുഴുവൻ വാർത്തകളും തമസ്കരിക്കുന്ന വിചിത്രമായ രീതിയും മലയാളത്തിൽ വാർത്താചാനലുകൾക്കുണ്ട്. അതേസമയം, രാഷ്ട്രീയ നേതാക്കളോടോ സംഘടനകളോടോ ഈ രീതി അവ സ്വീകരിക്കുന്നുമില്ല) മറ്റൊന്ന്, വാർത്തകളെത്തന്നെ വിപണികേന്ദ്രിതമാക്കുകയാണ്. പത്രങ്ങളിൽ Advertorial എന്നൊരു രീതി മുമ്പുതന്നെ പ്രചരിച്ചി

രുന്നു. പരസ്യവും വാർത്തയും ഒന്നായി മാറി, വയനക്കാർക്ക് പരസ്യത്തെ വാർത്തയായി ധരിക്കേണ്ടിവരുന്ന അവസ്ഥ.

ടെലിവിഷൻ കാലത്ത് ഇത് Paid news പോലുള്ള തന്ത്രങ്ങളിലേക്കുവളർന്നു. വാർത്താചാനലുകളും ഇക്കാര്യത്തിൽ പിന്നിലല്ല. മൂന്നാമതൊരു രീതി, വാർത്താചാനലുകളുടെ ഉള്ളടക്കഘടനയാണ്. വിനോദചാനലുകൾ പരമ്പരകൾ പോലുള്ള പരിപാടികൾ പരസ്യദാതാക്കൾക്കുവേണ്ടി പരുവപ്പെടുത്തുന്നതുപോലെ, വാർത്താചാനലുകളിൽ പലപ്പോഴും വാർത്തകൾ തന്നെയും എല്ലായ്പ്പോഴും വാർത്തേതരപരിപാടികളും വിപണി നിയന്ത്രിതമാണ്. വീട്, വാഹനം, പാചകം, ആരോഗ്യം, യാത്ര, ടൂറിസം എന്നിങ്ങനെ മലയാളവാർത്താചാനലുകളിലെ ഓരോ സ്ളോട്ടും അതാത് മേഖലകളിലെ വിപണി വാണിജ്യതാത്പര്യങ്ങൾക്കൊത്തുമാത്രം തയ്യാറാക്കപ്പെടുന്നവയും അതാതു മേഖലകളിലെ വാണിജ്യസ്ഥാപനങ്ങൾ പരസ്യം നല്കി നിലനിർത്തുന്നവയുമാണ്.

മാധ്യമങ്ങളിൽ വെറുതെ പരസ്യം നല്കുകയല്ല വാണിജ്യസ്ഥാപനങ്ങൾ ചെയ്യുന്നത്. തങ്ങളുടെ ഉല്പന്നത്തിനുവേണ്ടി പ്രേക്ഷകരെ പരുവപ്പെടുത്തുന്ന ഉള്ളടക്കം തന്നെ മാധ്യമങ്ങളെ കൊണ്ടു തയ്യാറാക്കിക്കുകയാണ്. വാർത്താ ചാനലുകൾക്കുമുമ്പ് പത്രങ്ങളിൽ ഈ രീതി ഈവിധം ഒരിക്കലും നടപ്പായിരുന്നില്ല.

ഇത്തരത്തിൽ, നാം മുമ്പു കണ്ടതുപോലെ ഒരു വശത്ത് ജനാധിപത്യത്തിന്റെ നാനാതരം സാധ്യതകളിലേക്ക് കടന്നുചെല്ലുമ്പോൾ തന്നെ മുതലാളിത്തത്തിന്റെ പതാകവാഹകരായി വാർത്താചാനലുകൾ മാറുന്നു. ഒരു വശത്ത് പാർശ്വവൽക്കൃതരും കീഴാളരും ദരിദ്രരുമായവർക്കുവേണ്ടി ശബ്ദിക്കുമ്പോൾ തന്നെ മറുവശത്ത് മധ്യ-ഉപരിവർഗ്ഗ ജീവിതാസക്തികളുടെ പ്രചാരകരായി ഇവർ നിലനില്ക്കുന്നു. ഒരുവശത്ത് പരിസ്ഥിതി-ദളിത് - സ്ത്രീ പ്രതിബദ്ധത പ്രകടിപ്പിക്കുമ്പോൾ തന്നെ മറുവശത്ത് അത്തരം പ്രതിബദ്ധതകളുടെ അന്തസ്സത്ത ചോർത്തിക്കളയുന്ന ജനാധിപത്യ വിരുദ്ധനിലപാടുകൾ കൈകൊള്ളുന്നു.

ചുരുക്കത്തിൽ, അപൂർവമാംവിധം നടപ്പാക്കുന്ന ജനകീയ-മുതലാളിത്ത; മതേതര-വർഗ്ഗീയ ഒത്തുതീർപ്പുകളുടെയും സാമൂഹിക നിലപാടുകളുടെ തന്നെ ഒരു തരംനിരപ്പാക്കൽ പ്രക്രിയയുടെയും മണ്ഡലത്തിൽ സ്വയം വ്യാപരിക്കുകയും ഒരുപാടു വിപരീതങ്ങൾ കുഴമറിഞ്ഞ ഒരു ജീവിതരാഷ്ട്രീയം ആഗോളവൽക്കരണകാലത്തെ മലയാളിയുടെ ലോകബോധവും വാർത്താബോധവുമായി നിർമ്മി

ച്ചെടുക്കുകയുമാണ് വാർത്താചാനലുകളുടെ ആദ്യദശകം കേരളത്തിൽ നിർവ്വഹിച്ച ഏറ്റവും കാതലായ മാധ്യമധർമ്മം.

ഗ്രന്ഥസൂചി

1. Allen Stuart, 2010, *News Culture,* Rout ledge.
2. Barker Chris, 1997, *Global Television: an Introduction,* Blackwell.
3. Bernadette Casey etal, 2004, *Key Concepts in Television studies,* Rout ledge.
4. Beynon, John, David Dunkerley (Eds), 2000, *Globalisation the Reader,* The Athlone Press.
5. Bignell Jonathan, 2000, *Postmodern Media Culture,* Edinburgh Uty Press.
6. Croteau, David and Hoyness, Williams, 2003, *Media Society,* Pine Forge Press.
7. Fiske, John, 1987, *Television Culture,* Methuen.
8. Hermann, Edward S and Robert W. Mcchesney, 1998, *The global media, the new missionaries of Corporate capitalism,* Madhyam books.
9. Jostein Gripsrud, 2002, *Understanding Media Culture,* Hodder Education.
10. Meenakshi, Gigi Durham and Douglas Kellner (eds), 2001, *Media and Cultural Studies, Key works,* Blackwell Publishers.
11. Mehta, Nalin, 2008, *India on Television,* HarperCollins.
12. Paul Marris and Sue Thornham (eds.), 2005, *Media studies: A Reader,* Edinburgh Uty Press.
13. Sahay Uday (ed), 2006, *Making News,* Oxford Uty Press.
14. Sardar, Ziauddin, 1998, *Postmodernism and the Other,* Pluto Press.
15. Tumber, Howard, 1999, *News : A Reader,* Oxford Uty Press.
16. Wilson R, James and S.Roy Wilson, 2001, *Mass media, Mass culture: an Introduction,* McgrawHill.

6
മലയാളസിനിമയും സ്ത്രീ പ്രതിനിധാനങ്ങളും

ഡോ. ടി. ജിതേഷ്

വെള്ളമടിച്ച് കോൺ തിരിഞ്ഞ് പാതിരാക്ക് വീട്ടിൽ വന്നുകേറുമ്പോൾ ചെരുപ്പൂരി കാലുമടക്കി ചുമ്മാ തൊഴിക്കാനും തുലാവർഷ രാത്രികളിൽ ഒരു പുതപ്പിനടിയിൽ സ്നേഹിക്കാനും എന്റെ കുഞ്ഞുങ്ങളെ പെറ്റുപോറ്റാനും ഒടുവിലൊരുനാൾ വടിയായി തെക്കേപറമ്പിലെ പുളിയൻ മാവിന്റെ വിറകിനടിയിൽ എരിഞ്ഞുതീരുമ്പോൾ നെഞ്ചുതല്ലി കരയാനും എനിക്ക് ഒരു പെണ്ണുവേണം. - രഞ്ജിത്ത് രചന നിർവ്വഹിച്ച് ഷാജി കൈലാസ് സംവിധാനം ചെയ്ത് മോഹൻലാൽ അഭിനയിച്ച നരസിംഹത്തിലെ ഇന്ദുചൂഡൻ എന്ന കഥാപാത്രത്തിന്റെ ഈ ഡയലോഗ് കേരളത്തിലെ തീയേറ്ററുകളിൽ തകർപ്പൻ കൈയ്യടികളോടെ സ്വീകരിക്കപ്പെട്ട കാലമുണ്ടായിരുന്നു.

അതുപോലെത്തന്നെ ദി കിങ് എന്ന സിനിമയിൽ രഞ്ജിപണിക്കർ എഴുതിച്ചേർത്തതും മമ്മുട്ടി അവതരിപ്പിച്ചതുമായ ഡയലോഗും - മേലിലൊരാണിന്റേയും മുഖത്തിനുനേരെ ഉയരില്ല നിന്റെ കയ്യ് അതെനിക്കറിയാഞ്ഞിട്ടല്ല, പക്ഷെ നീ ഒരു പെണ്ണായിപ്പോയി, വെറും പെണ്ണ്. സിനിമയെ സംബന്ധിച്ച സമകാലികവിചാരങ്ങളിൽ വളരെ പ്രസക്തവും ഓർമ്മയിൽ വരുന്നതുമായ പഞ്ച് ഡയലോഗുകളാണ്. ഒരുപക്ഷേ, മലയാളസിനിമ സ്ത്രീയെക്കുറിച്ച് ചിന്തിക്കുന്നതിന്റെ പ്രത്യക്ഷ ഉദാഹരണങ്ങളായി തിരഞ്ഞെടുക്കാവുന്നവ.

ആമുഖം

വെറുമൊരു കൗതുക കാഴ്ചയെന്ന നിലയിൽ പ്രത്യക്ഷപ്പെട്ട ചലനചിത്രം ഏതാണ്ട് ഒരു നൂറ്റാണ്ടു പിന്നിടുമ്പോൾ ശക്തമായ

കലാരൂപമായി തീർന്നിരിക്കുകയാണ്. ഗോസിപ്പുകളും വർണ്ണചിത്രങ്ങളും ശബ്ദവിസ്മയവും തൊഴിൽമേഖലയും ഒക്കെയായി സാന്നിദ്ധ്യമറിയിക്കുന്ന ഈ കലാരൂപം ഇന്നത്തെ ഏറ്റവും പ്രധാനപ്പെട്ട ഒരു സാംസ്ക്കാരിക നിർമ്മിതിയത്രേ. സംസ്ക്കാരത്തിന് വിവിധങ്ങളായ സവിശേഷതകളുടെ സമന്വയമെന്ന അർത്ഥം (സമഗ്രത) കല്പ്പിക്കപ്പെടുന്ന ആധുനിക കാലത്ത് സിനിമ അതിന്റെ വൈവിധ്യം കൊണ്ടാണ് ശ്രദ്ധേയമായിരിക്കുന്നത്. മലയാളസിനിമയാവട്ടെ, ഇരുപതാം നൂറ്റാണ്ടിന്റെ ആദ്യ ദശകങ്ങളിൽ ഇവിടെ പ്രചരിക്കപ്പെട്ട സംഗീതനാടകങ്ങളുടെ സവിശേഷതകളെ ഉൾക്കൊണ്ടുകൊണ്ട് പ്രേക്ഷകരെ രസിപ്പിക്കുന്നതിനും കച്ചവടത്തിനുമുള്ള മികച്ചൊരു ഉപാധിയായിത്തീരുന്നതിനും ശ്രമിച്ചു. വേഷവിധാനവും പാട്ടുകളും സംഭാഷണവും സംഗീതവും എന്നുവേണ്ട വിവിധ മേഖലകളുടെ പ്രത്യേകതകളെ ഉൾക്കൊള്ളുവാനും അവയെ പ്രേക്ഷകർക്കുമുൻപിൽ ഇനിയൊരു ശരിയില്ലെന്നവണ്ണം അവതരിപ്പിക്കുവാനുമാണു സിനിമ ശ്രമിച്ചത്.

പുതിയ കാലത്ത് ഏറ്റവും അധികം ചർച്ചചെയ്യപ്പെടുന്ന പരിസ്ഥിതി, സ്ത്രീ, ദളിത് വാദങ്ങളോടുള്ള സിനിമയുടെ നിലപാട് ഉപരിപ്ലവമായ ചില വാഗ്ധോരണികളിൽ മാത്രം ഒതുങ്ങി നില്ക്കുന്നതായി കാണാൻ സാധിക്കുമെന്ന നിരീക്ഷണം തന്നെയാണ് ഈ പ്രബന്ധത്തിന്റെ കാതലായി നിൽക്കുന്നത്. സ്ത്രീവാദവുമായി ബന്ധപ്പെട്ട കാഴ്ചപ്പാടുകളുടെ അടിസ്ഥാനത്തിൽ മലയാളസിനിമയിലെ സ്ത്രീയെന്ന വിഷയത്തിലേക്കാണ് പ്രബന്ധത്തെ വികസിപ്പിക്കാൻ ആഗ്രഹിക്കുന്നതും.

പറഞ്ഞുപഴകിയ വിഷയമെന്ന നിലയിലാണ് സ്ത്രീ വാദത്തെ കുറിച്ച് പൊതുചർച്ചകൾ പലതും നടക്കാറുള്ളത്. മാത്രമല്ല, സ്ത്രീവാദത്തിന്റെ വ്യത്യസ്തങ്ങളായ തലങ്ങളെക്കുറിച്ച് കൃത്യമായ വിലയിരുത്തലുകൾ ഉണ്ടാകുന്നുമില്ല. സ്ത്രീ സമത്വവാദമാണ് ഇതിൽ മുൻപന്തിയിൽ നിൽക്കുന്നത്. സ്ത്രീയും പുരുഷനും എന്ന വേർതിരിവില്ലാതെ എല്ലാ സാമൂഹിക സ്ഥാപനങ്ങളും വ്യക്തിയെ സമീപിക്കേണ്ടതിനെക്കുറിച്ചാണ് സമത്വചിന്ത സംസാരിക്കുന്നത്. പുരുഷാധികാരത്തിന്റെ മേല്ക്കോയ്മയാണ് ഇത്തരം വാദങ്ങൾക്കു ജീവൻ നല്കുന്നതെന്നു കാണാതിരിക്കാനാവില്ല. കൂട്ടുകുടുംബ വ്യവസ്ഥയിൽ നിന്നു പുറത്തു വന്ന കേരളീയ കുടുംബസങ്കല്പത്തിനു പൊരുത്തപ്പെടാനാവാതെ പോയ അണുകുടുംബ വ്യവസ്ഥയോടുള്ള സമീപനങ്ങളാണ് സ്ത്രീയുടെ പൊതുപ്രശ്നമായി പല

പ്പോഴും കടന്നുവരുന്നത്. അഭിപ്രായ നിർമ്മിതിയിലും സാമ്പത്തിക നിർണ്ണയത്തിലും ഇടപെടേണ്ടിവന്ന സ്ത്രീസമൂഹത്തിന്റെ വേവലാതികളിലേക്കാണ് പൊതുധാരണകളെ പലതിനെയും കൂട്ടിച്ചേർത്തു വെയ്ക്കുന്നതെന്നു കാണാൻ കഴിയും. കൂട്ടു കുടുംബം എന്നത് തറവാടും കാരണവരുമടങ്ങിയ ജന്മിവ്യവസ്ഥയുടെ ഭാഗമായി നില്ക്കുന്ന കാല്പനിക സിനിമാ സങ്കല്പമല്ല. അധികം വിഭജിക്കപ്പെടാതെ നില്ക്കുന്ന കുടുംബങ്ങളുടെ പൊതുപ്രശ്നങ്ങളെന്ന നിലയിൽ കാണേണ്ടവയാണ് പലതും. സ്ത്രീകളുടേതുമാത്രമായി നിന്ന നിർണ്ണയാവകാശങ്ങൾ -വ്യക്തിപരമായവ -ഏറെക്കുറെ പുരുഷൻ കൂടി ഉൾപ്പെട്ട സമൂഹം അറിയേണ്ടതും തീരുമാനങ്ങളെടുക്കേണ്ടതുമായിത്തീരുന്നിടത്ത് വ്യവസ്ഥാപിത രീതികൾക്ക് മാറ്റമുണ്ടാവുകയും അവ പുതിയ പ്രശ്നങ്ങളായിത്തീരുകയും ചെയ്യുന്നുണ്ട്.

സ്ത്രീകളുടെ ജനാധിപത്യപരമായ അവകാശങ്ങൾക്കായി എടുക്കുന്ന നിലപാടുകളും ജീവിതത്തെയും ശരീരത്തെയും നിയന്ത്രിക്കുന്നതിനുള്ള സ്വാതന്ത്ര്യത്തിനുവേണ്ടിയുള്ള പോരാട്ടങ്ങളും നല്കുന്ന തുല്യതയെയാണ് സ്ത്രീ വാദമെന്നതുകൊണ്ട് പൊതുവെ അർത്ഥമാക്കുന്നത്. സ്ത്രീയുടേതായ വ്യക്തിത്വത്തേയും അവകാശബോധത്തേയും അംഗീകരിക്കുന്നതുനുവേണ്ടി 1847-ൽ വാദിച്ച മാർഗ്രറ്റ്ഫുള്ളറാണ് ആദ്യമായി പുതിയൊരുചിന്ത സമൂഹത്തിൽ കൊണ്ടുവരുന്നത്. പിന്നീടും പല വാദമുഖങ്ങളും അവതരിപ്പിക്കപ്പെട്ടു. അറുപതുകൾക്കുശേഷമാണ് ഇന്നു കാണുന്നതരം ഫെമിനിസ്റ്റ് ചിന്താഗതി വളർന്നു വരുന്നത്. യൂറോപ്പിലും അമേരിക്കയിലും ലിംഗവിവേചനം എടുത്തുകാട്ടുന്ന നിയമങ്ങൾ എതിർക്കപ്പെടുന്നു. മുതലാളിത്തത്തിന്റെ വികാസത്തോടുകൂടി പണിശാലകളിലും ഉത്പന്ന വ്യാപാരത്തിലും ചൂഷണങ്ങളും വിവേചനങ്ങളും വലിയ തോതിലുണ്ടാവുന്നതായിട്ടാണ് പഠനങ്ങൾ കാണിക്കുന്നത്.

1859-ൽ മാറുമറയ്ക്കുന്നതിനുള്ള സ്വാതന്ത്ര്യത്തിനു വേണ്ടി ചാന്നാർ സ്ത്രീകൾ നടത്തിയ ലഹള അംഗീകരിക്കപ്പെട്ടു. പൊതുസമൂഹത്തിലും ജാതിവ്യവസ്ഥക്കുള്ളിലും സ്ത്രീകൾ അനുഭവിച്ചിരുന്ന പ്രശ്നങ്ങൾ ചർച്ചചെയ്യപ്പെട്ടു. കേരളത്തിൽ സ്ത്രീയുടെ കാഴ്ചപ്പാടുകൾ വ്യക്തമായി സാഹിത്യത്തിൽ അവതരിപ്പിക്കപ്പെട്ടു. മേരി ജോൺ തോട്ടം, (സിസ്റ്റർ മേരി ബനീഞ്ഞാ), കടത്തനാട്ടു മാധവിയമ്മ, മുതുകുളം പാർവ്വതിയമ്മ, ബാലാമണിയമ്മ, ലളിതാംബിക അന്തർജ്ജനം, കെ. സരസ്വതിയമ്മ തുടങ്ങിയ പേരുകൾ

ആദ്യകാലങ്ങളിൽ വളരെയേറെ ശ്രദ്ധിക്കപ്പെട്ടു. എഴുത്തിലൂടെ വിമർശനാത്മകമായി സമൂഹത്തിലെ വിവേചനങ്ങളെ ഇവർ നോക്കിക്കണ്ടു. വി.ടി.ഭട്ടതിരിപ്പാട്, എം.ആർ.ബി.പ്രേംജി തുടങ്ങിയവർ അവരുടെ രചനകളിലൂടെയും നാടകപ്രവർത്തനങ്ങളിലൂടെയും സ്ത്രീപ്രശ്നങ്ങളെ പൊതുവേദിയിലേക്കു കൊണ്ടുവന്നു. വളരെ സജീവമായി സ്ത്രീ അനുഭവിപ്പിക്കുന്ന പ്രശ്നങ്ങൾ ചർച്ച ചെയ്യപ്പെട്ടു. ഈ പുതിയനൂറ്റാണ്ടിലും വിവേചനവും ചൂഷണവും തന്നെയാണ് പ്രധാനപ്രശ്നമായി കടന്നുവരുന്നതും കാണേണ്ടതും.

ഇരുപതാം നൂറ്റാണ്ടും സിനിമയും

ഇരുപതാം നൂറ്റാണ്ടോടുകൂടി സംഭവിച്ച ഇത്തരം മാറ്റങ്ങളേയാണ് സിനിമകൾ പ്രതിനിധാനം ചെയ്യുന്നത്. നേരത്തെയുണ്ടായിരുന്ന പലതും നല്ലതാണെന്നും ചീത്തയായിരുന്നുവെന്നും മറ്റുമുള്ള താരതമ്യപ്പെടുത്തലിൽ നിന്നുണ്ടാകുന്ന പ്രതിഷേധമോ സങ്കടമോ ഒക്കെയായിത്തീരുന്നു അത്. എല്ലാം ഒരിടത്തൊരിടത്തും പണ്ടുപണ്ടുമായിത്തീരുന്ന കുട്ടിക്കഥകളുടെ തലത്തിൽ മാത്രം നിർണ്ണയിക്കപ്പെടുന്ന നോട്ടങ്ങൾ. നോവലുകളും മറ്റും നിർമ്മിച്ചുവിട്ട ഇത്തരം ഗൃഹാതുരത്വചിന്ത വ്യക്തിയെന്ന നിലയിലുള്ള അവകാശങ്ങളിൽ കാതലായ വീണ്ടുവിചാരങ്ങൾ ഉണ്ടാക്കിത്തീർത്തു.

സ്ത്രീകേന്ദ്രിത രൂപങ്ങളുടെ പ്രത്യേകതകൾ

ബാലനെന്ന ആദ്യശബ്ദചിത്രത്തിനുശേഷം പുറത്തുവന്ന സിനിമയായ ജ്ഞാനാംബിക പോലെത്തന്നെ സ്ത്രീ നാമത്തിലുള്ള ധാരാളം സിനിമകൾ ഇക്കാലയളവിൽ പുറത്തുവരികയുണ്ടായി. 1948-നു ശേഷം ധാരാളം സിനിമകൾ ഉണ്ടായി. നിർമ്മല, നല്ലതങ്ക, സ്ത്രീ, ചേച്ചി, പ്രസന്ന, ചന്ദ്രിക തുടങ്ങിയവ അവയിൽ ചിലതുമാത്രം. മലയാളത്തിലാദ്യമായി സിനിമയിലേക്കു പകർത്തപ്പെടുന്ന നാടകമാണ് സ്ത്രീ. തിക്കുറിശ്ശി സുകുമാരൻ നായരാണ് ഇതിന്റെ രചയിതാവ്. ഈ സിനിമയുടെ ഇതിവൃത്തത്തിൽ അന്നേവരെ പുറത്തുവന്നിരുന്ന സിനിമകളിൽ നിന്നും വ്യത്യസ്തത കാണാൻ കഴിയും. പാരമ്പര്യം മാറ്റിയെടുക്കാനാവുമോ എന്നറിയാനായി ഒരു വേശ്യയുടെ മകളെ വിവാഹം കഴിക്കുന്ന എഴുത്തുകാരന്റെ കഥയാണിത്. ഒടുവിൽ തനിക്കു ജനിച്ച കുഞ്ഞിനെ കഴുത്തുഞെരിച്ചുകൊല്ലുകയാണയാൾ. ആദ്യകാല കഥകളിലേതുപോലെ സസ്പെൻസു നിറഞ്ഞ കഥകളേറെയുണ്ടാകുന്നുണ്ട്. നായി

കാ-നായകന്മാരുടെ പ്രണയവും വേർപിരിയലും സംഘർഷങ്ങളും നന്മയുടെ ആത്യന്തിക വിജയവുമെന്ന ഫോർമുല തന്നെയായിരുന്നു ആദ്യകാലചിത്രങ്ങളിൽ ഏറെയും. ജീവിതനൗക ഇക്കൂട്ടത്തിൽ ശ്രദ്ധേയമായ വിജയം നേടി. സ്ത്രീയെ ദു:ഖപുത്രിയായി കാണുന്നതിലും അവതരിപ്പിക്കുന്നതിലും സിനിമകൾ എന്നും ശ്രദ്ധിച്ചിട്ടുണ്ട്. എം.ടി.യുടെ രചനകൾ മികച്ച ഉദാഹരണങ്ങളാണ്. കുട്ട്യേടത്തി, പഞ്ചാഗ്നി മുതലായ സിനിമകൾ നോക്കുക. വ്യക്തിത്വമുള്ള ഈ കഥാപാത്രങ്ങൾ സഹതാപം അർഹിക്കുന്നുവെന്ന തോന്നലാണു പലപ്പോഴും കാഴ്ചക്കാരനിൽ ഉണ്ടായത്.

തന്റേതുമാത്രമായ ഒരിടം വേണമെന്നുള്ള സ്ത്രീ ചിന്തയിലേക്ക് മലയാളസിനിമ എത്തിച്ചേരുന്നില്ലെങ്കിലും താനെന്ന വ്യക്തിയെ ശക്തമായി അവതരിപ്പിക്കുന്നതിനുള്ള ചില സാധ്യതകൾ സിനിമകൊണ്ടുവന്നിട്ടുണ്ട്. നീലക്കുയിലിൽ പ്രത്യക്ഷപ്പെടുന്ന നീലി ഒരുദാഹരണമാണ്. സാഹിത്യത്തിലെ കഥാപാത്രങ്ങൾ സിനിമയിലെത്തിയപ്പോഴും സ്ത്രീയുടെ ഉറച്ചസ്വരം കേൾക്കാനായി. ഉമ്മാച്ചു (ഉറൂബ്), സാറാമ്മ (ബഷീർ), കാപാലിക (എൻ.എൻ.പിള്ള) തുടങ്ങിയവ വിസ്മരിക്കാനാവില്ല. സ്ത്രീയെ അവളുടെ കാഴ്ചപ്പാടിൽ നിന്നുകൊണ്ട് അവതരിപ്പിക്കാൻ ശ്രമിച്ചത് ഒരു പെണ്ണിന്റെ കഥ (കെ.എസ്. സേതുമാധവൻ) എന്ന സിനിമയാണ്. ഇവയൊന്നും തന്നെ സ്ത്രീവിവാദവുമായി ബന്ധപ്പെട്ട കാഴ്ചപ്പാടുകളെ എടുത്തുകാണിക്കുന്നില്ല. ശക്തയായ സ്ത്രീകഥാപാത്രമെന്ന നിലയിലാണ് ഇവ പ്രസക്തമാകുന്നത്.

സ്ത്രീകളെക്കുറിച്ചുള്ള കാഴ്ചപ്പാടുകൾ

തുടക്കത്തിൽ സൂചിപ്പിച്ചതുപോലെ സ്ത്രീയെക്കുറിച്ചു പുരുഷപക്ഷത്തു നിന്നുള്ള വീക്ഷണം തന്നെയാണ് ഓരോ സിനിമയിലേയും സ്ത്രീ കഥാപാത്രങ്ങളെ രൂപീകരിച്ചത്. കഥയെ മുന്നോട്ടു നയിക്കുന്നതിൽ പുരുഷനുള്ളപ്രാധാന്യം സ്ത്രീക്കുണ്ടെങ്കിലും നായകനോടൊപ്പം ചരിക്കുവാൻ മാത്രമായിരുന്നു വിധി. നായകകഥാപാത്രം അതിപ്രതാപഗുണവാനും ധീരോദാത്തനും ആയിരിക്കേ, അതിന്റെ നിഴലിൽ രക്ഷപ്പെടേണ്ട കഥാപാത്രം മാത്രമായിരുന്നു നായിക. നായികയുടെ സംഭാഷണവും ധാരണകളും പുരുഷധാർമ്മികതക്കുവേണ്ടിയും വേഷവും ചലനങ്ങളും പുരുഷനോട്ടത്തിനുവേണ്ടിയുമായിരുന്നു.

ക്യാമറയുടെ നോട്ടത്തിൽ പുരുഷന്റെ കണ്ണുണ്ടായിരുന്നു. പുരു

ഷന്റേതുമാത്രമായ കണ്ണ്. നീ വെറും പെണ്ണാണ്, പെണ്ണ് എന്ന് എല്ലാ യ്പ്പോഴും പ്രഖ്യാപിക്കുന്ന പുരുഷനോട്ടത്തിന്റേതായ വിമർശന ങ്ങളും കാഴ്ചപ്പാടുകളും. അവ രൂപപ്പെടുത്തിയ കോമളവും മൃദുല വുമായ മേനിയഴകും വേഷവും സ്ത്രീയെ ഒറ്റപ്പെടുത്തുകയും ചെയ്തു. പട്ടുപോലെയുള്ള ചർമ്മവും ലോകത്തുള്ള മറ്റേതു ക്രീമിനേക്കാളും ഉത്തമമായവയും പ്രദാനം ചെയ്യുന്ന പരസ്യവിപ ണിയുടെ തന്ത്രങ്ങൾ ഇവയുടെ ബാക്കിപത്രം മാത്രം. സ്ത്രീ സൗന്ദര്യം എന്നത് ആസ്വദിക്കാനും പുരുഷനുപയോഗപ്പെടുന്ന രീതി യിൽ പ്രദർശിപ്പിക്കപ്പെടാനുമുള്ളതാണെന്ന മിഥ്യാ സങ്കല്പങ്ങളെ വാർത്തെടുക്കാനാണ് ഇത്തരം കല്പനകൾ സഹായിച്ചത്.

സ്ത്രീവാദവുമായി ബന്ധപ്പെട്ട പരികല്പനകൾക്കു പ്രസക്തി യുണ്ടാകുന്ന ഒരു കാലഘട്ടത്തിൽ മലയാളത്തിലെ ആദ്യത്തെ ഫെമി നിസ്റ്റ് സിനിമയുണ്ടാകുന്നു. കെ.ജി. ജോർജ്ജിന്റെ ആദാമിന്റെ വാരി യെല്ല് 1983-ൽ ശക്തമായ കുതിച്ചുചാട്ടം നടത്തി. വ്യത്യസ്ത സാംസ്ക്കാരിക പരിസരങ്ങളിലുള്ള മൂന്നു സ്ത്രീകളെ അടിസ്ഥാ നമാക്കി മുന്നോട്ടുപോകുന്ന കഥയാണിത്. സമ്പന്നയായ ആലീസും ഇടത്തരം കുടുംബത്തിലെ വാസന്തിയും തികച്ചും ദാരിദ്ര്യമനുഭവി ക്കുന്ന അമ്മിണിയും മുഖ്യ കഥാപാത്രങ്ങളാണ് ഈ സിനിമയിൽ. മലയാളത്തിലെ സിനിമകൾക്കു പാഠമായി നിൽക്കേണ്ട പല രംഗ ങ്ങളുമുള്ള ഈ സിനിമ എക്കാലത്തേയും മികച്ച സിനിമ തന്നെ യാണ്. ആലീസിന്റെ അന്വേഷണം (1989) ടി.വി. ചന്ദ്രന്റെ സിനിമ യാണ്. സ്ത്രീ കേന്ദ്രിതമായ ഒരന്വേഷണമായിരുന്നു ഈ ചിത്രം. ഫെമിനിസ്റ്റ് കാഴ്ചപ്പാടുകളുള്ള സിനിമകളേറെയും ഇദ്ദേഹത്തിന്റെ സംവിധാനമികവിലാണ് പുറത്തുവന്നിട്ടുള്ളത്. പാഠം ഒന്ന് ഒരു വിലാപം, മങ്കമ്മ, വിലാപങ്ങൾക്കപ്പുറം, സൂസന്ന എന്നിവയാണ് ഇവിടെ ഓർക്കേണ്ടത്. പത്മരാജന്റെ സിനിമകളിൽ സ്ത്രീ സമീ പനം പുലർത്തുന്നവ ഏറെയുണ്ട്. കൂടെവിടെ, നൊമ്പരത്തിപ്പൂവ്, തൂവാനത്തുമ്പികൾ, നമുക്കു പാർക്കാൻ മുന്തിരിത്തോപ്പുകൾ, ഇ ന്നലെ തുടങ്ങിയ സിനിമകൾ അസ്തിത്വമുള്ള സ്ത്രീകളെ അവത രിപ്പിച്ചു.

സിനിമ അതിന്റെ ആദ്യകാലം മുതൽക്കുതന്നെ സ്ത്രീകളോടു പുലർത്തിയിരുന്ന സമീപനത്തെ അപഗ്രഥിക്കുന്നതിനുള്ള ശ്രമമാ ണിവിടെ നടത്തുന്നത്. വ്യക്തിയെന്ന നിലയിൽ സ്ത്രീ ആഗ്രഹി ക്കുന്നതും പ്രകടിപ്പിക്കുന്നതുമായ ചിന്തകളെയും ധാരണകളെയും പാരമ്പര്യത്തിന്റേയും ആചാരവിശ്വാസങ്ങളുടെയും സാമ്പ്രദായിക

ധാരണകളുടെയും അടിസ്ഥാനത്തിൽ നോക്കിക്കാണുകയും വിമർശനവിധേയമാക്കുകയുമാണ് പൊതുസമൂഹം എല്ലാക്കാലത്തും ചെയ്തിരുന്നത്.പൊതുസമൂഹമെന്നത് പുരുഷനും സ്ത്രീയും (other) വ്യവഹരിക്കപ്പെടുന്നവരും ഉൾപ്പെടുന്ന ലോകംതന്നെ. പൊതുകാഴ്ചപ്പാടിൽ പലതിന്റേയും കർതൃസ്ഥാനം പുരുഷപക്ഷമാണെന്ന ആക്ഷേപത്തെ നിലനിർത്തിക്കൊണ്ടു തന്നെ സ്ത്രീയിലും പുരുഷനിലും മറ്റുള്ളവരിലും രൂപപ്പെടുത്തപ്പെട്ട വിചാരവികാരങ്ങളുടെ പൊതുപക്ഷത്തെയാണ് പരിശോധിക്കേണ്ടത്. സിനിമയുടെ കാഴ്ചയിൽ ഈവ്യവസ്ഥകളാകെ ചില ചട്ടക്കൂടുകളിലേക്കു ബലപ്പെടുത്തിയിരിക്കുന്നതായി കാണാൻ കഴിയും.നേരത്തേ സൂചിപ്പിച്ചതുപോലെ നായകൻ, നായിക എന്നീ ദ്വന്ദ്വങ്ങളിൽ ഓരോന്നും ഓരോതരം നിലപാടുകൾക്കുവേണ്ടി മാത്രമായി സൃഷ്ടിക്കപ്പെട്ടവയാണ്. ഇവയുടെ പരസ്പരമുള്ള വെച്ചുമാറലുകൾ അസാധ്യവും അരോചകവുമായിരിക്കും എന്ന ധാരണകൂടി പൊതുസമൂഹം നിലനിർത്തുന്നു. അതങ്ങനെതന്നെ നിലനിർത്തുന്നിടത്താണ് വാണിജ്യസിനിമ വിജയം കാണുന്നത്. ഇതിന്റെ അടിസ്ഥാനത്തിൽ രൂപപ്പെടുന്ന കലാസിനിമകളും പലപ്പോഴും കാഴ്ചപ്പാടുകളെ ഇതിൽ നിന്നു ബോധപൂർവ്വം വേർപെടുത്തിക്കാണാൻ ശ്രമിക്കുകയും സാമൂഹികമിഥ്യാധാരണകളെ ഉറപ്പിക്കുകയുമാണു ചെയ്യുന്നത്.

ഏറ്റവും പുതിയ കാലത്തുനിന്നുകൊണ്ട് പഴയതിലേക്കുള്ള നോട്ടമാണ് ഇവിടെ അഭികാമ്യം. പുതിയ സിനിമയായ ബാംഗ്ലൂർ ഡേയ്സിൽ അവതരിപ്പിച്ചിരിക്കുന്ന ദിവ്യ എന്ന കഥാപാത്രത്തെയും സാറയെയും മാത്രം പരിശോധിക്കുകയാണിവിടെ. ഭർത്താവിനൊപ്പം ജീവിക്കാനെത്തിയ അവർ പ്രേക്ഷകരെ ഇംപ്രസ് ചെയ്യുന്നതിനുള്ള ശ്രമങ്ങളാണ് നടത്തിക്കൊണ്ടിരിക്കുന്നതെന്നു കാണാം. ഒരു ഫ്ളാറ്റിലെ ആളുകളെ മുഴുവൻ തന്റെ ഇഷ്ടക്കാരാക്കിത്തീർക്കുന്നതിനുള്ള ശ്രമവും വിജയവും മാത്രമല്ല, ഭർത്താവിന്റെ കാമുകിയാരെന്നു കണ്ടെത്തുകയും അതിലെ പ്രശ്നങ്ങൾ പരിഹരിക്കുന്നതിന്റെ ഭാഗമായി കാമുകിയുടെ അച്ഛനമ്മമാരുടെ ഇഷ്ടം നേടിയെടുക്കുകയും ചെയ്യുകയാണ് ദിവ്യ. തീരെ വിലകുറഞ്ഞ സംഭവഗതികളിലൂടെ കഥയെ മുഴുവൻ നടത്തിക്കുകയും സ്ത്രീകളെ പുരുഷൻ ഇഷ്ടപ്പെടുന്നതിനുള്ള കാരണങ്ങൾ മാത്രമാക്കിത്തീർക്കുകയുമാണ് ഈ സിനിമ. സ്ത്രീ എന്ന വ്യക്തിത്വത്തെ മാനിക്കുന്നതിനോ, അവരുടേതുമാത്രമായ വൈയക്തികതയെ പ്രതിഫലിപ്പിക്കുന്നതിനോ സിനിമയ്ക്കു കഴിയുന്നുമില്ല. ശാരീരികവൈകല്യത്തെ കീഴടക്കുന്ന

റേഡിയോ അവതാരകയായ സാറ പോലും മറ്റു പലതിന്റേയും ചാലകമാവുകയാണു ചെയ്യുന്നത്. സുന്ദരശബ്ദമായി റേഡിയോയിലൂടെ അർജ്ജുന്റെ മനസ്സു കീഴടക്കുന്നവൾ വികലാംഗയാണെന്നു കാണുമ്പോൾ പ്രേക്ഷകരിൽ സഹതാപാർദ്രമായ നോട്ടമുണ്ടാകുമെന്ന മുൻവിധി മാത്രമാണ് സാറയെ അവതരിപ്പിക്കുന്നതിലൂടെ സംവിധായക ലക്ഷ്യമിട്ടത്. കച്ചവട സിനിമയുടെ മാസ്മരികത മാത്രം സൃഷ്ടിക്കുന്നതിനു വേണ്ട പൊടിക്കൈകൾ ഏറെയുള്ള ഈ സിനിമ ശക്തമായ ഒരു ആഹ്വാനമായിത്തീരാത്തതും കാഴ്ചവട്ടങ്ങളിൽ മുഷിപ്പുണ്ടാക്കുന്നതും അതുകൊണ്ടുതന്നെയാണ്.

ഉദയനാണ് താരം (2005) എന്ന സിനിമ വളരെ വ്യക്തമായി സ്ത്രീ - പുരുഷ വേർതിരിവ് പുലർത്തുന്ന പല രംഗങ്ങളും ഉൾക്കൊള്ളുന്നു. സംവിധായകനാകുന്നതിനുള്ള ഉദയന്റെ മോഹവും അതിലെ നന്മയും എടുത്തുകാട്ടുമ്പോൾ മധുമതി എന്ന നായിക തന്റെ വ്യക്തിത്വത്തിനുവേണ്ടിയുള്ള പോരാട്ടത്തിൽ പുറകെപോകുന്നതായിട്ടാണ് കാണുന്നത്. രണ്ടുപേരെയും അവതരിപ്പിക്കുമ്പോൾ ക്യാമറയും കഥാപരിസരവും പുലർത്തുന്ന വ്യത്യസ്ത വീക്ഷണകോണുകൾ ശ്രദ്ധേയമാണിവിടെ. ക്ലോസ്സ്-അപുകളുടെയും വിദൂരദൃശ്യങ്ങളുടേയും വ്യത്യസ്തത നായകനും നായികയും രണ്ടുതരത്തിലാണ് അവതരിപ്പിക്കപ്പെടേണ്ടതെന്നു പറയാതെ പറയുകയാണ്.

ഇനി കുറച്ചു പുറകിലേക്കു ചെല്ലാം. തൊണ്ണൂറുകളിലെ കാമ്പസിനെ പരിചയപ്പെടുത്തുന്ന ക്ലാസ്സ്മേറ്റ്സ് എന്ന സിനിമ 2006 ലാണ് പുറത്തിറങ്ങിയത്. സുകുവും താരയും തമ്മിലുള്ള പ്രണയം തെറ്റിധാരണയുടെപുറത്ത് ഇല്ലാതെയായിത്തീരുന്നു. വർഷങ്ങൾക്ക് ശേഷം അവർ ഒത്തുചേരുന്നു ഇതിനിടയിൽ ചേർത്തു വച്ചിരിക്കുന്ന സസ്പെൻസിലൂടെ സിനിമയെ മുന്നോട്ടുകൊണ്ടുപോകുന്നു. ഇവിടെ സ്ത്രീ എന്ന നിലയിൽ താര പ്രകടിപ്പിക്കുന്ന പലതും അച്ഛൻ- കാമുകൻ മുതലായ ദ്വന്ദ്വങ്ങൾക്കിടയ്ക്ക് വെറുതെ ബഹളങ്ങൾസൃഷ്ടിക്കുന്നതരത്തിലാണുള്ളത്. ചെറുപ്പംമുതലേ തോന്നിയ ഇഷ്ടത്തെ കോളേജിലെ അടിപിടികൾക്കിടയിൽ വെളിപ്പെടുത്തുന്ന മിമിക്രി രംഗവും- ഉണ്ടക്കണ്ണിയും പൊടിമീശക്കാരനും ദാരിദ്ര്യത്തിൽ നിന്നു രക്ഷപ്പെടാനുള്ള നായകന്റെ ശ്രമത്തെ വിലയിരുത്തുവാൻ ശ്രമിക്കുന്ന നായികയും ഒരു തരത്തിലുള്ള വ്യക്തിത്വവും പ്രകടിപ്പിക്കുന്നില്ല. റസിയയും മുരളിയും തമ്മിലുള്ള പ്രണയം പോലും റസിയയുടെ നിസ്സഹായതയെ മുതലെടുക്കുന്ന തരത്തിലുള്ളതാ

ണ്. പ്രണയനൈരാശ്യത്തിൽ നിന്നുള്ള വേവലാതിയിലേക്കാണ് റസിയയെ വളർത്തിയെടുത്തിയിരിക്കുന്നത്. അതിന്റെ മാസ്മരികതയെ പ്രകടിപ്പിക്കാനുതകുന്ന തരത്തിലാണ് കഥയിലെ രംഗങ്ങൾ ചിത്രീകരിക്കപ്പെട്ടിരിക്കുന്നതും.

വാത്സല്യ (1993) മെന്ന ചിത്രത്തിൽ സ്ത്രീയെക്കൊണ്ടു തന്നെ പലതും പറയിക്കുന്നുണ്ട്. സാധാരണ നാട്ടിൻപുറങ്ങളിൽ പറയാറുള്ളവയെന്ന ജാമ്യമെടുത്തുകൊണ്ടാണ് ഇവ പലതും അവതരിപ്പിക്കുന്നത്. നമ്മള് വന്നു കയറിയ പെണ്ണുങ്ങളാ - നമ്മളു വേണം എവിടെയും താഴ്ന്നുകൊടുക്കാൻ എന്നാലെ കുടുംബത്തിൽ സമാധാനമുണ്ടാകൂ. (കുട്ടിക്കാലത്തെക്കുറിച്ച്) ഇവിടെവന്ന് ആ സ്വഭാവമെടുത്താൽ ഇടിച്ച് എല്ലൊടിക്കും. അതുകൊണ്ട്മാറി. പെണ്ണുങ്ങളങ്ങനെയാ. സ്വന്തം വീട്ടിലൊരുസ്വഭാവം, കെട്ടിക്കൊണ്ടുവരുന്ന വീട്ടിലൊരുസ്വഭാവം. പുരുഷകേന്ദ്രിതമായ മനോഭാവത്തെ അംഗീകരിപ്പിക്കുന്നതിനുള്ള യുക്തികളാണ് സിനിമ വരച്ചുവയ്ക്കുന്നത്. നാട്ടിൻപുറത്തിന്റെ നന്മകൾ നാട്യപ്രധാനമായ നഗരത്തിന്റെ കൊള്ളരുതായ്മകളോട് കൂട്ടിവായിക്കാനുള്ള ശ്രമമാണ് സിനിമയിലേറെ. അജ്ഞതയിൽ നിന്നും വിനയത്തിലേക്കുള്ള വഴിമാറ്റമെങ്ങനെയായിരിക്കുമെന്ന് മമ്മൂട്ടിയുടെ കഥാപാത്രം പഠിപ്പിക്കുന്നു. ചിന്താവിഷ്ടയായ ശ്യാമള യെന്ന ശ്രീനിവാസൻ ചിത്രം സ്ത്രീശക്തിയെ പുരുഷാധികാരത്തിനും പുറത്തേക്കെത്താത്ത തരത്തിലാണ് തളച്ചിടുന്നത്. സാഹചര്യം മാത്രമാണ് ശ്യാമളയുടെ കരുത്തിനു പുറകിലെന്ന് ആവർത്തിച്ചു പറയുകയും അതിന്റെ പൂർത്തീകരണം പുരുഷനടങ്ങുന്ന കുടുംബത്തിൽ മാത്രമേ ഫലപ്രാപ്തിയിലെത്തുകയുള്ളൂയെന്നും പരിഹാസ യുക്തികളോടെ ബോധ്യപ്പെടുത്തുകയുമാണ്.

അറുപതുകളിൽ പുറത്തിറങ്ങിയ സിനിമകൾ നാടകീയയുക്തികൾക്ക് അമിതപ്രാധാന്യം നൽകിയിരുന്നുവെങ്കിൽ എഴുപതുകൾ സാങ്കേതിക വികാസത്തെ പ്രയോജനപ്പെടുത്തിയ കാലഘട്ടമാണ്. നായകർക്കൊപ്പം ഉയർന്നു വന്ന നായികമാരും ഈ കാലഘട്ടത്തിലുണ്ടായി. ശാരദ, ഷീല, ജയഭാരതി തുടങ്ങയവർ തങ്ങളുടെ പ്രാധാന്യം രേഖപ്പെടുത്തിയ കാലമാണിത്. ചെമ്മീനിലെ കറുത്തമ്മ, പരീക്കുട്ടിയോടുള്ള പ്രണയം മാറ്റിവച്ച് അച്ഛൻ ചൂണ്ടിക്കാണിച്ച പളനിയെ വിവാഹം ചെയ്യുന്നുണ്ടെങ്കിലും തന്റെ വ്യക്തിത്വം വെളിപ്പെടുത്തുന്നതിനുള്ള എല്ലാശ്രമങ്ങളും നടത്തുന്നുണ്ട്. നോവലിനെ ഉപജീവിക്കുന്ന സിനിമയാണെങ്കിലും കറുത്തമ്മയെന്ന കഥാപാത്രം

സ്വകീയമായ ചില പ്രകടനങ്ങൾ നടത്തുന്നതിൽ പിന്നിലല്ലെന്നു കാണാം.

സിനിമയിലെ മറ്റേതൊരു കഥാപാത്രത്തേക്കാളും മികവോടെ കറുത്തമ്മ അടയാളപ്പെടുന്നതിനു കാരണവും ഇതുതന്നെ. ഇവിടെയും ക്യാമറയെന്നതു തനി പുരുഷനായിത്തീരുകയും പുരുഷനോട്ടത്തെ നിർവ്വഹിക്കുകയും ചെയ്യുന്നുണ്ട്. അത്തരത്തിലുള്ള അടയാളപ്പെടുത്തൽ സാധ്യമായ കഥാപാത്രങ്ങളാണ് കള്ളിച്ചെല്ലമ്മയിലെ, ചെല്ലമ്മ, അശ്വമേധത്തിലെ സരോജം തുടങ്ങിയവ. നിർമ്മാല്യം, യക്ഷി, ഭാർഗ്ഗവീനിലയം തുടങ്ങിയവയും ഇക്കൂട്ടത്തിൽ വരും.

നിഗമനം

വളരെ വിശദമായ ഒരവലോകനം ഇവിടെ സാധ്യമല്ലെങ്കിലും സ്ത്രീയെന്ന നിലയിലുള്ള വ്യക്തിത്വത്തെ അടയാളപ്പെടുത്തുന്നതിൽ വിമുഖത കാണിച്ച മലയാള സിനിമ കച്ചവട താല്പര്യങ്ങളോടെ അവരുടെ കഥയിലെ സാന്നിധ്യത്തെ മാത്രമാണ് ഉപയോഗപ്പെടുത്തിയത്. കഥയുമായി ബന്ധപ്പെട്ട് സ്ത്രീ കടന്നുവരുമ്പോഴും പൊതുസമൂഹത്തിന്റെ കാഴ്ചപ്പാടുകളോടെ സമരസപ്പെട്ടുകൊണ്ട് സ്ത്രീയെ അവതരിപ്പിക്കുന്നതിനു മാത്രമേ സിനിമ ശ്രമിച്ചിട്ടുള്ളൂ. സ്ത്രീയുടെ വ്യക്തിത്വത്തെ അടയാളപ്പെടുത്തുന്ന തരത്തിൽ ഭൂരിപക്ഷം സിനിമകളും ശ്രദ്ധവയ്ക്കുന്നുമില്ല.

കുറ്റകൃത്യത്തിൽ ഉൾപ്പെടുന്ന സ്ത്രീകളെ തികച്ചും അസഹിഷ്ണുതയോടെയും, അശ്ലീലത്തോടെയും നോക്കിക്കാണുന്ന ഭാവനതന്നെയാണ് കഥാപാത്രങ്ങളുടെ അവതരണത്തിലോ രൂപപ്പെടുത്തലിലോ സ്ത്രീയെ കണ്ടെത്തുന്നതിലും ഉപയോഗിക്കുന്ന യുക്തി. തമിഴ്, ഹിന്ദി സിനിമകളിൽ നിന്നുകടംകൊണ്ടിരുന്ന ആദ്യകാല നൃത്തവേഷങ്ങളെ പിന്നീടുവരുന്ന സിനിമകൾ അവഗണിക്കുന്നതായി കാണുന്നുവെങ്കിലും നരസിംഹം പോലെ നായകന്റെ ആമാനുഷിക താല്പര്യങ്ങളെ ചൂണ്ടിക്കാണിക്കാൻ ശ്രമിക്കുന്ന സിനിമകൾ സ്ത്രീയെ ഭോഗവസ്തുവായി മാത്രം കാണുന്നവയാണ്.

ഒരു പക്ഷേ മലയാളത്തിലെ ഏറ്റവും സ്ത്രീവിരുദ്ധമായ കാഴ്ചപ്പാടുകൾ അവതരിപ്പിച്ച സിനിമകൾക്കു മാതൃകയായി ഇതിനെ കാണേണ്ടിവരും. മോറൽ പോലീസിംഗിന്റെ വക്താക്കളെ സൃഷ്ടിക്കുവാനാണ് ഇവ ഉപകരിക്കുക. നായകന് നിരവധി സ്ത്രീകളെ ഒപ്പം ഡാൻസ് ചെയ്യാനും കൂടെകൊണ്ടുനടക്കാനും ഉപയോഗിക്കാനുമാവും. എന്നാൽ കുടുംബബന്ധത്തിലേക്ക് വരേണ്ട സ്ത്രീ ഇതൊ

ന്നുമായിരിക്കില്ല അതു സദാചാരത്തിന്റെ കാവലാളാകുവാനോ സമ്പന്നതയുടെ ആകാരങ്ങളെ തൃപ്തിപ്പെടുത്തുവാനോ ഉതകുന്നതായിരിക്കണം.

മാത്രമല്ല നിലനിൽക്കുന്ന കുടുംബവ്യവസ്ഥയെ തൃപ്തിപ്പെടുത്തുവാനും അതിൽ മാത്രമായുള്ള ശരികളെ ഉയർത്തിക്കാട്ടുമാനുമാണ് സിനിമകളോരോന്നും ശ്രമിക്കുന്നത്. മധ്യവർഗ്ഗത്തിന്റേതുമാത്രമായ കാഴ്ചപ്പാടുകൾ പൊതുസമൂഹത്തിന്റെ ധാരണകളിലേക്ക് കൂട്ടിച്ചേർക്കുകയും അതിലെ ശരികൾ മാത്രം അംഗീകരിക്കപ്പെടുകയും ചെയ്യുന്ന ബോധത്തെ വളർത്തുകയാണ് സിനിമ ചെയ്തുകൊണ്ടിരിക്കുന്നത്.

○○

7

നവമാധ്യമങ്ങൾ– സാങ്കേതികതയും സംസ്കാരവും

സുനീത ടി. വി.

ചരിത്രപരമായി ചിന്തിക്കുന്നതെങ്ങനെ എന്നു മറന്നുപോയ ഒരു കാലഘട്ടത്തിന്റെ വർത്തമാനത്തെ ചരിത്രപരമായി സമീപിക്കുകയാണ് ഉത്തരാധുനികതയെ മനസ്സിലാക്കാനുള്ള സുരക്ഷിതമായ വഴി എന്നു പറഞ്ഞുകൊണ്ടാണ് ഫ്രെഡറിക് ജെയിംസൺ ഉത്തരാധുനികതയെക്കുറിച്ചുള്ള തന്റെ പുസ്തകം ആരംഭിക്കുന്നത്. ഏണസ്റ്റ് മാൻഡലിന്റെ മുതലാളിത്തവികസനത്തിന്റെ ഘട്ടവിഭജനത്തെ (കമ്പോളമുതലാളിത്തം, കുത്തകമുതലാളിത്തം, ബഹുരാഷ്ട്രമുതലാളിത്തം എന്നിവയാണവ) പിന്തുടർന്നുകൊണ്ടാണ് ഫ്രെഡറിക് ജെയിംസൺ ഉത്തരാധുനികസമൂഹത്തെ അപഗ്രഥിക്കുന്നത്. ഈ സമൂഹത്തിൽ കാണുന്ന വ്യത്യാസങ്ങൾ മൂലധനത്തെ ഇതുവരെ ചെറുത്തുനിന്ന കൃഷി, സംസ്കാരം എന്നീ മേഖലകളുടെ കോളനിവത്കരണവും വ്യവസായവത്കരണവും കൊണ്ട് സംഭവിച്ചതാണ് എന്നദ്ദേഹം നിരീക്ഷിക്കുന്നു. ഈ പില്ക്കാല/ബഹുരാഷ്ട്രമുതലാളിത്തത്തിന്റെ സാംസ്കാരികയുക്തിയായാണ് ജെയിംസൺ ഉത്തരാധുനികതയെ വിശദീകരിക്കുന്നത്. (Jameson 1991)

ആധുനികത ഉല്പാദനത്തിലായിരുന്നു കേന്ദ്രീകരിച്ചിരുന്നത്. എന്നാൽ അതിൽ നിന്നും വ്യത്യസ്തമായി ഉത്തരാധുനികത ഉപഭോഗത്തിൽ കേന്ദ്രീകരിക്കുന്നു. "ബഹുരാഷ്ട്രക്കുത്തകകൾ തങ്ങളുടെ ഉല്പന്നങ്ങൾക്ക് ആഗോളവിപണി കണ്ടെത്തിക്കഴിഞ്ഞ അവസ്ഥ, ബ്രാൻഡഡ് വസ്തുക്കൾക്കും ബ്രാൻഡ് എന്ന സങ്കല്പത്തിനും വൻസ്വീകാര്യത കൈവന്ന അവസ്ഥ, സാംസ്കാരികരംഗങ്ങളും മണ്ഡലങ്ങളും ഒന്നടങ്കം വിപണി സമ്പദ്വ്യവസ്ഥയുടെ

നിയന്ത്രണത്തിലായിക്കഴിഞ്ഞ അവസ്ഥ, ആഗോളവത്കരണത്തിന്റെ മാർഗ്ഗവും ലക്ഷ്യവുമെന്നോണം നാനാതലങ്ങളിലുണ്ടായ മാറ്റങ്ങൾ (രാഷ്ട്രീയം, സാമ്പത്തികം, സാംസ്കാരികം....) ഉപഭോഗ സംസ്കാരത്തിലേക്ക് ശ്രദ്ധ കേന്ദ്രീകരിച്ച അവസ്ഥ എന്നിങ്ങനെ കഴിഞ്ഞ 2 ദശകക്കാലമായി അനുഭവിച്ചുകൊണ്ടിരിക്കുന്ന ആഗോളവും മാധ്യമകേന്ദ്രിതവും വിപണിനിയന്ത്രിതവുമായ മാറ്റങ്ങളോരോന്നും ഈ ഉപഭോഗകേന്ദ്രിതസംസ്കാരത്തിന്റെ നിർമ്മാണത്തിനു വഴിയൊരുക്കി. (ഷാജി ജേക്കബ്, 2012:25)

ഉത്തരാധുനികതയുടെ സവിശേഷതകളായി വിവരിക്കപ്പെടുന്നത് ആഗോളവത്കരണം, വിവരസാങ്കേതികവിദ്യ, സാങ്കേതികസാംസ്കാരിക പരിസരം, ഉപഭോഗകേന്ദ്രിതത്വം തുടങ്ങിയവയാണ്. ലോകം ഒരു കമ്പോളഗ്രാമമായി. സംസ്കാരം ആഗോളവ്യവസായമായി മാറി (മൊബൈൽ/കമ്പ്യൂട്ടർ) സ്ക്രീനുകളിലേക്കൊതുങ്ങി. ദേശാതിർത്തികൾ പലപ്പോഴും ഭൂപടരേഖകൾ മാത്രമായി മാറി. കാലത്തിന്റെ സാംസ്കാരികമുദ്ര (Cultural Logo)യായി സാങ്കേതിക വിദ്യ മാറിത്തീർന്നു.

ഫ്രഞ്ച് സാംസ്കാരികചിന്തകനായ ജീൻ ബോദിലാദ് (1929–2007) ഉത്തരാധുനികലോകത്തെ വിശേഷിപ്പിക്കാൻ സിമ്യുലാക്രം (Simulacrum) എന്ന പദം ഉപയോഗിക്കുന്നു. അതിയാഥാർത്ഥ്യ (hyper reality)ത്തിന്റേതായ ഒരു സാമൂഹ്യക്രമത്തെ സൂചിപ്പിക്കുന്നു ഈ പദം. ഇത് അസ്സലുകളില്ലാത്ത പകർപ്പുകളുടെ ലോകാവസ്ഥയാണ്. യാഥാർത്ഥ്യവുമായി യാതൊരു ബന്ധവുമില്ലാത്ത ചിഹ്നങ്ങളുടെ/മാതൃകകളുടെ പ്രതിബിംബങ്ങളാണ് ഈ പകർപ്പുകൾ. അസ്സലുകളില്ലാത്ത, ഈ പകർപ്പുകളാണ് ഉത്തരാധുനികതയുടെ അതിയാഥാർത്ഥ്യത്തെ രൂപപ്പെടുത്തുന്നത്. ഉത്തരാധുനികലോകം പരാമർശങ്ങൾ (referents) നഷ്ടപ്പെട്ട, അല്ലെങ്കിൽ പരാമർശങ്ങളെ നിർണ്ണയിക്കാനാവാത്ത പകർപ്പുകളാൽ നിർമ്മിക്കപ്പെട്ടതാണ്. അവ സൃഷ്ടിയക്കുന്ന അതിയാഥാർത്ഥ്യത്തിന്റെ വ്യാജഭാവമാണ് ഉത്തരാധുനികതയിൽ അനുഭവപ്പെടുന്നത്. (Baudrillard 1983: 83-104)

സാംസ്കാരികപഠനവും മാധ്യമങ്ങളും

സംസ്കാരവും അധികാരവും തമ്മിലുള്ള ബന്ധങ്ങൾ അന്വേഷിക്കുന്ന ഒരു വിഷയാന്തരസമീപനമാണ് സംസ്കാരപഠനം കൈക്കൊള്ളുന്നത്. ഉത്തരാധുനിക സംസ്കാരവ്യവസ്ഥയിൽ അധികാരപ്രയോഗം ബഹുജനമാധ്യമങ്ങളിലൂടെയാണ് നടപ്പിലാവുന്നത്.

അതുകൊണ്ടുതന്നെ സംസ്കാരപഠനം മാധ്യമീകരിക്കപ്പെട്ടുകഴിഞ്ഞ സമകാലസംസ്കാരപഠനത്തിനായി മാധ്യമങ്ങളെ കേന്ദ്രീകരിക്കുന്നു. "മാധ്യമങ്ങൾ ഉല്പാദിപ്പിക്കുകയോ വിതരണം ചെയ്യുകയോ ചെയ്യുന്ന പ്രത്യയശാസ്ത്രങ്ങളെ, അധികാരരൂപങ്ങളെ തിരിച്ചറിയുക എന്നതുതന്നയാണ് ഈ പഠനങ്ങളുടെ ലക്ഷ്യം". (ഷാജി ജേക്കബ്, 2012:13)

കനേഡിയൻ മാധ്യമചിന്തകനായ ഹാരോൾഡ് ഇന്നിസ് മനുഷ്യചരിത്രത്തിൽ ഏറ്റവുമധികം സ്വാധീനം ചെലുത്തിയത് മാധ്യമ സാങ്കേതികവിദ്യകളാണ് എന്ന് നിരീക്ഷിച്ചു. പ്രകൃതിയുടെയും അബോധത്തിന്റെയും കോളനിവത്കരണം ഉത്തരാധുനികതയുടെ പ്രത്യേകതയാണെന്ന് ജെയിംസൺ. ആശയവിനിമയശൃംഖലയുടെയും മാധ്യമങ്ങളുടെയും സാംസ്കാരവ്യവസായത്തിന്റെയും പരസ്യവ്യവസായ ത്തിന്റെയും കൂട്ടായ്മയാണ് അബോധത്തെ കോളനീകരിക്കുന്നത്.

ഇത് സാംസ്കാരിക സാമ്രാജ്യത്വത്തിലേക്ക് നയിക്കുന്നു. മാധ്യമാധിനിവേശം നമ്മുടെ പാരമ്പര്യത്തെയും സംസ്കാരത്തെയും അവയുടെ ജൈവപരിസരങ്ങളിൽ നിന്നടർത്തിമാറ്റി കാഴ്ചവസ്തുക്കളായി മാറുന്നു. സാംസ്കാരികരൂപങ്ങളെ ചരിത്രമുക്തമാക്കി വസ്തുക്കളായി ചുരുക്കുന്നതിലൂടെ അവ ചരക്കുവല്ക്കരിക്കപ്പെടുന്നു. ഇത് സംസ്കാരത്തെ പ്രതിരോധത്തിനുള്ള ആയുധമാക്കുന്നതിൽനിന്ന് നമ്മെ തടസ്സപ്പെടുത്തുന്നു. ഈ പ്രക്രിയ മുഖ്യമായും നടപ്പാക്കപ്പെടുന്നത് മാധ്യമങ്ങളിലൂടെയാണ്. മാധ്യമങ്ങളുടെ അതിപ്രസരവും അവ സമൂഹത്തിൽ ചെലുത്തുന്ന സ്വാധീനവും നിമിത്തം ഉത്തരാധുനിക സമൂഹത്തെ മാധ്യമസമൂഹം എന്നു വിശേഷിപ്പിക്കുന്നു. മാധ്യമനിർമ്മിത പ്രതിബിംബങ്ങളുടെ സമൂഹം (ബോദ്രിയാർ), കെട്ടുകാഴ്ചകളുടെ സമൂഹം (ഗീദെ ബോർ) എന്നൊക്കെ സമകാലസമൂഹം വിശേഷിപ്പിക്കപ്പെടുന്നു.

മേൽവിവരിച്ച അതിയാഥാർത്ഥ്യത്തിന്റെയും വ്യാജചിഹ്നങ്ങളുടെയും പ്രതീത്യനുഭവങ്ങളുടെയും ലോകാവസ്ഥയായി ബോദിലാദ് നവമാധ്യമങ്ങളെ വിവരിക്കുന്നു. മാധ്യമ, പരസ്യ, വിപണികൾ ചേർന്ന് നിർമ്മിച്ച ഉപഭോഗസംസ്കാരമാണ് ഉത്തരാധുനികതയുടെ സാംസ്കാരികാനുഭവം.

ജീവിതത്തിന്റെ അഞ്ചാംമാനം

സാധാരണ ശാസ്ത്രജ്ഞന്മാർ പറയുന്ന ത്രിമാനസ്പേസിനും

അതോടൊപ്പം സമയംകൂടി ചേർന്ന ചതുർമാനമായ സ്പേസിനും അപ്പുറത്തായി പ്രപഞ്ചത്തിന് ഇപ്പോൾ അഞ്ചാമതൊരു മാനം കൈ വന്നിരിക്കുകയാണ് അതാണ് സൈബർസ്പേസ് (ഇന്റർനെറ്റ്). നമ്മുടെ ജീവിതത്തിൽ സംഭവിക്കുന്ന എന്തും സൈബർലോകത്തും സംഭവിക്കാം. എന്നാൽ നമ്മുടെ ഈ സാധാരണ ലോകത്തിൽനിന്നും അത് വളരെ വ്യത്യസ്തമാണുതാനും. ഇത്തരം കാര്യങ്ങൾ സൈബർസ്പേസ് എന്നത് വളരെ ഉദ്വേഗജനകമാക്കുന്നു. അതുകൊണ്ടു തന്നെയാണ് അത് എവിടെയാണെന്നുപോലുമറിയാതെ നാം ഓരോരുത്തരും അവിടേക്ക് കയറിപ്പറ്റാൻ വെമ്പൽ കൊള്ളുന്നത്.

1980-കളിൽ ശാസ്ത്രകഥകളിലൂടെ പ്രത്യക്ഷപ്പെട്ട പദമാണ് സൈബർസ്പേസ് . 90-കളോടെ ഈ പദം ലോകവ്യാപകമായി സ്വീകരിക്കപ്പെട്ടു. 'ലോകത്തെമ്പാടുമുള്ള കോടിക്കണക്കിന് ജനങ്ങളും ഗണിതശാസ്ത്രത്തിലെ ഗഹനമായ ആശയങ്ങൾ സ്വാംശീകരിക്കാൻ ശ്രമിക്കുന്ന കുട്ടികളുമൊക്കെ ദിനംപ്രതി അനുഭവിക്കുന്ന, പൊതുവെ അംഗീകരിക്കപ്പെട്ട ഒരുതരം ഭ്രമം;' 'വിജ്ഞാനത്തിന്റെ ലോകം' എന്നൊക്കെ സൈബർസ്പേസ് നിർവ്വചിക്കപ്പെട്ടു. ലോകത്താകമാനമുള്ള കമ്പ്യൂട്ടറുകളെയും അവയുടെ ശൃംഖലകളെയും കോർത്തിണക്കുന്ന ഒരു ശൃംഖലാസമുച്ചയ മാണിത്.

ഇന്ന് സൈബറിടം ഇന്റർനെറ്റ്സംസ്കാരവുമായി ബന്ധപ്പെട്ട എന്തിനെയും വിശേഷിപ്പിക്കാനായി ഉപയോഗിക്കുന്നു. സാങ്കേതികത്വത്തേ ക്കാളധികം സൈബറിടം അതിന്റെ സാമൂഹികമായ ഇടപെടലുകൾ കൊണ്ടാണ് നിർവ്വചിക്കപ്പെടുന്നത്. പരസ്പരം സ്വാധീനിക്കാനും സംവദിക്കാനും കഴിവുള്ള നിരവധി ആളുകളെ ഉൾക്കൊള്ളുന്ന അന്തരീക്ഷം സൈബറിടം നല്കുന്നു.

ഇന്റർനെറ്റിന്റെ അത്ഭുതകരമായ വളർച്ച വിജ്ഞാനവിപ്ലവം സാധ്യമാക്കി. ആയിരത്തിത്തൊള്ളായിരത്തി എൺപതുകൾ മുതൽ വിവരങ്ങളുടെ ഉല്പാദനത്തിലും വിനിമയത്തിലും കേന്ദ്രീകരിക്കുന്ന പുതിയൊരു സമ്പദ്വ്യവസ്ഥ നിലവിൽ വന്നു. വിവരങ്ങളും അവ കൈകാര്യം ചെയ്യാനുള്ള സാങ്കേതികവിദ്യകളും മേൽക്കൈ നേടിയ ഈ കാലഘട്ടം വിവരയുഗം, ഡിജിറ്റൽ യുഗം എന്നൊക്കെ വിശേഷിപ്പിക്കപ്പെടുന്നു.

ഉത്തരാധുനികമാധ്യമങ്ങൾ, നവമാധ്യമങ്ങൾ എന്നൊക്കെ വിശേഷിപ്പിക്കപ്പെടുന്ന സൈബർമാധ്യമങ്ങളുമായുള്ള ബന്ധത്തിന്റെ അടിസ്ഥാനത്തിലാണ് ഉത്തരാധുനികസമൂഹം നിർവ്വചിക്കപ്പെ

ടുന്നത്. "യന്ത്രത്തെ ആഘോഷപൂർവ്വം സ്വീകരിക്കുന്ന മാധ്യമസമൂഹം", "സ്ക്രീൻ ജനത", "റിയാലിറ്റിയെ ഹൈപ്പർറിയാലിറ്റിയായും ടെക്സ്റ്റിനെ ഹൈപ്പർടെക്സ്റ്റായും കാണുന്നതിൽ ആശങ്കകളില്ലാത്ത തലമുറ" എന്നൊക്കെയാണ് പി.കെ. രാജശേഖരൻ ഉത്തരാധുനികസമൂഹത്തെ വിശേഷിപ്പിക്കുന്നത്. (2000:21) ജി. മധുസൂദനൻ നവമാധ്യമ -സാങ്കേതികവിദ്യകൾ കലയിലും സംസ്കാരത്തിലും മൂല്യങ്ങളിലും പ്രത്യാഘാതങ്ങൾ സൃഷ്ടിച്ച് ഒരു സൈബർ സാംസ്കാരികപരിസരം സൃഷ്ടിക്കുന്നു എന്ന് നിരീക്ഷിക്കുന്നു. (2006: 91,92) ഈ സൈബർ സാംസ്കാരികപരിസരം ഭാഷയിലും സാഹിത്യത്തിലും മാറ്റങ്ങൾ സൃഷ്ടിച്ചു.

നവമാധ്യമങ്ങൾ

ഇരുപതാം നൂറ്റാണ്ടിന്റെ രണ്ടാം പകുതിയിൽ മാധ്യമപഠനമേഖലയിൽ ഉയർന്നുവന്ന ഒരു പദമാണ് നവമാധ്യമങ്ങൾ (New Media). ഇന്റർനെറ്റ്, വെബ്സൈറ്റുകൾ, സാമൂഹ്യമാധ്യമങ്ങൾ, കംപ്യൂട്ടർ, ബഹുമാധ്യമങ്ങൾ, വീഡിയോ ഗെയിമുകൾ, സി.ഡി-ഡി.വി.ഡികൾ, മൊബൈൽ ഫോൺ തുടങ്ങിയവയെല്ലാം ഉൾപ്പെടുന്ന ഒരു വിശാലാർഥപദമാണിത്. ഏതുസമയത്തും എവിടെവെച്ചും വിവിധ ഡിജിറ്റൽമാധ്യമങ്ങൾ വഴി ഉള്ളടക്കനിർമിതി സാധ്യമാക്കുക, പങ്കാളിത്തവിനിമയം, മാധ്യമസമൂഹനിർമിതി തുടങ്ങിയവയൊക്കെ ഈ വിശേഷണം ലഭിക്കാൻ ആവശ്യമാണ്. സൈബർ മാധ്യമങ്ങൾ, ആധുനികാനന്തരമാധ്യമങ്ങൾ എന്നീ പേരുകളിലും ഇവ അറിയപ്പെടുന്നു.

ഡിജിറ്റലീകരണം, ഇടപെടൽശേഷി, ബഹുമാധ്യമപരത, സത്വരത, മാധ്യമസംലയനം, അധിപാഠപരത, പ്രതീതിപരത, പങ്കാളിത്ത ഉള്ളടക്കനിർമിതി തുടങ്ങിയ ഒരു കൂട്ടം സവിശേഷതകളാണ് മേൽപ്പറഞ്ഞ മാധ്യമങ്ങൾക്കു 'നവം' എന്ന വിശേഷണം ലഭ്യമാക്കിയത്.

1950-കളുടെ അവസാനത്തിലാണ് കമ്പ്യൂട്ടർ കേരളത്തിൽ വന്നെത്തിയത്. അത് യൂണിവേഴ്സിറ്റിയിലും ചില ശാസ്ത്രസാങ്കേതിക സ്ഥാപനങ്ങളിലും മാത്രമേ ഇടം പിടിച്ചുള്ളൂ. 1970-കളുടെ അവസാനം ബാങ്കിങ്ങ് മേഖലയിൽ കമ്പ്യൂട്ടർ വത്കരണത്തെപ്പറ്റി ചർച്ചകൾ ആരംഭിച്ചു. ഉടൻതന്നെ 'ആന്റികമ്പ്യൂട്ടറൈസേഷൻ സമിതി' നിലവിൽ വന്നു. കമ്പ്യൂട്ടർ എന്ന തൊഴിൽവിഴുങ്ങിയന്ത്രത്തെ എതിർക്കേണ്ടത് സംഘടിതതൊഴിലാളി പ്രസ്ഥാനങ്ങളുടെ

കടമയാണെന്ന ബോധമാണ് അന്ന് ഇവിടെ പ്രബലമായി നിന്നത്. എന്നാൽ സ്വകാര്യമേഖലയിൽ കമ്പ്യൂട്ടർ കൂടുതൽ സ്വീകരിക്കപ്പെട്ടു. നെറ്റ്കഫേകൾ, ഡി.ടി.പി. സെന്ററുകൾ, ഐ.ടി.പരിശീലനകേന്ദ്രങ്ങൾ എന്നിവയൊക്കെ നഗരങ്ങളിലും നാട്ടിൻപുറങ്ങളിലും പ്രത്യക്ഷപ്പെടാൻ തുടങ്ങി.

ഇക്കാലമത്രയും കമ്പ്യൂട്ടറിന്റെ ഭാഷയെന്നാൽ നിസ്സംശയം ഇംഗ്ലീഷു തന്നെയായിരുന്നു. 1960-കളിൽ ഭരണഭാഷ മലയാളമാക്കുന്നതിന്റെ ഭാഗമായി ടൈപ്പ്റൈറ്ററിൽ മലയാളം ഉപയോഗിക്കാൻ തുടങ്ങിയിരുന്നു. 1968-ൽ മലയാളം അക്ഷരസംഖ്യ കുറച്ച് ടൈപ്പ് റൈറ്ററിലെ മലയാളം ഉപയോഗം സുഗമമാക്കി. 1980-കളിൽ പത്രമാസികകളും പുസ്തകങ്ങളും അച്ചടിക്കാനായി കമ്പ്യൂട്ടറിൽ മലയാളം ഉപയോഗിച്ചുതുടങ്ങിയതോടെ മലയാളം കമ്പ്യൂട്ടിംഗിന്റെ ചരിത്രവും ആരംഭിച്ചു. ഏതാണ്ട് ഇക്കാലത്ത് മൊബൈൽ ഫോൺ ഇവിടെ എത്തിച്ചേരുന്നു. 1991-ൽ ഇന്ത്യൻ ഭാഷകളിലെ കമ്പ്യൂട്ടിംഗ് എളുപ്പമാക്കാനായി ഇസ്കി കോഡിംഗ് വ്യവസ്ഥയും അതനുസരിച്ചുള്ള ടൈപ്പിംഗ് പ്രോഗ്രാമുകളും ഫോണ്ടുകളും തയ്യാറാക്കപ്പെട്ടു. എന്നാൽ അച്ചടിക്കായി മാത്രം കമ്പ്യൂട്ടറിൽ ഉപയോഗിച്ചിരുന്ന മലയാളം ഇന്റർനെറ്റിലെത്തിയത് 1997-ലാണ്.

നവമാധ്യമങ്ങളും മലയാളവും

1997-ൽ ആരംഭിച്ച ദീപികയുടെ വെബ്സൈറ്റാണ് സൈബറിടത്തിലെ ആദ്യമലയാളസാന്നിധ്യം. (ടോം. ജെ. മങ്ങാട്ട്, 1999) ഇന്റർനെറ്റ് മലയാളത്തിന്റെ ചരിത്രം 1997-ൽ തുടങ്ങുന്നു എന്നും പറയാം.

പിന്നീടങ്ങോട്ട് വെബ്സൈറ്റുകൾ, ബ്ലോഗുകൾ, സാമൂഹ്യസൈറ്റുകൾ, വിക്കിപീഡിയ പോലുള്ള ഓൺലൈൻ വിജ്ഞാനകോശങ്ങൾ, ഇന്റർനെറ്റ് കൂട്ടായ്മകൾ, മൊബൈൽഫോൺ തുടങ്ങിയ ഇടങ്ങളിൽ മലയാളം പ്രത്യക്ഷപ്പെട്ടു. ഇതിൽത്തന്നെ മലയാളത്തിന്റെ സാന്നിധ്യം ഏറ്റവും കൂടുതൽ കാണുന്നത് സാമൂഹ്യസൈറ്റുകളിലും ബ്ലോഗുകളിലും മലയാളം വിക്കിയിലുമാണ്.

ഇന്റർനെറ്റിന്റെ ആവിർഭാവത്തോടെ വിവരങ്ങൾ ശേഖരിക്കുക, അവ എളുപ്പത്തിൽ ലഭ്യമാക്കുക എന്നീ മേഖലകളിൽ വിപ്ലവകരമായ മാറ്റങ്ങളാണ് സംഭവിച്ചത്. അക്കൂട്ടത്തിൽ വളരെ ശ്രദ്ധേയമായ ഒരു സംഭവമാണ് ഓൺലൈൻ വിജ്ഞാനകോശങ്ങളുടെ നിർമ്മിതി. 2001 ജനുവരി 15-നാണ് വിക്കിപീഡിയ ആരംഭിച്ചത്. ലക്ഷ

ക്കണക്കിന് വായനക്കാരുടെയും എഴുത്തുകാരുടെയും പങ്കാളിത്ത ത്തോടെ നിർമ്മിക്കപ്പെട്ട ഏറ്റവും വലിയ സ്വതന്ത്ര ഓൺലൈൻ വിജ്ഞാനകോശമാണിത്. ഗവേഷണവിദ്യാർത്ഥിയായ വിനോദ്. എം. പ്രഭാകരനാണ് 2002-ൽ മലയാളം വിക്കിപീഡിയക്ക് തുടക്കമി ട്ടത് (http://ml.wikipedia.org). അതിശയകരമായ വളർച്ചയാണ് മലയാളം വിക്കിപീഡിയ പ്രകടമാക്കുന്നത്-10 വർഷം കൊണ്ട് 27000-ത്തിലധികം ലേഖനങ്ങൾ (2002-2012)

വളരെ ചെറിയ രൂപത്തിലുള്ള വെബ് സൈറ്റുകളാണ് ബ്ലോഗു കൾ. ഇന്ന് ബ്ലോഗുകൾ ഇന്റർനെറ്റിലെ ഏറ്റവും ജനകീയമായ വ്യക്തിഗത പ്രസിദ്ധീകരണമേഖലയായി മാറിയിട്ടുണ്ട്. 2002-ലാ ണ് മലയാളം ബ്ലോഗിംഗിന്റെ ചരിത്രം ആരംഭിക്കുന്നത്. വിദേശ മലയാളിയായ എം.കെ.പോൾ 2002 ഡിസംബറിൽ 'ജാലകം' എന്ന പേരിൽ ആരംഭിച്ച ബ്ലോഗാണ് മലയാള ഭാഷയിലെ ആദ്യ ബ്ലോഗായി കണക്കാക്കപ്പെടുന്നത്.

2004-ൽ യൂണികോഡ് ടൈപ്പിംഗ് സാമഗ്രികളുടെ ലഭ്യതയും പ്രചാരവും സംഭവിച്ചതോടെയാണ് ബ്ലോഗുകളുടെ എണ്ണത്തിൽ വർദ്ധനവുണ്ടായത്. ബൂലോകത്തെ ആദ്യകാല ബ്ലോഗർമാർ അധികവും പ്രവാസികളാണ്. ജന്മനാട്ടിൽനിന്ന് അകന്നുകഴിയുമ്പോ ഴാണ് നാടിനോടും മലയാളത്തോടും ഉള്ള വൈകാരികമായ അടു പ്പം കൂടുതൽ അനുഭവപ്പെടുക. അങ്ങനെ മലയാളവും ബൂലോക വും ലോകമെമ്പാടുമുള്ള മലയാളികളുടെ ഒത്തുചേരലിനുള്ള ഒരു വേദിയായും തമ്മിലിണക്കുന്ന വൈകാരികമായ ഒരിടമായും മാറി. ഇതിനർത്ഥം മലയാളി ബ്ലോഗർമാർ മുഴുവൻ പ്രവാസികളാ ണെന്നല്ല. പത്രപ്രവർത്തകരും, വീട്ടമ്മമാരും, കൃഷിക്കാരും, വിദ്യാർ ത്ഥികളും, സാഹിത്യകാരന്മാരും, സാങ്കേതിക വിദഗ്ദ്ധരും, രാഷ് ട്രീയ/സാമൂഹ്യപ്രവർത്തകരും മുതിർന്ന പൗരന്മാരും ഒക്കെയടങ്ങു ന്ന ജീവിതത്തിന്റെ നാനാതുറകളിൽപ്പെട്ടവർ ഇവിടെയുണ്ട്. വിഷ യസ്വഭാവമനുസരിച്ച് ബ്ലോഗുകളെ പ്രധാനമായും സാഹിത്യം, നർ മ്മം, സാമൂഹ്യവിമർശനം/രാഷ്ട്രീയം, വ്യക്തിഗത ഡയറികൾ, യാത്രാവിവരണം, സാങ്കേതികം, പാചകവിധികൾ, സിനിമ- പുസ് തക നിരൂപണങ്ങൾ, സംഗീതം എന്നീ പൊതുഗണങ്ങളായി തിരി ക്കാം.

ബൂലോക സാഹിത്യത്തിന്റെ ഒരു സവിശേഷത, ആത്മാംശവും നർമ്മവും കലർന്ന കുറിപ്പുകളുടെ സജീവവും വിപുലവുമായ സാന്നിധ്യമാണ്. വിശാലമനസ്കന്റെ കൊടകരപുരാണം ഇത്തര

ത്തിൽപ്പെട്ടതും വളരെയധികം വായനക്കാരുള്ളതുമായ ഒരു ബ്ലോഗാണ്.സാഹിത്യവിഷയകമായ ബ്ലോഗുകളാണ്, അതും കവിതാബ്ലോഗുകളാണ്, എണ്ണത്തിൽ ഏറ്റവുമധികം എന്നു കണക്കാക്കപ്പെടുന്നു. ബ്ലോഗുകളിൽ ഏറ്റവും കൂടുതൽ വായിക്കപ്പെടുകയും ചർച്ച ചെയ്യപ്പെടുകയും ചെയ്യുന്നത് കവിതകളാണ്. ഇന്ന് ബ്ലോഗുലകത്തിലെ കവിതകളെപ്പറ്റി പറയാതെ ഒരു മലയാളകവിതാചർച്ച സാധ്യമല്ല എന്ന അവസ്ഥ സംജാതമായിരിക്കുന്നു.

സാമൂഹ്യസൈറ്റുകൾ, ഇന്റർനെറ്റ് ചങ്ങലകൾ, എന്നൊക്കെ വിശേഷിപ്പിക്കപ്പെടുന്ന സോഷ്യൽ നെറ്റ്‌വർക്കിംഗ് സൈറ്റുകൾ തൊണ്ണൂറുകൾ മുതലാണ് പ്രചരിക്കുന്നത്. വ്യവസായയുഗത്തിൽ അണുകുടുംബമാണെങ്കിൽ വ്യാവസായികോത്തര കാലഘട്ടത്തിൽ വ്യക്തിയുടെ ബന്ധം കമ്പ്യൂട്ടർ പോലുള്ള യന്ത്രങ്ങളിലേക്ക് ഒതുങ്ങുന്നു. ഈ ഒറ്റപ്പെടൽ കമ്പ്യൂട്ടർ ഉപയോഗിച്ചു തന്നെ മറികടക്കാനുള്ള ശ്രമങ്ങളാണ് ഇത്തരം സൈറ്റുകളിലൂടെ ജനങ്ങൾ നടത്തുന്നത്. സാമൂഹ്യസൈറ്റുകളിലും മലയാളത്തിന്റെ സാന്നിധ്യം സജീവമായത് 2005-2006 കാലഘട്ടത്തിലാണ്. മലയാളകവികളും ചിന്തകരും വിദ്യാർത്ഥികളും വിവിധ തുറകളിൽപ്പെടുന്നവും ഇത്തരം വിവിധ ഇടങ്ങളിൽ സജീവമാണ്.

2008-ഓടെ മൊബൈൽ ഫോണിൽ മലയാളം പ്രത്യക്ഷപ്പെട്ടെങ്കിലും 2011 (ആൻഡ്രോയ്ഡ് 4.1) -ഓടെയാണ് സജീവസാന്നിധ്യം തെളിയിക്കുന്നത്.

നവമാധ്യമങ്ങളിലെ മലയാളസാഹിത്യം

മലയാളം ദൃശ്യമാകുന്ന നവമാധ്യമ ഇടങ്ങൾ വെബ് സൈറ്റുകൾ, ബ്ലോഗുകൾ, സാമൂഹ്യസൈറ്റുകൾ മൊബൈൽഫോൺ എന്നിവിടങ്ങളിലാണ്. ഇക്കൂട്ടത്തിൽ മലയാളം ആദ്യം പ്രത്യക്ഷപ്പെട്ടത് വെബ്സൈറ്റുകളി ലാണെങ്കിലും ഇന്ന് ഏറ്റവും കൂടുതൽ ദൃശ്യമാവുന്നത് യഥാക്രമം ബ്ലോഗുകളിലും മൊബൈൽഫോണുകളിലും സാമൂഹ്യസൈറ്റുകളിലുമാണ്.

ബ്ലോഗുകളിൽ പ്രത്യക്ഷപ്പെടുന്ന സാഹിത്യത്തെ ബ്ലോഗ് സാഹിത്യമെന്നോ ബൂലോക സാഹിത്യമെന്നോ വിളിക്കും. മലയാളം ബ്ലോഗുകവിതകളെ സമാഹരിച്ചു കൊണ്ട് നടത്തിയ പഠനത്തിൽ കെ. സച്ചിദാനന്ദൻ (2011) ഇങ്ങനെ നിരീക്ഷിക്കുന്നു:

മറ്റേതു സാഹിത്യശാഖയേയുംകാൾ കവിത തന്നെയാണ് ഈ നാലാമിടത്തെ (എന്നു വെച്ചാൽ സൈബറിടം) വേദിയാക്കിയിട്ടു

ള്ളതെന്ന് നിസ്സംശയം പറയാം. ഇത് മലയാളത്തെ സംബന്ധിച്ചു മാത്രമല്ല ഇതര ഭാഷകളെ സംബന്ധിച്ചും നേരാണ്....... ചുരുക്കത്തിൽ ഇന്റർനെറ്റിലൂടെ സംഭവിച്ചിരിക്കുന്നത് കവിതയുടെ ഒരു വിസ്ഫോടനം തന്നെയാണ്".9

ബ്ലോഗുസാഹിത്യത്തിൽ കവിതകളുടെ ആധിക്യത്തിനു കാരണങ്ങളായി അദ്ദേഹം കണ്ടെത്തുന്നത് കവിത ഏറ്റവും ഹൃദയാഭിമുഖമായ - ഇന്റിമേറ്റ് ആയ ആവിഷ്കാരമാണെന്നതും, അതിന്റെ രൂപം പുതിയ സ്പെയിസിനും പുതിയ ജീവിതത്തിന്റെ വേഗത്തിനും നന്നായി ഇണങ്ങുന്നതാണെന്നതും ആണ്.

ബ്ലോഗുകവിതകൾ അച്ചടിക്കവിതകളിൽ നിന്നും പൂർണ്ണമായും വേറിട്ട ഒരു വ്യക്തിത്വം സ്വരൂപിച്ചിട്ടുണ്ടെന്നു പറയാനാവില്ല. എന്നാൽ ചില പൊതുസ്വഭാവങ്ങൾ കാണാവുന്നതാണ്. ഭൂതകാലഭാരം തീരെയില്ലാത്ത ബിംബങ്ങൾ, അസോസിയേഷനുകൾ, ഗദ്യതാളങ്ങൾ, ഘടനകൾ, വാഗ്സംയുക്തങ്ങൾ, ലജ്ജയില്ലാതെത്തന്നെയുള്ള ഇംഗ്ലീഷിന്റെ ഉപയോഗം, വ്യത്യസ്തമായ പ്രകൃതിയുടെയും സംസ്കാരങ്ങളുടെയും സാന്നിധ്യം ഇവയൊക്കെ ഈ രചനകൾക്ക് പുതിയൊരു 'ടെക്സ്ചർ' നൽകുന്നതായി കാണാം (സച്ചിദാനന്ദൻ 2011). മലയാളത്തിലെ മുഖ്യധാരാകവിതയിൽ കാണാത്ത ഒരനുഭവലോകം ഇതിൽ പലതിലുമുണ്ട്.

മാധ്യമവ്യവഹാരങ്ങൾ സൃഷ്ടിച്ച പ്രതീതിയുടെയും യാഥാർത്ഥ്യത്തിന്റെയും ദൃശ്യലോകത്തിരുന്നാണ് ഇവർ കവിതയുടെ പണിയാല തീർക്കുന്നത്. ഇതുവരെ നിർവ്വചിച്ചുപോന്ന പുതുകവിതയുടെ പദാവലികൾ അതുകൊണ്ടുതന്നെ ഇവരുടെ കവിതകളെ വിശകലനം ചെയ്യാൻ പോരാതെ വരുന്നു എന്നു നിരീക്ഷിച്ച് പുതു (ബ്ലോഗ്) കവിതയെ ന്യൂമീഡിയാട്രിക് പൊയട്രി (നവമാധ്യമീകൃത കവിത) എന്ന രീതിയിലാണ് സമീപിക്കേണ്ടത് എന്ന് കവിയും മാധ്യമപ്രവർത്തകനുമായ സുധീഷ് കോട്ടേമ്പ്രം അഭിപ്രായപ്പെടുന്നു (2012). ഈ പേരിനടിസ്ഥാനം നവമാധ്യമങ്ങൾ കവിതയ്ക്ക് പ്രതലമാവുന്നതുകൊണ്ടല്ല, മറിച്ച് കവിതയുടെ ഘടനയിലും ഭാവുകത്വത്തിലും രൂപപ്പെട്ട മാധ്യമബോധത്തിന്റെ അടിസ്ഥാനത്തിലാണ്. അതിൽ പുതിയ ചിത്രകലയുടെയും പെർഫോമൻസിന്റെയും സിനിമയുടെയും ആഖ്യാന സമ്പ്രദായങ്ങളുണ്ട്. ദൃശ്യ കലകളുമായുള്ള സംവാദാത്മകബന്ധങ്ങളുണ്ട്.

ബ്ലോഗ്കവി വിഷ്ണുപ്രസാദ് ബ്ലോഗുകവിതയുടെ സാധ്യതകളെപ്പറ്റിയും അത് മലയാളം എത്ര മാത്രം ഉപയോഗിച്ചുവെന്ന

തിനെപ്പറ്റിയുമുള്ള തന്റെ നിരീക്ഷണങ്ങൾ ഇങ്ങനെ അവതരിപ്പിക്കുന്നു. (2012)

തത്സമയ സംവാദാത്മകസ്വഭാവമാണ് ഇന്റർനെറ്റ് എഴുത്തിന്റെ ഒരു പ്രധാന സവിശേഷത. ഹൈപ്പർലിങ്ക് സാധ്യതകളാണ് മറ്റൊന്ന്. ഒരു രചനയിൽ പരാമർശിക്കുന്ന ചില മുൻപിൻവിഷയങ്ങളിലേക്ക് വാക്കുകളിൽനിന്നോ വാക്യങ്ങളിൽനിന്നോ ഒരു മൗസ് ക്ലിക്കിനാൽ ചാടിപ്പോകാം. ഇങ്ങനെയുള്ള അനേകം തുറസുകൾ ഒരു രചനയ്ക്കകത്ത് എഴുത്തുകാരന് സൃഷ്ടിക്കാനാകും. ചിത്രങ്ങൾ, സംഗീതം, ഓഡിയോ, വീഡിയോ, ആനിമേഷൻ തുടങ്ങിയവ രചനയോട് ബന്ധിപ്പിക്കാനും സാധ്യമാണ്. ഇത്തരം സാധ്യതകൾ ഇന്റർനെറ്റ് മലയാളം വേണ്ടത്ര ഉപയോഗിച്ചിട്ടില്ല. ഇന്റർനെറ്റ് എഴുത്ത് അതിന്റെ ശൈശവം പിന്നിട്ടിട്ടില്ലാത്തതുകൊണ്ടാവാം ഇത്.

ഹൈപ്പർലിങ്കുകളുടെ സാധ്യതകൾ ഉപയോഗപ്പെടുത്തുന്ന കവിതകൾ മലയാളത്തിൽ കൂടുതലായി ഉണ്ടായിവരുന്നു. അവയെ വിശേഷിപ്പിക്കാൻ 'ഹൈപ്പർലിങ്ക് കവിതകൾ' എന്ന വിശേഷണമാണ് മലയാളത്തിൽ സമീപകാലത്ത് ഉപയോഗിച്ചുവരുന്നത്.

വിഷ്ണുപ്രസാദിന്റെ 'ശവത്തോടൊപ്പം നമ്മൾ ലിഫ്റ്റിറങ്ങുകയാണ്', എം. ആർ. വിഷ്ണുപ്രസാദിന്റെ 'ഇയാള് അയാള്', എസ്. കലേഷിന്റെ 'അങ്ങനെയിരിക്കെ മരിച്ചുപോയ ഞാൻ/നീ', വി. ബി. ഷൈജുവിന്റെ 'വീട്/മഴ നനഞ്ഞുനിൽക്കുന്ന ഒരു പശു' എന്നിവ ഹൈപ്പർലിങ്ക് കവിതകൾക്ക് ഉദാഹരണമാണ്. എൻ. എം. സുജീഷിന്റെ 'ഭൂമി-ചന്ദ്രൻ-സൂര്യൻ' എന്ന കവിത, ഇതിന് ഒരു മികച്ച മാതൃകയാണ്.

ബ്ലോഗ്കവി അനുഭവിക്കുന്ന സ്വാതന്ത്ര്യത്തെപ്പറ്റി വിഷ്ണുപ്രസാദ് ഇങ്ങനെ വിവരിക്കുന്നു. (2012)

എഴുത്തുഭാഷയിൽ അച്ചടിസാഹിത്യകാരനേക്കാൾ സ്വാതന്ത്ര്യം സൈബർസാഹിത്യകാരൻ അനുഭവിക്കുന്നുണ്ട്. അതുകൊണ്ടുതന്നെ അധീശസമൂഹം പടിക്കുപുറത്തു നിർത്തിയിരിക്കുന്ന വാക്കുകൾക്കും വിചാരങ്ങൾക്കും ഇവിടെ സ്ഥാനമുണ്ട്. പുതിയ എഴുത്തുകാർ ഇത് ഭംഗിയായി ഉപയോഗിക്കുന്നുമുണ്ട്. ഹരിശങ്കർ, സുബൽ, സുജീഷ്. എൻ.എം., പത്മാബാബു (എല്ലാ കവികളും ഫേസ്ബുക്കിൽ നിന്നും) തുടങ്ങിയ ഏറ്റവും പുതിയ കവികളുടെ രചനകളിൽ ശ്ലീലാശ്ലീലവരമ്പ് മുറിഞ്ഞുപോയതായി കാണാം.

നവസാങ്കേതികതയുടെ അനുഭവങ്ങൾതന്നെ എഴുത്തിന്റെ

വിഷയമായി വരുന്ന രചനകളുമുണ്ട്. അനൂപ്. കെ.ആറിന്റെ www.sevidosemore.com എന്ന കവിത ഇതിനുദാഹരണമാണ്. സൈൻ ഔട്ട് ചെയ്യാനാവാതെ ഒരു സൈബർ നഗരത്തിൽ കുടുങ്ങിപ്പോകുന്ന അവസ്ഥയെ മലയാളം ഇന്നുവരെ കണ്ടിട്ടില്ലാത്ത വിധത്തിൽ മനോഹരമായി ആവിഷ്കരിച്ചിരിക്കുന്നു.

അങ്ങനെ രൂപഘടനയിൽ, ഭാഷയിൽ വിഷയസ്വീകരണത്തിൽ എല്ലാംതന്നെ സൈബർമാധ്യമങ്ങൾ കവിതയിൽ വമ്പിച്ച മാറ്റങ്ങൾ വരുത്തിക്കൊണ്ടിരിക്കുകയാണ് എന്ന് നിരീക്ഷിക്കാനാവുന്നുണ്ട്.

സൈബറിടത്തിലെ മലയാളകഥ

കവിതയ്ക്കപ്പുറം ബ്ലോഗിലുള്ള സാഹിത്യം കഥയാണ്. ബൂലോകകഥ, ബ്ലോഗ്ലോകം, മനോജ് വെങ്ങോല, ലവണതീരം, നിഴലുകൾ, വെടിക്കഥകൾ, എന്റെ സ്വപ്നം, കരിവണ്ടുകൾ, ബൈനോക്കുലർ, ഷീലാടോമി, ഏഞ്ചൽവോയ്സ് ഓൺലൈൻ, റോസാപ്പൂക്കൾ, സേതുലക്ഷ്മി, ആനമയിലൊട്ടകം തുടങ്ങിയ ബ്ലോഗുകളിലാണ് കഥകൾ കാര്യമായി പ്രത്യക്ഷപ്പെടുന്നത്.

സമകാലികമായ അച്ചടിരചനകളെ വെല്ലുവിളിക്കുന്ന ബ്ലോഗ് കഥകളെഴുതിയവരിൽ പ്രമുഖരാണ് സിമി ഫ്രാൻസിസ് നസ്രേത്ത്, സിജി, ഗുപ്തൻ, പെരിങ്ങോടൻ, വി.എം. ദേവദാസ്, രാജേഷ് വർമ്മ തുടങ്ങിയവർ. കൂടാതെ ഇബ്രു, രേഷ്മ ജന്നത്ത്, ഡാലി, ലേഖ, റഷീദ് ചാലിൽ, സുനീഷ് തോമസ് തുടങ്ങിയവർ ശ്രദ്ധേയരാണ്.

ബ്ലോഗ് കഥകൾക്ക് അച്ചടിക്കഥയേക്കാൾ (ബ്ലോഗ് കവിതകൾക്കെ ന്നപോലെ) നിരവധി സാധ്യതകളുണ്ട്. പാഠശീർഷകം, രൂപമാതൃക, ചിത്ര-ദൃശ്യകലകൾ ചേർക്കൽ, അക്ഷരങ്ങളുടെ വർണ്ണ-രൂപ വ്യത്യാസങ്ങൾ, ഹൈപ്പർലിങ്കുകൾ ഇവയൊക്കെ അതിൽപ്പെടുന്നു. അപൂർവ്വം ചിലർ മാത്രമേ നവമാധ്യമത്തിന്റെ ഇത്തരം സാധ്യതകൾ ഉപയോഗിച്ചിട്ടുള്ളൂ. ഇവയുടെ ആഖ്യാനരീതിയെപ്പറ്റി പ്രമോദ് പൈമ്പ്ര ഇങ്ങനെ നിരീക്ഷിക്കുന്നു. (2013)

കഥാകൃത്തുതന്നെ ആഖ്യാതാവാകുന്ന തന്ത്രമാണ് മിക്ക ബ്ലോഗിലും കാണുന്നത്. കഥാപാത്രങ്ങളിലൂടെ കഥ പറയുക, ഓർമ്മക്കുറിപ്പുകളുടെ രൂപത്തിലുള്ള കഥനരീതി, ബോധധാരാരീതി എന്നിവയും ബ്ലോഗിൽ സാധാരണമാണ്. പരീക്ഷണാഖ്യാനങ്ങളിലേക്ക് കടക്കാതെ ഋജുവായി കഥ പറയാനാണ് ബ്ലോഗർമാർ താൽപ്പര്യപ്പെടുന്നത്. വായനക്കാരനും, ബ്ലോഗറും ഒരേ തരംഗദൈർഘ്യത്തിൽ സഞ്ചരിച്ചിട്ടില്ലെങ്കിൽ കഥാസ്വാദനം പ്രയാസമാകും. എഴു

ത്തുകാരന്റെ തൊഴിലിടം, സൈബർസാങ്കേ തികപദാവലികൾ എന്നിവയെക്കുറിച്ചുള്ള ധാരണ വായനക്കാര നുമുണ്ടാകണം.

'ചാറ്റൽമഴ' മാത്രം പരിചിതനായ വായനക്കാരന് "അവൻ അന്നും പതിവുപോലെ ചാറ്റാനിരുന്നു" എന്ന പ്രയോഗം ആസ്വാദ്യമാകാനിടയില്ല. "ഗൂഗിളമ്മച്ചിയുടെ പറമ്പിൽ കൊത്തും കിളയുമായി കൂടുന്നതിനുമുമ്പ്" എന്ന പ്രയോഗവും "ബ്ലോഗ് പുഴുങ്ങിയാൽ ചോറാകുമോ", "കമന്റൊഴിച്ചാൽ കറിയാകുമോ" എന്ന രൂപത്തിലുള്ള പ്രയോഗങ്ങളും ബ്ലോഗർമാർക്കിടയിൽ പതിവാണ്. മിശ്രഭാഷയാണ് കഥാഖ്യാനത്തിന് പല ബ്ലോഗർമാരും ഉപയോഗിക്കുന്നത്. ഇതു പുതുതലമുറയുടെ സംസാരഭാഷയുമാണ്. എസ്.എം.എസ്. ഭാഷയെപ്പറ്റി ചർച്ചകൾ നടക്കുമ്പോൾ ബ്ലോഗിലെയും ഫേസ്ബുക്കിലെയും ഭാഷയെപ്പറ്റിയുള്ള പഠനവും നടത്തേണ്ടതുണ്ട്. ഭാഷയെ സൗകര്യത്തിനനുസരിച്ച് മുറിക്കുകയും വക്രീകരിക്കുകയും ചെയ്യുന്നത് ബ്ലോഗ് കഥാകാരന്മാരുടെ പതിവാണ്."

പൊതുവെ പറഞ്ഞാൽ സൈബറിടം സാഹിത്യസൃഷ്ടികൾ പ്രകാശിപ്പിക്കാൻ ഒരു പുതിയ തുറസ്സുനല്കിക്കൊണ്ടും ഭാഷയുടെയും സാഹിത്യത്തിന്റെയും ഉള്ളടക്കത്തെയും രൂപഘടനയെയും സ്വാധീനിച്ചുകൊണ്ടും നിലകൊള്ളുന്നു. അനുനിമിഷം മാറിക്കൊണ്ടിരിക്കുന്ന ഈ മേഖലയെക്കുറിച്ചുള്ള ഗൗരവമായ പഠനങ്ങൾ മലയാളത്തിൽ ഉണ്ടാവേണ്ടതുണ്ട്. അത്തരം ഗവേഷണങ്ങളിലേക്കുള്ള ഒരു ചൂണ്ടുപലക മാത്രമാണ് ഈ പ്രാരംഭപഠനം.

അടിക്കുറിപ്പുകൾ

1 Jameson, Fredric 1991. Postmodernism: The Cultural Logic of the Late Capitalism.

2 ഷാജിജേക്കബ് 2012. വിപരീതങ്ങൾ: മലയാളിയുടെ മാധ്യമജീവിതം. (പരിധി പബ്ലിക്കേഷൻസ്, തിരുവനന്തപുരം), പു. 25.

3 Bandrillard, Jean 1983.

4 ഷാജിജേക്കബ് 2012. വിപരീതങ്ങൾ: മലയാളിയുടെ മാധ്യമജീവിതം.(പരിധി പബ്ലിക്കേഷൻസ്, തിരുവനന്തപുരം), പു. 13.

5 പി.കെ. രാജശേഖരൻ 2000, ഏകാന്തനഗരങ്ങൾ (ഡി.സി. ബുക്സ്, കോട്ടയം), പു. 21.

6 ജി. മധുസൂദനൻ 2006, ഭാവുകത്വം ഇരുപത്തിയൊന്നാം നൂറ്റാണ്ടിൽ (ഡി.സി. ബുക്സ്, കോട്ടയം), പു. 91,92.

7 ടോം. ജെ. മങ്ങാട്ട്, 1991. മലയാളം വെബ്സൈറ്റുകൾ സൈബർ മലയാളം എഡി. സുനീത ടി.വി
(കറന്റ് ബുക്സ്, തൃശ്ശൂർ), പു.

8 കെ. സച്ചിദാനന്ദൻ 2011, എഡി. നാലാമിടം
(ഡി.സി. ബുക്സ്, കോട്ടയം).

9 കെ. സച്ചിദാനന്ദൻ 2011, നാലാമിടം
(ഡി.സി. ബുക്സ്, കോട്ടയം), പു. 6.

18 സുധീഷ് കോട്ടേമ്പ്രം 2012, 'നവമാധ്യമകാലത്തെ കവിതയുടെ പ്രയോഗങ്ങൾ', സമകാലികമലയാളം വാരിക, 15, 50
(മെയ് 2012), പു. 71.

19 വിഷ്ണുപ്രസാദ് 2012, 'മലയാളസാഹിത്യത്തിന്റെ പുതിയ ഭൂമിക', ജനപഥം പ്രത്യേകപതിപ്പ് നവം).

21 വിഷ്ണുപ്രസാദ് 2012, 'മലയാളസാഹിത്യത്തിന്റെ പുതിയ ഭൂമിക', ജനപഥം പ്രത്യേകപതിപ്പ് (നവംബർ 2012).

22 പ്രമോദ് പൈമ്പ്ര 2013, 'നവമാധ്യമങ്ങളിലെ കഥാലോകം' (അപ്രകാശിതലേഖനം, ചാലക്കുടി സേക്രഡ് ഹാർട്ട് കോളേജിലെ യു.ജി.സി. നാഷനൽ സെമിനാറിൽ അവതരിപ്പിച്ചത്. ഒക്ടോബർ 30, 2013)

8

പഴയ മാധ്യമങ്ങളും നവസാമൂഹികതകളും

സി. എസ്. വെങ്കിടേശ്വരൻ

രണ്ടു മാധ്യമസന്ദർഭങ്ങൾ-ഭരണകൂടവും വിപണിയും 1970-കൾ അടിയന്തിരാവസ്ഥ

സ്വാതന്ത്ര്യാനന്തരം ഇന്ത്യൻ മാധ്യമചരിത്രത്തിൽ കൊളോണിയൽ ഭരണത്തിൽ നിന്ന് സ്വദേശഭരണകൂടത്തിന്റെ മേൽനോട്ടത്തിലുള്ള ഒരു മാധ്യമവ്യവസ്ഥയിലേക്ക് മാറിയതിനുശേഷമുള്ള കാലഘട്ടത്തിൽ നിർണായകമായ രണ്ടു മുഹൂർത്തങ്ങളുണ്ട്. ഒന്ന്, 1970-കളുടെ മധ്യത്തിലുണ്ടായ അടിയന്തരാവസ്ഥ സൃഷ്ടിച്ച മാധ്യമസാഹചര്യമാണ്; അത് മാധ്യമങ്ങളും ഭരണകൂടവും തമ്മിലുള്ള സവിശേഷമായ ഒരു മുഖാന്തിരത്തിന് വഴിവെച്ചു. അന്ന് മാധ്യമരംഗം പ്രാഥമികമായും പത്രങ്ങൾക്ക് മുൻതൂക്കമുള്ള ഒന്നായിരുന്നു; റേഡിയോ, ടെലിവിഷൻ തുടങ്ങിയവ ഭരണകൂടത്തിന് സർവ്വാധിപത്യമുള്ളവയായിരുന്നു; പത്രങ്ങളുടെ കാര്യത്തിലും ന്യൂസ് പ്രിന്റിന്റെ ലഭ്യതയും മറ്റും പെർമിറ്റ് രാജ് നിലനിന്നിരുന്നു. അടിയന്തിരാവസ്ഥ സെൻസർഷിപ്പിലൂടെയും മറ്റു കടുത്ത നിയന്ത്രണങ്ങളിലൂടെയും പത്രസ്വാതന്ത്ര്യത്തിന്റെ നിർണ്ണായകത്വത്തെക്കുറിച്ചും ഭരണകൂടഭീകരതയെക്കുറിച്ചും നമുക്ക് കഠിനമായ ചില പാഠങ്ങൾ നൽകി. ഈ സന്ദർഭം നമ്മുടേതുപോലുള്ള സമൂഹങ്ങളിൽ ഭരണകൂടവും മാധ്യമങ്ങളും കൈക്കൊള്ളാവുന്ന നിലപാടുകളെയും പ്രകാശനരൂപങ്ങളേയും കുറിച്ച് പുതിയ തിരിച്ചറിവുകൾക്ക് വഴിവെക്കുകയും, മാധ്യമപ്രയോഗങ്ങളിലും ശൈലികളിലും പുതിയതും സമാന്തരവുമായ സാധ്യതകൾ തുറന്നിടുകയും ചെയ്തു.

1990-കൾ നവ സമ്പദ്ക്രമം

രണ്ടാമത്തെ മുഹൂർത്തം 1990-കളുടെ തുടക്കത്തിൽ സാമ്പത്തികരംഗത്തുവന്ന ഉദാരീകരണത്തിന്റേതാണ്. അതുവരെ അടഞ്ഞുകിടന്നതും നിയന്ത്രിതവുമായിരുന്ന സമ്പദ് വ്യവസ്ഥ ആഗോളവിപണിവ്യാവസ്ഥയിലേക്ക് തുറക്കപ്പെട്ടതോടെ അത് മാധ്യമരംഗത്തും വമ്പിച്ച മാറ്റങ്ങൾക്കുവഴിവെച്ചു. ആഗോളീകരണം ഏറ്റവും വലിയ മാറ്റം കൊണ്ടുവന്നത് ടെലിവിഷൻ രംഗത്താണ്. തുറന്നിടപ്പെട്ട ആകാശം നമ്മുടെ കാഴ്ചയെ ആഗോളീകരിച്ചു. ലോകത്തെമ്പാടുമുള്ള ചാനലുകളുടെ വരവ് നമ്മുടെ ദൃശ്യാഭിരുചികളെയും പ്രതീക്ഷകളെയും മാറ്റിമറിച്ചു.

ലോകത്തെമ്പാടും നിന്നുള്ള ഒരിക്കലുമൊടുങ്ങാത്തതും തത്സമയവുമായുള്ള ദൃശ്യാഖ്യാനങ്ങളായി വിവരവും വിനോദവും വാർത്തയും വീടുകളിലെത്തിയതോടെ നമ്മുടെ വിനോദ സമയത്തെയും വിനിയോഗത്തെയും മാത്രമല്ല വീട്ടിനകത്തെ അധികാര ബന്ധങ്ങളെയും വാസ്തുവിനെയും പുനർനിർവചിച്ചു; സിനിമയ്ക്കുപുറമെ രാഷ്ടീയ ചർച്ചകളേയും അന്തർദ്ദേശീയ കായികമേളകളേയും ഉത്സവങ്ങളേയുമെല്ലാം അതു വീട്ടിനകത്ത് എത്തിച്ചു; ഉപഭോഗസംസ്ക്കാരത്തിന് പുതിയമാനങ്ങളും പരപ്പുകളും ആഴങ്ങളും നൽകി.

ആദ്യസന്ദർഭമായ അടിയന്തരാവസ്ഥ സൃഷ്ടിച്ചത് ഒരു ഭരണകൂടമുഹൂർത്തമായിരുന്നു എങ്കിൽ 1990കളുടേത് ആഗോളവിപണിയുടെ അഥവാ ആഗോളമുലധനത്തിന്റെ മുഹൂർത്തത്തമായിരുന്നു. ടെലിവിഷനും വിപണിയും തമ്മിലുള്ള ആ മുഖാമുഖം തുടങ്ങിവെച്ച മാധ്യമവിസ്ഫോടനം ഇന്നും അവസാനിച്ചിട്ടില്ലാത്ത ഒന്നാണ്; അതിനെ തുടർന്നുവന്ന ഇന്റർനെറ്റിന്റെ പ്രചാരവും അതിനെ മറ്റൊരു മാനത്തിലേക്ക് ഉയർത്തുകയും ചെയ്തു.

ചുവടുമാറ്റം

വിപണിയുമായുള്ള ഈ ഏറ്റുമുട്ടൽ നമ്മുടെ മാധ്യമരംഗത്ത് പല അടി സ്ഥാനപരമായ ചില ചുവടുമാറ്റങ്ങൾക്കു വഴിയൊരുക്കി. അവയിൽ പ്രധാനപ്പെട്ട ചില മാറ്റങ്ങൾ ഇവയാണ്.

*പ്രേക്ഷകരംഗത്ത്-പൗരനിൽ നിന്ന് ഉപഭോക്താവിലേക്ക്

*നിയന്ത്രണരംഗത്ത്-ഭരണകൂടത്തിൽ നിന്ന് വിപണിയിലേക്ക്

*ഉള്ളടക്കത്തിന്റെ കാര്യത്തിൽ-വരവിനിമയത്തിൽ നിന്ന് വിനോദത്തിലേക്ക്

ഈ മാറ്റം പൊതുസമൂഹത്തിലെ മാധ്യമ ഇടപെടലിന്റെ തോതി

നെയും വ്യാപതിയെയും ആഘാതത്തെയും പരിപൂർണ്ണമായി പുനർനിർവചിക്കുകയും ഭരണകൂടം വിപണി സിവിൽ സമൂഹം എന്നീ മൂന്നു ഘടകങ്ങളെയും അവ തമ്മിലുള്ള മാധ്യമീകരിക്കപ്പെട്ട കൊള്ളകൊടുക്കകളേയും ബന്ധത്തെയും മാറ്റിത്തീർത്തു. ജനങ്ങൾക്ക് വേണ്ടത് ഞങ്ങൾ നൽകുന്നു എന്നു വിപണിയും, ഞങ്ങൾ ജനതാല്പര്യത്തെ പ്രതിനിധാനം ചെയ്യുന്നു എന്നു ഭരണകൂടവും, ഞങ്ങൾ യാഥാർഥ്യത്തെ പ്രതിഫലിപ്പിക്കുന്നു എന്ന് മാധ്യമങ്ങളും സിവിൽ സമൂഹത്തിന്റെ പേരിൽ ആണയിടുകയും അങ്ങിനെ പൊതുമണ്ഡലത്തിൽ സ്വന്തം സാധുത സ്ഥാപിച്ചെടുക്കുകയും ചെയ്യുന്നു.

മാധ്യമം എന്ന ഇടനിലക്കാരൻ

ഇവ മൂന്നിനുമിടയിൽ മാധ്യമം എന്ന ഘടകത്തിന്റെ പ്രത്യേകത അതിന് സ്വന്തം സ്ഥാപനത്വത്തെയും എളുപ്പത്തിൽ മറയ്ക്കാനാവും എന്നതാണ്. അത് സ്വയം ഒരു സ്ഥാപനം/വ്യവസായം എന്നതിലുപരി സ്വഛന്ദമായ മാധ്യമം (Media or conduit) എന്നു സ്വയം നടിക്കുന്നു. പ്രത്യേകിച്ചും അതിലൂടെയാണ് മറ്റു ഘടകങ്ങൾ പലപ്പോഴും സ്വയം വെളിപ്പെടുത്തുന്നത് എന്നതുതന്നെ മാധ്യമം എന്ന സ്ഥാപനത്തെ സുതാര്യമാക്കുന്ന ഒരു കാര്യമാണ്. റാഡിയാ ടേപ്പുകളും മറ്റും തെളിയിക്കുന്നത് വസ്തുനിഷ്ഠതയുടെയും മറ്റും അത്തരം മുഖംമൂടികൾ അഴിഞ്ഞുവീണിരിക്കുന്നു എന്നതാണ്. ഇത്തരം സന്ദർഭങ്ങളിൽ ഭരണകൂടത്തിന്റെയും മൂലധനത്തിന്റെയും താല്പര്യങ്ങൾ സംരക്ഷിച്ചുകൊണ്ട് അവയ്ക്കിടയിൽ പ്രവർത്തിക്കുന്ന അവരുടെ രണ്ടുപേരുടെയും പങ്കുപറ്റുന്ന ഒരു ഇടനിലക്കാരൻ മാത്രമാണ് മാധ്യമങ്ങൾ.

നവമാധ്യമ സന്ദർഭം

1990-കളിൽ മാധ്യമരംഗത്തുവന്ന മാറ്റങ്ങളുടെ അതിരുകളെ ഇങ്ങിനെ രേഖപ്പെടുത്താവുന്നതാണ്.

*വാർത്താ/വിവരവിനിമയ ഒഴുക്കിൽ വന്ന വമ്പിച്ച അന്തർദേശീയവൽക്കരണം.

വർദ്ധിച്ച കച്ചവടവൽക്കരണം

*പ്രേക്ഷക സമൂഹത്തിന്റെ ശിഥിലീകരണം-പ്രദേശം, ഭാഷ, സംസ്കാരം, പ്രായം, അഭിരുചി എന്നിവയുടെ അടിസ്ഥാനത്തിൽ

*സർക്കാരിന്റെ ഭാഗത്തുനിന്നുള്ള ഉദാരവൽക്കരണത്തെ പ്രോത്സാഹിപ്പിക്കുന്ന നയസമീപനങ്ങൾ, നിയന്ത്രണങ്ങൾ എടുത്തുമാറ്റൽ

*ടെലിവിഷൻ ചാനലുകളുടെ അധിക്യം-ഒന്നിൽ നിന്ന് പലതിലേക്ക് വിവിധത ലത്തിലുള്ള വൈവിധ്യം-പ്രാദേശികം, ഭാഷാപരം, ദേശീയം, അന്തർദേശീയം

*രാഷ്ടീയവും, സാമുദായികവും, മതപരവും, പ്രോദേശികവും, ഭാഷാപരവും, മറ്റുമായ വിവിധ താല്പര്യങ്ങൾ ഏറ്റുമുട്ടുന്ന/മത്സരിക്കുന്ന ഒരു രംഗമായി മാധ്യമമേഖല മാറി.

പുതിയ വെല്ലുവിളികൾ നിർണ്ണായകമായ ചില ചോദ്യങ്ങൾ ഇവിടെ ഉയരുന്നു

ആധിക്യം = വൈവിധ്യം: ചാനലുകളുടെ ഈ ആധിക്യം (ഈ വർഷവും പുതിയ അനവധി ചാനലുകൾ മലയാളത്തിൽ കടന്നുവരുന്നു.) നമ്മുടെ സാംസ്കാരികവും സാമൂഹ്യവുമായ വൈവിധ്യത്തിന്റെ പ്രകാശനത്തിന് വഴിവെച്ചിട്ടുണ്ടോ? അതായത് ചാനലുകളുടെ ആധിക്യം ഉള്ളടക്കത്തിലെ ബഹുസ്വരതയ്ക്ക് കാരണമായോ?

ആധിക്യം=ബഹുസ്വരത: പാർശ്വവൽക്കരിക്കപ്പെട്ടവരുടെ കൂടുതൽ ശക്തമായ പ്രാതിനിധ്യത്തിനും സഹായിച്ചിട്ടുണ്ടോ? അതോ മാധ്യമരംഗത്തും സമ്പദ് വ്യവസ്ഥയിലും രാഷ്ടീയത്തിലുമുള്ള അതേ അധികാരതാല്പര്യ സമവാക്യങ്ങൾ തന്നെയാണോ ഇവിടെ ആവർത്തിക്കുന്നത്? ഓരോ രാഷ്ട്രീയ പാർട്ടിക്കും സാമുദായികസംഘത്തിനും ആത്മീയസംരംഭകർക്കും ഒരു ചാനൽ എന്ന രീതിയിലുള്ള പ്രാതിനിധ്യ ജനാധിപത്യവ്യവസ്ഥയും അതിനെ പിന്തുടർന്നുള്ള കൂട്ടുമുന്നണികളുമാണോ ഇവിടെയും ആവർത്തിക്കപ്പെടുന്നത് ?

വാർത്താചാനലുകളുടെ വളർച്ചയും പടർച്ചയും ഇത്തരം ചോദ്യങ്ങളെ അങ്ങേയറ്റം പ്രസക്തവും അടിയന്തരവും ആക്കി മാറ്റിയിരിക്കുന്നു. മാറിയ സാഹചര്യം നമ്മുടെ മുന്നിലുയർത്തുന്ന ചില നിർണ്ണായകമായ പ്രശ്നങ്ങളെ ഇങ്ങിനെ സംഗ്രഹിക്കാവുന്നതാണ്.

1. വാർത്താ ഉള്ളടക്കം :

ഒരു സമൂഹത്തിലെ വാർത്താസംസ്കാരം അവിടുത്തെ പൊതു

മണ്ഡലത്തിന്റേയും നിലവാരത്തെ സ്വാധീനിക്കുന്ന ഒന്നാണ്. ആ അർത്ഥത്തിൽ നമ്മുടെ വാർത്താചാനലുകൾ പിന്തുടരുന്ന നൈതിക ബോധനം എന്താണ്? അവിടെ വസ്തു നിഷ്ഠതയ്ക്ക് എന്താണ് സ്ഥാനം? അഭിപ്രായ സ്വാതന്ത്ര്യത്തെയും സാമൂഹിക ഉത്തരവാദിത്തത്തെയും അവർ എങ്ങിനെ കാണുന്നു? അവരുടെ മുൻഗണനാക്രമങ്ങൾ കച്ചവടപരം, വിവരവിനിമയപരം, സാമൂഹ്യം ആരാണ് നിർണ്ണയിക്കുന്നത്? എല്ലാറ്റിനേയും വിനോദമാക്കുക എന്ന ബാധ്യത എങ്ങിനെയാണ് ഉള്ളടക്കത്തെയും വാർത്തപരിചരണ ത്തെയും സ്വാധീനിക്കുന്നത്?

2. രാഷ്ട്രീയവാർത്ത, വാർത്തയുടെ രാഷ്ട്രീയം:

ടെലിവിഷൻ കാലത്ത് രാഷ്ട്രീയം ഒരു പ്രകടനകലയായി മാറി ക്കൊണ്ടിരിക്കയാണോ? രാഷ്ട്രീയ പ്രശ്നങ്ങളെ ടെലിവിഷൻ നിസ്സാരവൽക്കരിക്കയും വ്യക്തിപരമാക്കുകയും ചെയ്യുന്നുണ്ടോ? വ്യക്തിയുടെ സ്വകാര്യതയിലേക്കുള്ള നൈതികവും ഭാവത്മകവു മായ പൊതുധാരണകളിലെത്താൻ നമ്മുടെ മാധ്യമരംഗത്തിന് കഴി യുമോ? വാർത്താരംഗത്തെ കച്ചവടവൽക്കരണത്തെ എങ്ങനെ ചെറു ക്കുവാനാകും?

a. ഇവിടെയുള്ള പ്രശ്നം പൊതുസമൂഹത്തിന്റെ അഭിപ്രായ ങ്ങൾക്കും പ്രകാശനങ്ങൾക്കും മുകളിലുള്ള സ്വാധീനവും നിയന്ത്ര ണവുമായി ബന്ധപ്പെട്ടതാണ്. അതായത് വിവരശേഖരണത്തിനും ഉപഭോഗത്തിനും മുകളിലുള്ള പൗരസ്വാതന്ത്ര്യത്തെ, ഒരുവശത്ത് വിപണിയുടെയും മറുവശത്ത് ഭരണകൂടത്തിന്റേയും ഇടപെടലുര ളിൽ നിന്ന് എങ്ങനെ നമുക്ക് സംരക്ഷിക്കുവാൻ കഴിയും? ഒരു വശത്ത് ഭരണകൂടത്തിന്റെ താല്പര്യങ്ങൾ ഉത്തരവാദിത്തവും വിക സനതാല്പര്യവുമായി നമ്മെ ഉദ്ബോധിപ്പിക്കുമ്പോൾ മറുവശത്ത് സ്വാതന്ത്ര്യവും വൈവിധ്യവും വിനോദവുമായി വിപണി/മൂലധനം നമ്മെ പ്രലോഭിപ്പിക്കുന്നു. രണ്ടും സിവിൽ സമൂഹത്തിന്റേയോ ദീർഘകാലതാല്പര്യങ്ങൾ എന്നതിനെക്കാളുപരി രണ്ടുതരം ഏകാധിപത്യങ്ങളെയാണ് പ്രതിനിധാനം ചെയ്യുന്നത്.

3. സ്ഥാപനപരമായ പ്രശ്നങ്ങൾ:

മാറിയ സാഹചര്യത്തിൽ പൊതുമണ്ഡലത്തിൽ മാധ്യമസ്ഥാപ നങ്ങളുടെ പങ്കെന്താണ് ? പ്രത്യേകിച്ചും ബഹുരാഷ്ട്രകുത്തകകളും

മറ്റും ഈ രംഗത്ത് സജീവമായിരിക്കുന്ന ഒരു സാഹചര്യത്തിൽ. ഇന്ന് രാഷ്ട്രീയവും ദേശീയവും ദേശീയസാമ്പത്തികവുമായ രംഗങ്ങളിലെ അജണ്ട നിർണ്ണയിക്കുകയും സ്വാധീനിക്കുയും ചെയ്യാനും പൊതുജനാഭിപ്രായത്തെ രൂപപ്പെടുത്താനും അതിനു ശബ്ദം കൊടുക്കാനും മാധ്യമങ്ങൾക്ക് വൻ രീതിയിൽ കഴിയുന്ന സാഹചര്യത്തിൽ ഇതിൽ സിവിൽ സമൂഹത്തിന്റെ താല്പര്യങ്ങൾ സംരക്ഷിക്കുവാനുള്ള സംവിധാനങ്ങൾ എന്താണ്? ഏറ്റവും പ്രധാനമായി ആരെയാണ് മാധ്യമങ്ങൾ സംരക്ഷിക്കുകയും സമ്പന്നമാക്കുകയും ചെയ്യുന്നത്; ഭരണകൂടം, മൂലധനം, സിവിൽ സമൂഹം?

a. ഇവിടെ ഉയരുന്ന നിർണ്ണായകമായ ചോദ്യം ഭരണകൂടത്തിന്റെയും വിപണിയുടെയും ചട്ടക്കൂടുകൾക്കു പുറത്തുനിൽക്കുന്ന മാധ്യമസംരംഭങ്ങൾ സാധ്യമാണോ എന്നതാണ്. അത്തരം സിവിൽ സമൂഹസംരക്ഷണങ്ങൾക്ക് കേരളം പോലെ വിഘടിതമായ ഒരു സമൂഹ്യാന്തരീക്ഷം എത്രകണ്ട് അനുയോജ്യമാണ്.

4. പുതിയ സാങ്കേതിക സാഹചര്യവും അതിന്റെ സാധ്യതകളും : നവമാധ്യമസാങ്കേതികത സാമ്പ്രദായികമായ മാധ്യമരീതികളെ (സ്ഥാപനം, പ്രവർത്തനം, പ്രസരണം) പാടെ മാറ്റിയിരിക്കുന്നു. ഇന്ന് വിവരണം/വാർത്ത എന്നത് ഒരു കേന്ദ്രത്തിൽ നിന്ന് ഉൽഭവിച്ച് ജനക്കൂട്ടിലേക്ക് ഒഴുകുന്ന ഏകാദിശാമുഖമായ ഒന്നല്ല, മറിച്ച് സോഷ്യൽ നെറ്റ്‌വർക്കിംഗ്, വെബ് 2.0 കാലത്തിൽ ഇന്നത് പലതിൽ നിന്ന് പലതിലേക്ക് നിരന്തരം ഒഴുകിക്കൊണ്ടിരിക്കുന്ന ഒന്നായിത്തീർന്നിരിക്കുന്നു. ഇത് സിറ്റിസൺ ജേർണലിസം, വിക്കിലീക്ക്സ് പോലുള്ള പുതിയ അട്ടിമറിസാധ്യതകൾ മാധ്യമപ്രകാശനത്തിനു മുന്നിൽ തുറന്നിട്ടിരിക്കുന്നു.

ഇന്നത്തെപ്പോലെ നിഷ്ക്രിയരായ ഉല്പാദകർ കൂടിയാണ്. കയ്യടക്കലിനെക്കാളധികം പടരാനും പകർത്താനും അതിനു കഴിയും (റിയാലിറ്റി ഷോകൾ തുടങ്ങി ബ്ലോഗുകളും ഫേസ്ബുക്ക്, ടിറ്റർ തുടങ്ങിയ നെറ്റ്‌വർക്കുകളും മറ്റും അതിന്റെ സമകാലിക നിദർശതങ്ങളാണ്). ഈ മാറിയ സാഹചര്യങ്ങളുമായി നമ്മുടെ മാധ്യമങ്ങൾ എങ്ങിനെ പ്രതിപ്രവർത്തിക്കുന്നു എന്നതിന്റെ അടിസ്ഥാനത്തിലായിരിക്കും അവയുടെ ഭാവി നിർണ്ണയിക്കപ്പെടുക.

അതിന് നമ്മുടെ മാധ്യമസ്ഥാപനങ്ങളും മാധ്യമപ്രവർത്തനരീതികളും (രാഷ്ട്രീയവും) അവയുടെ അനലോഗ് യുക്തികൾക്ക് പുറ

ത്തുകടക്കേണ്ടിയിരിക്കുന്നു. ഇവിടെയാണ് സമാന്തരമാധ്യമസംരംഭങ്ങൾക്കുള്ള സാധ്യതയും സാധുതയും. അവയും അവയുടെ പഴയ അനലോഗ് യുക്തികൾക്കപ്പുറത്തേക്ക് ചിന്തയേയും പ്രയോഗങ്ങളേയും നീട്ടേണ്ടിയിരിക്കുന്നു.

5. വിവരവിനിമയത്തിന്റെ പുതിയ ഭൗമരാഷ്ട്രീയം :

നവമാധ്യമ സാങ്കേതികവിദ്യകൾ പ്രാദേശികതയും ആഗോളീയതയും തമ്മിലുള്ള സാമവാക്യങ്ങളെ /ബന്ധത്തെ മാറ്റിയിരിക്കുന്നു. മുമ്പുസൂചിപ്പിച്ചതുപൊലുള്ള ഏകദിശാമുഖമായ ഒഴുക്കോ, ഏകശിലാത്മകമായ അധികാരബന്ധങ്ങളോ അല്ല ഇന്ന് ഈ മുഖാമുഖത്തിലുള്ളത്. പുതിയ സാഹചര്യം പ്രദേശികതയുടെ മുന്നിൽ ആഗോളീയതയുടെ കടന്നുകയറ്റത്തെ ചെറുക്കുവാനും ആരോഗ്യകരമായി സ്വാംശീകരിക്കുവാനും ഉള്ള പുതിയ സാധ്യതകളും ഒപ്പം വെല്ലുവിളികളും ഉയർത്തുന്നു. പ്രാദേശികതയ്ക്ക് ഇന്ന് ആഗോളീയതയെ പുതിയരീതിയിൽ അഭിസംബോധന ചെയ്യേണ്ടിയിരിക്കുന്നു.

6. മൂലധനത്തിന്റെയും നിയന്ത്രണത്തിന്റെയും പ്രശ്നം :

ഇന്നത്തെ ആഗോള മാധ്യമ രംഗം വ്യാവസായികമായി ഒരു വശത്ത് അങ്ങേയറ്റം ജനാധിപത്യവൽക്കരിക്കപ്പെട്ടതായ പ്രതീതി നൽകുമ്പോൾ തന്നെ മറുവശത്ത് മൂലധനപമായി ഏറ്റവുമധികം കേന്ദ്രീകൃതവുമായ ഒന്നാണ്. ആഗോളമാധ്യമരംഗ പത്രസ്ഥാപനങ്ങൾ, റേഡിയോ, ടെലിവിഷൻ, വെബ്, സിനിമ എല്ലാമടങ്ങിയത് ഇന്ന് ഏഴോ എട്ടോ ബഹുരാഷ്ട്രകോർപ്പറേറ്റുകളാണ് നിയന്ത്രിക്കുന്നത് എന്ന വസ്തുത അങ്ങേയറ്റം ഭീതിയുണർത്തുന്ന ഒന്നാണ്. ഈ ആഗോളസമ്പദ് വ്യവസ്ഥാപരവും ഘടനാപരവുമായ വസ്തുത കണക്കിലെടുക്കാതെ ഇന്നത്തെ മാധ്യമത്തിന്റെ ഭാവിയെയോ രാഷ്ട്രീയത്തെയോ കുറിച്ച് സംസാരിക്കാനാവില്ല.

വിപണിക്കു പുറത്തു നിന്നുള്ള ഇടപെടലുകളുടെ സാധ്യത/ പ്രസക്തി

ഈ അവസ്ഥയിൽ വിപണിക്കും ആഗോളമൂലധനതാല്പര്യങ്ങൾക്കും പുറത്തു നിന്നുകൊണ്ടുള്ള പരതരം ഇടപെടലുകൾ മാത്രമാണ് സാധ്യമായേക്കാവുന്നത്. അവ സ്വതന്ത്രവും ജനാധിപത്യപരവുമായ ഒരു സമൂഹത്തിന്റെ നിലനില്പിനെ സംബന്ധിച്ചിട

ത്തോളം നിർണ്ണായകമാണു താനും. പൊതുമേഖല, പ്രാദേശിക മാധ്യമങ്ങൾ, നവസാമൂഹ്യപ്രസ്ഥാനങ്ങൾ എന്നിവയെ കേന്ദ്രമാക്കിക്കൊണ്ട് ഇന്നത്തെ സമാന്തരസാധ്യതകളെക്കുറിച്ച് ആലോചിക്കാവുന്നതാണ് എന്നു തോന്നുന്നു.

1. പൊതുമേഖലയുടെ പുനരാവിഷ്ക്കാരം : പൊതുമേഖലയിലുള്ള എന്നാൽ സ്വയം നിർണ്ണയാവകാശമുള്ള സാമ്പ്രേഷണ സ്ഥാപനങ്ങളുടെ ആരോഗ്യകരമായ ഇടപെടൽ. ഇന്നത്തെ സാഹചര്യത്തിനു അനുസൃതമായരീതിയിൽ സുതാര്യവും പബ്ലിക്ക് അക്കൗണ്ടബിലിറ്റി ഉള്ളതുമായ പബ്ലിക് സർവ്വീസ് ബ്രോഡ്കാസ്റ്റിംഗ് സംവിധാനങ്ങൾ വികസിപ്പിക്കേണ്ടിയിരിക്കുന്നു.

1990-കൾക്കു ശേഷം പൊതുമേഖലയിലുള്ള മാധ്യമസ്ഥാപനങ്ങൾ വികസനോന്മുഖത, പൗരവിദ്യാഭ്യാസംബോധനവൽക്കരണം തുടങ്ങിയ പഴയ മൂല്യങ്ങളുപേക്ഷിച്ച് സ്വകാര്യചാനലുകളുമായി മത്സരിക്കുകയും ലാഭോന്മുഖമായി തീർന്നിരിക്കുന്നതുമായ ഒരു സാഹചര്യമാണ് ഇന്നുള്ളത്. ഭരണകൂടം വിട്ടു എന്നാൽ അങ്ങാടിയിൽ ഒട്ടു എത്തിയതുമില്ല എന്ന അവസ്ഥ.

2. പ്രാദേശിക ചാനലുകളുടെയും ശൃംഖലകളുടേയും പുതിയ പ്രസക്തി/ഇടപെടൽ സാധ്യത:

വാർത്തകൾ/സംഭവങ്ങൾ എപ്പോഴും പ്രാദേശികമായതിനാൽ, പ്രാദേശികമാധ്യമങ്ങൾക്ക് പുതിയ ഒരു ദൃശ്യതകൈവന്നിരിക്കുന്നു. ആഗോളീയതയുടെ വിപണിയുക്തികൾക്കും പ്രാദശികതയോടുള്ള അന്ധതയ്ക്കും എതിരായി പ്രാദേശികമാധ്യമങ്ങൾക്ക് പുതിയ ഒരു ദൃശ്യച കൈവന്നിരിക്കുന്നു. ആഗോളീയതയുടെ വിപണിയുക്തികൾക്കും പ്രാദേശികതയോടുള്ള അന്ധതയ്ക്കും എതിരായി പ്രാദേശികതയുടേതായ നൈതിക ജാഗ്രത വികസിപ്പിക്കാൻ ഇവയ്ക്കു സാധിക്കുമോ?

പ്രാദേശികതയുടെ ഈ പുതിയ നൈതികയ്ക്കു മാത്രമേ ഭരണകൂടത്തിന്റേയും വിപണിയുടേയും ഏകശിലാത്മകവും ആഗോളീയവുമായ താല്പര്യങ്ങളെ അഭിസംബോധന ചെയ്യാനാകൂ. പ്രേക്ഷകരുമായുള്ള ഭൗതീകമായ അടുപ്പത്തെ പ്രാദേശികതയുടെ രാഷ്ട്രീയ ഊർജ്ജമാക്കി മാറ്റാനാകുമോ? അതിന്റെ അടിസ്ഥാനത്തിൽ ദേശീയതയോടും ആഗോളീയതയോടും അതിനു തിരിച്ച് സംസാരിക്കാനാകുമോ?

3. പുതിയ സിവിൽ സമൂഹമാധ്യമ സംരംഭങ്ങൾ :

കോർപ്പറേറ്റുകളുടേയും ഭരണകൂടത്തിന്റേയും രീതികൾക്കു പുറത്തുനിൽക്കുന്ന സിവിൽ സമൂഹത്തിനകത്ത് പലതര(ല)ത്തിൽ പ്രവർത്തിക്കുന്ന ലിംഗരാഷ്ട്രീയം, കീഴാളന്യൂനപക്ഷ അവകാശങ്ങൾ, പരിസ്ഥിതി സംരക്ഷണം, ജനാധിപത്യാവകാശപ്രസ്ഥാനങ്ങൾ തുടങ്ങിയവ സംഘങ്ങൾക്കും സംഘടനകൾക്കും പ്രകാശനം നൽകുന്ന ബദൽമാധ്യമരീതികൾ ഇന്ന് പ്രസക്തിയേറിയിരിക്കുന്നു.

മാധ്യമങ്ങൾ ഒന്നടങ്കം മുഖ്യധാരയാവുകയും സ്ഥാപിതതാല്പര്യസംരക്ഷകരവുകയും വിപണിയുമായിമാത്രം സംന്ധിചെയ്യുന്നവയുമായി മാറുമ്പോൾ, അപരശബ്ദങ്ങൾ ആസുരവൽക്കരിക്കപ്പെടുന്നു. അവയെ വീണ്ടെടുത്തുകൊണ്ടും പൊതുസംവാദങ്ങളിലേക്കും മുഖ്യധാരാ അജൻഡകളിലേക്കും കൊണ്ടുവരുന്നതും വഴി മാത്രമേ പുതിയ വിമോചനസാധ്യതകൾ അന്വേഷിക്കാനാകൂ.

ദൂരവ്യാപകമായ ഫലങ്ങളുളവാക്കാനുകുന്ന ഈ ഉദ്യമം ഏറ്റെടുക്കാനുള്ള രാഷ്ട്രീയബോധവും കാഴ്ചപ്പാടും നമ്മുടെ പ്രാദേശികതയ്ക്കും സമാന്തരബോധത്തിനും പ്രസ്ഥാനങ്ങൾക്കും ഉണ്ടോ എന്നതാണ് പ്രശ്നം.

○○

9

ഗ്രാമീണജീവിതവും ആവിഷ്കാരവും പത്മരാജന്റെ ചലച്ചിത്രങ്ങളിൽ

പാർവതി. പി.ചന്ദ്രൻ

കേരളത്തിന്റെ ഗ്രാമ്യപ്രകൃതിയെ അഭ്രപാളികളിൽ നിറച്ചാർത്തുകളോടെ ആവിഷ്കരിച്ച പ്രതിഭാധനനാണ് പി. പത്മരാജൻ. പത്മരാജന്റെ ചലച്ചിത്രങ്ങളിലെ കേരളീയഗ്രാമങ്ങളിൽ ഇണക്കങ്ങളും പിണക്കങ്ങളും ഉണ്ട്. സാഹോദര്യവും മാത്സര്യവും താൻപോരിമയും ഈ ദേശസമൂഹത്തിലെ ജനഹൃദയങ്ങളിൽ വർത്തിക്കുന്നു. കായംകുളം കായലിനരികിലുള്ള മുതുകുളത്തെ ഓണാട്ടുകര എന്ന പത്മരാജന്റെ ജന്മഗ്രാമം അത്യന്തം പ്രകൃതിഭംഗി നിറഞ്ഞതാണ്. ഈ ഗ്രാമം പത്മരാജന്റെ സർഗാത്മകതയെ ആഴത്തിൽ പ്രചോദിപ്പിച്ചിട്ടുണ്ട്.. ഓണാട്ടുകരയുടെ ഗ്രാമഭൂമികയിലെ മനുഷ്യരും കാഴ്ചകളും പത്മരാജന്റെ ചലച്ചിത്രങ്ങളിലെ വിസ്മയമായി. ഈ ഗ്രാമീണർ കേവലം ആദർശകഥാപാത്രങ്ങളായിരുന്നില്ല. നന്മതിന്മദ്വന്ദ്വങ്ങൾ ഉൾക്കൊള്ളുന്ന വ്യക്തിത്വങ്ങൾ ആയിരുന്നു. ഗ്രാമജീവിതവുമായുള്ള തന്റെ ബന്ധത്തെ പറ്റി പത്മരാജൻ ഒരു അഭിമുഖത്തിൽ ഇങ്ങനെ വ്യക്തമാക്കുന്നു: എന്റെ സൃഷ്ടികൾക്ക് ഗ്രാമജീവിതം വറ്റാത്ത ഒരു പ്രചോദനമായിരുന്നു. പതിനാലു വയസ്സു വരെയുള്ള കുട്ടിക്കാലമാണെനിക്ക് പല കഥാപാത്രങ്ങളെയും നേടിത്തന്നത്. പട്ടണവും അപരിചിതമല്ല. രണ്ടിടത്തുനിന്നും അനുഭവങ്ങൾ വാരിക്കൂട്ടുകയായിരുന്നു. എങ്കിലും ഗ്രാമജീവിതത്തോട് അറിയാത്തൊരാഭിമുഖ്യം അവശേഷിക്കുന്നു. ഗ്രാമപ്രകൃതിയിൽ രൂപപ്പെടുന്ന കഥാപാത്രങ്ങൾ കൂടുതൽ ദാർഢ്യവും ശക്തിയും ഉൾക്കൊള്ളുന്നവരായിരിക്കും എന്ന് ഞാൻ കരുതുന്നു.1

ഓണാട്ടുകരയിലെ പാടങ്ങളും പറമ്പുകളും തോടുകളും നിറഞ്ഞ

ഗ്രാമീണാനുഭവം പത്മരാജനിലെ കലാകാരന് ചൈതന്യവും ഉണർവുമേകി. പത്മരാജന്റെ ദേശം അനേകം സർഗപ്രതിഭകൾക്ക് ജന്മം നൽകിയ പുണ്യഭൂമിക കൂടിയാണ്. നാടകരംഗത്തെ അദ്വിതീയന്മാരായ അക്ബർ ശങ്കരപ്പിള്ള, വടുതല കേശവപിള്ള, മുതുകുളം കാർത്തികേയൻ, എഴുത്തുകാരിയായ മുതുകുളം പാർവതിയമ്മ, നടൻ മുതുകുളം രാഘവൻപിള്ള എന്നിവർ മുതുകുളത്തിന്റെ സർഗപാരമ്പര്യത്തിന്റെ കണ്ണികളാണ്. തന്റെ സ്വത്വാവബോധത്തെയും ജീവിതദർശനത്തെയും ആഴത്തിൽ സ്വാധീനിച്ച ജന്മഗ്രാമവുമായുള്ള പത്മരാജന്റെ ബന്ധം സാഹിത്യത്തിന്റേയും ചലച്ചിത്രത്തിന്റേയും മേഖലകളിൽ സൗന്ദര്യാത്മകമാനങ്ങൾ സൃഷ്ടിച്ചു. അങ്ങനെ പത്മരാജന്റെ കഥകളിലും നോവലുകളിലും തിരക്കഥകളിലും ഓണാട്ടുകരയിലെ ഗ്രാമീണർ കഥാപാത്രങ്ങളായി പുനർജനിച്ചു.

പത്മരാജന്റെ ചെറുകഥകളിലെ ഗ്രാമജീവിതം

പത്മരാജന്റെ സർഗജീവിതത്തെ ആഴമുള്ളതാക്കി തീർക്കുന്നതിൽ ഗ്രാമജീവിതം എത്രത്തോളം സഹായകരമായി എന്നുള്ളതിന് സാക്ഷ്യമാണ് അദ്ദേഹത്തിന്റെ ചെറുകഥകൾ. അദ്ദേഹത്തിന്റെ ചലച്ചിത്രങ്ങളിലെ ഗ്രാമജീവിതത്തെ പഠനവിധേയമാക്കുമ്പോൾ ചെറുകഥകളിലെ ഗ്രാങ്ങളേയും ഗ്രാമീണരേയും വിസ്മരിക്കുവാൻ കഴിയില്ല. ആധുനികലോകക്രമത്തിലും വികസനം എത്തിച്ചേർന്നിട്ടില്ലാത്ത ഉൾഗ്രാമങ്ങളിലെ ജീവിതത്തിന്റെ നേർക്കാഴ്ചകളാണ് അദ്ദേഹത്തിന്റേ ചെറുകഥകൾ. ആർദ്രതകൾക്കോ സ്നേഹത്തിനോ ഇടമില്ലാത്ത ദു:ഖപൂർണമായ ജീവിതം ആണ് കഥകളിലെ ഗ്രാമീണർ നയിക്കുന്നത്. ഈ കഥകളിലെ പ്രകൃതിപോലും പകിട്ടില്ലാത്തതും വരണ്ടതുമാണ്. ഗ്രാമീണരുടെ നിരാർദ്രമായ ജീവിതം പ്രകൃതിയിലും നിഴൽവീശി നിൽക്കുന്നു. കേരളീയഗ്രാമങ്ങൾ അഭിമുഖീകരിച്ചിരുന്ന ദാരിദ്ര്യദു:ഖവും അസമത്വങ്ങളും ആണ് പത്മരാജന്റെ ചെറുകഥകളിൽ ഉള്ളത്. ഗ്രാമങ്ങളിലെ സ്ത്രീകൾ നേരിടുന്ന ചൂഷണങ്ങളെയും അസന്ദിഗ്ധതകളെയും തികഞ്ഞ യാഥാർഥ്യബോധത്തോടെയാണ് അദ്ദേഹം ചെറുകഥകളിലൂടെ അവതരിപ്പിച്ചത്. ഗ്രാമീണജീവിതത്തെ ആവിഷ്കരിക്കുന്ന ചെറുകഥകളിൽ പ്രധാനമാണ് 'ചൂണ്ടൽ', 'സ്വയം', 'തകര', 'മാരിമേള' എന്നീ ചെറുകഥകൾ. പത്മരാജന്റെ ചെറുകഥകളിലും ചലച്ചിത്രങ്ങളിലും പൊതുവെ പ്രകടമാവുന്ന മരണാഭിമുഖ്യം 'ചൂണ്ടൽ', 'സ്വയം', 'തകര', എന്നീ കഥക

ളിലെ കഥാപാത്രങ്ങളിലുണ്ട്. ഗ്രാമീണതയിൽനിന്നു വേർപെട്ട സ്വത്വമോ അസ്തിത്വമോ ഇല്ലാത്തവരാണ് ചൂണ്ടൽ എന്ന കഥയിലെ ദരിദ്രനായ വൃദ്ധനും 'സ്വയം'ത്തിലെ വൃദ്ധയും. 'ചൂണ്ടൽ'-ലെ വൃദ്ധൻ തന്റെ അവിവാഹിതയായ മകൾക്ക് ഏകആശ്രയവും തുണയുമാണ്. മീൻപിടുത്തക്കാരനായ അയാളെ മരണചിന്ത അലട്ടുന്നുണ്ട്. മകളെ കുറിച്ചുള്ള ചിന്ത വൃദ്ധനെ തുടർന്നും ജീവിക്കുവാൻ പ്രേരിപ്പിക്കുന്നു. വൃദ്ധൻ മീൻപിടിക്കുന്ന രംഗം ചിത്രീകരിച്ചിരിക്കുന്നത് ഇങ്ങനെയാണ്; താൻ പൊങ്ങുതടിവെട്ടി വലിക്കുമ്പോഴേക്കും ഒരുമത്സ്യം പിടഞ്ഞുമരിക്കും. അതേ നിമിഷത്തിൽ തവളയും മരിക്കും. പിന്നെ അവശേഷിക്കുന്നത് താനാണ്. മൂന്നു മരണങ്ങൾ ഒരേ നിമിഷത്തിൽ സംഭവിക്കുകയാണെങ്കിൽ -ആ രംഗം മനസ്സിൽ സങ്കൽപിച്ചു. 2

ഈ ആഖ്യാനത്തിലെ പ്രകൃതി വിഷാദമൂകമാണ്. പിടഞ്ഞു മരിക്കുവാൻ വിധിക്കപ്പെട്ട മത്സ്യത്തിനും തവളയ്ക്കും ഒപ്പമാണ് വൃദ്ധൻ തന്നെയും അവരോധിക്കുന്നത്. സ്വന്തം മനുഷ്യജന്മത്തെ ചെറുജീവികൾക്കൊപ്പം നിസാരവത്കരിച്ചാണ് അയാൾ കാണുന്നത്. വൃദ്ധന്റെ നിർവികാരതയും നിസംഗതയും പ്രകൃതിയിലും തളം കെട്ടി നിൽക്കുന്നു. ദാരിദ്രദു:ഖവും മരണാഭിമുഖ്യവും ആണ് വൃദ്ധനിൽ കുടികൊള്ളുന്നത്.

തിരുവിതാംകൂറിന്റെ പ്രാദേശികസംസ്കാരവും വായ്മൊഴിവഴക്കങ്ങളും പ്രകടിതമാവുന്ന ചെറുകഥയാണ് 'സ്വയം'. തിരുവനന്തപുരത്തെ ഒരു ഗ്രാമത്തിലെ വൃദ്ധയാണ് ഇതിലെ മുഖ്യകഥാപാത്രം. ജീവിതസായാഹ്നത്തിൽ അവർ മറ്റെന്തിനേക്കാളും ആഗ്രഹിക്കുന്നതും പ്രതീക്ഷിക്കുന്നതും മരണത്തെയാണ്. ജീവനോടെ ഇരിക്കുന്ന തന്നെ ശ്മശാനത്തിലേക്ക് ജഡത്തെയെന്നതുപോലെ ചുമലിലേറ്റി കൊണ്ടു പോകുവാൻ മക്കളോട് ആവശ്യപ്പെടുന്ന മൂത്തമ്മ തീവ്രമായ മരണാഭിമുഖ്യമുള്ള വ്യക്തിയാണ്. ആ ശ്മശാനയാത്രയ്ക്കിടയിൽ വച്ചുതന്നെ അവർ മരിക്കുന്നു. വൃദ്ധമനസിന്റെ നിഗൂഢതകൾ ആണ് 'സ്വയം' എന്ന ഈ കഥയിൽ അനാവൃതമായിരിക്കുന്നത്.

പത്മരാജന്റെ ചെറുകഥകളിൽ ഏറെ പ്രശസ്തമാണ് 'തകര'. ചലച്ചിത്രമാക്കിയപ്പോഴും 'തകര' ഏറെ ശ്രദ്ധിക്കപ്പെട്ടു. 'ചൂണ്ടൽ'ലെ വൃദ്ധൻ, 'സ്വയം' ത്തിലെ മൂത്തമ്മ എന്നീ കഥാപാത്രങ്ങൾക്കു സമാനമായി മരണത്തോടുള്ള അഭിവാഞ്ഛയാണ് 'തകര'യിലെ തകരയ്ക്കുമുള്ളത്. ആത്മഹത്യയിൽ ജീവിതം അവസാനിപ്പിച്ചവനാണ്

തകര. എന്നിട്ടും ഓരോ പുതുമയിലും കരുത്തോടെ കുരുത്തുവരുന്ന നാടൻതകരയുടെ മൂച്ചോടെ ആഖ്യാതാവിന്റെ ഉള്ളിൽ തകര ബാക്കി നിൽക്കുന്നു.

തോടും പൊളിഞ്ഞ പാലവും ഫുട്ബോൾകളിയും കൊച്ചുവർത്തമാനങ്ങളും നിറഞ്ഞ ഗ്രാമീണാനുഭവങ്ങളാണ് 'തകര'യിൽ ആഖ്യാനം ചെയ്യപ്പെട്ടിരിക്കുന്നത്. ഗ്രാമത്തിന്റെ ശുദ്ധതയും വിഡ്ഢിത്തങ്ങളും നിറഞ്ഞ തകര പ്രണയനൈരാശ്യത്തിന്റെ പേരിൽ ജീവിതം ഹോമിക്കുന്നു. തകര എന്നും മനസിൽ സൂക്ഷിച്ചിരുന്ന സ്വപ്നമായിരുന്നു മരണം. തകർന്ന പ്രണയം അതിലേക്കുള്ള വഴി തുറന്നു. തകര, ഗ്രാമത്തിന്റെയും പ്രകൃതിയുടെയും ഭാഗമാണ്. 'തകര'എന്ന പേരു പോലും പ്രകൃതിയെ ധ്വനിപ്പിക്കുന്നു. മരണവും പ്രകൃതിയും ഇഴപിരിയുന്ന ഗ്രാമീണചിത്രങ്ങളാണ് 'തകര'യെ സവിശേഷമായ വായനാനുഭവം ആക്കുന്നത്.

പത്മരാജന്റെ കഥകളിൽ ഏറെ വ്യത്യസ്തമാണ് മാരിമേള . മാരിമേളയിലെ നായിക ആനന്ദം എന്ന ദരിദ്രയുവതിയാണ്. നഗരത്തിൽ സ്വന്തമായി സ്ഥാപനങ്ങളുള്ള മുകുന്ദൻ മുതലാളിയുടെ രണ്ടാംഭാര്യയാണ് ആനന്ദം. കല്യാണത്തിനുമുൻപ് അവളെ ഗർഭിണിയാക്കിയവനാണ് മുകുന്ദൻ മുതലാളി. ദാരിദ്ര്യം നിറഞ്ഞ ഗൃഹത്തിലേക്ക് എത്തിച്ചേരുന്ന മദ്യപാനിയായ മുകുന്ദൻ മുതലാളി എല്ലാവരിലും നീരസം സൃഷ്ടിക്കുന്നു. തന്റെ മകൾക്ക് മുകുന്ദൻ മുതലാളിയിൽ ജനിച്ച കുഞ്ഞിനെ ആനന്ദത്തിന്റെ വൃദ്ധനായ പിതാവ് കൊല്ലുന്നു. ഈ ക്രൂരതയിലേക്ക് വൃദ്ധനെ നയിക്കുന്നത് ദാരിദ്ര്യത്തിന്റെ വേദനയും വ്യഭിചാരത്തോടുള്ള ഒടുങ്ങാത്ത പകയുമാണ്. വായനക്കാരന്റെ മനസിൽ പൊള്ളുന്ന അനുഭവമായി തീരുന്നകഥയാണ് മാരിക്കൈണി. പത്മരാജന്റെ സർഗജീവിതം ചെറുകഥകളിൽ തുടങ്ങി ചലചിത്രങ്ങളിലൂടെ വികസ്വരമായി തീർന്നു. തന്റെ ചെറുകഥകളിലൂടെ താൻ ആവിഷ്കരിച്ച ആശയങ്ങളുടെ തുടർച്ചയായിരുന്നു അദ്ദേഹത്തിന് സിനിമകൾ. മരണം, ദാരിദ്രദു:ഖം, ഗ്രാമീണജീവിതം എന്നിവയെല്ലാം ചെറുകഥകളിൽനിന്നും ചലച്ചിത്രങ്ങളിലേക്ക് കണ്ണിചേർന്നു നിൽക്കുന്ന ഘടകങ്ങളാണ്.

മലയാളസിനിമയിലെ ഗ്രാമീണജീവിതം

പത്മരാജന്റെ ചലച്ചിത്രങ്ങളിലെ ഗ്രാമജീവിതത്തെ വിശകലനം ചെയ്യുമ്പോൾ മലയാളസിനിമ ഗ്രാമീണജീവിതവുമായി ഏതെല്ലാം തലങ്ങളിൽ ബന്ധപ്പെട്ടിരിക്കുന്നു എന്ന് വിലയിരുത്തേണ്ടതുണ്ട്.

മലയാളചലച്ചിത്രശാഖ രൂപംകൊണ്ട കാലം മുതൽക്കേ കേരളീയ ഗ്രാമീണജീവിതാവിഷ്ക്കാരം അതിലെ ഒഴിവാക്കാനാവാത്ത ഘടകമായിരുന്നു. കേരളീയഗ്രാമപ്രകൃതിയും ജീവിതസംസ്ക്കാരവും മലയാള സിനിമയുടെ ദൃശ്യഭാഷയെ സൗന്ദര്യവത്കരിക്കുകയും പ്രമേയങ്ങളെ വൈവിധ്യമുള്ളതാക്കി തീർക്കുകയും ചെയ്തു. പി.എൻ. മേനോൻ, എം.ടി വാസുദേവൻനായർ, പി.എ ബക്കർ, ഭരതൻ, അടൂർ ഗോപാലകൃഷ്ണൻ, എം.പി. സുകുമാരൻനായർ, സത്യൻ അന്തിക്കാട് തുടങ്ങിയ സംവിധായകർ ഗ്രാമജീവിതാവിഷ്കാരത്തിന് പുതിയ മാനങ്ങൾ നൽകി. മലയാളസിനിമ രൂപംകൊണ്ടതും വളർന്നു വികസ്വരമായതും ഗ്രാമജീവിതത്തെ ആസ്പദമാക്കിയുള്ള പ്രമേയങ്ങളിലൂടെയാണ്. മലയാളസിനിമയ്ക്ക് ദേശീയ-അന്തർദേശീയ തലങ്ങളിൽ ബഹുമതികൾ നേടിക്കൊടുത്ത നിരവധി ചലച്ചിത്രങ്ങൾ ഗ്രാമങ്ങളെ പ്രമേയമാക്കികൊണ്ടുള്ളവയാണ്. സമകാലികമലയാളസിനിമ നഗരങ്ങളെ പ്രമേയവത്കരിക്കുന്നു. ഗ്രാമങ്ങളുടെ കഥപറയുന്ന സിനിമകൾ ഇന്നു വിരളമായി തീർന്നിരിക്കുന്നു. എങ്കിലും മലയാളസിനിമയുടെ ദീർഘകാലത്തെ ചരിത്രത്തെയും സാമൂഹ്യദർശനത്തെയും സമ്പന്നമാക്കി തീർത്തത് ഗ്രാമീണജീവിതം ആണ്.

പി.എൻ. മേനോൻ, എം.ടി വാസുദേവൻനായർ, പി.എ. ബക്കർ, ഭരതൻ, അടൂർ ഗോപാലകൃഷ്ണൻ, എം.പി. സുകുമാരൻനായർ, സത്യൻ അന്തിക്കാട് തുടങ്ങിയ സംവിധായകപ്രതിഭകളുടെ സർഗാത്മകതയുടെ അടിത്തറയും കേരളീയ ഗ്രാമീണജീവിതം ആണ്. പി. എൻ മേനോൻ, എം.ടി. തുടങ്ങിയവർ വടക്കൻ കേരളത്തിന്റെ ജീവിതത്തെയും സംസ്കാരത്തെയും പ്രമേയങ്ങളായി സ്വീകരിച്ചു.

എം.ടിയുടെ ചെറുകഥകളിലും നോവലുകളിലും ചലച്ചിത്രങ്ങളിലും വള്ളുവനാടിന്റെ നിഷ്ക്കളങ്കമായ ഗ്രാമീണതയും പൊയ്പ്പോയ കാലത്തിന്റെ നൈരാശ്യങ്ങളും ഇഴചേർന്നുനിൽക്കുന്നു. പി.എ. ബക്കറിന് ഗ്രാമങ്ങൾ സാമൂഹ്യവിപ്ലവങ്ങളുടെ ഭൂമികയായിരുന്നു. കബനി നദി ചുവന്നപ്പോൾ എന്ന ചലച്ചിത്രത്തിൽ അദ്ദേഹം വയനാടിന്റെ ഭൂപ്രകൃതിയെയും സാംസ്കാരിക സവിശേഷതകളെയും ആവിഷ്കരിച്ചു.

ക്ഷേത്രങ്ങളും പുള്ളുവൻപാട്ടും സർപ്പക്കാവും വയലുകളും കുളങ്ങളും നിറഞ്ഞ കേരളീയഗ്രാമപ്രകൃതി മലയാളസിനിമയ്ക്ക് ദൃശ്യപ്പെരുമയേകി. മലയാളത്തിലെ സാഹിത്യകൃതികളെ അവലംബമാക്കിയുള്ള ചലച്ചിത്രങ്ങളിലും ഗ്രാമജീവിതം പ്രധാനപ്രമേയമായി

വർത്തിച്ചു. അക്കാലത്തെ സാഹിത്യത്തിന്റെയും സിനിമയുടേയുമെല്ലാം പ്രധാനആഖ്യാനമണ്ഡലം ഗ്രാമങ്ങൾ ആയിരുന്നു. തന്റെ ജീവിതദർശനങ്ങളെയും ജീവിതാവബോധത്തേയും രൂപപ്പെടുത്തുന്നതിൽ പ്രധാന പങ്കുവഹിച്ച ഗ്രാമീണജീവിതത്തെ തനിക്കുമാത്രം സാധ്യമായ സർഗാത്മകമിഴിവുകളോടെ സിനിമയിൽ ആവിഷ്കരിക്കുകയാണ് പത്മരാജൻ ചെയ്തത്.

പത്മരാജന്റെ ചലച്ചിത്രങ്ങളിലെ ഗ്രാമജീവിതാവിഷ്കാരം

പത്മരാജന്റെ ആദ്യസിനിമയായ പെരുവഴിയമ്പലം ഗ്രാമീണജീവിതത്തിന്റെ അവസ്ഥാന്തരങ്ങളെ ആവിഷ്കരിക്കുന്നു. അദ്ദേഹത്തിലെ ആദ്യകാലചലച്ചിത്രങ്ങളെല്ലാം ഗ്രാമപശ്ചാത്തലത്തിലുള്ളതാണ്. കള്ളൻ പവിത്രൻ, തകര, രതിനിർവ്വേദം, കരിമ്പിൻപൂവിനക്കരെ, ഒരിടത്തൊരു ഫയൽവാൻ, അരപ്പട്ട കെട്ടിയ ഗ്രാമത്തിൽ തുടങ്ങിയ ചലച്ചിത്രങ്ങളിലെല്ലാം കേരളത്തിന്റെ ഗ്രാമ്യപ്രകൃതിയ്ക്ക് പത്മരാജൻ സ്വന്തം ഭാഷ്യം ചമച്ചു. എം.ടി. വാസുദേവൻ നായർ മലയാളകഥയെയും ചലച്ചിത്രത്തെയും വള്ളുവനാടൻഭാഷയും സംസ്കാരവും ശീലിപ്പിച്ചു. ആ ശീലത്തിൽ നിന്ന് മോചിപ്പിച്ചത് പത്മരാജനാണ് 3 എന്ന് ബാലചന്ദ്രൻ ചുള്ളിക്കാട് വിലയിരുത്തുന്നു. മദ്ധ്യകേരളത്തിന്റെയും തെക്കൻ കേരളത്തിന്റെയും പ്രാദേശിക സംസ്കാരത്തിന്റെ സന്നിവേശം കൊണ്ട് പത്മരാജൻ തന്റെ കലയെ മൂർത്തവും ചടുലവുമാക്കി 4 എന്നും ചുള്ളിക്കാട് നിരീക്ഷിക്കുന്നു. കേരളീയത എന്നാൽ മലബാറിന്റെ സാംസ്കാരികവഴക്കങ്ങളോ വള്ളുവനാടൻ ഗ്രാമപ്രകൃതിയോ ആഢ്യഗൃഹങ്ങളോ മാത്രമല്ലെന്ന് മലയാളിയെ ബോധ്യപ്പെടുത്തിയ സംവിധായകനാണ് പത്മരാജൻ. പത്മരാജൻ മലയാള സിനിമയ്ക്കു നൽകിയ സംഭാവനകളിൽ ഒന്നായി നിരൂപകരാൽ വിലയിരുത്തപ്പെടുന്നതാണ്, അദ്ദേഹം പാറയെയും കപ്പയെയും തോടിനെയും റബ്ബർതോട്ടങ്ങളെയും കേരളീയതനിമയുടെ ഭാഗമായി അവതരിപ്പിച്ചു എന്നത്.

ഗ്രാമത്തിന്റെ ഉർവരതയും ആചാരബദ്ധതയും അനുഷ്ഠാനക്രമങ്ങളും രതിയും ലൈംഗികതയുമെല്ലാം പത്മരാജന്റെ ചലച്ചിത്രങ്ങളെ വേറിട്ട കാഴ്ച്ചാനുഭവമാക്കുന്നു. കീഴാളന്റെ ആത്മസഞ്ചാരങ്ങളും മാനസികസങ്കീർണതകളും പത്മരാജന്റെ ദൃശ്യകലയെ സമ്പന്നമാക്കുന്നു. കള്ളനും അഭിസാരികയും ദുർന്നടത്തക്കാരനുമെല്ലാം ഈ ഗ്രാമപ്രകൃതിയിൽ തുല്യപ്രാധാന്യത്തോടെ കടന്നു വരുന്നു. കീഴാളന്റെ ജീവിതത്തെ അകന്നു മാറി നിന്നുകൊണ്ടോ അനുകമ്പ

യോടെയോ അല്ല മറിച്ച് തീർത്തും സ്വാഭാവികമായ ജീവിതാവിഷ്കാരമായാണ് പത്മരാജൻ തന്റെ ചലച്ചിത്രങ്ങളിൽ അവതരിപ്പിച്ചിട്ടുള്ളത്. മലയാളസാഹിത്യത്തിന്റെയും ചലച്ചിത്രത്തിന്റെയും വരേണ്യമായ ആഖ്യാനഭൂമികയെ ആരവങ്ങളില്ലാതെ തിരസ്കരിച്ച പ്രതിഭാശാലിയാണ് പത്മരാജൻ.

സാഹിത്യത്തിൽ മാധവിക്കുട്ടി ചെയ്തതിനു സമശീർഷമായി നിന്ദിതരും പീഡിതരുമായവരുടെ വ്യഥകളെ കലാസുഭഗവും കാവ്യാത്മകവുമായി ചലച്ചിത്രങ്ങളിൽ ആവിഷ്കരിച്ചിട്ടുള്ളത് പത്മരാജനാണ്. പുന്നയൂർക്കുളം എന്ന ഗ്രാമം മാധവിക്കുട്ടിയുടെ രചനകളിലെ നിത്യസാന്നിധ്യമാണ്. ഈ ഗ്രാമത്തിന്റെ ജീവിതസംസ്കാരവും തനിമകളും മാധവിക്കുട്ടിയെ എന്നും സ്വാധീനിച്ചിട്ടുണ്ട്. പത്മരാജൻ, മാധവിക്കുട്ടി എന്നീ പ്രതിഭകളുടെ സർഗജീവിതത്തെ ഏകീകരിക്കുന്ന ഘടകമാണ് ജന്മഗ്രാമവുമായുള്ള അഭേദ്യബന്ധം.

തന്റെ ജന്മഗൃഹമായ ഞവരയ്ക്കൽ തറവാടും ഓണാട്ടു കരയും കുട്ടനാടുമെല്ലാം പത്മരാജന്റെ സർഗാത്മകതയിൽ ഇടം നേടിയിട്ടുണ്ട്. വിഭിന്നങ്ങളായ ഗ്രാമങ്ങളെയും ഗ്രാമീണരെയും ആവിഷ്കരിക്കുമ്പോഴും അദ്ദേഹത്തിന്റെ സർഗാത്മകയത്നങ്ങളുടെ അടിസ്ഥാനഭൂമിക ഗ്രാമം തന്നയാണ്.

കൃഷിക്കുള്ള പ്രാധാന്യം, പ്രകൃതിയുമായുള്ള ഗാഢബന്ധം, ലളിതവും പ്രശാന്തവുമായ ജീവിതരീതി, കാർഷികോൽപാദനത്തെ അടിസ്ഥാനമാക്കി ഭൂമി കേന്ദ്രിതമായ സാമൂഹിക ബന്ധങ്ങൾ, യാഥാസ്ഥിതികത്വം, മാനവികമായ പ്രത്യാശകളും അഭിലാഷങ്ങളും ചേർന്നു നിൽക്കുന്ന ജീവിതം എന്നിവ ഗ്രാമജീവിതത്തിന്റെ സവിശേഷതകളാണ് 5 എന്ന് സാമൂഹ്യശാസ്ത്രജ്ഞനായ വസന്ത് ദേശായ് വിലയിരുത്തിയിട്ടുണ്ട്. ഇദ്ദേഹത്തിന്റെ ഈ വിലയിരുത്തൽ സൂക്ഷ്മവും വസ്തുനിഷ്ഠവുമാണെന്ന് കേരളീയഗ്രാമങ്ങളെ നിരീക്ഷിച്ചാൽ മനസ്സിലാവും.

പത്മരാജന്റെ ചലച്ചിത്രങ്ങളിലെ ഗ്രാമങ്ങൾ പ്രതിനിധാനവൽകരിക്കുന്ന ഘടകങ്ങളെ ഇപ്രകാരം വിലയിരുത്താവുന്നതാണ്:

1) കൃഷി ഉപജീവനമാർഗമാക്കിയ ദേശസമൂഹങ്ങൾ.

2) നഗരവത്കരണത്തിനും മുൻപുള്ള കേരളീയഗ്രാമങ്ങളിലെ അസമത്വങ്ങൾ.

3) കീഴാളനായ പുരുഷനും സ്ത്രീയും അഭിമുഖീകരിക്കുന്ന മാനസീകസങ്കീർണതകൾ, വിക്ഷുബ്ധതകൾ.

4) മനുഷ്യനും പ്രകൃതിയ്ക്കുമിടയിൽ ഇഴചേർന്നു നിൽക്കുന്ന

ഉർവരതകൾ.

5) സ്ത്രീ പുരുഷബന്ധത്തിന്റെ നിഗൂഢതലങ്ങൾ, സൂക്ഷ്മ വ്യാപാരങ്ങൾ.

6) മനുഷ്യരിലെ കാമക്രോധങ്ങൾ, മദമാത്സര്യങ്ങൾ.

7) ആഗോളവത്ക്കരണത്തിനും മുൻപുള്ള കേരളീയസമൂഹത്തിലെ അതിജീവനസമരങ്ങൾ.

ഏതു മാദ്ധ്യമത്തെയും സമ്പന്നമാക്കാൻ ശക്തമായിരുന്നു പത്മരാജന്റെ ജീവിതാവബോധം 6 എന്ന ബാലചന്ദ്രൻ ചുള്ളിക്കാടിന്റെ നിരീക്ഷണം പ്രസക്തമാണ്.

പത്മരാജന്റെ ജീവിതദർശനത്തെയും അവബോധത്തെയും രൂപവത്കരിച്ചതിൽ അദ്ദേഹത്തിന്റെ ജന്മഗ്രാമവും കേരളീയഗ്രാമസമൂഹവും വഹിച്ച പങ്ക് ചെറുതല്ല. വിശ്വാസങ്ങളും അന്ധവിശ്വാസങ്ങളും ആചാരാനുഷ്ഠാനങ്ങളും പ്രകൃതി ശക്തികളോടുള്ള ഭയവും നിറഞ്ഞ ഗ്രാമീണമനസിന്റെ അബോധകൽപനകളും ബിംബങ്ങളും കൊണ്ട് പത്മരാജന്റെ സിനിമകൾ സമ്പന്നമാണ്. ഗ്രാമജീവിതത്തിന്റെ പരുക്കൻ യാഥാർഥ്യങ്ങളെയാണ് അദ്ദേഹം തന്റെ ചലച്ചിത്രങ്ങളിൽ ആവിഷ്കരിച്ചിട്ടുള്ളത്. പത്മരാജന്റെ ചലച്ചിത്രങ്ങളിൽ ഗ്രാമ്യജീവിതാവിഷ്ക്കാരം മുഖ്യമായും രണ്ടുതരത്തിലാണുള്ളത്. ഗ്രാമപശ്ചാത്തലത്തിലുള്ള കഥയും കഥാപാത്രങ്ങളും ആണ് അതിലൊന്ന്. കഥാപാത്രങ്ങൾക്കും കഥയ്ക്കും ഒപ്പം തന്നെ ഗ്രാമത്തിനും പ്രാമുഖ്യമുള്ള ആഖ്യാനരീതിയാണ് അടുത്തത്. രതിനിർവേദം, തൂവാനത്തുമ്പികൾ, ഞാൻ ഗന്ധർവൻ തുടങ്ങിയ ചലച്ചിത്രങ്ങളിൽ ഗ്രാമജീവിതപശ്ചാത്തലമുണ്ട്. എന്നാൽ പെരുവഴിയമ്പലം, ഒരിടത്തൊരു ഫയൽവാൻ, കള്ളൻ പവിത്രൻ തുടങ്ങിയ ചലച്ചിത്രങ്ങളിൽ ഗ്രാമജീവിതത്തെ അതിന്റെ സൂക്ഷ്മവും സ്ഥൂലവുമായ തലങ്ങളിൽ ആവിഷ്കരിച്ചിരിക്കുന്നു.

കേരളത്തിന്റെ ഭൂതകാലപ്പഴമയുടെ ഭിന്നമുഖങ്ങൾ പത്മരാജന്റെ ചലച്ചിത്രങ്ങളിലുണ്ട്. മുറുക്കാൻ കടകളും കൃഷിയും തേങ്ങാക്കൂടും കടത്തുതോണിയും കാളവണ്ടിയും ഗോട്ടികളിയും ക്ഷേത്രോത്സവങ്ങളും നിറഞ്ഞ കേരളീയഗ്രാമ്യവ്യവസ്ഥിതിയുടെ പരിച്ഛേദം പത്മരാജന്റെ ചലച്ചിത്രങ്ങളിലുണ്ട്. പത്മരാജൻ തന്റെ ചലച്ചിത്രങ്ങളിലൂടെ ആവിഷ്കരിച്ച ഗ്രാമം ഒരു ആവാസവ്യവസ്ഥയും സാമൂഹ്യസങ്കേതവുമാണ്. സാമൂഹ്യയാഥാർഥ്യങ്ങളെ കേവലം ഉപരിപ്ലവമായോ ആദർശത്തിന്റെ പൊയ്മുഖത്തോടെയോ അല്ല അദ്ദേഹം തന്റെ ചലച്ചിത്രങ്ങളിൽ ആവിഷ്കരിച്ചിട്ടുള്ളത്. ജീവിതത്തിന്റെ

നേരും നെറിയും പരുക്കൻ യാഥാർഥ്യങ്ങളും സാമൂഹികമായ തരംതിരിക്കലുകളുമാണ് പത്മരാജന്റെ ചലച്ചിത്രങ്ങളിലെ ഗ്രാമഭൂമികകളെ വേറിട്ട കാഴ്ച്ചാനുഭവമാക്കി തീർക്കുന്നത്.

കുറിപ്പുകൾ

1. അനിതകുമാരി. ടി, പത്മരാജൻ സിനിമ സാഹിത്യം ജീവിതം, 2007, പേജ് 34,35.
2. ബാലചന്ദ്രൻ ചുള്ളിക്കാട്, ജന്മവാസനകളുടെ കവി (പത്മരാജൻ: സിനിമ സാഹിത്യം ജീവിതം), 2007, പേജ് 14.
3. ബാലചന്ദ്രൻ ചുള്ളിക്കാട്, ജന്മവാസനകളുടെ കവി (പത്മരാജൻ: സിനിമ സാഹിത്യം ജീവിതം), 2007, പേജ് 14.
4. അനിതകുമാരി. ടി, പത്മരാജൻ സിനിമ സാഹിത്യം ജീവിതം, 2007, പേജ് 36.
5. ബാലചന്ദ്രൻ ചുള്ളിക്കാട്, ജന്മവാസനകളുടെ കവി (പത്മരാജൻ സിനിമ സാഹിത്യം ജീവിതം), 2007, പേജ് 15.
6. പത്മരാജൻ. പി, പത്മരാജന്റെ കഥകൾ,1995, (ഒ.പ 1988), പേജ് 15.

ഗ്രന്ഥസൂചി

അനിതകുമാരി, ടി. 2007,
പത്മരാജൻ സിനിമ സാഹിത്യം ജീവിതം, പ്രണത ബുക്സ്: കൊച്ചി

വിനു എബ്രഹാം. 2013,
പി.പത്മരാജൻ, കേരള ഭാഷാ ഇൻസ്റ്റിറ്റ്യൂട്ട്: തിരുവനന്തപുരം

രാകേഷ്നാഥ് (എഡി). 2013,
പത്മരാജൻ സിനിമ ഓർമ്മ പഠനം, ഒലിവ്: കോഴിക്കോട്.

പത്മരാജൻ, പി. 1995, (ഒ.പ 1988),
പത്മരാജന്റെ കഥകൾ, ഡി സി ബുക്സ്: കോട്ടയം.

ജോസ് അഗസ്റ്റിൻ (സമാഹരണം). 2006, എംടി വായനയുടെ രണ്ടാമൂഴം,
നിർമ്മല അക്കാദമിക് ആന്റ് റിസർച്ച് പബ്ലിക്കേഷൻസ്: മൂവാറ്റുപുഴ.

○○

10

നവമാധ്യമപഠനങ്ങളും വൈജ്ഞാനിക സമീപനവും

തെരഞ്ഞെടുത്ത മലയാള മാതൃകകളെ മുൻനിർത്തിയുള്ള പഠനം

ആതിര.ടി.ആർ

ആധുനികാനന്തരജ്ഞാന പരിസരങ്ങളിൽ സംസ്കാരപഠനത്തിന്റെ ഭാഗമായി വരുന്ന അന്വേഷണങ്ങളേറിയകൂറും മാധ്യമപഠനങ്ങളാണ്; അതിൽത്തന്നെ നവമാധ്യമപഠനങ്ങൾ. മാറിക്കൊണ്ടിരിക്കുന്ന ജീവിത പരിസരങ്ങളുടെ സാംസ്കാരികവിശകലനമെന്ന നിലയിലോ സവിശേഷമായ ആശയവിനിമയോപാധികളുടെ സാധ്യതകളോ സങ്കീർണ്ണതകളോ വിലയിരുത്തിക്കൊണ്ടുള്ള വിശദീകരണങ്ങളായോ മലയാളത്തിൽ പ്രത്യക്ഷപ്പെടുന്ന നവമാധ്യമപഠനങ്ങൾ സ്വീകരിക്കുന്ന വൈജ്ഞാനിക സമീപനം എന്താണെന്നുള്ളത് സുപ്രധാനമാണ്. കാരണം മലയാളജീവിതത്തെ ഇന്ന് ഒരു പരിധിവരെ നിർണ്ണയിച്ചുകൊണ്ടിരിക്കുന്ന അഭിരുചികളെയും സാംസ്കാരിക ഭാവുകത്വത്തെയും കുറിച്ചുള്ള അന്വേഷണങ്ങൾ ചെന്നെത്തുന്നത് നവമാധ്യമങ്ങളിലാണ്. ഈ നിലയ്ക്ക് നവമാധ്യമപഠനങ്ങൾ ഗവേഷണപരമായി പുലർത്തുന്ന വൈജ്ഞാനിക സമീപനങ്ങൾക്കും പ്രസക്തിയുണ്ട്.

ആധുനികതയ്ക്കു ശേഷം ലോകത്താകമാനം ബഹുജനമാധ്യമങ്ങളെക്കുറിച്ചും അവ സാമൂഹ്യ-സാംസ്കാരിക പരിതോവസ്ഥകളിൽ നടത്തുന്ന ഇടപെടലുകളെക്കുറിച്ചും ധാരാളം പഠനങ്ങളും ചർച്ചകളും ഉണ്ടായിട്ടുണ്ട്. അവ തുടർന്നുകൊണ്ടുമിരിക്കുന്നു. നവമാധ്യമങ്ങൾ ഉൾപ്പെടെയുള്ള ബഹുജനമാധ്യമങ്ങളുടെ സാംസ്കാരികരാഷ്ട്രീയത്തെക്കുറിച്ചുള്ള പഠനങ്ങൾ ഇന്ന് മലയാളത്തിലും കുറ

വല്ല. എന്നാൽ ഇന്ന് തുടർന്നുപോരുന്ന നവമാധ്യമപഠനങ്ങളുടെ രീതിശാസ്ത്രപരമായ സമീപനസവിശേഷതകളെയോ സൂക്ഷ്മരാഷ്ട്രീയങ്ങളെയോ വിലയിരുത്തിക്കൊണ്ടുള്ള പഠനങ്ങൾ ഇല്ലെന്നു തന്നെ പറയാം.

ഈ നിലയ്ക്ക് സാഹിത്യ-സംസ്കാരപഠനങ്ങളുടെ ഭാഗമായി സമീപകാലത്ത് നവമാധ്യമങ്ങളെക്കുറിച്ചുണ്ടായ പഠനങ്ങളുടെ വൈജ്ഞാനിക സമീപനത്തെ സൂക്ഷ്മമായി പരിശോധിക്കുകയും നവമാധ്യമ പഠനങ്ങളുടെ ശ്രേണിയിൽ അവ മുന്നോട്ട് വയ്ക്കുന്ന ഒരു സാംസ്കാരിക വ്യതിയാനം (cultural turn) എന്താണെന്ന് സൂചിപ്പിക്കുവാൻ ശ്രമിക്കുകയുമാണ് ഈ പ്രബന്ധത്തിലൂടെ ചെയ്യുന്നത്

നവമാധ്യമപഠനങ്ങൾ - സൈദ്ധാന്തിക സമീപനങ്ങളും രീതിശാസ്ത്ര പദ്ധതിയും

മാധ്യമപഠനങ്ങളുടെയും അതുൾപ്പെട്ട് നിൽക്കുന്ന സംസ്കാര പഠനത്തിന്റെയും പ്രബലത അവയുടെ വൈവിധ്യാത്മകത തന്നെയാണ് എന്ന് ജെയ്ൻ സ്റ്റോക്സ് നിരീക്ഷിക്കുന്നുണ്ട് (2003:2) പഠന സമീപനങ്ങളിൽ കൈക്കൊള്ളാവുന്ന അല്ലെങ്കിൽ കൈക്കൊള്ളേണ്ടുന്ന അനേകസാധ്യതകളെയും വിചാരമാതൃകകളേയും(Pradigms) മുൻനിർത്തിയാണ് അദ്ദേഹം ഈ നിരീക്ഷണങ്ങളവതരിപ്പിക്കുന്നത്.[1] ഇതു കൂടാതെ മാധ്യമപഠനങ്ങളെ അക്കാദമിക് പരിസരങ്ങളിൽ നിയതമായ ഒരു ഗവേഷണവിഷയമെന്ന നിലയ്ക്ക് ഒതുക്കുന്നതിന് ബുദ്ധിമുട്ടാണെന്നും പഠനങ്ങൾ സൂചിപ്പിക്കുന്നു. (Media and Communication Studies intersections and Inventions, 2010:27) കാരണം പഠനസമീപനങ്ങളുടെ വൈവിധ്യത്തോടൊപ്പം ഈ മേഖലയിലെ പഠനങ്ങൾ ഒരു സിദ്ധാന്തരൂപീകരണത്തെക്കാളുപരി പ്രശ്നകേന്ദ്രിതമായ (Problem-centered) ഒരു രീതിയാണ് പിന്തുടരുന്നത്.

ഇങ്ങനെ നോക്കുമ്പോൾ പൊതുവിൽ സംസ്കാരപഠനങ്ങളുടെ അടിസ്ഥാനസ്വഭാവമെന്ന നിലയ്ക്ക് ടോണി ബെന്നറ്റിനെപ്പോലുള്ളവർ[2] സൂചിപ്പിക്കുന്ന വിഷയാന്തരസമീപനം/അന്തർവൈജ്ഞാനിക സമീപനം[3] (Inter-disciplinary Approach) ആണ് മാധ്യമപഠനങ്ങളുടെ വൈജ്ഞാനിക സമീപനം ആധുനികതയിലും അതിനു ശേഷവും വരുന്ന സാമൂഹ്യ-സാംസ്കാരിക ഭാവുകത്വങ്ങളെ നിർണ്ണയിക്കുന്നതിൽ മാധ്യമങ്ങൾ നടത്തുന്ന ഇടപെടലുകൾ, മാധ്യമീകൃത സംസ്കാരത്തെയും സാങ്കേതികതയെയും കേന്ദ്രീകരിക്കുന്ന പഠ

നങ്ങൾ ഇവയെല്ലാം അന്തർവൈജ്ഞാനിക സമീപനത്തിന്റെ സാധ്യതകളെ ഉൾക്കൊള്ളുന്നവയാണ്. ഇതനുസരിച്ച് സംസ്കാര പഠനത്തിന്റെ ഭാഗമായിക്കൊണ്ട് സാഹിത്യ, സാമൂഹ്യശാസ്ത്ര, സാങ്കേതിക വിഭാഗങ്ങളിൽപ്പെടുന്ന വിഷയപദ്ധതികളെയും മന :ശാസ്ത്രം, ഫെമിനിസം, മാർക്സിസം തുടങ്ങിയ സൈദ്ധാന്തിക സമീപനങ്ങളെയും ചിഹ്നവിജ്ഞാനീയം, പ്രതിനിധാനം, വ്യവഹാരപഠനം, ആഖ്യാനശാസ്ത്രം മുതലായ രീതിശാസ്ത്രസമീപനങ്ങളെയും മാധ്യമപഠനങ്ങൾ ഉൾക്കൊള്ളുന്നു. അതുകൊണ്ടുതന്നെ ഒരൊറ്റ വൈജ്ഞാനിക സമീപനത്തിന്റെ അടിസ്ഥാനത്തിൽ മാധ്യമപഠനങ്ങളെ അടയാളപ്പെടുത്താനോ ഒരൊറ്റ വൈജ്ഞാനിക സമീപനത്തിന്റെ സവിശേഷതയെ മാധ്യമപഠനങ്ങളിൽ നിന്ന് കണ്ടെടുക്കാനോ സാധ്യമല്ല.

മലയാളത്തിലുള്ള മാധ്യമപഠനങ്ങൾക്കു പുറമേ നിലവിലുള്ള മാധ്യമപഠനങ്ങളുടെ സൈദ്ധാന്തിക, രീതിശാസ്ത്രപദ്ധതികൾ ഊന്നുന്ന പൊതുപരിപ്രേക്ഷ്യത്തെ ഷാജിജേക്കബ് (2012.13) മൂന്ന് നിലയ്ക്ക് ക്രമപ്പെടുത്തുന്നുണ്ട്.

1. അച്ചടിമുതലാളിത്തം, ദേശീയത, ആധുനികത
2. ബഹുജനമാധ്യമം, സംസ്കാരവ്യവസായം, ആഗോളവൽക്കരണം
3. മാധ്യമസാമ്രാജ്യത്തം, ജനപ്രിയസംസ്കാരം

എന്നിങ്ങനെയാണവ അടിസ്ഥാനപരമായി മാധ്യമപഠനങ്ങളുടെ പൊതുപരിപ്രേക്ഷ്യത്തെ ഇങ്ങനെ അടയാളപ്പെടുത്തുന്നുവെങ്കിലും നിരന്തരം പുതുക്കപ്പെട്ടുകൊണ്ടിരിക്കുന്ന നവമാധ്യമങ്ങളുടെ സാധ്യതയെയും പരിമിതിയെയും കുറിച്ചുള്ള ആഗേളതലത്തിലുള്ള വിചാരങ്ങൾ ഇതിനെ കവിഞ്ഞ് നിൽക്കുന്നതാണ്.

ആഗോളതലത്തിൽ 1990-കൾക്ക് ശേഷം മാത്രം വ്യപകമാകുന്ന നവമാധ്യമം (New Media)എന്ന മൂർത്തമായ സംജ്ഞ സാങ്കേതികതയ്ക്കപ്പുറം സാമൂഹികമായി നേടിയ മാനങ്ങൾ അത്ഭുതാവഹമാണ്. അനിയന്ത്രിതമായ സാങ്കേതിക വിപ്ലവത്തിന്റെ ഉത്പന്നങ്ങളായ നവമാധ്യമങ്ങളെക്കുറിച്ചുള്ള പഠനങ്ങൾ തന്നെ വ്യക്തമാക്കുന്ന ഒരു വസ്തുത സകലമേഖലകളിലുമുള്ള ഗവേഷണോന്മുഖമായ ചോദ്യങ്ങൾക്കുള്ള സർവ്വസന്നാഹങ്ങളോടുകൂടിയ പടച്ചട്ടയാണ് നവമാധ്യമപഠനങ്ങളൊരുക്കുന്നത് എന്ന് നിരീക്ഷിക്കപ്പെടുന്നുണ്ട്. (Susan.C.Herring:2011:3) അതോടൊപ്പം പ്രബലമായ മറ്റൊരു നിരീക്ഷണം എന്തെന്നാൽ ആശയനിവിനിമയത്തിന്റെയും

ആശയോൽപ്പാദനത്തിന്റെയും ബഹുതരമായ സാധ്യതകളെ ഉൾക്കൊണ്ടുകൊണ്ട് സാമൂഹികമായും വ്യാവഹാരികമായും തുടരുന്ന നവമാധ്യമപഠനങ്ങൾ നിലവിലുള്ള വിഷയപദ്ധതികളുടെയും സൈദ്ധാന്തികരീതിശാസ്ത്രപദ്ധതികളുടെയും വീണ്ടുവിചാരങ്ങളാണെന്നതാണ്. (Flair Wagh. N, 2000:2) ഇങ്ങനെ നോക്കുമ്പോൾ നവമാധ്യമപഠനങ്ങളുടെ വൈവിധ്യവും സാധ്യതകളും പലപ്പോഴും ഇത്തരം പഠനങ്ങളെ സംബന്ധിച്ച വിശകലനങ്ങളെ സന്ദിഗ്ദ്ധതകളിലേക്കാണ് നയിക്കുന്നത്. പൊതുവിൽ നവമാധ്യമപഠനങ്ങൾ മുൻനിർത്തുന്ന വൈജ്ഞാനികസമീപനങ്ങളുടെ സന്ദിഗ്ദ്ധതയെ മൂന്ന് നിലയിൽ ക്രോഡീകരിക്കാം.

1. നവമാധ്യമപഠനങ്ങൾ മുൻനിർത്തുന്ന ഒന്നാമത്തെ സന്ദിഗ്ദ്ധത അവ സവിശേഷമായ മാധ്യമപഠനങ്ങളെന്ന നിലയ്ക്കാണോ അതോ മാധ്യമീകരിക്കപ്പെട്ട സംസ്കാരത്തിന്റെ പഠനങ്ങളെന്ന നിലയ്ക്കാണോ കരുതേണ്ടത് എന്നത്.

2. മാധ്യമസംസ്കാരം എന്നത് ഒരു നിർമ്മിതി(Construction) യായിട്ടാണോ സംസ്കാരിക പ്രതിഭാസം എന്ന നിലയ്ക്കാണോ പരിഗണിക്കേണ്ടത് എന്നത് (Construction or Cultural phenomena)

3. സാങ്കേതികവിപ്ലവത്തിന്റെ ഭാഗമായ നവമാധ്യമങ്ങൾ സാമൂഹ്യമാധ്യമ (Social Media)മായി തിരിച്ചറിയപ്പെടുന്ന വൈരുദ്ധ്യത്തെ നവമാധ്യമപഠനങ്ങൾ എങ്ങനെ ഏറ്റെടുക്കുന്നു എന്നത്.

1. മാധ്യമപഠനങ്ങൾ ⟷ മാധ്യമീകൃത സംസ്കാരപഠനങ്ങൾ

സംസ്കാരപഠനത്തിന്റെ ഭാഗമെന്ന നിലയ്ക്കാണ് മാധ്യമ പഠനങ്ങളെ കരുതിപ്പോരുന്നതെന്നും അന്തർവൈജ്ഞാനികമാണ് ഈ പഠനങ്ങളുടെ സാധ്യത എന്നും മുൻപു സൂചിപ്പിച്ചു കഴിഞ്ഞു. എന്നാൽ നവമാധ്യമപഠനങ്ങളെക്കുറിച്ചുള്ള സമീപകാലവിശദീകരണങ്ങൾ വ്യക്തമാക്കുന്നത് നവമാധ്യമപഠനങ്ങളിൽ മാധ്യമപഠനങ്ങളെന്നും മാധ്യമീകൃതസംസ്കാരപഠനങ്ങളെന്നുമുള്ള ഒരു സന്ദിഗ്ദ്ധത പലപ്പോഴും നിലനിൽക്കുന്നുണ്ടെന്നതാണ് Researching Mediated words എന്ന പേരിൽ 2010-ൽ വരുന്ന ആൻഡ്രിയാസ് ഹെപ്പിന്റെ പ്രബന്ധം നവമാധ്യമപഠനങ്ങളെ സംബന്ധിച്ച ഈ സന്ദിഗ്ദ്ധതയാണ് ചർച്ച ചെയ്യുന്നത്. ഇതിൽ നവമാധ്യമപഠനങ്ങൾ വൈരുദ്ധ്യാത്മകമായ ഒരു സന്ദർഭത്തെയാണ് അഭിമുഖീകരിച്ചുകൊണ്ടിരിക്കുന്നത് എന്ന് സൂചിപ്പിക്കുന്നുണ്ട്.

മാധ്യമവൽക്കരണവും (Mediatisation)സാംസ്കാരിക വ്യതിയാനവും (Cultural change)പരസ്പരബന്ധിതമാണെന്ന് പറയുമ്പോഴും നവമാധ്യമപഠനങ്ങൾ ഒരേ സമയം പരിമാണാത്മകവും (Quantitative)ഗുണാത്മകവും (Qualitative)ആയ രീതി പിന്തുടരുമെന്നാണ് ഹെപ്പ് പറയുന്നത്. അതായത് ഉപകരണങ്ങളെന്ന നിലയിലോ സാങ്കേതികനവീകരണങ്ങളെന്ന നിലയിലോ ഉള്ള നവമാധ്യമപഠനങ്ങളിലെ ആവിഷ്കാരങ്ങളെ ആശയപ്രദാനശേഷിയുള്ള ഉപകരണങ്ങളായിട്ടാണ് പരിമാണാത്മകവിശദീകരണം നോക്കിക്കാണുന്നത്. ഇതോടൊപ്പം ഗുണാത്മകമായ വിശകലനമെന്ന നിലയ്ക്ക് മാധ്യമസംസ്കാരത്തിന്റെ ഭാവുകത്വത്തെ വിശകലനം ചെയ്യുന്നതിന് പകരം നവമാധ്യമങ്ങളുടെ പാരിമാണികമായ വളർച്ചയെത്തന്നെ സംഘടിതമായ പ്രക്രിയയായി (Synergic Process)തിരിച്ചറിഞ്ഞുകൊണ്ട് നവമാധ്യമപഠനങ്ങളെ മുന്നോട്ട് കൊണ്ടുപോകാനാണ് ഹെപ്പ് അഭിപ്രായപ്പെടുന്നത്.(2010:39) ഇതിനുള്ള ഒരു വഴിയായി അവർ സൂചിപ്പിക്കുന്നത് അന്തർവൈജ്ഞാനികമായ അന്വേഷണവഴിതന്നെ.

എന്നാൽ വിഷയാന്തര സമീപനം പുലർത്തിയതുകൊണ്ടു മാത്രം പഠനവഴി അന്തർവൈജ്ഞാനികമാകുന്നില്ലെന്നും അതിലൂടെ ഉദ്ഗ്രഥിതമായ ഒരു കേന്ദ്രാശയം രൂപപ്പെടണമെന്നും വരുന്നു. - Decentering the media അഥവാ മാധ്യമകേന്ദ്രികത്വത്തെ തകർക്കുക എന്നതാണ് നവമാധ്യമപഠനങ്ങളെപ്പോലുള്ളവയുടെ അന്വേഷണവഴി എന്ന് ഹെപ്പ് നിരീക്ഷിക്കുന്നു, Media, Modernity and Technology എന്ന ഗ്രന്ഥത്തിലൂടെ മോർലി ആണ് നവമാധ്യമപഠനങ്ങളുടെ സന്ദിഗ്ദ്ധതയെക്കുറിച്ചും അവ മറികടക്കുന്നതെങ്ങനെയെന്നതിനെക്കുറിച്ചും സൂചിപ്പിക്കുന്ന മറ്റൊരാൾ. മാധ്യമകേന്ദ്രിതമല്ലാത്ത ഒരു മാദ്ധ്യമപഠനരീതി ആവിഷ്കരിക്കുക എന്നതാണ് മോർലി പറയുന്നത്. (Referred in Hepp Andreas, 2010:42)

ചുരുക്കിപ്പറഞ്ഞാൽ സംസ്കാരത്തെ മാധ്യമകേന്ദ്രിതമല്ലാത്ത ഒരു രീതിയിലൂടെ അന്തർവൈജ്ഞാനികമായി സമീപിക്കാനും അതിലൂടെ ഉദ്ഗ്രഥിതമായ സുപ്രധാന നിരീക്ഷണങ്ങളെ രൂപപ്പെടുത്താനും കഴിയുമെന്ന് ഹെപ്പിനെയും മോർലിയെയും പോലുള്ളവർ സൂചിപ്പിക്കുന്നു. പരിമാണാത്മകതയിൽ നിന്നും ഗുണാത്മകതയിലേക്കുള്ള സമീപനരീതിയും പഠനത്തിന്റെ അടിസ്ഥാനം പ്രകരണാത്മകമാണെന്ന (Contextual)കാഴ്ചപ്പാടും നവമാധ്യമപഠനങ്ങളുടെ വൈജ്ഞാനിക സമീപനത്തിലെ ഒരു പുതു പ്രവണത

യായി കണക്കാക്കാം. നവമാധ്യമപഠനങ്ങൾക്കു വേണ്ടി അവർ അന്തർവൈജ്ഞാനികമായ പഠനപരിപ്രേക്ഷ്യങ്ങളെയും മുന്നോട്ട് വയ്ക്കുന്നുണ്ട്.

1. വ്യക്തിഗതമോ സാമൂഹ്യമോ ആയ മാധ്യമഘടകങ്ങളെയെല്ലാം ചേർത്ത് ഒരു മാധ്യമപരിസരം എന്ന നിലയിൽ നോക്കിക്കാണുക

2. ഓരോ സാംസ്കാരിക സാഹചര്യങ്ങളെയും വൈരുദ്ധ്യാത്മകമായി തിരിച്ചറിയുക

3. മാധ്യമ പഠനസ്വഭാവത്തെ സാംസ്കാരികമായി തിരിച്ചറിയുകയും നിർവചിക്കുകയും ചെയ്യുക.

ഇത്തരത്തിൽ മാധ്യമീകൃതലോകം എന്ന പരിപ്രേക്ഷ്യത്തെ തകർത്തുകൊണ്ട് മാധ്യമങ്ങളുടെ ഘടകസമഷ്ടിയെ അവയുടെ വൈരുദ്ധ്യങ്ങളിലൂടെ സാംസ്കാരികമായി തിരിച്ചറിഞ്ഞുകൊണ്ടാണ് നവമാധ്യമപഠനങ്ങളെ വൈജ്ഞാനികമായി സമീപിക്കേണ്ടത് എന്ന് പുതിയ നിരീക്ഷണങ്ങൾ സൂചിപ്പിക്കുന്നു. മാധ്യമപഠനങ്ങൾ/ മാധ്യമീകൃത സംസ്കാരപഠനങ്ങൾ എന്ന സന്ദിഗ്ദ്ധതയെ ഒരു പരിധിവരെ മാറ്റിനിർത്താനും ഈ നിലയിലുള്ള വൈജ്ഞാനികസമീപനങ്ങൾക്ക് സാധിക്കുന്നുണ്ടെന്നതും കാണാം.

2. മാധ്യമസംസ്കാരം; നിർമ്മിതിയും പ്രതിഭാസവും

വ്യവസായാനന്തര സമൂഹത്തെ ഇന്ന് നിർവ്വചിക്കാനുപയോഗിക്കുന്ന ഉപാധികൾ കൂടിയാണ് നവമാധ്യമങ്ങൾ. ഈ നിലയ്ക്കാണ് മാധ്യമസംസ്കാരം എന്ന പ്രയോഗം തന്നെ സാധ്യമാക്കുന്നത്. എന്നാൽ മാധ്യമസംസ്കാരം എന്നത് നിർമ്മിതിയാണോ അതോ സാംസ്കാരിക പ്രതിഭാസമാണോ എന്ന അഭ്യൂഹം ചോദ്യങ്ങളായോ, തൃപ്തികരമായ ഉത്തരങ്ങളായോ നവമാധ്യമപഠനങ്ങൾ പോലും ഏറ്റെടുക്കുന്നില്ല. മറിച്ച് നവമാധ്യമപഠനങ്ങളിലേക്ക് വരുമ്പോൾ മാധ്യമസംസ്കാരം എന്നത് കൂടുതൽ സന്ദിഗ്ദ്ധമായി മാറികൊണ്ടിരിക്കുകയുമാണ്

ഗെയ്ൽ ഡിനെസ്, ജീൻ.എം.ഹ്യൂമസ് എന്നിവർ സംസ്കാരിക പഠനം, -ബഹുസാംസ്കാരികത- മാധ്യമസംസ്കാരം ഇവയെ ബന്ധിപ്പിച്ചു കൊണ്ടു പഠിക്കുമ്പോൾ സൂചിപ്പിക്കുന്നത് മാധ്യമസംസ്കാരം എന്നത് സാംസ്കാരിക പ്രതിഭാസം (Cultural Phenomena) ആണെന്നതാണ്(2003:9) ശാസ്ത്രസാങ്കേതികരംഗത്തെ കുതിച്ചുചാട്ടങ്ങൾ തന്നെയാണ് എക്കാലത്തെയും മനുഷ്യന്റെ സാമൂഹ്യ-സാമ്പത്തിക പരിതോവസ്ഥകളെ നിർണ്ണയിച്ചതെന്നും അങ്ങനെ

വരുമ്പോൾ സ്വാഭാവികമായ ഒരു പ്രതിഭാസം എന്ന നിലയ്ക്കു തന്നെയാണ് ഇതിനെ കാണേണ്ടതെന്നും ഡിനെറ്റും ഹ്യൂമസും മാധ്യമ സംസ്കാരത്തെക്കുറിച്ച് പറയുന്നു. പൊതുവിൽ സംസ്കാരപഠനം ഏറ്റവും വ്യാപകമായ ഉപാധിയാക്കുന്നത് മാധ്യമപഠനങ്ങളെയാണ്.

സാമൂഹ്യശാസ്ത്രപരമോ സാഹിത്യപരമോ ആയതും ഗവേഷണയുക്തവുമായ അന്വേഷണങ്ങളെല്ലാം സംസ്കാരത്തിന്റെ സർവ്വസന്നാഹങ്ങളുമായി നിൽക്കുന്ന നവമാധ്യമപഠനങ്ങളെ ആശ്രയിക്കുന്നുണ്ട്. കാരണം മാധ്യമസംസ്കാരം എന്നത് ഒരു സാംസ്കാരിക പ്രതിഭാസം തന്നെയാണെന്ന് സി.ഹെറിങ്(1990:3) നിരീക്ഷിക്കുന്നുണ്ട്. ഇവയെല്ലാം മാധ്യമസംസ്കാരം എന്നതിനെ ഒരു നവലിബറൽ മൂല്യസങ്കൽപ്പങ്ങൾ പേറുന്ന പുതിയ കാലത്തിന്റെ സ്വാഭാവിക പ്രതിഭാസം എന്ന മട്ടിലാണ് കാണുന്നത്.

എന്നാൽ മുൻപേ സൂചിപ്പിച്ച ആൻഡ്രിയാസ് ഹെപ്പിനെപ്പോലുള്ളവർ പറയുന്നത് മാധ്യമസംസ്കാരത്തെ ഒരു നിർമ്മിതിയായി മാത്രം തിരിച്ചറിയുക എന്നതാണ്. ഇത്തരത്തിൽ നവമാധ്യമപഠനങ്ങൾ ഇന്നത്തെ നിലയിൽ അഭിമുഖീകരിക്കുന്ന ഒരു സുപ്രധാന സന്ദിഗ്ദ്ധതയായിത്തന്നെ ഇതിനെ തിരിച്ചറിയേണ്ടതുണ്ട്.

3. നവമാധ്യമങ്ങൾ - സാമൂഹ്യമാധ്യമങ്ങൾ

സാങ്കേതികമാധ്യമങ്ങളായി കരുതുന്ന നവമാധ്യമങ്ങൾ സാമൂഹ്യമാധ്യമങ്ങളെന്ന (Social Media) നിലയ്ക്ക് തിരിച്ചറിയപ്പെടുന്നത് ഒരേ സമയം കൗതുകകരവും വൈരുദ്ധ്യാത്മകവുമായ കാര്യമാണ്. നവമാധ്യമങ്ങളിലൂടെ രൂപപ്പെടുന്ന അഭിപ്രായ/നയ കൂട്ടായ്മകൾ (Policy Community) സാമൂഹികതയുടെ ഒരു പുതിയതലം തന്നെയാണ്. ഇത്തരത്തിലുള്ള സാമൂഹികകൂട്ടായ്മകൾ സാർവ്വലൗകികമായി ചലനാത്മകമോ സംവാദങ്ങളിലൂടെ ജനാധിപത്യത്തിന് കരുത്തുപകരുകയോ പ്രോത്സാഹിപ്പിക്കുകയോ മറ്റുചിലപ്പോൾ അതിനെ ദോഷകരമായി ബാധിക്കുകയോ ആണ് ചെയ്യുന്നതെന്ന് അമേരിക്കൻ ജേർണലായ സ്പെഷ്യൽറിപ്പോർട്ട് ചർച്ച ചെയ്യുന്നുണ്ട്.

നവമാധ്യമങ്ങൾ എന്നത് അവയ്ക്ക് മുൻപേ പിറന്ന ബഹുജനമാധ്യമങ്ങളെപ്പോലുള്ളവയാണെന്നും അവയെ സർവ്വാധിപത്യത്തിന്റേയോ സമ്പൂർണ്ണജനാധിപത്യത്തിന്റേയോ വക്താക്കളായല്ല കാണേണ്ടതെന്നും പ്രസ്തുത റിപ്പോർട്ട് സൂചിപ്പിക്കുന്നുണ്ട്.

എന്നാൽ ഇതിന്റെ മറുപുറം നവമാധ്യമങ്ങളിലൂടെ സാധ്യമാകുന്നുണ്ടെന്ന് പറയുന്ന സാമൂഹികതയുടെ തലമാണ്. ജനാധിപത്യത്തെ സംബന്ധിച്ച ചർച്ചകളുടെ കേന്ദ്രമായി നവമാധ്യമപഠനങ്ങൾ മാറുന്നുണ്ട്. ബഹുജന മാധ്യമങ്ങളുടെ അടിസ്ഥാനപരമായ സ്വാധീനമായി ഏതു കാലത്തും കാണാവുന്ന വ്യക്തികളുടെ സാമൂഹ്യവൽക്കരണമാണ് നവമാധ്യമപഠനങ്ങൾ എന്ന് ഷാജി ജേക്കബ് നിരീക്ഷിക്കുന്നുണ്ട്. (2012:20) സോഷ്യൽനെറ്റ്‌വർക്കുകളിലൂടെയും മറ്റും രൂപപ്പെടുന്നത് ഈ സാമൂഹ്യവൽക്കരണത്തിന്റെ സാധ്യതകളാണെന്നതാണ് നവമാധ്യമപഠനങ്ങൾ പ്രധാനമായും വാദിക്കുന്നത്. കൊച്യുവിനെയും ഹെയ്നസ്സിനെയും പോലുള്ള മാധ്യമപഠിതാക്കൾ ഉദാരജനാധിപത്യത്തിന്റെ രാഷ്ട്രീയാന്തരീക്ഷത്തിലാണ് നവമാധ്യമപഠനങ്ങളെ നിർവ്വചിക്കുന്നതുപോലും(Crofeau and Hogness, 2003:321-22) ഉത്തര ആഫ്രിക്കയിലേയും മധ്യപൂർവ്വ ഏഷ്യയിലെയും ഭരണകൂടങ്ങളെ വരെ ദുർബലമാക്കുന്നതിൽ സാമൂഹ്യമാധ്യമങ്ങൾ വഹിച്ച പങ്ക് നവമാധ്യമങ്ങളുടെ ഉദാരജനാധിപത്യത്തെ ന്യായീകരിക്കുന്നുണ്ട്.

അമേരിക്കൻ പ്രസിഡന്റ് തെരഞ്ഞെടുപ്പും മുല്ലപ്പൂസമരവും അറബ്വസന്തവുമൊക്കെ നവമാധ്യമപഠനങ്ങളെ ജനാധിപത്യവൽക്കരണത്തിന്റെ ഉദ്ഘോഷണങ്ങളാക്കി മാറ്റി. അതേ സമയം അമേരിക്കൻ ജേർണലായ സ്പെഷ്യൽ റിപ്പോർട്ട് നവമാധ്യമങ്ങളെ അടയാളപ്പെടുത്തുന്നത് അഭിരുചി കേന്ദ്രിത കൂട്ടായ്മകൾ മറ്റ് കൂട്ടായ്മകളോട് നിരന്തരം അഭിപ്രായപ്പോരുകളും നിഷ്കൃഷ്ടാഭിപ്രായങ്ങളുമെല്ലാം നടത്തിക്കൊണ്ടിരിക്കുന്ന ചില കൂട്ടായ്മകളായാണ്. മറ്റുള്ളവരിൽ നിന്ന് വേർതിരിഞ്ഞ് നിൽക്കുന്ന ഈ കൂട്ടായ്മകൾ യഥാർത്ഥസാമൂഹ്യകൂട്ടായ്മകളല്ലെന്നും മറിച്ച് അവനവന്റെ താത്പര്യങ്ങളോടും അതിനോട് ചേർന്നു നില്ക്കുന്നവരെ മാത്രം ഉൾക്കൊള്ളുന്നതുമായ അഭിരുചികൂട്ടായ്മകളാണെന്നും പറയുന്നു Homophily എന്നാണ് ഇത്തരം കൂട്ടായ്മകളെ നിർവ്വചിക്കുന്നതു തന്നെ. ഇത്തരത്തിൽ സാങ്കേതികമാധ്യമത്തിന്റെ സാമൂഹികതയാണ് നവമാധ്യമപഠനങ്ങൾ ഒരു പരിധിവരെ കേന്ദ്രീകരിക്കുന്നതും എന്നാൽ അവയെ സന്ദിഗ്ദ്ധതയിലാക്കുന്നതുമായ മറ്റൊരുതലം.

ആധുനികാനന്തരസമൂഹത്തിന്റെ വൈജ്ഞാനികാന്വേഷണങ്ങളുടെ ഭാഗമായ നവമാധ്യമപഠനങ്ങൾ സ്വീകരിക്കുന്നത് സംസ്കാരപഠനത്തിന്റെ രീതിശാസ്ത്രം തന്നെയാണ്. അത് സാഹിത്യം, സാങ്കേതികത, ഭാഷ, സാമൂഹ്യശാസ്ത്രം, ചരിത്രം, ശാസ്ത്രവിഷ

യങ്ങൾ തുടങ്ങി നിരവധിയായ വിഷയസമീപനങ്ങളെ അതിൽ ത്തന്നെ ഉൾച്ചേർത്തുകൊണ്ട് ഉദ്ഗ്രഥനശൈലിയിലുള്ളതും അന്തർ വൈജ്ഞാനികവുമായ പഠനരീതിയാണ്. അതുകൊണ്ടുതന്നെ നവ മാധ്യമപഠനങ്ങളും വൈജ്ഞാനികസമീപനവും അന്തർവൈജ്ഞാ നികമാണെന്നു പറയാം. അന്തർ-വൈജ്ഞാനികസമീപനങ്ങളിൽ പുലർത്തുന്ന സന്ദിഗ്ദ്ധതകളാണ് ഇവിടെ ചർച്ച ചെയ്തത്.

മലയാളത്തിലുള്ള മാധ്യമപഠനങ്ങൾ അതിന്റെ ഗൗരവസ്വഭാവം പൂണ്ടിട്ടുള്ളത് 2010 ന് ശേഷം പുറത്തിറങ്ങിയ ഡോ.ഷാജി ജേക്ക ബിന്റെ വിപരീതങ്ങൾ (2012), ശ്രദ്ധേയമായ പ്രബന്ധങ്ങളെ സമാ ഹരിച്ചിട്ടുള്ള നവമാധ്യമ്മങ്ങൾ- ഭാഷ, സാഹിത്യം, സംസ്കാരം (ജോസ് കെ മാനുവൽ (എഡി), 2014) മുതലായവയിലാണ്. നവമാ ധ്യമങ്ങളെ സംബന്ധിച്ച് ഏറെ പുസ്തകങ്ങളും ഒറ്റ തിരിഞ്ഞ ലേഖ നങ്ങളുമെല്ലാം ധാരാളം വന്നിട്ടുണ്ടെങ്കിലും വ്യത്യസ്തമായ വൈജ്ഞാനികസമീപനങ്ങളെ ഉൾക്കൊണ്ടുകൊണ്ട് ഏറെക്കുറെ ഗൗരവസ്വഭാവത്തോടെ വിഷയങ്ങളെ സമീപിക്കുന്ന ലേഖനങ്ങ ളെന്ന നിലയ്ക്കാണ് പ്രധാനമായും ഈ പുസ്തകങ്ങളെ സൂചിപ്പി ച്ചത്.

ഇവയിൽ മലയാളത്തിലുള്ള നവമാധ്യമപഠനങ്ങളുടെ വൈജ്ഞാ നികസമീപത്തെ വിശകലനം ചെയ്യാൻ നവമാധ്യമങ്ങൾ - ഭാഷ, സാഹിത്യം, സംസ്കാരം, എന്ന പ്രബന്ധസമാഹാരത്തിൽ നിന്നുള്ള രണ്ട് പ്രബന്ധങ്ങളാണ് തെരഞ്ഞെടുത്തിരിക്കുന്നത്, (1) കലേഷ്.എം ന്റെ നവമാധ്യമങ്ങളും സൈബർജനാധിപത്യവും (2) പ്രിയദർശി നി എം. എസ്സി ന്റെ നവമാധ്യമങ്ങളും ലിപ്യന്തരമലയാളവും എന്നി വയാണ്. ആദ്യം സൂചിപ്പിച്ച നിലയിൽ നവമാധ്യമപഠനങ്ങളുടെ വൈജ്ഞാനിക സമീപനത്തെ സംബന്ധിച്ച സന്ദിഗ്ദ്ധതകളെ ഉൾക്കൊള്ളുന്ന പ്രബന്ധങ്ങൾ എന്ന നിലയ്ക്കാണ് ഇവയെ വിശ കലനത്തിനായി തെരഞ്ഞെടുത്തിരിക്കുന്നത്.

ഇവയുടെ വിശകലനത്തിലൂടെ ഏറ്റവും സമകാലികമായ നവ മാധ്യമപഠനങ്ങളുടെ വൈജ്ഞാനിക സമീപനമെന്തെന്നും അവ എന്തെങ്കിലും ഒരു പരിപ്രേക്ഷ്യത്തെ മുന്നോട്ട്വയ്ക്കുന്നുണ്ടോ എന്നുള്ളതും പരിശോധിക്കാവുന്നതാണ്.

1. നവമാധ്യമങ്ങളും സൈബർജനാധിപത്യവും - സാംസ്കാരികബോധനശാസ്ത്രത്തിന്റെ ഉപാധി

നവമാധ്യമങ്ങളിലെ അഭിരുചിക്കൂട്ടായ്മയിലൂടെയും മറ്റും വ്യാപ

കമാകുന്ന സൈബർജനാധിപത്യത്തെ കേന്ദ്രീകരിക്കുന്ന പഠനമാണിത് 2010 -ൽ ടുണീഷ്യയിലാരംഭിച്ച് അറബ് വസന്തമായും വാൾസ്ട്രീറ്റ് പ്രക്ഷോഭമായും ഈജിപ്തിലെയും സിറിയയിലെയും അധികാരക്കൈമാറ്റങ്ങളായും ഗ്രീസിലെ പ്രക്ഷോഭമായും മറ്റും പടർന്നു പന്തലിച്ച സമരങ്ങളെ പോഷിപ്പിച്ചതും പ്രചരിപ്പിച്ചതും പൊതുമണ്ഡലത്തിൽ ചർച്ചാ വിഷയമാക്കിയതും നവമാധ്യമങ്ങളാണെന്ന് നിരീക്ഷിക്കാനാവും.

ഈ പരികല്പനയിൽ നിന്നുകൊണ്ട് നവമാധ്യമങ്ങൾ രൂപപ്പെടുത്തിയ സൈബർജനാധിപത്യത്തെ പ്രശ്നവല്ക്കരിക്കാനാണ് ശ്രമിക്കുന്നത് -ഇങ്ങനെയാണ് ലേഖനത്തിന്റെ തുടക്കം. സൈബർ ജനാധിപത്യം എന്നത് യാഥാർത്ഥ്യമെന്ന നിലയ്ക്ക് മുൻവിധിയോടെയാണ് ലേഖനം സ്വീകരിച്ചിരിക്കുന്നത്.

സൈബർജനാധിപത്യം എന്ന തലക്കെട്ടിൽ നവമാധ്യമങ്ങൾ സൃഷ്ടിച്ച സംവാദമണ്ഡലത്തിന്റെ കരുത്തും വ്യാപ്തിയുമാണ് സൂചിപ്പിക്കുന്നത്. മാധ്യമപഠനങ്ങളെന്ന നിലയ്ക്കുള്ള ഗവേഷണപരമായ അന്വേഷണങ്ങൾ പാഠം(Text), വ്യവസായം(Industries)/സ്ഥാപനങ്ങൾ, സ്വീകർത്താക്കൾ (Audience) എന്നിങ്ങനെ മൂന്ന് തലങ്ങളിലൂന്നി ആയിരിക്കുമെന്ന് ജയ്ൻ സ്റ്റോക്സ് സൂചിപ്പിക്കുന്നുണ്ട്. (2003: 17) ഇതിൽ മാധ്യമത്തിന്റെ സ്വീകർത്താക്കൾ എന്ന തലത്തെയാണ് ഈ പഠനം പ്രധാനമായും ആശ്രയിക്കുന്നത്. നവമാധ്യമങ്ങളിലെ ഇടപെടലുകളുടെ (Interaction) സൂക്ഷ്മരാഷ്ട്രീയമാണ് ഈ സ്വീകർത്താക്കളെ പ്രസക്തമാക്കുന്നത്. നവമാധ്യമങ്ങളുടെ രാഷ്ട്രീയം എന്ന ഭാഗം സ്വീകർത്താക്കളുടെ വിലയിരുത്തൽ തന്നെയാണ്. തുടർന്ന് സാങ്കേതികതയുടെ സഹായത്തോടെ രൂപം കൊള്ളുന്ന ഈ സാമൂഹികഇടം സ്വീകർത്താക്കളുടെ പരോക്ഷമായ ഒരു ഇടപെടൽ ഇടം മാത്രമായിത്തീരുന്നതിന്റെ പരിമിതികളെക്കൂടി ചൂണ്ടിക്കാണിച്ചുകൊണ്ട് പ്രബന്ധം അവസാനിക്കുന്നു. ലേഖനത്തിന്റെ പ്രമേയത്തെക്കുറിച്ച് വിശദമായി ഇവിടെ പ്രതിപാദിക്കുന്നില്ല എന്നാൽ ഇത് മൗലികമായി മുന്നോട്ട്വയ്ക്കുന്ന വാദം ശ്രദ്ധിക്കേണ്ടതാണ്. - നവമാധ്യമങ്ങൾക്ക് കുത്തകസ്വഭാവമില്ല. വിപണിയുടെ നീരാളിപ്പിടുത്തങ്ങൾ ഇല്ല. അധികാരത്തിന്റെ ഏകസ്വരതയും ഇല്ല. പകരം പങ്കാളിത്ത ജനാധിപത്യത്തിന്റെയും ഇടപെടലിന്റെയും പുതിയ രാഷ്ട്രീയസാധ്യതകളുള്ള ഉദാരജനാധിപത്യത്തിന്റെ സമവാക്യങ്ങളെ വഹിക്കുന്നവയാണ് നവമാധ്യമങ്ങൾ (പുറം 290).

പൊതുവിൽ നവമാധ്യമങ്ങളുടെ രാഷ്ട്രീയമാണ് അവതരിപ്പിക്കുന്നതെങ്കിലും ഗുണാത്മകതയെ മാത്രം(Qualification) ഊന്നിക്കൊണ്ടാണ് ഈ ചർച്ച. അതേസമയംതന്നെ വ്യക്തിധ്രുവീകരണത്തെ ന്യായീകരിക്കുന്ന മട്ടിലുള്ള (Individual Polarisation) മുൻവിധിയോടു കൂടിയ ഒരു സമീപനം ഇതിൽ സ്വീകരിക്കുന്നതായും കാണാം. നവമാധ്യമപഠനങ്ങളിലെ തന്നെ സന്ദിഗ്ദ്ധതകളായി സൂചിപ്പിച്ച കാര്യങ്ങളാണിവ. നവമാധ്യമ ജനാധിപത്യവാദത്തിന്റെ മറുപുറങ്ങളവതരിപ്പിക്കാൻ ശ്രമിക്കുന്നുണ്ടെങ്കിലും സ്വീകർത്താവിൽ ഊന്നിക്കൊണ്ടുള്ള ഗവേഷണരീതി, ജനാധിപത്യത്തെ സംബന്ധിച്ച പ്രബന്ധകർത്താവിന്റെ പരിപ്രേക്ഷ്യം എന്നിവ നവമാധ്യമങ്ങളും സൈബർ ജനാധിപത്യവും എന്ന പഠനത്തെ ഏകദിശോന്മുഖമാക്കുന്നു. അന്തർവൈജ്ഞാനികമായ അന്വേഷണതലങ്ങളെ അപ്രസക്തമാക്കിക്കൊണ്ട് തീർച്ചയായും നവമാധ്യമങ്ങളിലൂടെ ഒരു ജനാധിപത്യപൊതുഇടം സാധ്യമാകുന്നു എന്നതാണ് ലേഖനം സമർത്ഥിക്കുന്നത്. ഈ സമാഹാരത്തിൽത്തന്നെയുള്ള നവമാധ്യമങ്ങൾ സാങ്കേതികതയും സാമൂഹികതയും എന്ന ഡോ. ഷാജി ജേക്കബിന്റെ ലേഖനത്തിൽ സൂചിതമാകുന്ന വിഷയങ്ങൾതന്നെയാണിതെങ്കിലും അത് നൽകുന്ന ഗവേഷണപരമായ തുറവിയേക്കാൾ നവമാധ്യമങ്ങളുടെ ജനാധിപത്യത്തെ സംബന്ധിച്ച പരിപ്രേക്ഷ്യത്തോട് ഗുണാത്മകമായി ചേർന്നുനില്ക്കുന്നതാണ് കലേഷിന്റെ പ്രബന്ധം.

വൈജ്ഞാനിക സമീപനത്തിലോ ഗവേഷണരീതിശാസ്ത്രത്തിലോ ഇത് വൈവിധ്യം പുലർത്താൻ ശ്രമിക്കുന്നില്ലെങ്കിൽക്കൂടി വൈജ്ഞാനിക സമീപനത്തിലെ പുതുമയെന്ന നിലയ്ക്ക് പറയുവാൻ കഴിയുന്ന കാര്യം നവമാധ്യമങ്ങളുടെ സാധ്യതയെ ഒരു *സാംസ്കാരികബോധനശാസ്ത്രം* (Cultural Pedagogy) എന്ന നിലയ്ക്ക് അവതരിപ്പിക്കാൻ ലേഖനത്തിന് കഴിഞ്ഞു എന്നതാണ്. നവമാധ്യമങ്ങളിലൂടെ രൂപപ്പെട്ട അഭിപ്രായക്കൂട്ടായ്മകളെക്കുറിച്ചും മറ്റുമുള്ള അടിസ്ഥാനവിവരങ്ങൾ ശേഖരിക്കാൻ പ്രബന്ധം ഉപയോഗപ്പെടുത്തുന്നത് ബഹുജനമാധ്യമങ്ങളുടെ ഭാഗമായ വർത്തമാനപ്പത്രങ്ങളിലെ കണക്കുകളാണ്. ഇത്തരം കണക്കുകളെ നിരത്തിക്കൊണ്ടും നിരീക്ഷണങ്ങളെ ക്രോഡീകരിച്ചുകൊണ്ടും നവമാധ്യമങ്ങളുടെ സാമൂഹികമായ ഇടപെടലിനെ Cultural Pedagogy എന്ന നിലയ്ക്ക് ഗവേഷണത്തിന്റെ അടിസ്ഥാനപരമായ വൈജ്ഞാനിക സമീപനമായി സ്വീകരിക്കുന്നു എന്നതാണ് ഈ പ്രബന്ധത്തിന്റെ

സവിശേഷത. കൃത്യമായ ഒരു വൈജ്ഞാനികസമീപനത്തെ ഇത് മുന്നോട്ട് വയ്ക്കുന്നുണ്ട്. പൊതുജീവിതത്തെയും വ്യക്തിജീവിതത്തെയും സംബന്ധിച്ച വഴക്കങ്ങൾക്കപ്പുറം നവമാധ്യമങ്ങൾ മുന്നോട്ട് വയ്ക്കുന്ന സ്വാഭാവികമായ സാമൂഹികതലമുണ്ടെന്നും അത് ഏവർക്കും പ്രാപ്യമാണെന്നും സ്ഥാപിക്കുന്നതിനാലാണ് ഈ പഠനം ഒരു Pedagogy ആയി മാറുന്നത്.

2. നവമാധ്യമങ്ങളും ലിപ്യന്തരമലയാളവും - ഭാഷയുടെ വൈവിധ്യാത്മകത.

നവമാധ്യമങ്ങളിൽ ഏറ്റവും പ്രചാരം നേടിയ മാധ്യമം തീർച്ചയായും മൊബൈൽ ഫോണായിരിക്കണം. മൊബൈൽഫോൺ എസ്സ്.എം.എസ്സുകൾ വഴി (തുടർന്ന് ഇത് ഫേയ്സ്ബുക്ക് തുടങ്ങിയ കൂട്ടായ്മകളിലേക്കും വ്യാപിക്കുന്നത് കാണാം) രൂപ്പെടുന്നത് ഭാഷാപരമായ പുതുക്കലുകളാണ്. ഈ പുതുഭാഷയുടെ സവിശേഷതകളെ അടിസ്ഥാനമാക്കിക്കൊണ്ട് പ്രിയദർശിനി എം.എസ്. നടത്തുന്ന പഠനമാണ് നവമാധ്യമങ്ങളും ലിപ്യന്തരമലയാളവും എന്ന ലേഖനം.

നവമാധ്യമങ്ങളിലെ ഭാഷ, എസ്.എം.എസ്. സന്ദേശം എന്നിവയെക്കുറിച്ച് ഇതിനു മുൻപും ഇതിനുശേഷവും പഠനങ്ങൾ വന്നിട്ടുണ്ടെങ്കിലും മറ്റ് പഠനങ്ങളിൽ നിന്ന് വ്യത്യസ്തമായി റോമൻ ലിപി ഉപയോഗിച്ച് എഴുതുന്ന മലയാളസന്ദേശങ്ങളുടെ ഭാഷാസവിശേഷതകളെ അടിസ്ഥാനമാക്കിയുള്ള ഈ പഠനത്തിൽ മലയാളലിപിയുടെ വൈവിധ്യത്തെയാണ് കേന്ദ്ര ആശയമായി സ്വീകരിച്ചിരിക്കുന്നത്. നവമാധ്യമപഠനങ്ങളുടെ വൈജ്ഞാനികസമീപനത്തെ സംബന്ധിച്ചിടത്തോളം ആൻഡ്രിയാസ് ഹെപ്പിനെപ്പോലുള്ളവർ സൂചിപ്പിക്കുന്ന മട്ടിൽ മാധ്യമകേന്ദ്രിതമല്ലാത്ത ഒരു അന്വേഷണവഴിയാണ് ഇത് തുറന്നിടുന്നത്. കാരണം നവമാധ്യമങ്ങളിലൂടെ ആവിഷ്ക്കരിക്കപ്പെടുന്ന ലിപ്യന്തര മലയാളത്തെക്കുറിച്ചുള്ള കാഴ്ചകൾ സാങ്കേതികതയ്ക്കൊപ്പം സാഹിത്യം, ഭാഷ, സാമൂഹികത, പ്രാദേശികത തുടങ്ങിയ വിഷയസമീപനങ്ങളെക്കൂടി അഭിസംബോധന ചെയ്യുന്നുണ്ട്.

ഭാഷാഭേദം, ഉച്ചാരണസവിശേഷത എഴുത്തുമൊഴിയിൽ, ഇംഗ്ലീഷ്പദങ്ങളുടെ കലർപ്പ്, സംസാരത്തിന്റെ ചടുലത എന്നീ തലക്കെട്ടുകളിലൂടെ ഭാഷാകേന്ദ്രിതവും പരിമാണാത്മകവുമായ (Quantitative) മാനങ്ങളിലൂടെയാണ് ഈ പഠനം വിഷയത്തെ സമീ

പിച്ചിരിക്കുന്നതെന്ന് കാണാം. മറ്റെൻ മിസാക്കിന്റെ The justification of Language Heterogenecity എന്ന പ്രബന്ധം സൂചിപ്പിക്കുന്നത് പോസ്റ്റ് സ്ട്രക്ച്ചറൽ തിയറികളിലേക്ക് കടക്കുംമുൻപ്തന്നെയുള്ള ഭാഷയെ സംബന്ധിച്ച ലോജിക്[5] അനുഭവാസ്പദമായ മനുഷ്യജീവിതത്തെ ഊന്നിയുള്ളതാണെന്നതാണ്. ഇതനുസരിച്ച് ഭാഷയുടെ ബഹുസ്വരത അല്ലെങ്കിൽ ബഹുലത എന്നത് സ്വാഭാവികമായ ഗുണമാണെന്നും മിസാക്ക് സൂചിപ്പിക്കുന്നു.

നവമാധ്യമങ്ങളിലെ ലിപ്യന്തരമലയാളത്തെ ഇത്തരത്തിൽ അനുഭവാധിഷ്ഠിതമായ ആശയപ്രകാശനശേഷിയുടെ തലമായി ഈ പ്രബന്ധം അവതരിപ്പിക്കുന്നുണ്ട്. അക്ഷരപ്രയോഗം, സ്വരസ്ഥാനങ്ങൾ, പ്രയോഗശൈലിയിലുള്ള വ്യത്യാസം എന്നിവയെല്ലാം സൂക്ഷ്മമായി വിശകലനം ചെയ്യുമ്പോൾ നവമാധ്യമങ്ങളിലെ ഭാഷയെ ഉപരിപ്ലവമായി സമീപിക്കാതെ അതിന്റെ പരിമാണാത്മകമായ ഘടകങ്ങളെ ആശയപ്രകാശനശേഷിയുടെ തലമായി ഈ പ്രബന്ധം അവതരിപ്പിക്കുന്നുണ്ട്. ചിഹ്നപ്രക്രിയ, സവിശേഷമായ ചിത്രണങ്ങളെക്കുറിച്ചുള്ള സൂചകങ്ങൾ എല്ലാം ഈ അന്വേഷണ വഴിയെ മൂർത്തമാക്കുന്ന ഉപാധികളാക്കിത്തീർക്കുന്നു. പൂർണ്ണമായും അന്തർവൈജ്ഞാനിക സമീപനം എന്ന് പറയാൻ കഴിയില്ലെങ്കിലും അതിന്റെ ഒരു സാദ്ധ്യത മുന്നോട്ട് വയ്ക്കാനും ഉദ്ഗ്രഥിതമായ ഒരു കേന്ദ്രാശയമായി ഭാഷയുടെ വൈവിധ്യാത്മകത (Heterogenecity of Language) തിരിച്ചറിയാനും ഈ പ്രബന്ധം ശ്രമിക്കുന്നുണ്ട്.

വൈവിധ്യാത്മകത എന്ന കേന്ദ്രാശയത്തിലേക്ക് എത്തിച്ചേരുന്നതിനായി പ്രധാനമായും രണ്ട് നിരീക്ഷണങ്ങളെയാണ് അടിസ്ഥാനമാക്കുന്നത്. (1) ഭാഷയുടെ ജനപ്രിയത (2) ഭാഷാഭേദങ്ങൾ. നവമാധ്യമങ്ങളിലൂടെ പരുവപ്പെടുന്ന ഭാഷയുടെ പുതുരൂപങ്ങളിൽ ഈ രണ്ടു കാര്യങ്ങൾ സ്വാഭാവികമെന്നോണം പ്രചരിക്കുന്നതെങ്ങനെയെന്ന് വിശദമാക്കാനാണ് ലേഖനം ശ്രമിക്കുന്നതെന്ന് പറയാം. ഈ വിശദീകരണത്തിന്റെ ഒരു സാമാന്യയുക്തിയും പഠനത്തിന്റെ അടിസ്ഥാനവാദവുമായി വ്യക്തമാകുന്ന ഇതിന്റെ വൈജ്ഞാനിക സമീപനം ഭാഷയുടെ തുടർച്ചയെ സംബന്ധിച്ച ചിന്തയാണ്. അതുകൊണ്ടുതന്നെ നവമാധ്യമങ്ങളിലൂടെ രൂപപ്പെടുന്ന വൈവിധ്യാത്മകത (Heterogenecity) ഭാഷയുടെ മോശം ആവിഷ്ക്കാരം എന്നോ മെച്ചം എന്നോ പറയാതെ ഭാഷാപ്രയോഗത്തിന്റെ മറ്റൊരു തലം എന്ന നിലയ്ക്കാണ് ഈ ലേഖനം നോക്കിക്കാണുന്നത്.

ഉപസംഹാരം

മലയാളത്തിലുള്ള മാധ്യമപഠനങ്ങൾ ഏറിയകൂറും മക്ലൂഹന്റെ Medium is the Message അഡോണോയുടെ Cultural Industry മുതലായ പരികല്പനകളെ മാത്രം ആഴമില്ലാതെ ആവർത്തിച്ചുകൊണ്ട് ഉപരിപ്ലവമായി തുടരുമ്പോൾ നവമാധ്യമപഠനങ്ങളിലെ വൈജ്ഞാനികസമീപനങ്ങളെ സംബന്ധിച്ച പുതുധാരണകളെയും സന്ദിഗ്ദ്ധതകളെയും സൂചിപ്പിക്കാനാണ് ഇവിടെ ശ്രമിച്ചത്. അതോടൊപ്പം നവമാധ്യമപഠനങ്ങളിലെ രണ്ട് മാതൃകകളെ സാമാന്യമായി പരിശോധിക്കുമ്പോൾ വ്യക്തമാകുന്ന നിഗമനങ്ങളെ ഇങ്ങനെ ക്രോഡീകരിക്കാം.

1. മലയാളത്തിലുള്ള നവമാധ്യമപഠനങ്ങൾ അടിസ്ഥാനപരമായി സാങ്കേതികരംഗത്തെ പുതിയ സംരംഭങ്ങളെയും രീതികളെയും പരിചയപ്പെടുത്തിക്കൊണ്ടുള്ള വിശദീകരണങ്ങളെന്ന നിലയിലാണ് ഏറെയും തുടരുന്നത്.

2. 2010–ന് ശേഷം മലയാളത്തിൽ പ്രസിദ്ധീകരിക്കപ്പെട്ട മാധ്യമപഠനങ്ങളാണ് നവമാധ്യമപഠനങ്ങളെന്ന നിലയിൽ വിശകലനാത്മകസ്വഭാവം പുലർത്തുന്നതെന്ന് കാണാം. എന്നാൽ അവയിൽ തെരഞ്ഞെടുത്ത മാതൃകകളെ മുൻനിർത്തി പരിശോധിക്കുമ്പോൾ പുതുമാധ്യമവിചാരങ്ങൾ സ്വീകരിക്കുന്ന/സ്വീകരിക്കേണ്ടുന്ന അന്തർവൈജ്ഞാനികസ്വഭാവം പലപ്പോഴും പുലർത്തുന്നില്ലെങ്കിലും വൈജ്ഞാനികസമീപനത്തിലെ കയ്യടക്കംകൊണ്ട് വിഷയപരമായ ഒരു നൂതനസമീപനം മുന്നോട്ട് വയ്ക്കാൻ ചില പഠനങ്ങൾ ശ്രമിക്കുന്നതായി കാണാം.

ഇവിടെ വിശകലനം ചെയ്ത പഠനങ്ങൾ മുന്നോട്ട് വയ്ക്കുന്ന കേന്ദ്രാശയങ്ങളായി സാംസ്കാരികബോധനരീതി (Cultural Pedagogy), ഭാഷയുടെ വൈവിധ്യാത്മകത (Heterogenecity of Language) എന്നിവയെ കാണാൻ കഴിയും. നവമാധ്യമപഠനങ്ങളെന്ന നിലയ്ക്ക് ഇത് മുന്നോട്ട് വയ്ക്കുന്ന വൈജ്ഞാനികസമീപനത്തിന്റെ അടിസ്ഥാനം പൊതുസമൂഹത്തിന്റെ സാംസ്കാരികവ്യതിയാനം (Cultural turn) എന്താണെന്ന് അവതരിപ്പിക്കുകയാണ്.

കുറിപ്പുകൾ

1. Research into media culture and film uses a range of

paradigms borrowed from disciplines such as psychology, sociology, history, anthropology, literary studies and ethno methodology among others (Stokes Jane; 2003 : 2).

2. Referd in ഷാജി ജേക്കബ്, 2012, വിപരീതങ്ങൾ, പരിധി പബ്ലിക്കേഷൻസ്, തിരുവനന്തപുരം.

3. രണ്ടോ അതിലധികമോ വിജ്ഞാനശാഖകളുടെ വിജ്ഞാനരീതികളുടെ സംയോജനവും അതിലൂടെ വിജ്ഞാനോല്പാദനം നടത്തുകയും ചെയ്യുന്ന പ്രക്രിയയാണ് അന്തർവൈജ്ഞാനികപഠനം. ഒറ്റവിജ്ഞാനശാഖയ്ക്ക് വിശദീകരിക്കാൻ കഴിയാത്ത പ്രതിഭാസങ്ങളെ വിശദീകരിക്കുക, പ്രശ്നങ്ങൾ പരിഹരിക്കുക, ഫലങ്ങൾ രൂപീകരിക്കുക മുതലായവയാണ് ഇതിന്റെ പ്രവർത്തനങ്ങൾ (Moran Joe; 2002 : 14).

4. അച്ചടി, ശ്രാവ്യ, ദൃശ്യ മാധ്യമങ്ങളുടെ കാലം പിന്നിട്ട് 1980-കളിലാരംഭിക്കുന്ന നവമാധ്യമ (New Media)ങ്ങളിലേക്ക് വരുമ്പോൾ മുൻപില്ലാതിരുന്ന വിധം പ്രസക്തമാകുന്നു സാങ്കേതികതയെയും സാമൂഹികതയെയും മുൻനിർത്തിയുള്ള വാദങ്ങൾ. കൗതുകകരമായ ഒരു വൈരുദ്ധ്യമെന്നോണം സാങ്കേതികതയുടെ വിപ്ലവമായി കാണാവുന്ന നവമാധ്യമങ്ങളിൽ ഒരുവിഭാഗം അറിയപ്പെടുന്നതു തന്നെ സാമൂഹ്യമാധ്യമം (Social Media) എന്നാണ്. (ഷാജി ജേക്കബ്, 2010:169).

5. (Logic means functioning in Socio Cultural Phenomena)

○○

11

എഴുത്തുകാരിയുടെ മരണം മലയാള ടെലിവിഷൻ വാർത്തകളിൽ

ഡോ. ഫാ. സുനിൽ ജോസ്

തന്റെ എഴുത്തിലൂടെ മലയാളിയുടെ കപട സദാചാരവാദങ്ങളോട് നിരന്തരം കലഹിച്ച ഒരു എഴുത്തുകാരിയുടെ മരണം- മലയാള മാധ്യമങ്ങളിൽ പ്രത്യേകിച്ച് ടെലിവിഷൻ വാർത്തകളിൽ എങ്ങനെ യാണ് അവതരിപ്പിക്കപ്പെട്ടത് എന്ന അന്വേഷമാണ് ഈ പ്രബന്ധം.

സാമൂഹികതയിലും ധൈഷണികക്ഷമതയിലും സൃഷ്ടിക്കപ്പെ ടുന്ന വ്യവഹാരമാണ് മാധ്യമഭാഷ. ഭാഷയെ എത്രത്തോളം കച്ചവ ടവൽക്കരിക്കാമെന്നുള്ള അന്വേഷമാണ് മാധ്യമങ്ങളിൽ നിരന്തരം നടക്കുന്നത്. പലപ്പോഴും വക്താവിന്റെ വൈകാരികവും സാമൂഹി കവും പ്രത്യയശാസ്ത്രപരവുമായ മാനസിക മാതൃകൾക്കനുസരി ച്ചാണ് വാക്കുകൾക്ക് പ്രാദേശികാർത്ഥം നിർമ്മിക്കപ്പെടുന്നത്. മല യാളത്തിൽ/കേരളത്തിൽ ഒരു എഴുത്തുകാരിയുടെ മരണം ഏതെ ല്ലാം വിധത്തിലാണ് അടയാളപ്പെടുത്തപ്പെടുന്നത് എന്ന് അന്വേഷി ക്കുമ്പോൾ അതിനുപയോഗിക്കുന്ന പദങ്ങൾ ആഖ്യാനങ്ങൾ, ഉപാഖ്യാനങ്ങൾ, ചിത്രങ്ങൾ, സവിശേഷ ഭാഷാപ്രയോഗങ്ങൾ എന്നിവയെ പഠന വിഷയമാക്കേണ്ടതുണ്ട്.

എഴുത്തുകാരിയുടെ ശരീരം, പ്രായം, രൂപഭാവങ്ങൾ, സംഭാഷ ണരീതി, ശരീരഭാഷ എന്നിവയെല്ലാം ചേർന്ന് വായനക്കാരുടെ (ടെ ലിവിഷൻ കാഴ്ചക്കാരുടെ) മനസ്സിൽ ഉരുത്തിരിയുന്ന ഒരു സങ്കല് പനത്തെ ഉല്ലംഘിക്കുന്ന ബഹുലസ്വത്വ പ്രകാശനമായിരുന്നു കമ ലാദാസ് /മാധവിക്കുട്ടി/സുരയ്യയുടേത്. അതുകൊണ്ട് തന്നെയാണ് ഇത്രയേറെ വൈവിധ്യങ്ങളും വൈചിത്ര്യങ്ങളും നിറഞ്ഞതും പര സ്പരവിരുദ്ധങ്ങളുമായ ആഖ്യാനങ്ങളിലൂടെ അവരുടെ മരണത്തെ

യും ജീവിതത്തെയും എഴുത്തിനെയും അടയാളപ്പെട്ടുത്താൻ ശ്രമിച്ച് മലയാളം ചാനലുകൾ പരാജയപ്പെട്ടുപോയത്.

ആമി/കമലാദാസ്/മാധവിക്കുട്ടി/കമലാസുരയ്യ എന്ന എഴുത്തുകാരിയെ അവർ മരിച്ച ദിവസവും (2009 മെയ് 31 ഞായറാഴ്ച) പിറ്റേ ദിവസവുമായി മലയാളത്തിലെ പ്രമുഖചാനലുകൾ എങ്ങനെയാണ് അവതരിപ്പിച്ചത് എന്നതിനെയാണ് അന്വേഷണ വിധേയമാക്കുന്നത്. അവരുടെ എഴുത്തു ജീവിതത്തിലേക്കും കൃതികളിലേക്കും വ്യക്തി സ്വകാര്യ ജീവിതത്തിലേക്കും തങ്ങളുടെ ആഖ്യാനങ്ങളെ തുറന്നിട്ടുകൊണ്ടും മനസ്സിൽ മുൻകൂടി തയ്യാറാക്കിയ ഒരു പ്രത്യേക ചട്ടക്കൂട്ടിൽ അവരെ പ്രതിഷ്ഠിച്ചുകൊണ്ടും സാമാന്യ മലയാളി പ്രേക്ഷകന് പരിചയമുള്ള എഴുത്തുകാരിയുടെ ഒരു സമഗ്രചിത്രം നൽകുകയാണ് എന്ന തരത്തിലുമാണ് ഓരോ ചാനലും അഖ്യാനങ്ങൾ നിർമ്മിച്ചിരിക്കുന്നത്.

നേരത്തെ തയ്യാറാക്കിയിട്ടുള്ള റിപ്പോർട്ടുകളും വാർത്തവായനയ്ക്കിടയിലുള്ള പ്രശസ്തരുമായുള്ള അഭിപ്രായ ആരായലുകളും സ്റ്റുഡിയോയിൽ നിന്നും, ഫോൺ വഴിയായും ലഭിക്കുന്ന മറുപടികളും നേരത്തെ റിക്കോർഡു ചെയ്ത് സൂക്ഷിച്ചിരിക്കുന്ന അഭിമുഖ സംഭാഷങ്ങളുടെ പുനഃസംപ്രേക്ഷണവുമൊക്കെ വഴിയാണ് എഴുത്തുകാരിയെ ചാനലുകൾ അനുസ്മരിച്ചത്/അവതരിപ്പിച്ചത്.

2009-ൽ മലയാളത്തിൽ ലഭ്യമായിരുന്ന എല്ലാ പ്രമുഖ ചാനലുകളുടെയും പ്രാതിനിധ്യമുൾകൊള്ളുന്ന ചാനലുകളെയാണ് പഠനത്തിനായി തിരഞ്ഞെടുത്തിരിക്കുന്നത്. ഏഷ്യാനെറ്റ്, അമൃത, ജയ്ഹിന്ദ്, ജീവൻ, മനോരമ, കൈരളി ചാനലുകളിലെ വാർത്തകളും ആഖ്യാനങ്ങളുമാണ് അവ. മാധവിക്കുട്ടി/കമലാസുരയ്യ/കമലാദാസിന്റെ മരണദിനത്തിൽ രാത്രി വാർത്തകളായും പിറ്റേന്ന് അനുസ്മരണങ്ങളായുമാണ് റിപ്പോർട്ടുകളും അഭിമുഖങ്ങളും സംപ്രേഷണം ചെയതിരുന്നത്.

തലക്കെട്ടിന്റെ രാഷ്ടീയം

എഴുത്തുകാരിയെ എങ്ങനെയാണ് ഒറ്റവാക്യത്തിൽ ഒരു ഐക്കൺ വാക്കായി ചാനലുകൾ അവതരിപ്പിക്കുന്നത് എന്ന അന്വേഷണം എഴുത്തുകാരിയെക്കുറിച്ചുള്ള ഒരു മാധ്യമത്തിന്റെ പൊതുബോധത്തെ വെളിപ്പെടുത്തും. പ്രത്യേകിച്ചും പല നിലകളിൽ ഒരോ സമയം പ്രസക്തമാകുന്ന ബഹുല സ്വത്വത്തിനുടമയായ ഒരു എഴു

ത്തുകാരിയെയാണ് അവതരിപ്പിക്കുന്നത് എന്ന വിശേഷ സന്ദർഭ ത്തിൽ.

ഏഷ്യാനെറ്റ് -	നീർമാതളത്തിന്റെ ഓർമ്മ
	സ്നേഹത്തിന്റെ കഥാകാരി
അമൃത -	ഋതുഭേദങ്ങളുടെ കഥാകാരി
	ഇനി ഓർമ്മയുടെ തീരത്ത്
	പകരംവയ്ക്കാനാവാത്ത നഷ്ടം
	സ്നേഹത്തിന്റെ വിപ്ലവകാരി
	വിചിത്രശോഭയുള്ള കഥകളുടെ സ്രഷ്ടാവ്
	നാലപ്പാടിന്റെ കഥാകാരി
	സ്നേഹത്തിന്റെ നീലാംബരി
	രണ്ടു ഭാഷകളിലും മികവു തെളിയിച്ച പ്രതിഭ
ജയ്ഹിന്ദ് -	മാധവിക്കുട്ടി അന്തരിച്ചു.
ജീവൻ -	നീർമാതളം ഇനി പൂക്കില്ല
	പ്രണാമം
	നീലാംബരിയുടെ ഓർമ്മയിൽ
മനോരമ -	ആ നീലാബരി നഷ്ടമായി
	എഴുത്തിന്റെ സർഗധൈര്യം
	സ്വപ്നങ്ങൾ വിരിയിച്ച പൂമരം
കൈരളി -	എഴുത്തമ്മ
	സർഗ്ഗാത്മകതയുടെ സമാന്തര ലോകം
	നീർമാതളം പൊഴിഞ്ഞു

നീർമാതളം, നീലാംബരി, എന്നീ വാക്കുകൾ/ബിംബങ്ങൾ എഴുത്തുകാരിയുടെ തന്നെ പ്രതീകമായി മിക്ക ചാനലുകളും അവതരിപ്പിച്ചിരിക്കുന്നു. ഈ വാക്കുകളാകട്ടെ എഴുത്തുകാരിയുടെ ഏറെ പ്രശസ്തമായ രണ്ടു കൃതികളുടെ പേരുകളുമായി ബന്ധപ്പെട്ടവയാണ്. അവയെ എഴുത്തുകാരിക്ക് പകരം വയ്ക്കുകയാണിവിടെ. അവരുടെ മരണം എന്ന നഷ്ടത്തെ നീർമാതളം ഇനി പൂക്കില്ല (ജീവൻ) എന്നും നീർമാതളം പൊഴിഞ്ഞു (കൈരളി) എന്നും തീർത്തുപറഞ്ഞ് ഉറപ്പിക്കുകയാണ്. ആ നീലാംബരി നഷ്ടമായി (മനോരമ) എന്നു തന്നെയാണ് മറ്റൊരു തലക്കെട്ട്. നീർമാതളത്തിന്റെ ഓർമ്മ (ഏഷ്യാനെറ്റ്) നീലാംബരിയുടെ ഓർമയിൽ (ജീവൻ)

എന്നീ തലക്കെട്ടുകൾ മാധവിക്കുട്ടിയുടെ/സുരയ്യയുടെ/കമലാദാസിന്റെ ഓർമകളെ അടയാളപ്പെടുത്തുകയാണ്. സ്വപ്നങ്ങൾ വിരിയിച്ച പൂമരം (മനോരമ) എന്ന ശീർഷകവും ഇതേകാര്യത്തെത്തന്നെയാണ് മറ്റൊരു തരത്തിൽ അവതരിപ്പിക്കുന്നത്.

എഴുത്തിനെ കേന്ദ്രീകരിച്ചും തലക്കെട്ടുകൾ രൂപപ്പെട്ടിട്ടുണ്ട്. ഋതുഭേദങ്ങളുടെ കഥാകാരി (അമൃത) എഴുത്തിന്റെ സർഗധൈര്യം (മനോരമ) രണ്ടുഭാഷകളിലും മികവ് തെളിയിച്ച കഥാകാരി/പ്രതി, വിചിത്ര ശോഭയുള്ള കഥകളുടെ സ്രഷ്ടാവ് (അമൃത), സർഗാത്മകതയുടെ സമാന്തര ലോകം (കൈരളി) എന്നിവ. ഇവയിൽ ഏറ്റവും വ്യത്യസ്തവും ശ്രദ്ധേയവുമായി നിലനിന്നത് എഴുത്തമ്മ(കൈരളി) എന്ന തലക്കെട്ടാണ്. ഈ വാക്കിനെ ഏറെ പരിചിതമായ എഴുത്തച്ഛൻ എന്ന വാക്കിന്റെ സ്ത്രീലിംഗമായി കരുതാമെന്നതിനപ്പുറം എഴുത്ത് എന്നത് പുരുഷാധിപത്യത്തിന്റെ ഇടമാണെങ്കിൽ അവിടെ തന്റെ ഇരിപ്പിടം ഉറപ്പിച്ച കഥാകാരിയെ സ്ത്രീയെന്ന നിലയിൽ അടയാളപ്പെടുത്തുകകൂടിയാണിവിടെ. എഴുത്തച്ഛൻ പുരസ്കാരം ലഭിച്ചപ്പോൾ എഴുത്തുകാരി നേരിടേണ്ടിവന്ന വിമർശനങ്ങൾ പശ്ചാത്തലമായുണ്ടാകാം.

ആഖ്യാന വൈവിധ്യങ്ങൾ

അമൃത ചാനൽ:- അവസാനമില്ലാത്ത സ്നേഹം തിരഞ്ഞ ഒരു ഹൃദയത്തിന്റെ വികാരങ്ങളായിരുന്നു മിക്ക കവിതകളും. പരസ്പര സംഭാഷണങ്ങളും കൂടിക്കാഴ്ചകളും കഥകളായി. വിവാഹജീവിതം ദുഃഖിപ്പിച്ചില്ലായിരുന്നുവെങ്കിൽ ലക്ഷണമൊത്ത ഒരൊറ്റ കവിതയോ കഥയോ രചിക്കുമായിരുന്നില്ല. വേദനിപ്പിച്ച വരെയും വേദനയെയും നന്ദിയോടെ ഓർക്കുന്നു.

പ്രണയം പ്രതീക്ഷിച്ച് മൃഗീയമായ കാമം ഏറ്റുവാങ്ങിയ സാഹിത്യകാരി. ഭർത്താവിന്റെ വികല രതിയെകുറിച്ച് തുറന്നുപറയാൻ ധൈര്യപ്പെട്ട സ്ത്രീ മറ്റുള്ളവരെ അമ്പരപ്പിച്ചു. വിവാദങ്ങളും വിമർശനങ്ങളും കൂടെപ്പിറപ്പായി.

ഇത്ര ധൈര്യത്തോടും സത്യസന്ധതയോടും കൂടി ലൈംഗികതയെകുറിച്ച് തുറന്നെഴുതാൻ ധൈര്യപ്പെട്ട മറ്റൊരു മലയാളി സഹിത്യകാരിയില്ല -ആരായിരുന്നു മാധവിക്കുട്ടി. ആരൊക്കെയായിരുന്നാലും ഒന്നുറപ്പാണ് എനിക്കാരുമാകേണ്ട ആരെങ്കിലും എന്നെ സ്നേഹിച്ചാൽ മതി എന്ന് മുറവിളികൂട്ടുന്ന ആവലാതിക്കാരി ആമി തന്നെയായിരുന്നു മരിക്കുമ്പോഴും കമല.

പരമ്പരാഗതമായ സ്ത്രൈണ സങ്കലപ്നങ്ങളെ അടിവരയിടുകയാണ് അമൃത ചാനലിലെ ഈ റിപ്പോർട്ട്. എത്രയൊക്കെ യാഥാസ്ഥിതികതയെ പൊളിച്ച് കടന്നു പോയാലും എഴുത്തുകാരി ഉള്ളിന്റെ ഉള്ളിൽ ആ പഴയ ആവലാതിക്കാരി ആമി തന്നെയായിരുന്നു എന്നു പ്രസ്താവിക്കുന്നതിലൂടെ സാധാരണക്കാരായ ജനങ്ങളുടെ മനസ്സിൽ എഴുത്തുകാരിയോട് എന്തെങ്കിലും പേരിൽ ഉണ്ടാകാനിടയുള്ള അകൽച്ചയെ മായ്ച്ചുകളയാനും സഹതാപ/അനുകൂല മനോഭാവം രൂപീകരിക്കാ നുമുള്ള ശ്രമമാണ് ഇവിടെ വ്യക്തമാകുന്നത്.

ആമി എന്ന ഓമനപ്പേരിലാണ് കമല അറിയപ്പെട്ടിരുന്നത് എന്ന് പറഞ്ഞതിനുശേഷം ആരംഭിക്കുന്ന റിപ്പോർട്ടിൽ എഴുത്തുകാരിയെ അഭിസംബോധന ചെയ്യുന്നത് തന്നെ ആമിയെന്നാണ് -മുതിർന്നവരെ അമ്പരപ്പിക്കുന്ന ഒരു പിടി ചോദ്യങ്ങളുണ്ടായിരുന്നു ആമിക്ക്. ആമിയുടെ ചോദ്യങ്ങൾക്കു മുമ്പിൽ പലപ്പോഴും കുഴങ്ങിപ്പോയി പലരും. പിന്നീട് എഴുത്തുകാരിയുടെ കൃതികളെയും അവയുടെ പരിഭാഷകളെയും പരിചയപ്പെടുത്തിയ തിനുശേഷം അവർ വഹിച്ച പദവികളും ലഭിച്ച അവാർഡുകളും നിരത്തിവയ്ക്കുന്നു. 1984-ൽ നോബൽ സമ്മാനത്തിനുള്ള അവസാന പട്ടികയിൽ എത്തിയെന്ന് പ്രത്യേകം ഊന്നിപ്പറയുന്നു. സാഹിത്യത്തിനപ്പുറത്ത് വ്യക്തിപരമായ ബന്ധങ്ങളും കഥാകാരിക്കുണ്ടായിരുന്നുവെന്ന് പറഞ്ഞുകൊണ്ട് കുടുബാംഗങ്ങളെപ്പോലെ കഴിഞ്ഞിരുന്നവരാണ് തങ്ങൾ എന്ന എം.ടി. യുടെ സംഭാഷണത്തിലേക്ക് കാമറ തുറക്കുന്നു. പിന്നീട് കേരളത്തിലെ പ്രമുഖരായ എഴുത്തുകാരുടെ അനുസ്മരണങ്ങളാണ് റിപ്പോർട്ടിൽ അവതരിപ്പിക്കുന്നത്.

ഏഷ്യാനെറ്റ് ന്യൂസ്

നീർമാതളത്തിന്റെ ഓർമ്മ:- ഒരേ സമയം മാധവിക്കുട്ടിയും കമലാദാസും കമലാസുരയ്യയുമായി യഥാർത്ഥ ജീവിതത്തിൽ ഒരു കവിത്രയ കഥ ചമയ്ക്കാൻ എഴുത്തുകാരിക്ക് കഴിഞ്ഞുവെന്നും നാലാപ്പാട് തറവാടിന്റെ ദേശീയപാരമ്പര്യം വഴി സ്വന്തം വ്യക്തിത്വത്തിലൂടെ അന്താരാഷ്ട്ര നിലവാരത്തിലേയ്ക്ക് ഉയരാൻ കഴിഞ്ഞ അവരുടെ കാവ്യസാമുദ്രികം അനുകരിക്കാനാവാത്തവിധം തനതും സിദ്ധി സാധനകൾ ഉൾച്ചേർന്നതുമാണെന്നും ഏഷ്യാനെറ്റ് റിപ്പോർട്ടിൽ പറയുന്നു. തുടർന്ന് എഴുത്തുകാരിയുടെ കൃതികളെ പരാമർശിച്ചശേഷം റിപ്പോർട്ട് ഉപാഖ്യാനത്തിലേക്ക് പോകുന്നു.

മാധവിക്കുട്ടിയുടെ മരണവാർത്ത അവർ കഥകളിലൂടെ അനശ്വരയാക്കിയ ജാനുവമ്മ എന്ന ചിരുതേയിക്ക് താങ്ങാനാവുന്നില്ല. 40 വർഷത്തോളം മാധവിക്കുട്ടിയുടെ കൂടെയായിരുന്നു. അവരുടെ പല കഥകളുടെയും ഉറവിടമായിരുന്നു ചിരുതേയി.

ആമി എന്ന മാധവിക്കുട്ടിക്ക് കോഴിക്കോടുകാരിയായ ചിരുതേയിയോട് ഇഷ്ടം തോന്നിയത് അവരുടെ ഒരു ചിരികണ്ടാണ് എന്നാരംഭിക്കുന്ന റിപ്പോർട്ടിനെ തുടർന്ന് മുറുക്കാൻ ഇടിക്കുന്ന ചിരുതേയി എന്ന വൃദ്ധയുടെ വിഡിയോചിത്രങ്ങൾ കാണിക്കുന്നു. ചിരുതേയിയെ കൈയ്യോടെ പിടികൂടി മാധവിക്കുട്ടി മുംബെയിലേയക്ക് കൊണ്ടുപോയി ഇളയ മകനു കൂട്ടിരിക്കാൻ പക്ഷേ സ്വപ്നങ്ങളുടെ പിറകെ നടന്ന മാധവികുട്ടിക്ക് ചിരുതേയി ഉന്മാദം നിറഞ്ഞ കഥകളുടെ ഒരു അക്ഷയപാത്രമായി. എഴുത്തിൽ ജാനുവമ്മ എന്ന കഥാപാത്രമായി മാറി.

തുടർന്ന് 6 വർഷം മുമ്പ് കമലാസുരയ്യയോട് വിടപറഞ്ഞ് കോഴിക്കോട്ടെ വീട്ടിൽ തിരിച്ചെത്തിയെന്നും വിടപറയുമ്പോൾ മാധവികുട്ടി സമ്മാനിച്ച ചെല്ലവും കുഞ്ഞുരലും കോളാംബിയും അവർക്ക് കൂട്ടുണ്ട് എന്നും പറഞ്ഞാണ് കോഴിക്കോട് നിന്നുള്ള ന്യൂസ് റിപ്പോർട്ട് അവസാനിക്കുന്നത്.

മലയാളത്തിന്റെ സ്വന്തം എഴുത്തുകാർക്കെല്ലാം വ്യക്തിപരമായ വേദനയാണ് കമലസുരയ്യയുടെ വേർപാട് സൃഷ്ടിച്ചത് എഴുത്തുകാർ അനുസ്മരിക്കുന്നു എന്ന തുടർഭാഷണത്തിനുശേഷം എം.ടി, സക്കറിയ, അഴീക്കോട്, ഒ.എൻ.വി. സുഗതകുമാരി, എം.കെ.സാനു, സച്ചിദാനന്ദൻ, എന്നിവരുടെ ഓർമ്മകളെ കാണിച്ച് തുടർന്ന് മുഖ്യമന്ത്രി, കേന്ദ്ര പ്രതിരോധമന്ത്രി, രാഷ്ടീയ പ്രവർത്തകർ, പ്രതിപക്ഷനേതാവ്, തുടങ്ങിയവരുടെ അനുസ്മരണങ്ങൾ നൽകിയാണ് ഏഷ്യനെറ്റ് ന്യൂസ് അവസാനിപ്പിക്കുന്നത്.

എഴുത്തുകാരി തന്റെ പേര് മാറ്റത്തിലൂടെ കവിത്രയകഥ ചമച്ചുവെന്നും തറവാടിന്റെ ദേശീയ പാരമ്പര്യത്തിലൂടെ കാവ്യസാമൂദ്രികം വിരചിച്ചുവെന്നും റിപ്പോർട്ട് ചെയ്യുന്നവർ പരമ്പരാഗതമായ ധാരണകളെത്തന്നെയാണ് അവതരിപ്പിക്കുന്നത്. ഉപാഖ്യാനത്തിലെ ചിരുതേയിപുരാണം ജാനുവമ്മപറഞ്ഞ കഥകൾ എന്ന കഥകളുടെ ഉറവിടമായി ചിരുതേയിയമ്മയെ ഉറപ്പിക്കുകയും ചെയ്യുന്നു. എഴുത്തുകാരിയുടെ ജിവിതത്തിൽ അടുത്ത് ഇടപഴകിയ ചിരുതേയിയമ്മ, കല്ല്യാണിക്കുട്ടിയമ്മ എന്നീ രണ്ട് വ്യക്തികളുടെ ഒത്തുചേരലാണ് ജാനുവമ്മ എന്ന സങ്കല്പം എന്ന് എഴുത്തുകാരി തന്നെ പറ

ഞ്ഞിട്ടുള്ളതിനെ ഈ റിപ്പോർട്ട് അവഗണിക്കുന്നു. ചിരുതേയിയമ്മ യാണ് ജാനുവമ്മ എന്ന ധാരണ പരന്നിട്ടുണ്ട് അത് പാതിസത്യം മാത്രമാണെന്നാണ് 'സാംസ്കാരിക വികാരം' മാസികയുടെ കമല സുരയ്യപതിപ്പിൽ എഴുത്തുകാരിയുടെ തന്നെ സാക്ഷ്യം.

ഓർമ്മയുടെ തീരത്ത് ജാനുവമ്മ എന്ന പേരിലുള്ള ഈ റിപ്പോർ ട്ടിലൂടെ എഴുത്തുകാരി എന്ന നിലയേക്കാൾ ഒരു വീട്ടുകാരി എന്ന നിലയിൽ, സ്നേഹമുള്ള ഒരു യജമാനത്തി എന്ന നിലയിൽ, വീട്ടു വേലക്കാരിയായ വൃദ്ധസ്ത്രീയുടെ കഥകളും സാഹിത്യത്തിന്റെ ഭാഗമാക്കിയ ഒരു വ്യക്തി എന്ന നിലയിൽ ഒക്കെയുള്ള എഴുത്തു കാരിയുടെ വ്യക്തിത്വത്തെ കാണിച്ചു തരികയാണിവിടെ.

ജീവൻ ടി.വി.

നീർമാതളം ഇനി പൂക്കില്ല:- ദൈവികമായ ഊർജ്ജത്തോടെ കമല സംസാരിച്ചു കൊണ്ടേയിരുന്നു. കമലയുടെ എഴുത്തിനെ സംഭക്ഷണമായാണ് ജീവൻ ടിവിയുടെ റിപ്പോർട്ടിൽ അവതരിപ്പി ച്ചു തുടങ്ങുന്നത്. വരമൊഴിയെക്കാൾ വാമൊഴിയുടെ വ്യക്തിപരത എഴുത്തുകാരിയുടെ കൃതികളിൽ ഉണ്ടെന്നോ, മരണത്തിനുശേഷ വും അവർ തന്റെ കൃതികളിലൂടെ വായനക്കാരുമായുള്ള സംഭാഷ ണം തുടരുമെന്നുമാകാം ചാനൽ വിവക്ഷിക്കുന്നത് മാധവിക്കുട്ടി എന്ന കമലസുരയ്യ ഇനി ഓർമ്മയായിരിക്കാം.

പക്ഷേ മലയാള മനസ്സിൽ ഒരു നീർമാതളകാലം പൂത്തുനിൽ ക്കും. പുന്നയൂർക്കുളത്തെ കാവും സർപ്പക്കുളവും മാധവിക്കുട്ടിയു ടെ ചങ്കൂറ്റവും മലയാളത്തെ ഇനിയും സാർത്ഥകമാക്കും എന്നിങ്ങ നെ റിപ്പോർട്ട് തുടരുന്നു - സർപ്പക്കാവും കുളവും എന്നാവാം റിപ്പോർട്ടർ ഉദ്ദേശിച്ചത് അവ എങ്ങനെയാണ് മലയാളത്തെ സാർ ത്ഥകമാക്കുക എന്നത് മനസ്സിലാകുന്നില്ല (ഒരെഴുത്തുകാരിയുടെ എഴുത്തിടങ്ങളിലെ സ്ഥലികളെന്ന നില മനസ്സിലാക്കുമ്പോൾ തന്നെ) തുടർന്ന് ജീവൻ ന്യൂസ് ഉപാഖ്യാനങ്ങളിലേക്ക് - കാണിക ളെ കൂട്ടികൊണ്ടുപോവുകയാണ് കമല സുരയ്യ ഓർമ്മയാകുമ്പോൾ ആത്മരക്ഷയക്ക് തോക്കു നൽകിയ ആത്മാർത്ഥ സുഹൃത്തിനെ യാണ് നഷ്ടമാകുന്നതെന്ന് അഴീക്കോട് ഓർമ്മിപ്പിച്ചു എന്നിങ്ങ നെയാണ് ആ റിപ്പോർട്ട് ആരംഭിക്കുന്നത്.

മറ്റേതോ അവസരത്തിൽ റിക്കോർഡുചെയ്ത അഴീക്കോടുമാ യുള്ള അഭിമുഖത്തിന്റെ ചില ഭാഗങ്ങൾ കാണിക്കുന്നു. അതിൽ അഴീക്കോടിന് ആത്മാർത്ഥ സുഹൃത്ത് നഷ്ടമായ ദുഃഖമൊന്നുമി

ല്ല. മരിച്ച മാധവിക്കുട്ടി എന്ന വ്യക്തിയുടെ പ്രവർത്തികളെക്കുറിച്ച് കൗതുകമാണ് വാക്കുകളിൽ നിഞ്ഞുനിൽക്കുന്നത്. അഴീക്കോട് മാഷിന് ഏറെ ഊമക്കത്തുകളും ഭീഷണികളും ഏറിയപ്പോഴാണ് കമലാസുരയ്യ തോക്കു വാങ്ങി നൽകിയത് എന്ന് റിപ്പോർട്ടർ പറയുന്നു. അതൊരു കളിത്തോക്കാണ് പക്ഷേ അത് ആളെ ഭയപ്പെടുത്തും, ശബ്ദമുണ്ടാകും എന്നാണ് മാഷിന് പറയാനുള്ളത്.

പിന്നീട് പ്രായമായിവരുന്ന മാഷിന് മനോഹരമായ ഒരു ഊന്നുവടി സമ്മാനിച്ചതിനെയും ഇട്ടുനടക്കാൻ മനോഹരമായ സ്ലിപ്പേഴ്സ് നൽകിയതിനെയും കുറിച്ചാണ് റിപ്പോർട്ട്. ഞാനിതുവരെ ഇട്ടിട്ടില്ല അത്രയക്ക് മനോഹരമാണ്. പെണ്ണുങ്ങൾ ധരിക്കേണ്ട സ്ലിപ്പറാണ് അവരെനിക്ക് തന്നിട്ടുള്ളത് എന്നാണ് മാഷിന്റെ സാക്ഷ്യം. മലയാളത്തിലെ രണ്ടു പ്രമുഖസാഹിത്യ പ്രതിഭകൾ തമ്മിലുള്ള ബന്ധത്തെക്കുറിച്ചെഴുതുന്ന റിപ്പോർട്ടിൽ കളിത്തോക്കിനെ ആത്മരക്ഷാ ഉപാധിയാക്കുന്ന റിപ്പോർട്ട് സുഹൃത്തുക്കളുടെ പരസ്പരമുള്ള കരുതലിനെയും സ്നേഹത്തെയും കുറിച്ചായിരുന്നു വിവരിക്കേണ്ടിയിരുന്നത്. അതിനെ സാധൂകരിക്കുന്ന നിലയിൽ മാത്രമേ ഊന്നുവടിയും കളിത്തോക്കും സ്ലിപ്പറും പ്രാധാന്യ മർഹിക്കുന്നുള്ളൂ.

മറ്റൊരു ഉപാഖ്യാനം.

കേരളത്തോട് വിടപറഞ്ഞു പോകുന്ന കമലയുടെ ദൃശ്യങ്ങൾ കാണിച്ചു കൊണ്ടായിരുന്നു. ഏറെ കൊതിച്ച ശേഷം കേരളത്തിൽ സ്ഥിരതാമസമാക്കിയ കമല മലയാളത്തോട് വിടപറയും മുമ്പേ ചിലത് തുറന്ന് പറഞ്ഞിരുന്നു. എനിക്ക് പ്രിയപ്പെട്ടവർ എന്ന് ഞാൻ കരുതിയ ആളുകൾ എനിക്കെഴുതിയ കത്തുകൾ വായിക്കാൻ പറ്റാത്തത്ര അശ്ലീലമായിരുന്നു. എനിക്കിത് സഹിക്കാൻവയ്യ. കുറെക്കാലം പോലീസിനെ വച്ചു. കൊല്ലുമെന്ന് പറഞ്ഞ കത്തുകൾ കാരണം. പിന്നെ ഈ അശ്ലീലത്തിനെതിരെ ഏത് പോലീസാ ഉള്ളത്. ഇവിടെ വന്നത് മലയാളം കേൾക്കാൻ മോഹിച്ചിട്ടാണ് ഇതെനിക്ക് സഹിക്കാൻ വയ്യ. ഞാൻ പോകുന്നു.

കമലയില്ലാത്ത കൊച്ചി

എന്ന പേരിൽ മറ്റൊരു റിപ്പോർട്ടു കൂടി. മാധവിക്കുട്ടി എന്ന കമല സുരയ്യയുടെ ജീവിതത്തിലെ പ്രധാന സംഭവങ്ങൾക്ക് സാക്ഷ്യം വഹിച്ച നഗരമാണ് കൊച്ചി. ഒരുപാട് സന്തോഷവും അതി

ലേറെ ദുഃഖങ്ങളും സമ്മാനിച്ച ഈ നഗരത്തോട് ഏറെ വേദനയോടെയാണ് 2007-ൽ അവർ വിടപറഞ്ഞത്. തുടർന്ന് കൊച്ചി കടവന്ത്രയിലെ ഫ്ളാറ്റ് പശ്ചാത്തലത്തിൽ ചിത്ര പാടിയ നീർമതാളം പൂത്ത സന്ധ്യപോലെ എന്ന ഗാനം വീടിന്റെ ഉൾവശം ചിത്രങ്ങൾ, പുരസ്ക്കാരങ്ങൾ. ടൈറ്റിൽ കമലയില്ലാത്ത കൊച്ചി. സുരയ്യ എന്നെങ്കിലും ഒരിക്കൽ തിരിച്ചുവരുമെന്ന പ്രതീക്ഷയിലായിരുന്നു കൊച്ചി കടവന്ത്രയിലെ ഈ ഫ്ളാറ്റ്.

മകൻ എം.ടി. നാലപ്പാടിന്റെ ഈ ഫ്ളാറ്റിൽ മാധവിക്കുട്ടി എത്തുന്നത് 12 വർഷം മുമ്പാണ്. ജീവിത്തിലെ പ്രധാന സംഭവങ്ങൾക്കെല്ലാം വേദിയായി. മലയാളത്തിന് മറക്കാനാവാത്ത രചന നീർമാതളം തളിർത്തതും പൂത്തതും ഇവിടെയാണ്. 1999-ൽ ഇസ്ലാം മതം സ്വീകരിച്ച് മാധവിക്കുട്ടി കമലാസുരയ്യയായതും ഇവിടെവെച്ചണ്. ഒരിക്കലും തിരിച്ചു വരില്ലെന്ന് അവർ പറഞ്ഞെങ്കിലും എന്നെങ്കിലും ഒരുനാൾ തിരിച്ചെത്തുമെന്ന പ്രതീക്ഷയിലായിരുന്നു ഈ മഹാനഗരം.

എഴുത്തിനും വ്യക്തി/മത ജീവിതത്തിലുണ്ടായ മാറ്റങ്ങൾക്കും സാക്ഷ്യം വഹിച്ച സ്ഥലമെന്ന നിലയിലാണ് കടവന്ത്രയിലെ ഫ്ളാറ്റിനെ റിപ്പോർട്ടിൽ അവതരിപ്പിക്കുന്നത്. കൊച്ചി ആഖ്യാനത്തിൽ മഹാനഗരം ആകുന്നത് മഹത്തായ ഒരു എഴുത്തുകാരിയുടെ ജീവിതമൂഹൂർത്തങ്ങൾക്ക് സാക്ഷിയായ നഗരം എന്നതു കൊണ്ട് കൂടിയാകാം.

മനോരമ ന്യൂസ്

ആ നീലാംബരി നഷ്ടമായി:- ഒരു പരിഭവത്തോടെ ജന്മനാടിനോട് വിടപറഞ്ഞ് പൂനയിലെത്തിയ കമലാസുരയ്യ പരിഭവങ്ങളും വേദനകളും വിവാദങ്ങളുമില്ലാത്ത ലോകത്തേക്ക് യാത്രയായി. ഇത്തവണ കേരളം വിടപറയുന്നത് മാധവിക്കുട്ടിയോടാണെന്ന വ്യത്യാസം മാത്രം. പൂനയിലെ ജഹാംഗീർ ആശുപത്രിക്കു മുന്നിൽ നിന്ന് റിപ്പോർട്ടു ചെയ്യുകയാണ്. സ്നേഹത്തിന്റെയും ധൈര്യത്തിന്റെയും സർഗാത്മതയുടെയും അപൂർവ്വ ലയനമായിരുന്നു മാധവിക്കുട്ടി എന്ന കമല സുരയ്യ. സാമ്പ്രദായികമായ പെണ്ണെഴുത്തിനപ്പുറം മാനവികതയുടെ അപാരതകൾ തേടുന്ന കൃതികളായിരുന്നു അവരുടേത്. എഴുത്തിന്റെ സർഗധൈര്യം എന്നാണ് ടൈറ്റിൽ നൽകിയിരിക്കുന്നത്. ഒരിക്കൽ മലയാളത്തിന്റെ സർഗാത്മകതയുടെ ഇടമായിരുന്ന നാലപ്പാട്ട് തറവാട്ടിൽ നിന്ന് ഒരു സാഹിത്യകാരിയു

ടെ വരവ് അത്ഭുതമല്ല. ആരുണ്ടാക്കിയ ചതുരത്തിലും ഒതുങ്ങിയില്ല ആ പൂമരം. ശരീരത്തിന്റെ എല്ലാ ഋതുഭേദങ്ങളും ആഘോഷിച്ച് എല്ലാ ദിക്കുകളിലേക്കും ചില്ലകൾ വിരിച്ചു. എഴുത്തിൽ തീർന്നില്ല. കമലയുടെ വർത്തമാനങ്ങളും വിവാദങ്ങളും. കമല രാഷ്ട്രീയക്കാരിയായി. മതം മാറി കമല സുരയ്യയായി. സ്നേഹിക്കുന്നവരും ആരാധിക്കുന്നവരും ഓർമ്മിക്കുമ്പോഴൊക്കെ പൂക്കൾ പൊഴിക്കും ആ നീർമാതളം. അത്ര ആഴത്തിലാണ് മലയാളിക്ക് ആമിയെന്ന കമലയെന്ന മാധവിക്കുട്ടിയുടെ ഓർമ്മ.

ജീവിതകാലം മുഴുവനും മാധവിക്കുട്ടി ആഗ്രഹിച്ചത് സ്നേഹം മാത്രം. അതുമാത്രം അന്വേഷിച്ചാണവർ കമലാദാസായതും പിന്നീട് കമലാസുരയ്യയായതും പക്ഷേ കമലയ്ക്ക് കിട്ടാതെ പോയതും സ്നേഹം മാത്രം. തുടർന്ന് മാധവിക്കുട്ടിയെ പരാമർശിക്കുന്ന ഇനിയും പുറത്തിറങ്ങാത്ത ഈ ഗാനങ്ങൾ അതിനു തെളിവാണ്. എം.ജി. രാധകൃഷ്ണൻ സംഗീതം പകർന്ന് പ്രൊഫ: ഓമനക്കുട്ടിയും അരുന്ധതിയും ചേർന്നുപാടിയ ഗാനങ്ങൾ വാസ്തവത്തിൽ മാധവിക്കുട്ടിയുടെ ആത്മാവാണ് മനസ്സിൽ എത്തിക്കുന്നത് എന്ന് റിപ്പോർട്ട് ചെയ്യുന്നുണ്ടെങ്കിലും ആ ഗാനങ്ങളൊന്നും തന്നെ പ്രക്ഷേപണം ചെയ്യുന്നില്ല.

കരുത്തനായ പുരുഷനെപ്പോലെയായിരുന്നു കമലയും. ജീവിതത്തോട് ഒടുങ്ങാത്ത ആസക്തി. സ്നേഹത്തിനു വേണ്ടി ഏത് വഴിയും സ്വീകരിക്കും. സ്നേഹത്തിന്റെ മൂർത്തീമദ്ഭാവമായ കൃഷ്ണനെ ഓർക്കുമ്പോൾ കമലാ സുരയ്യക്ക് മാധവിക്കുട്ടിയാകാതെ തരമില്ലായിരുന്നു. (താളുകൾ മറിയുന്ന വിഷൽസ് തുടർന്ന് കൃഷ്ണാ എന്ന വിളി സംഗീതം പശ്ചാത്തലത്തിൽ) പക്ഷേ സ്നേഹം മാത്രം കിട്ടിയില്ല. അശാന്തമായ മനസ് വീണ്ടും അലഞ്ഞു. ഒടുവിൽ ചെന്നെത്തിയത് അള്ളാഹുവിൽ. ഇങ്ങനെ റിപ്പോർട്ട് തുടരുന്നു.

ഈ റിപ്പോർട്ടിൽ പരിഭവവും പരാതിയും സ്ത്രൈണതയുടെ പ്രത്യേകതയായും കരുത്തും ജീവിതാസക്തിയും സ്നേഹത്തിനു വേണ്ടി ഏത് മാർഗവും സ്വീകരിക്കാനുള്ള ശ്രമങ്ങളും പുരുഷത്വത്തിന്റെ ലക്ഷണമായും മുൻവിധിയോടെ പ്രസ്താവിക്കുന്നു. തുടർന്ന് എഴുത്തുകാരിയുടെ സർഗധൈര്യം എന്നത് കരുത്തനായ പുരുഷനെപ്പോലെ പെരുമാറുന്ന തിലാണ് എന്നും പ്രസ്താവിക്കുന്നതിലൂടെ പരമ്പരാഗതമായ ചിന്താഗതികളെ പിന്തുടരുന്നു. എഴുത്തിനു പുറത്തുള്ള എഴുത്തുകാരിയുടെ ജീവിതത്തെ സ്നേ

ഹത്തിനു വേണ്ടിയുള്ള അന്വേഷണങ്ങളായി അവതരിപ്പിച്ച് അവരുടെ മതം മാറ്റത്തെയും അതിൽ ഉൾചേർക്കുന്നു.

പീപ്പിൾ ചാനൽ- എഴുത്തമ്മ

യാത്രയായത് സ്നേഹവും സ്വാതന്ത്ര്യബോധവും വരികളിൽ നിറച്ച എഴുത്തമ്മ വിശ്വസാഹിത്യകാരി കമലാസുരയ്യ ഓർമ്മയായി. (വിടവാങ്ങൽ ചിത്രങ്ങളുടെ വീഡിയോ പശ്ചാത്തലത്തിൽ) മനുഷ്യനായിട്ട് ഇനി തിരിച്ചു വരണ്ട എന്ന് പ്രാർത്ഥിച്ചുകൊണ്ടാണ് പോകുന്നത്. പക്ഷിയായിട്ടോ മറ്റോ ജനിച്ചോട്ടേ എന്നിട്ട് പുന്നയൂർകുളത്തെ കുളത്തിന്റെ മോളിലുമൊക്ക പൊൻമയായിട്ട് ജനിക്കും നിട്ട് നടക്കും കളിച്ചോണ്ട്, സന്തോഷമായിട്ട്. മനുഷ്യ ജന്മം എടുത്തതുകൊണ്ട് ഒരു പാട് വേദന അനുഭവിച്ചു.

മാധിവിക്കുട്ടിയെ എഴുത്തമ്മ എന്ന് വിശേഷിപ്പിക്കുന്നതിലൂടെ പതിവു ശീലങ്ങൾക്കപ്പുറത്ത് എഴുത്തുകാരിയുടെ സ്ത്രൈണശക്തിയെയും എഴുത്തിനെയും വ്യത്യസ്തമായി അടയാളപ്പെടുത്തുകയാണ് ഈ ചാനൽ. പുരുഷാധിപത്യത്തിന്റെ എഴുത്തിടങ്ങളിൽ തന്റേതായ ഇരിപ്പിടം ഉറപ്പിച്ച സ്ത്രീയെന്ന നിലയിലാണ് എഴുത്തുകാരിയെ അവതരിപ്പിക്കുന്നത്.

എഴുത്തുകാരിയെ അനുസ്മരിക്കുന്നത് വിശ്വസാഹിത്യകാരി യെന്നാണ്. എഴുത്തുകാരിയും സാഹിത്യ അക്കാദമി പ്രസിഡന്റുമായിരുന്ന പി. വത്സല കോഴിക്കോട്ടു സ്റ്റുഡിയോയിൽ നിന്നും എഴുത്തുകാരനായ വി.ആർ. സുധീഷ് ടെലിഫോണിലും എഴുത്തുകാരിയെ അനുസ്മരിക്കുന്നുണ്ട്. പതിവുശീലങ്ങൾക്കും പാരമ്പര്യങ്ങൾക്കും ഇണങ്ങാത്തരീതിയിൽ കഥകളും കവിതകളുമെഴുതുകയും സംസാരിക്കുകയും സ്വപ്നം കാണുകയും ചെയ്ത ഒരെഴുത്തുകാരിയെന്നാണ് രണ്ടുപേരും അനുസ്മരിക്കുന്നത്.

"സ്ത്രീകളെപ്പറ്റി അത്രനല്ല ധാരണകളില്ലാത്ത കേരളീയ സമൂഹത്തിൽ അവരുടെ വാക്കുകൾ വിസ്മയവും ഞെട്ടലും ഉണ്ടാക്കി. സ്ത്രീകളുടെ സ്നേഹം ആത്മാവിന്റെ ശബ്ദമാണ്, ആത്മാവിന്റെ അനുഭവമാണ് അറിവാണ് എന്നൊക്കെ മാധവിക്കുട്ടിക്ക് കേൾപ്പിക്കാൻ കഴിഞ്ഞു... അവർ ജീവിതത്തിന്റെ അമ്മയായിരുന്നു, കാമുകിയായിരുന്നു, കുഞ്ഞും ആയിരുന്നു. ഏത് പദവിക്കും അതീതമായ ഒരു സ്ഥാനം അവർ മലയാളമനസ്സിൽ ഉണ്ടാക്കിയെടുത്തു എന്നിങ്ങനെയാണ് പി.വത്സല അനുസ്മരിക്കുന്നത്. തുടർന്ന് ഒരെഴുത്തുകാരിയെക്കുറിച്ചുള്ള അനുസ്മരണങ്ങൾതന്നെ എഴുത്തു

കാരികൾ പൊതുവെ നേരിടുന്ന സാമൂഹികമായ എതിർപ്പുകളെക്കുറിച്ചുള്ള ചർച്ചയായി വികസിക്കുന്നുണ്ട്. ഇപ്പോഴും അത്തരത്തിലുള്ള എതിർപ്പുകൾ നിങ്ങളെപ്പോലുള്ളവർ നേരിടുന്നുണ്ടോ, സ്ത്രീകഥാകാരികളും എഴുത്തുകാരും മറ്റും എന്ന ന്യൂസ്റീഡറുടെ ചോദ്യത്തിന് പി. വത്സലയുടെ മറുപടി: മാധവിക്കുട്ടി എഴുതാൻ തുടങ്ങിയ കാലത്തെ കേരളീയ അവസ്ഥ അല്ല ഇന്നുള്ളത്. സ്ത്രീകൾ എഴുതുന്നതിനോട് കേരളീയ മനോഭാവം ഏതാണ്ട് തുടക്കത്തിൽ അങ്ങനെതന്നെയാണ്. സ്ത്രീകളെ എഴുത്തുകാരികളായി അംഗീകരിക്കാനുള്ള ഒരു മടുപ്പ്. പിന്നീട് ഈ കാലത്ത് കാലം മാറിയപ്പോൾ സ്ത്രീകളുടെ എഴുത്തുകൊണ്ടേ വലിയ ഗ്ലാമർ സൃഷ്ടിക്കാൻ കഴിയൂഎന്ന് വിശ്വസിച്ച് മാധ്യമങ്ങളാണ് നിലപാട് മാറ്റിയത് അല്ലാതെ വായനക്കാരല്ല."

വി.ആർ. സുധീഷിന്റെ അനുസ്മരണം:

ഒരിക്കലും തന്റെ ശരീരത്തിനോ മനസിനോ പ്രായം വരരുത് എന്ന് അവർ നിതാന്തമായി പ്രാർത്ഥിക്കുന്നതുപോലെ തോന്നിപ്പോയിട്ടുണ്ട്. വാർദ്ധക്യത്തെ അവർ അടിച്ചോടിക്കുകയുണ്ടായിരുന്നു. വയസായ കാലത്തും മാധവിക്കുട്ടി കൈയിൽ പല വർണ്ണങ്ങളിലുള്ള കുപ്പിവളകൾ ഒക്കെ അണിഞ്ഞ് ഒരു രാധയെപ്പോലെ തന്റെ ആത്മാവിലെ കൃഷ്ണനെ സ്നേഹിച്ചു നടക്കുന്ന ഒരു ചിത്രം എന്റെ മനസ്സിലുണ്ട്. അവരുടെതന്നെ ഭാഷയിൽ പറഞ്ഞാൽ ആത്മാവിൽ കിണറുകുഴിക്കുന്നതുപോലെയാണ് തന്റെ ഓരോ രചനയും. അവരുടെ എഴുത്തിന്റെ വൈവിധ്യം, അവരുടെ എഴുത്തിലെ ഭാഷ, ധീരത അതിനെയാണ് നമ്മൾ അംഗീകരിക്കേണ്ടത്. പ്രേമത്തിന് ഇത്രമാത്രം ചിത്രാക്ഷരികൾ നൽകുന്ന ഒരു എഴുത്തുകാരി മലയാളത്തിൽ മുമ്പും പിമ്പും അങ്ങനെയൊരനുഭവമില്ല. മാധവിക്കുട്ടിയെപ്പോലെ ഒരെഴുത്തുകാരിയെ ഇനി മലയാളത്തിന് പ്രതീക്ഷിക്കുക വയ്യ.

കെ.എൽ.മോഹനവർമ്മ:

മാധവിക്കുട്ടിയുടെ കൃതികൾക്ക് പലതരക്കാരായ വായനക്കാരുണ്ടായിരുന്നു. അതേസമയം മാധവിക്കുട്ടിയെന്ന വ്യക്തിയുടെ പ്രത്യേകതകൾ അതൊരാകർഷകമായ പ്രത്യേകതകളായിരുന്നു. സാധാരണമായി മലയാളി സ്ത്രീകളിൽ കാണാത്ത, അവരാരും പ്രകടിപ്പിക്കാത്ത രീതിയിലുള്ള ഒരു സ്വാതന്ത്ര്യം ഈ രണ്ടുകാര്യങ്ങളും കൂടെ ചേർന്ന വ്യക്തിത്വമായിരുന്നു ചേച്ചിയുടേത്.

പക്ഷേ ആളുകൾ ഇത് തമ്മിൽ മിക്സ് ചെയ്തു. മാധവിക്കുട്ടിയുടെ സാഹിത്യത്തെക്കാളും കൂടുതൽ അവരുടെ താത്കാലികമായ വ്യതിയാനങ്ങളിൽ കൂടുതൽ മനസ്സു വച്ചുകൊണ്ടിരുന്നു.

നിർഭയത്വത്തിന്റെയും ധീരതയുടെയും കഥാകാരിയെന്ന് ഒ.എൻ.വി., മലയാളത്തിൽ പരിവർത്തനത്തിന് തുടക്കം കുറിച്ച എഴുത്തുകാരിയെന്ന് സച്ചിദാനന്ദൻ, ആത്മാവിന്റെ ശബ്ദം കേൾപ്പിച്ച എഴുത്തുകാരി എന്ന് വത്സല. അർഹിക്കുന്ന അംഗീകാരത്തിന്റെ ചെറിയ ഒരംശംപോലും ലഭിക്കാത്ത എഴുത്തുകാരിയെന്ന് കെ.എൽ.മോഹനവർമ്മ. തെറ്റിദ്ധരിക്കപ്പെട്ട കുട്ടിത്തവും. നിഷ്കളങ്കതയും എന്ന് സേതു. നഷ്ടമായത് സർഗ്ഗപ്രതിഭയുടെ വസന്തമെന്ന് പുരോഗമന കലാസാഹിത്യസംഘം.

കഥയും കവിതയും ആത്മകഥയും തമ്മിലുള്ള അതിരുകളെയും കഥയും ജീവിതവും തമ്മിലുള്ള വേർതിരിവുകളെയും ഉല്ലംഘിച്ച്, നിലവിലിരുന്ന എല്ലാ പാരമ്പര്യങ്ങളുടെയും ചിട്ടകളുടെയും ഘടനകളുടെയും അതിരുകളെ അതി സമർത്ഥമായി മറികടന്ന എഴുത്തുകാരിയായിരുന്നു മാധവിക്കുട്ടി/കമലാദാസ്/കമലാസുരയ്യ. പുരുഷാധിപത്യത്തിന്റെ യഥാർത്ഥ ജീവിതത്തെ സമാന്തരമായ ഒരു ഫാന്റസിയുടെ ലോകം കൊണ്ടല്ലാതെ എങ്ങനെയാണ് ഒരു സ്ത്രീക്ക് നേരിടാൻ പറ്റുക? എന്ന് മാധവിക്കുട്ടിയെ കുറിച്ചുള്ള വാർത്തവിശകലനത്തിൽ എഴുത്തുകാരിയായ പി.ഗീത ചോദിക്കുന്നുണ്ട്. ഒരേ സമയത്ത് പല തലങ്ങളിൽ ജീവിതം സാധ്യമാക്കിയ ഒരു എഴുത്തുകാരിയായിരുന്നു അവർ.

ആരുടെ മാധവിക്കുട്ടി? എന്ന ചോദ്യം ഭൂമിശാസ്ത്രപരമായിപ്പോലും കൗതുകമുണർത്തുന്നു. തൃശ്ശൂരിന്റെ, നാലപ്പാടിന്റെ, കേരളത്തിന്റെ, മുംബൈയുടെ, കൽക്കത്തയുടെ, ഡൽഹിയുടെ, കൊച്ചിയുടെ ഒടുവിൽ പൂനെയുടെ മാധവിക്കുട്ടി.

പ്രത്യയശാസ്ത്രത്തിന്റെ വരമ്പുകളും കാഴ്ചപ്പാടുകളും ജീവിതവീക്ഷണങ്ങളും മാറിമാറിവന്നുപോയി. സ്ത്രീപക്ഷവാദികളും ഫെമിനിസ്റ്റുകളും അവരെ തങ്ങളുടെ പ്രവാചകയായി കണ്ടു. പുരുഷന്റെ സ്നേഹത്തെയും കാമത്തേയും മോഹിക്കുന്നവരികൾ അവർ എഴുതി. ഒപ്പം സ്ത്രീയെ വിമോചിപ്പിക്കുന്ന വരികളും. ഇങ്ങനെ വിരുദ്ധാക്ഷരങ്ങളുടെ ഇടമായി അവരുടെ കൃതികൾ മാറി. ആരു നിർമ്മിച്ച കള്ളികളിലും ചതുരങ്ങളിലും ഒതുങ്ങി നിൽക്കാതെ അവയിൽ നിന്നൊക്കെ അതിവിദഗ്ധമായി അവർ വഴുതിമാറി. തന്റേതായ ഒരിടം നിർമ്മിച്ചു. അതുകൊണ്ട് തന്നെ അവരുടെ എഴു

ത്തിനും ജീവിതത്തിനുമുണ്ടായിട്ടുള്ളത്ര അവകാശവാദങ്ങൾ അടുത്തകാലത്തെന്നും ഒരെഴുത്തുകാരിയുടെ ജീവിതത്തിൽ ഉണ്ടായിട്ടില്ല.

വാൾട്ട് വിറ്റ്മാന്റെ ഡു ഐ കോൺട്രഡിറ്റ് മൈസെൽഫ്? എന്ന കവിതയിലേതുപോലെ വിരുദ്ധാക്ഷരങ്ങളുടെ പേരായി അവർ മാറുന്നു. പലർക്കും പലതായി ചിതറുന്നു. എഴുത്തുകാരിയുടെ മരണം റിപ്പോർട്ടുചെയ്ത മലയാളം ചാനലുകൾ ഒരേഒരെഴുത്തുകാരിക്കുവേണ്ടി എത്രയോ വ്യത്യസ്തമായ തരത്തിലുള്ള തലക്കെട്ടുകളും റിപ്പോർട്ടുകളുമൊരുക്കുന്നത് അതുകൊണ്ടാണ്. എന്നിട്ടും ആർക്കും പിടികൊടുക്കാതെ തന്റെ മരണത്തിലും-ജീവിതത്തിലെന്നതുപോലെ തന്നെ- സ്വയം പുതുക്കിപണിയുന്ന ഒരെഴുത്തുകാരിയാണ് കമലസുരയ്യ/കമലദാസ്/ മാധവിക്കുട്ടിയെന്ന് തെളിയിക്കുകയാണ് അവർ മരിച്ച ദിവസത്തെ മലയാളം ടെലിവിഷൻ ചാനൽ റിപ്പോർട്ടുകൾ.

○○

12

ഫെയ്സ്ബുക്കിലെ സാംസ്കാരിക അപചയവും പരിഹാരമാർഗങ്ങളും

സൗമ്യ പി.ആർ.

ബഹുജനമാധ്യമങ്ങളിലൊന്നായ ഇന്റർനെറ്റിന്റെ ഉപയോക്താക്കളിൽ ഭൂരിപക്ഷം ആളുകളും ഫെയ്സ്ബുക്ക് അക്കൗണ്ട് ഉള്ളവരാണ്. അതിനുമുൻപ് നിലവിൽവന്ന ബഹുജനസ്വീകാര്യത നേടിയ ആശയവിനിമയ സംവിധാനങ്ങളാണ് ഓർക്കുട്ട്, ബ്ലോഗ് തുടങ്ങിയവ. എന്നാൽ അവയ്ക്ക് പ്രദാനം ചെയ്യാൻ കഴിഞ്ഞ സൗകര്യങ്ങളേക്കാളധികം വാഗ്ദാനം ചെയ്തുകൊണ്ട് രംഗത്തെത്തിയ ഫെയ്സ്ബുക്ക് അവയെ നിഷ്പ്രഭമാക്കി. ഫെയ്സ്ബുക്കിന്റെ അന്തകനാകുമെന്ന് സൈബർലോകം പ്രവചിച്ച വാട്ട്സ് ആപ്പുമായി കരാറിൽ ഏർപ്പെട്ടതോടെ ഫെയ്സ്ബുക്ക് സ്വന്തം നിലനിൽപ്പിന്റെ അടിത്തറ ഉറപ്പിച്ചു.

സമാനമായ സൗകര്യങ്ങൾ പ്രദാനം ചെയ്യുന്ന ട്വീറ്ററിനും ഫെയ്സ്ബുക്കിന് ഭീഷണി ആകാൻ കഴിഞ്ഞിട്ടില്ല. ആന്റി ഫെയ്സ്ബുക്ക് എന്ന പേരിൽ 2014-ൽ നിലവിൽ വന്ന യെല്ലോ എന്ന ആപ്ലിക്കേഷനും പരസ്യങ്ങൾ ഒഴിവാക്കുന്നു എന്നതിനപ്പുറം ഫെയ്സ് ബുക്കിനേക്കാൾ മികച്ച സൗകര്യം വാഗ്ദാനം നൽകാനായിട്ടില്ല. മാത്രമല്ല ഭാവിയിൽ സേവനങ്ങൾക്ക് നിശ്ചിതതുക ഈടാക്കുമെന്ന് പറഞ്ഞിട്ടുള്ളതിനാലും വലിയ പ്രചാരം ലഭിക്കാനിടയില്ല. മൊബൈൽഫോണുകളിലൂടെ ഫെയ്സ്ബുക്ക് ഉപയോഗിക്കാം എന്നുവന്നതോടെ ഫെയ്സ്ബുക്കിന്റെ ഉപയോഗസമയം വർദ്ധിപ്പിച്ചിട്ടുണ്ട്.

അതായത്, കൂടുതൽ ആശയവിനിമയസംവിധാനങ്ങളോടെ ആരംഭിക്കാനിരിക്കുന്ന ഏതെങ്കിലും ഒരു പുതിയ സംരംഭം ജനപ്രിയ

മായിത്തീരുംവരെ ഫെയ്സ്ബുക്കിനും അത് സൃഷ്ടിക്കുന്ന സാസ്കാരികമാറ്റങ്ങൾക്കും പ്രസക്തിയുണ്ട്.

1. ഫെയ്സ്ബുക്ക് ഭാഷ

മലയാളം, ഇംഗ്ലീഷ്, മംഗ്ലീഷ് എന്നീ ഭാഷകളാണ് ഫെയ്സ്ബുക്കിലൂടെ ആശയം കൈമാറുന്നതിന് മലയാളി ഉപയോഗിക്കുന്നത്. കമ്പ്യൂട്ടറിൽ മലയാളം ടൈപ്പ് ചെയ്യാനുള്ള സോഫ്റ്റ്വെയർ സംവിധാനങ്ങൾ കണ്ടെത്തിയതോടെ അടിസ്ഥാന ഇംഗ്ലീഷ് അറിയാവുന്നവർക്കുപോലും എളുപ്പം ഫെയ്സ്ബുക്ക് ഉപയോഗിക്കാമെന്നായി. എന്നാൽ ഫെയ്സ്ബുക്ക് ഭാഷ എന്നതുകൊണ്ട് ഉദ്ദേശിക്കുന്നത് അതിന്റെ സാങ്കേതിക വശങ്ങളോട് ബന്ധപ്പെട്ട് ഉപയോക്താക്കളുടെ പദാവലിയിലേക്ക് വന്നുചേർന്നിട്ടുള്ള പുത്തൻ പദങ്ങളാണ്. ഫെയ്സ്ബുക്കിനു തന്നെ മുഖപുസ്തകം എന്ന് മലയാളതർജ്ജമ ഉണ്ടെങ്കിലും ഫെയ്സ്ബുക്ക് എന്ന പദത്തെത്തന്നെ തത്സമമായി ഉപയോഗിക്കുന്നതിൽ ആണ് മലയാളിക്ക് താത്പര്യം. ഫ്രണ്ട് എന്ന വ്യക്തിക്ക് ജൈവികപരിസരങ്ങളിൽ വളരെ പ്രാധാന്യമുണ്ടെങ്കിലും ഫെയ്സ്ബുക്കിലെ ഫ്രണ്ട് എന്നത്, എന്നെ നിങ്ങളുടെ ഫ്രണ്ടായി സ്വീകരിക്കൂ എന്ന ആരുടെയെങ്കിലും അഭ്യർത്ഥന (റിക്വസ്റ്റ്) നാം അംഗീകരിച്ചു അല്ലെങ്കിൽ നാം അയച്ച അഭ്യർത്ഥന ആരെങ്കിലും സ്വീകരിച്ചു എന്നത് മാത്രമാണ്. അവരുമായി നമുക്ക് യാതൊരു പരിചയവും കാണില്ല എന്നർത്ഥം.

ആ ഫ്രണ്ടിനെ നാം വേണ്ടെന്ന് വെയ്ക്കുന്നതിന് അൺഫ്രണ്ട് ചെയ്യുക എന്നാണ് ഉപയോഗിക്കുന്നത്. കൂട്ട് ഉപേക്ഷിക്കുക എന്ന അർത്ഥവത്തായപദം ഇന്ന് ഈ പദത്തിന്റെ ആവിർഭാവത്തോടെ നാമാവശേഷമായിത്തുടങ്ങി. അംഗീകരിക്കുന്നു, ഇഷ്ടപ്പെടുന്നു എന്നീ പദങ്ങളുടെ ഉപയോഗം നാമാവശേഷമാക്കുംവിധം ഫെയ്സ്ബുക്ക് പ്രചരിപ്പിച്ച പദമാണ് ലൈക്ക് എന്നത്.

നിരത്തുവക്കിലെ കലുങ്കിലിരുന്ന് യുവാക്കൾ ചെയ്തിരുന്ന കമന്റടി മറ്റൊരു രൂപത്തിലെങ്കിലും തിരികെക്കൊണ്ടുവരാൻ ഫെയ്സ് ബുക്കിനു കഴിഞ്ഞിട്ടുണ്ട്. പണ്ടൊക്കെ ഇലക്ട്രിക്പോസ്റ്റിനെയും തപാലിനെയുമാണ് പോസ്റ്റ് എന്ന ഒറ്റവാക്കിൽ ഉദ്ദേശിച്ചിരുന്നത് എങ്കിൽ ഇന്ന്, ഫെയ്സ്ബുക്കിൽ വ്യക്തികൾ സ്വന്തം അഭിപ്രായം ലോകത്തോടു പങ്കുവെയ്ക്കുന്നതിനും ഫോട്ടോ ഇടുന്നതിനും പോസ്റ്റ് ഇടുക എന്നാണ് പറയുന്നത്. ഷെയർ എന്നത്, പങ്കുവെയ്ക്കുക എന്ന അർത്ഥത്തിൽത്തന്നെ സാഹചര്യമനുസരി

ച്ച് ഉപയോഗിക്കാറുണ്ട്. സ്വത്തിന്റെ ഒരു ഓഹരി, ഷെയർ മാർക്കറ്റ് എന്നിങ്ങനെയുള്ള സാഹചര്യാർത്ഥത്തിൽനിന്ന് വ്യതിരിക്തമായി ഫെയ്സ്ബുക്കിൽ, പോസ്റ്റുകൾ പങ്കുവയ്ക്കുന്നതിനെയാണ് ഷെയർ എന്ന പദം സൂചിപ്പിക്കുന്നത്.

നാം ഇടുന്ന പോസ്റ്റുകൾ ആർക്കുവേണമെങ്കിലും ഷെയർ ചെയ്തെടുക്കാമെങ്കിലും നമുക്ക് താത്പര്യമുള്ളവർക്ക് മാത്രം കൊടുക്കുന്നതിന് ഉപയോഗിക്കുന്ന സംവിധാനമാണ് ടാഗ്. ഉത്പന്നങ്ങളിലെ പ്രൈസ്ടാഗ് ആണ് സാധാരണക്കാർക്ക് മുൻപരിചയമുള്ള പദം. ട്രാഫിക്ബ്ലോക്കുകൾ പരിചയം ഇല്ലാത്തവരെങ്കിലും ഫെയ്സ്ബുക്ക് ലോകത്ത് ബ്ലോക്ക് എന്നപദത്തിന് കുറെക്കൂടി ഗൗരവമുണ്ട്. നമുക്ക് അംഗീകരിക്കാൻ കഴിയാത്തതോ പൊതുജനതാത്പര്യവിരുദ്ധമോ ആയ പോസ്റ്റുകൾ ഇടുന്ന വ്യക്തിയെ നമുക്ക് ബ്ലോക്ക് ചെയ്യാനും അയാളുടെ പോസ്റ്റിനെപ്പറ്റി റിപ്പോർട്ട് ചെയ്യാനും സംവിധാനമുണ്ട്. ചാറ്റുപാട്ടുകൾ മലയാളിക്ക് സുപരിചിതമായിരുന്നെങ്കിലും ഫെയ്സ്ബുക്കിലെ ചാറ്റിന് വ്യക്തിപരമായ ആശയവിനിമയം എന്നാണർത്ഥം. ഇങ്ങനെ ഒട്ടധികം പദങ്ങൾ സൈബർ ലോകംവിട്ട് പുറം ലോകവ്യവഹാരങ്ങളിൽ സ്ഥാനംപിടിച്ചുതുടങ്ങി.

തത്സമങ്ങളായി ഉപയോഗിക്കുന്ന പദങ്ങൾ അന്യഭാഷാപദങ്ങളാണെന്ന ബോധം മാതൃഭാഷാഭിമാനം നശിപ്പിക്കും. തത്സമപദങ്ങൾ എല്ലാ ലോകഭാഷകളിലുമുണ്ട്. സാങ്കേതികവിദ്യയുടെ കുത്തൊഴുക്കിൽ ഒട്ടധികം പദങ്ങൾ ഒന്നിച്ച് നമ്മുടെ ഭാഷയിലേക്ക് കടന്നുവരുന്നതുകൊണ്ടാണ് അവ അന്യഭാഷാപദങ്ങളാണെന്ന ബോധം മലയാളിയിൽനിന്ന് മാഞ്ഞുപോകാത്തത്. അന്യഭാഷാപദങ്ങൾ ഒരിക്കലും ഒരു ഭാഷയിലും ഉണ്ടാകില്ല എന്ന് ലീലാതിലകകാരൻതന്നെ പറഞ്ഞുവെച്ചിട്ടുള്ളതാണ്. അന്യഭാഷാപദങ്ങൾ തത്സമരൂപത്തിലേ സ്വീകാര്യമാകുന്നുള്ളൂ.

അതുകൊണ്ടുതന്നെ തത്സമരൂപത്തിൽ സ്വീകരിക്കുന്ന പദങ്ങൾക്ക് അന്യഭാഷോച്ചാരണം നൽകേണ്ട ആവശ്യവുമില്ല. (ഡയറക്ടർ എന്ന തത്സമപദത്തെ ഡിറക്ടർ എന്ന് ഉച്ചരിക്കാനുള്ള പ്രവണത അനുകരണഭ്രമം മൂലം ഉണ്ടായതാണ്.) അത് അന്യഭാഷാ തത്സമപദങ്ങൾ മലയാളികൾ അവരുടെ നാവിനുവഴങ്ങുന്ന സ്വാഭാവികതയിൽ ഉച്ചരിച്ചാൽ മതിയാകും.

2. അജ്ഞാതരുടെ കൂട്ടായ്മകൾ

കൂട്ടായ്മ എന്നത് പരസ്പരബന്ധത്തിലൂടെയും പൊതുവായി പങ്കിടുന്ന ആശയങ്ങളിലൂടെയും രൂപപ്പെടുന്ന സംഘടനാബോധ

മാണ്. എന്നാൽ ഫെയ്സ്ബുക്ക് ഗ്രൂപ്പുകൾ പ്രത്യക്ഷത്തിൽ, പൊതു ആശയം കൈകാര്യംചെയ്യുന്ന സംഘങ്ങൾ ആണെങ്കിലും സംഘാംഗങ്ങൾ പരസ്പരം അജ്ഞാതരാണ്. പലരും വ്യാജ പ്രൊഫൈലുകൾ നിർമ്മിച്ചാണ് ഇടപെടലുകൾ നടത്തുന്നത് എന്നതും വിശ്വാസ്യത നഷ്ടപ്പെടുത്തുന്നു. സംഘത്തിലെ അംഗസംഖ്യ വർദ്ധിക്കുംതോറും അതിലെ അംഗങ്ങളായ വ്യക്തികൾ അനാഥരായ തുരുത്തുകൾ മാത്രമായിത്തീരും.

സംഘത്തിൽ സജീവമായി ഇടപെടലുകൾ നടത്തുന്ന അംഗമാണെന്നു വരുത്തിത്തീർക്കാനുള്ള ആഗ്രഹം ദിവസവും പോസ്റ്റിടുന്നതിലൂടെ സാക്ഷാത്കരിക്കാൻ ശ്രമിക്കുമ്പോൾ ആ സംഘം പിൻപറ്റുന്ന ആശയത്തിന്റെ ഗൗരവം നഷ്ടമാകുന്നു. അപൂർവം ചില കൂട്ടായ്മകൾ സൈബർലോകബന്ധം പുറംലോകത്തേക്ക് വളർത്തി എടുക്കുന്നുണ്ടെങ്കിലും ജൈവകൂട്ടായ്മകളോളം സജീവത അവയ്ക്ക് അവകാശപ്പെടാനാകുന്നില്ല. മാത്രമല്ല സൈബർലോകത്ത് പങ്കുവെയ്ക്കുന്ന ആശയ വൈരുദ്ധ്യങ്ങൾ വഴക്കിൽ കലാശിക്കുകയും വാഗ്വാദങ്ങൾ കൊണ്ട് കലിയടങ്ങാതെ പുറംലോകത്തെ കൈയാങ്കളികളിലേക്ക് അത് വ്യാപിക്കുകയും ചെയ്യുന്നു എന്നതും ആരോഗ്യകരമായ പ്രവണതയല്ല. (ആസിഫ് അലി ഫാൻസ് അസോസിയേഷനുകൾ സിനിമയ്ക്ക് മോശം കമന്റ് ഇട്ട പെൺകുട്ടികളെ തിരുവനന്തപുരം മ്യൂസിയത്തിൽ വിളിച്ചുവരുത്തി ആക്രമിച്ച സംഭവം)

അതേസമയം, ഡൽഹിയിൽ ഒരു പെൺകുട്ടിയെ ക്രൂരമായി ആക്രമിച്ച സംഭവത്തിൽ കക്ഷിരാഷ്ട്രീയഭേദമെന്യേ ജനങ്ങൾ ഒത്തു ചേർന്നതിനു പിന്നിൽ ഫെയ്സ്ബുക്ക് പോലുള്ള സാമൂഹികമാധ്യമങ്ങൾക്ക് വലിയ പങ്കാണുള്ളത്. മോശം സാമ്പത്തികചുറ്റുപാടിൽ വളർന്നതുകൊണ്ടുമാത്രം ഏതെങ്കിലും മേഖലയിൽ പ്രതിഭ തെളിയിക്കാൻ കഴിയാത്തവർക്കുള്ള അത്താണിയായി മാറാനും ഫെയ്സ്ബുക്കിനും യുട്യൂബിനുമൊക്കെ കഴിയുന്നുണ്ട്. ഇത്തരത്തിൽ വളരെ സജീവമായി ജീവകാരുണ്യ പ്രവർത്തനങ്ങളിലും സാമൂഹിക ക്ഷേമപ്രവർത്തനങ്ങളിലും ഇടപെടലുകൾ നടത്തുകയാണെങ്കിൽ ഫെയ്സ് ബുക്ക് കൂട്ടായ്മകൾ ആരോഗ്യകരമായിരിക്കും.

അല്ലാത്തപക്ഷം ഏകാകിയായ മനുഷ്യനെ സമൂഹജീവി ആണെന്ന് സ്വയം വിശ്വസിപ്പിക്കാൻ മാത്രമാണ് ഫെയ്സ്ബുക്ക് ഗ്രൂപ്പുകൾ ഉപകരിക്കുക.

ആദ്യമാദ്യം ഒഴിവുസമയങ്ങളിൽ മാത്രം ഫെയ്സ്ബുക്ക് കൂട്ടായ്മകളിൽ വിഹരിക്കുന്നവർ പിന്നീട് തൊഴിൽസമയങ്ങളിലും ഫെയ്സ്ബുക്ക് ഉപയോഗിക്കുന്നത് തുടരുന്ന തരത്തിൽ അതിന് അടിമയായിത്തീരുന്നുണ്ട്. ഈ പ്രവണതയെ നിയന്ത്രിക്കാൻ മിക്ക തൊഴിൽദാതാക്കളും ഓഫീസ് കമ്പ്യൂട്ടറിലെ ഇന്റർനെറ്റ് ഉപയോഗം ഓഫീസ് ഉപയോഗത്തിനുമാത്രമുള്ള സൈറ്റുകളിലേക്ക് പരിമിതപ്പെടുത്തി. എന്നാൽ വീട്ടിൽ ഇത്തരം നിയന്ത്രണങ്ങൾ ഇല്ലാത്തതുകൊണ്ട് നിർബാധവിഹാരം തുടർന്നവരുടെ കുടുംബജീവിതം തകർന്നുകൊണ്ടിരിക്കുന്നു.

ഏത് സാങ്കേതികവിദ്യയും നല്ല ഉദ്ദേശത്തോടെ ഉണ്ടാക്കുന്നതാണ് അതിനടിമയാകുന്നതും ദുരുപയോഗം ചെയ്യുന്നതും ശരിയായ പ്രവണതയല്ല. ദുരുപയോഗം തടയാൻ ശക്തമായ സൈബർ നിയമങ്ങളുണ്ട്. എന്നാൽ ഫെയ്സ്ബുക്ക് ഉൾപ്പടെയുള്ള സാങ്കേതികസംവിധാനങ്ങൾക്ക് അടിമയായിപ്പോകുന്നവരെ അതിൽ നിന്ന് നിയമം മൂലം മോചിപ്പിക്കാൻ കഴിയില്ല. ആരോഗ്യപൂർണമായ വ്യക്തിത്വം ഉള്ളവർക്കുമാത്രമേ അത് കഴിയൂ. സൈബർ കൂട്ടായ്മകളേക്കാൾ ജൈവകൂട്ടായ്മകൾക്ക് പ്രാധാന്യം കൊടുക്കുക മാത്രമാണ് അതിന് ഒരു പോംവഴി.

3. സ്വീകാര്യതയും അവഗണനയും

വ്യക്തികളുടെയോ ആശയങ്ങളുടെയോ ഉത്പന്നങ്ങളുടെയോ പൊതുജന സ്വീകാര്യത അളക്കാനുള്ള അളവുകോലായി ഫെയ്സ്ബുക്കിലെ ലൈക്കുകൾ മാറിക്കഴിഞ്ഞു. രാഷ്ട്രീയപ്രവർത്തകരും പരസ്യമോഡലുകളും സിനിമാതാരങ്ങളും തങ്ങളുടെ ജനപ്രീതിയുടെ തോതളക്കാൻ ലൈക്കുകളുടെ എണ്ണത്തെയാണ് ആശ്രയിക്കുന്നത്. യുവതലമുറയുടെ മാറിവരുന്ന അഭിരുചികൾ അറിയാൻ പരസ്യനിർമ്മാതാക്കൾ പോലും ഫെയ്സ്ബുക്കിനെയാണ് ഉപയോഗപ്പെടുത്തുന്നത്. യുട്യൂബിൽ പരസ്യപ്പെടുത്തുന്ന ആശയങ്ങൾക്ക് ഫെയ്സ്ബുക്കിൽ ലിങ്ക് കൊടുക്കാൻ കഴിയുമെന്നതിനാൽ യുട്യൂബിൽ വൈറലാകുന്ന (പ്രചരിക്കുന്ന) വീഡിയോകളും മറ്റും ഒട്ടുംവൈകാതെ ഫെയ്സ്ബുക്കിലും സ്ഥാനംപിടിക്കുന്നുണ്ട്.

ഇതിനൊരു മറുവശം കൂടിയുണ്ട്; സിനിമാതാരങ്ങൾക്കും ബ്രാൻഡഡ് ആയ ഉത്പന്നങ്ങൾക്കും ലൈക്ക് അടിക്കുന്നവർ പലപ്പോഴും പരിചിതരായവരുടെ വ്യക്തിപരമായനേട്ടങ്ങൾ പോസ്റ്റ് ഇടുമ്പോൾ നിസ്സാരമായി അവഗണിക്കും. സീൻഡ് എന്ന സംവിധാനം

വഴി നമ്മുടെ പോസ്റ്റുകൾ എത്രപേർ കണ്ടിട്ടുണ്ട് എന്ന് അറിയാൻ കഴിയും. അത് പലപ്പോഴും ലൈക്ക് രേഖപ്പെടുത്തിയവരുടേതിനേക്കാൾ കൂടുതലായിരിക്കുകയുംചെയ്യും.

അതുപോലെ ലൈക്ക് കൂടുതൽ കിട്ടാനുള്ള ത്വര ഒരുതരം പ്രദർശനപരതയായി അധഃപതിച്ചതിന്റെ ഫലമായിട്ടാണ് അപകട രംഗങ്ങളും മറ്റും നിർവികാരമായി വീഡിയോയിൽ പകർത്തി യു-ട്യൂബിലോ ഫെയ്സ്ബുക്കിലോ ഇടാനുള്ള വെമ്പൽ വർദ്ധിച്ചത്. കണ്ണൂരിൽ ആറു മാസം പ്രായമുള്ള കുഞ്ഞിനെ ആകാശത്ത് പറപ്പിച്ചത് ഇത്തരം പ്രദർശനപരതയുടെ നേർക്കാഴ്ചകളാണ്. ആത്മരതിയുടെ ആഘോഷങ്ങളായി പലപ്പോഴും ഫെയ്സ്ബുക്ക് മാറുന്നുണ്ട്. ഒരാൾ സ്വന്തംചിത്രം നിരവധി പോസുകളിൽ സ്വയം എടുത്തു കൊണ്ടിരിക്കുന്നതിൽ ആനന്ദം കണ്ടെത്തുന്ന പ്രവണത വർദ്ധിച്ചതിനു പിന്നിലും ഫെയ്സ്ബുക്കാണ്.

സെൽഫി എന്നാണ് അത്തരം ഫോട്ടോകൾക്ക് പറയുന്നത്. വ്യത്യസ്തതയുള്ള സെൽഫികൾ എടുക്കുന്നതിനുവേണ്ടി ശ്രമിക്കുന്നതിനിടയിൽ അപകടത്തിൽപ്പെടുന്ന സംഭവങ്ങൾ സ്ഥിരമായിരിക്കുന്നു. ഫെയ്സ്ബുക്കിലെ സ്വീകാര്യതയും അവഗണനയും സ്വന്തം വ്യക്തിത്വത്തിനു ലഭിക്കുന്ന അംഗീകാരമോ അവഗണനയോ ആയി വിലയിരുത്തുന്നത് ശരിയല്ലെന്നും യഥാർത്ഥ സമൂഹത്തിൽ അംഗീകാരം നേടണമെങ്കിൽ സ്വഭാവശുദ്ധിയും പെരുമാറ്റവും നന്നായിരിക്കണമെന്നും കർമ്മനിരതനായിരിക്കണമെന്നും മനസ്സിലാക്കാത്ത മനുഷ്യൻ സൈബർലോകത്തെ ഫ്രണ്ട്സ് ഗ്രൂപ്പുകൾക്ക് എത്രയധികം പ്രിയപ്പെട്ടവനായാലും യഥാർത്ഥലോകത്ത് അന്യവത്കരിക്കപ്പെട്ടവനോ കുറ്റവാളിയോ ആയിത്തീരും.

4. പെണ്ണതിരുകൾ / പെണ്ണരുതുകൾ

ബാഹ്യലോകവിവേചനത്തിൽനിന്നുള്ള മോചനമായി ഫെയ്സ്ബുക്ക് പോലുള്ള സൈബർമാധ്യമങ്ങളെ സ്ത്രീകൾ വിലയിരുത്താറുണ്ടെങ്കിലും അവിടെയും സദാചാര പോലീസുകാരുടെ ശല്യം കുറവല്ല. ഭയപ്പെടുത്തി നിയന്ത്രിക്കുക, ഭയപ്പെടാത്തവരെ മോശമായി ചിത്രീകരിക്കുക, അഭിപ്രായസ്വാതന്ത്ര്യം നൽകാതിരിക്കുക; ഇതാണ് കാലാകാലങ്ങളായി പുരുഷാധിപത്യലോകം സ്ത്രീകളെ വരുതിയിൽ നിർത്താൻ പ്രയോഗിക്കുന്ന തന്ത്രം. അഭിമാനത്തേക്കാളധികം ദുരഭിമാനം വച്ചുപുലർത്തുന്ന മലയാളി സമൂഹത്തിൽ ഈ തന്ത്രങ്ങൾതന്നെയാണ് ഫെയ്സ്ബുക്കിന്റെ കാര്യത്തിലും

സ്ത്രീവിരുദ്ധമായി തുടരുന്നത്. എല്ലാത്തിനും, സ്ത്രീകളുടെ സുരക്ഷ എന്ന ന്യായവും പറയാനുണ്ടാകും.

ഫെയ്സ്ബുക്കിൽ സ്വന്തം മുഖം വ്യക്തമാക്കുന്ന ചിത്രം ഉപയോഗിച്ചാൽ അത് ദുരുപയോഗംചെയ്യുമെന്ന ഭീഷണിയാണ് ഒന്നാമത്തേത്. സൈബർനിയമങ്ങളെക്കുറിച്ച് അജ്ഞരായിരിക്കുന്നതും ദുരുപയോഗം ചെയ്യപ്പെടുന്നത് തന്റെ ചിത്രം മാത്രമാണ് സ്വന്തം ശരീരമോ മനസ്സോ അല്ല എന്നു തിരിച്ചറിയാനുള്ള ശേഷി പെൺകുട്ടിക്ക് ഇല്ലാതിരിക്കുന്നതും വേണ്ടത്ര സഹായം വാഗ്ദാനം ചെയ്യാൻ മാതാപിതാക്കൾക്ക് കഴിയാത്തതും മാത്രമാണ് ഇത്തരം ദുരുപയോഗങ്ങൾ വർദ്ധിക്കാൻ കാരണം. രാത്രി പത്തുമണി കഴിഞ്ഞ് ഫെയ്സ്ബുക്കിൽ ഓൺലൈനിൽ കണ്ടാൽ എന്തും ആകാം എന്ന ചിന്തയോടെ ചാറ്റ് ബോക്സിലേക്ക് മെസേജ് അയക്കുന്നവരും രാത്രികളിൽ പെൺകുട്ടികൾ സുരക്ഷിതരല്ല എന്നാണ് ഓർമ്മിപ്പിക്കാൻ ശ്രമിക്കുന്നത്. അക്രമികൾ ഉപദ്രവിക്കാനുള്ള സാധ്യതകളിൽ നിന്നും ഒഴിച്ചുനിർത്തേണ്ടത് സ്വന്തം ശരീരത്തെ മാത്രമാണെന്നും സൈബർലോകം മാനസിക വ്യാപാരങ്ങളുടേത് മാത്രമാണെന്നും ഉള്ള തിരിച്ചറിവ് നഷ്ടപ്പെടുന്നതുകൊണ്ടും പ്രതികരണശേഷി വളർത്തിയെടുക്കാത്തതു കൊണ്ടുമാണ് രാത്രികാലങ്ങളിൽ സൈബർലോകവിഹാരത്തിന് സ്ത്രീകൾ ധൈര്യപ്പെടാത്തത്. മറ്റുള്ളവർ എന്തുവിചാരിക്കും എന്ന ദുരഭിമാനമാണ്, അനാവശ്യം പറയുന്നവർക്കെതിരെ സ്ത്രീകൾ പ്രതികരിക്കാതിരിക്കാൻ കാരണം.

മറ്റാരുമറിയില്ല എന്ന ധൈര്യമാണ് അനാവശ്യം പറയുന്നവന്റെ ധൈര്യം എന്നുമനസ്സിലാക്കുന്ന സ്ത്രീയോട് അനാവശ്യം കാണിക്കാൻ ആരും മുതിരില്ല. പൊതുവിഷയങ്ങളിൽ സ്ത്രീകൾ അഭിപ്രായപ്രകടനം നടത്തിയാൽ അതിനെ പുച്ഛിക്കാനും പരിഹസിക്കാനും ഉള്ള പ്രവണത പൊതുസമൂഹത്തിലെന്നപോലെ സൈബർലോകത്തിലുമുണ്ട്. എതിർപ്പുള്ളവർ ചോദിക്കുന്ന ചോദ്യങ്ങൾക്കു മുഴുവൻ ഉത്തരം പറയാനുള്ള ബാധ്യത തനിക്കുണ്ട് എന്ന് സ്ത്രീ കരുതുന്നിടത്താണ് പരാജയം സംഭവിക്കുക.

തനിക്കുള്ള അഭിപ്രായം ഏറ്റവും ശക്തമായ ഭാഷയിൽ തുറന്നെഴുതുക, സ്വീകരിക്കാം കഴിയില്ലെങ്കിൽ തിരസ്കരിക്കാം, രണ്ടായാലും സന്തോഷം എന്ന നിലപാടാണ് സ്വന്തമായി അഭിപ്രായമുള്ള സ്ത്രീകൾ അത് പ്രകടിപ്പിക്കുമ്പോൾ സ്വീകരിക്കേണ്ടത്. അപകടസാധ്യതകളെ പൊലിപ്പിച്ചുകാണിച്ച് ഉപയോഗസാധ്യതകളെ

മറച്ചുവെയ്ക്കുന്ന സമൂഹത്തിന്റെ നയങ്ങളോട് ശക്തമായ നിലപാട്സ്വീകരിച്ചുകൊണ്ട് മാത്രമേ സാമൂഹിക വിലക്കുകൾ സൈബർ ലോകത്ത് വ്യാപകമാകുന്നതിനെ ചെറുക്കാൻ സ്ത്രീകൾക്ക് കഴിയൂ.

5. പരസ്യമാകുന്ന രഹസ്യങ്ങൾ

ഫെയ്സ്ബുക്ക് പ്രൊഫൈൽ നിർമ്മിക്കുന്നതിനാവശ്യപ്പെടുന്ന വ്യക്തിഗതമായ വിവരങ്ങൾകൈമാറുകയില്ലെന്ന് കമ്പനി അവകാശപ്പെടുന്നു ണ്ടെങ്കിലും അതൊന്നും പാലിക്കപ്പെടാറില്ല. മാത്രമല്ല,ഫെയ്സ്ബുക്കിലെ അഭിപ്രായപ്രകടനങ്ങളും നിസ്സാരമെന്ന് തോന്നാവുന്ന ലൈക്കുകൾ പോലും നിരീക്ഷണത്തിലാണ് എന്ന് ഉപയോക്താവ് അറിയാറില്ല. അനുമതിയില്ലാതെ ഉപയോക്താക്കളുടെ വൈകാരികപഠനം നടത്തിയതിന്റെപേരിൽ ഫെയ്സ് ബുക്ക് നിയമനടപടികൾ നേരിട്ടുകൊണ്ടിരിക്കുന്നു.

ദിനംപ്രതി ഓരോ വ്യക്തിയുടെയും ഫെയ്സ്ബുക്കിലെ പ്രധാനതാളിലേക്ക് (ഹോം പേജ്) കടന്നുവരുന്ന പോസ്റ്റുകൾ ഫ്രണ്ട്സ് ലിസ്റ്റിൽപെട്ടവരുടേത് മാത്രമായിരിക്കില്ല. ഫെയ്സ് ഓരോ പോസ്റ്റുകളും പബ്ലിഷ് ചെയ്യുന്നതിനുമുൻപ് അവ ആരൊക്കെ കാണണം എന്ന് ചോദിക്കും. പബ്ലിക്കിനുവേണ്ടി, ഫ്രണ്ട്സ് ലിസ്റ്റിലുള്ളവർക്ക് മുഴുവൻ, തിരഞ്ഞെടു ക്കപ്പെട്ടവർക്ക് മാത്രം എന്നിങ്ങനെ മൂന്ന് ചോദ്യങ്ങളിൽ ഒന്ന് തെരഞ്ഞെടുക്കാം. പബ്ലിക് ഓപ്ഷനിൽ അറിഞ്ഞോ അറിയാതെയോ പോസ്റ്റ് ചെയ്യപ്പെടുന്നവ ആർക്കും വായിക്കാം, പങ്കുവെയ്ക്കാം.

പൊതുജന താത്പര്യമുള്ള വിഷയങ്ങളിൽ വ്യക്തിപരമായ അഭിപ്രായങ്ങൾ ഉന്നയിച്ചതിന്റെ പേരിൽ പലരും നിയമനടപടികൾ നേരിടേണ്ടിവന്നിട്ടുണ്ട്. അതുപോലെ ധാരാളം പരസ്യങ്ങളും ഹോം പേജിൽ കടന്നുവരാറുണ്ട്. നിരുപദ്രവമെന്ന് കരുതുന്ന അത്തരം പല പരസ്യങ്ങളും അവയുടെ ആകർഷണവലയത്തിൽ കുടുങ്ങുന്നവർക്ക് ധനനഷ്ടവും മാനഹാനിയും വരുത്തിയിട്ടുണ്ട്. ചാറ്റ് ബോക്സിൽ വന്ന് അഭ്യർത്ഥന നടത്തി ഫ്രണ്ട് ആയ ശേഷം പണം കടം ചോദിക്കുന്നതും കൊടുത്തവർ കബളിപ്പിക്കപ്പെടുന്നതും ഇന്ന് സുലഭമായിരിക്കുന്നു. ഫ്രണ്ട് ആകാൻ അഭ്യർത്ഥന നടത്തുന്ന സകലരെയും സ്വീകരിക്കുന്നവരും അപകടത്തിൽപ്പെടാറുണ്ട്. അവരിൽ ആരെങ്കിലും കുറ്റവാളികളാണെങ്കിൽ ഫ്രണ്ട് ലിസ്റ്റിൽപ്പെട്ടവരും സ്വാഭാവികമായി സംശയിക്കപ്പെടും. ഇത്തര

ത്തിൽ ചതിയും വഞ്ചനയും ലാക്കാക്കുന്നവരുടെ രഹസ്യങ്ങൾ പലതും പരസ്യമാകുന്നു.

ഫെയ്സ്ബുക്കിന്റെ സാങ്കേതിക കാര്യങ്ങളെപ്പറ്റിയും സുരക്ഷിതത്വ നിയമങ്ങളെ പറ്റിയും സൈബർ നിയമങ്ങളെപ്പറ്റിയും അറിവുള്ളവരായിരിക്കുക എന്നത് മാത്രമാണ് സ്വന്തം പിഴവുകൊണ്ട് രഹസ്യങ്ങൾ പരസ്യങ്ങളാകാ തിരിക്കാനുള്ള ഏകമാർഗം. ഒരു ജനാധിപത്യരാജ്യത്തിൽ ജനങ്ങൾക്ക് ചോദ്യംചെയ്യാൻ അവകാശമില്ലാത്തതായിഭരണഘടനയിൽ പ്രതിപാദിക്കുന്ന രാജ്യസുരക്ഷാപരമായ കാര്യങ്ങളൊഴികെ മറ്റെന്തിനെയും ആരെയും ജനങ്ങൾക്ക് നീതിപൂർവമായ കാരണങ്ങളാൽ ചോദ്യം ചെയ്യാവുന്നതാണ്. ഫെയ്സ്ബുക്ക് പോലുള്ള മാധ്യമങ്ങളിലൂടെ രാഷ്ട്രീയ വിഷയങ്ങളെപ്പറ്റിയും ജനപ്രതിനിധികളെപ്പറ്റിയും പ്രതികരിക്കാൻ പൊതുജനങ്ങൾക്ക് അവകാശമില്ല എന്നതരത്തിലുള്ള പോലീസ്കേസുകൾ ഉണ്ടായെങ്കിലും അവയിലെല്ലാം ഒടുവിൽ ജനങ്ങൾക്കുതന്നെ നീതി ലഭിച്ചു. അതിനാൽ നാം ഉന്നയിക്കുന്ന അഭിപ്രായങ്ങളിൽ രാജ്യദ്രോഹപരമായ ഒന്നുമില്ലെന്ന് ഉറപ്പുവരുത്തേണ്ട ഉത്തരവാദിത്തം അവരവർക്കുതന്നെയാണ്. നാം ഫെയ്സ്ബുക്കിൽ രേഖപ്പെടുത്തുന്ന ഒരു അഭിപ്രായവും രഹസ്യമായിരിക്കുന്നില്ല എന്നർത്ഥം.

6. ബദൽബ്ലോഗ്

എഴുത്ത് പ്രോത്സാഹിപ്പിക്കുക, പുസ്തകമാക്കുന്ന ചെലവ് ഒഴിവാക്കി കൂടുതൽ ജനങ്ങളിലേക്ക് ആശയം എത്തിക്കുക, പ്രശസ്തരായവർക്കു മാത്രമല്ല സാധാരണക്കാരനും എഴുതാമെന്ന ചിന്ത വളർത്തുക എന്നിങ്ങനെയുള്ള ലക്ഷ്യങ്ങളാണ് ബ്ലോഗുകൾ സാക്ഷാത്കരിച്ചത്. എന്നാൽ ഇന്ന് കഥകളുടെയും കവിതകളുടെയും മറ്റും ഫെയ്സ്ബുക്ക് കൂട്ടായ്മകളിൽ പ്രശസ്തരായ എഴുത്തുകാർ പോലും സജീവമായി ഇടപെടലുകൾ നടത്തുന്നു. അതിന്റെ ഫലമായി ഒരുകാലത്ത് ബ്ലോഗ് കഥകളുടെയും കവിതകളുടെയും മറ്റും സമാഹാരങ്ങൾ പുസ്തകരൂപത്തിൽ ഇറങ്ങിയതുപോലെ ഫെയ്സ്ബുക്ക് കഥകളും കവിതകളും പുസ്തകരൂപത്തിൽ അച്ചടിമഷി പുരണ്ടു തുടങ്ങുന്നു. അതായത്, ഒരേസമയം ബ്ലോഗിന് ബദലാകാനും അതിനെക്കാൾ സാധ്യതകൾ നൽകാനും ഫെയ്സ്ബുക്കിനു കഴിയുന്നുണ്ട്.

ബ്ലോഗ് എഴുത്തിനു പ്രചാരം സിദ്ധിച്ചകാലത്ത് കമ്പ്യൂട്ടറും ഇന്റർനെറ്റ് കണക്ഷനും ഉള്ളവർക്കുമാത്രമേ ബ്ലോഗെഴുത്ത് സുഗമമായും

തുടർച്ചയായും നടത്താൻ കഴിയുമായിരുന്നുള്ളൂ. അതുകൊണ്ട് സാമ്പത്തികമായി പിന്നോക്കാവസ്ഥയിലുള്ളവർക്ക് ബ്ലോഗ് അത്രയൊന്നും പ്രാപ്തമായിരുന്നില്ല. എന്നാൽ മൊബൈലിൽ ഇന്റർനെറ്റ് കണക്ഷൻ ലഭിക്കുകയും ഫെയ്സ്ബുക്ക് ആർക്കും എപ്പോഴും എവിടെയിരുന്നും ഉപയോഗിക്കാൻ കഴിയുംവിധം സുഗമമാവുകയും ചെയ്തതോടെ ഫെയ്സ്ബുക്ക് അക്കൗണ്ടില്ലാത്ത മലയാളികൾ ഇല്ലെന്നായി.

സ്വന്തം ഭാഷയിൽ സ്വന്തം അഭിപ്രായം രേഖപ്പെടുത്താൻ കഴിയുന്നു എന്ന ആത്മവിശ്വാസം കൂടിയായപ്പോൾ ഫെയ്സ്ബുക്ക് ഉപയോഗത്തിൽ മറ്റേതുലോകരാജ്യത്തോടും കിടപിടിക്കുന്നതായി മലയാളിയുടെ ഉപയോഗം മാറിക്കൊണ്ടിരിക്കുന്നു. ഒരേ താത്പര്യങ്ങളുടെ കൂട്ടായ്മകൾക്കുള്ളിൽ സ്വന്തം ആശയം പങ്കുവെയ്ക്കാനാകുന്നു എന്നതാണ് ബ്ലോഗിനെ അപേക്ഷിച്ച് ഫെയ്സ്ബുക്കിനുള്ള അധികമേൻമ. ആർക്കും എന്തും എഴുതാമെന്നും എഴുതുന്നതുമുഴുവൻ സാഹിത്യമാണെന്നുമുള്ള തെറ്റുദ്ധാരണ വളരുന്നു എന്നതുമാണ് ഇതിന്റെ മറുപുറം. വലിയ നിയന്ത്രണങ്ങൾ ഇല്ലാത്ത ഗ്രൂപ്പുകളിൽ വളരെക്കാലം ഇടപെടുന്ന ആളുകൾ തമ്മിൽ സ്ഥാപിക്കുന്ന സൗഹൃദം മൂലം ആ ഗ്രൂപ്പിൽപ്പെട്ടവർ എഴുതിവിടുന്ന എന്തിനെയും പ്രോത്സാഹിപ്പിക്കുന്നതിനും അതിനെ എതിർത്ത് സംസാരിക്കുന്നവരെ കൂട്ടമായി ആക്രമിച്ച് ഗ്രൂപ്പിൽ നിന്നുതന്നെ പുറത്താക്കി ഏകാധിപത്യപ്രവണതയോടെ മുൻപോട്ടുപോകാനുള്ള പ്രവണതയും വ്യാപകമാകുന്നു.

ഇത് സാഹിത്യരംഗത്തെ അപചയത്തിനിടയാക്കും എന്നതാണ് പ്രശ്നം. ഫെയ്സ്ബുക്ക് കൂട്ടായ്മകളിൽത്തന്നെയുള്ള മികച്ചനിലവാരം പുലർത്തുന്നവ പുസ്തകമാക്കുന്നതും പ്രമുഖവാരികകൾ ഓൺലൈൻ കൃതികൾ പ്രസിദ്ധീകരിക്കുന്ന പംക്തികൾ തുടങ്ങിയതും ഇത്തരം മോശം പ്രവണതയ്ക്ക് കടിഞ്ഞാണിടുമെന്നതാണ് പ്രതീക്ഷ. ഫെയ്സ്ബുക്ക് സാഹിത്യവും അച്ചടിസാഹിത്യവും സമാന്തരമായി പരസ്പരം സഹകരിച്ചുള്ള പ്രവർത്തനം നടത്തുന്നതിലാണ് സാഹിത്യത്തിന്റെ സുരക്ഷിതമായ ഭാവി എന്നർത്ഥം.

7. ഉപദർശനങ്ങൾ

കേരളത്തിലെ കലാസാംസ്കാരിക-സാമൂഹിക-രാഷ്ട്രീയാദി രംഗങ്ങളിൽ മുഴുവനായി ജനാധിപത്യരീതിയിൽ ഇടപെടലുകൾ നടത്താൻ സഹായിക്കുന്ന മറ്റൊരു നവമാധ്യമവും ഫെയ്സ്ബു

ക്കിനു മുൻപ് ഉണ്ടായിട്ടില്ല. നാളിതുവരെയുള്ള മാധ്യമങ്ങൾ മുഴുവനും അവർ അനുവദിക്കുന്ന സമയത്ത്, അവർതന്നെ തെരഞ്ഞെടുത്ത ഒരു പൗരന് അഭിപ്രായം രേഖപ്പെടുത്താമെന്നതിൽ കവിഞ്ഞ് ജനങ്ങളുടെ മുഴുവൻ അഭിപ്രായവും ഒരേസമയം രേഖപ്പെടുത്താനും വിലയിരുത്താനും പൊതുജനഹിതം അറിയാനും ശ്രമിച്ചിരുന്നില്ല. ഒരു ജനാധിപത്യസംവിധാനത്തിന്റെ ഗുണങ്ങളോളം വരില്ല ദോഷങ്ങൾ എങ്കിലും അവ അർഹിക്കുന്ന ഗൗരവത്തോടെ കൈകാര്യം ചെയ്യുമ്പോൾ കണ്ടെത്താൻ കഴിഞ്ഞ വസ്തുതകൾ ചുവടെ കൊടുക്കുന്നു.

1. ഫെയ്സ്ബുക്ക് കൂട്ടായ്മകൾ ഏകാകികളായ മനുഷ്യരുടെ തുരുത്ത് ജീവിതങ്ങൾ മാത്രം ആകാതിരിക്കാൻ അത്തരം കൂട്ടായ്മകൾ പുറംലോക വിനിമയത്തിലൂടെ ജൈവമാകണം.

2. തത്സമങ്ങളായി ഭാഷയിലേക്ക് കടന്നുവരുന്നപദങ്ങൾ, അന്യഭാഷാപദങ്ങളെന്ന ധാരണയോടെ അന്യഭാഷോച്ചാരണസഹിതം ഉപയോഗിക്കുന്ന പ്രവണത ഇല്ലാതാകണം.

3. ലൈക്കുകൾക്കുവേണ്ടി, അപകടത്തിൽപ്പെട്ടവരെ രക്ഷിക്കാതെ ആ രംഗം വീഡിയോ യിൽ പകർത്തുകയും സ്ത്രീകളെ ലൈംഗികോപകരണമെന്ന കാഴ്ചപ്പാടിൽ ക്യാമറക്കണ്ണുകളിലൂടെ നോക്കിക്കണ്ട് ചിത്രീകരിക്കുകയും വ്യത്യസ്തതയുള്ള സെൽഫികൾ എടുക്കാനുള്ള ശ്രമം ആത്മഹത്യയോളമെത്തുകയും ചെയ്യുന്ന രോഗാതുരമായ പ്രവണതകളെ നിയമം മൂലം നിയന്ത്രിക്കണം.

4. സ്ത്രീകളെ നിയന്ത്രണവിധേയരാക്കി നിർത്തുന്നതിനുള്ള ശ്രമം ബാഹ്യലോകത്തിൽ എന്നതുപോലെ സൈബർലോകത്തും ആവർത്തിക്കുന്നതിനെതിരെ സ്ത്രീകൾതന്നെ പ്രതികരിക്കണം.

5. ശരിയായ വ്യക്തിഗതവിവരങ്ങൾ ഫെയ്സ്ബുക്കിലും മറ്റും നൽകുന്നവർ, അത് മറ്റുള്ളവർ ദുരുപയോഗം ചെയ്യുന്നതിനെതിരെയും ദുരുപയോഗം ചെയ്യുന്നവർക്കെതിരെ സ്വീകരിക്കേണ്ട നിയമനടപടികളെപ്പറ്റിയും അറിവുള്ളവരായിരിക്കണം. സമചിത്തതയോടെ ഇത്തരം പ്രശ്നങ്ങളെ നേരിടാനുള്ള മാനസികപക്വതയും ആർജ്ജിച്ചിരിക്കണം.

6. എഴുത്ത് പ്രോത്സാഹിപ്പിക്കുന്നത് നല്ലതാണെങ്കിലും എന്തെഴുതിയാലും സാഹിത്യമാകുമെന്ന ചിന്ത സാഹിത്യരംഗത്തെ നിലവാരത്തകർച്ചയ്ക്ക് അല്ലെങ്കിൽ ഇതാണ് സാഹിത്യമെന്ന തെറ്റിദ്ധാരണ പരക്കുന്നതിന് ഇടയാക്കും. അതിനാൽ അച്ചടി സാഹിത്യവും സൈബർസാഹിത്യവും ഒരുമിച്ചു പോകുന്നതാണ് നല്ലത്.

ആധാരഗ്രന്ഥങ്ങൾ

1. ജെ.വി.വിളനിലം, മാധ്യമങ്ങളും ആനുകാലിക സാമൂഹിക പ്രശ്നങ്ങളും, കേരള ഭാഷാ ഇൻസ്റ്റിറ്റ്യൂട്ട്, തിരുവനന്തപുരം, 2005.

2. ശ്രീനാരായണൻ ഏവൂർ, ലീലാതിലകം, ഏവൂർ ബുക്സ്, മാവേലിക്കര, 2000.

3. സുനീത ടി.വി.(എഡി.), സൈബർ മലയാളം, കറന്റ് ബുക്സ്, തൃശ്ശൂർ, 2010.

4. വർക്കി പട്ടിമറ്റം, കംപ്ലീറ്റ് കമ്പ്യൂട്ടർബുക്ക്, ഡി.സി.ബുക്സ്, കോട്ടയം, 2008.

വെബ്സൈറ്റുകൾ:

1. http://readwrite.com/2012/03/15/the_language_of_facebook_qa_with_head_of_content_s

2. http://blog.oxforddictionaries.com/2013/05/facebook/

3. http://www.theatlantic.com/technology/archive/2011/09/theriseofthezuckerverbthenewlanguageoffacebook/245897/

4. http://thenextweb.com/facebook/2012/10/14/thelanguageoffacebook

5. http://fbsx.blogspot.in/2012/02/shortwordsforfbyahoogmailchatting.html

6. http://techthumbs.com/listofcommonlyusedabbreviationsshortformsinfacebookchatting

7. http://www.units.miamioh.edu/codeconference/papers/papers/stutzman_track5.pdf

8. http://alsic.revues.org/2413

9. https://www.facebook.com/help/131930530214371

10. http://www.merriamwebster.com/dictionary/post

○○

13

അനുകരണങ്ങളും പൊതുസമൂഹവും

ഷെറിൻ പി.കെ.

ലോകത്ത് നടക്കുന്ന സംഭവവികാസങ്ങൾ സത്യസന്ധമായ രീതിയിൽ ജനങ്ങളിലേക്കെത്തിക്കുക എന്നതാണ് എല്ലാ മാധ്യമങ്ങളുടെയും പ്രധാനധർമ്മം. റേഡിയോ, ടെലിവിഷൻ, ഇന്റർനെറ്റ് തുടങ്ങിയ മാധ്യമങ്ങൾ പ്രചാരത്തിൽ വന്നതു നിമിത്തം ജനങ്ങൾ പത്രങ്ങളെക്കാളുപരിയായി പുതു ഇലക്ട്രോണിക് മാധ്യമങ്ങളെ ആശ്രയിക്കാൻ തുടങ്ങി. പൊതുജനങ്ങളുടെ ഈ ആശ്രയിക്കൽ കൊണ്ട് ധാരാളം പുതുചാനലുകളും ചാനൽ പരിപാടികളും രംഗപ്രവേശനം ചെയ്യപ്പെട്ടു. ഇതിൽ അശ്ലീലതയും, അനുകരണവും, കച്ചവടതന്ത്രവും എല്ലാം കടന്നുവന്നു. സത്യസന്ധതയും നിർഭയത്വവും ജനങ്ങൾക്ക് വേണ്ടി ചെയ്യാനുള്ള മനസ്സും എല്ലാവർക്കും നഷ്ടപ്പെടുകയും ചെയ്തു.

1. ടെലിവിഷൻ ഇന്ത്യയിൽ

ടെലിവിഷൻ സംപ്രേഷണം ആരംഭിച്ചത് 1959 സെപ്തംബർ 15-ന് പരീക്ഷണാടിസ്ഥാനത്തിൽ ഡൽഹിയിലാണ്. ആഴ്ചയിൽ രണ്ടു തവണ ഒരു മണിക്കൂർ ദൈർഘ്യമുള്ള പരിപാടികൾ മാത്രം. 1972 -ൽ ബോംബെയിലും 1973-ൽ കൽക്കത്തയിലും മദ്രാസിലും ശ്രീനഗറിലും ടി.വി. കേന്ദ്രങ്ങൾ പ്രവർത്തനം ആരംഭിച്ചു. ഇന്ത്യയിൽ ടെലിവിഷനെത്തി കാൽ നൂറ്റാണ്ട് പിന്നിട്ട ശേഷമാണ് ടി.വി. കേരളത്തിലെത്തുന്നത്. തിരുവനന്തപുരം ദൂരദർശൻ കേന്ദ്രം പ്രവർത്തനമാരംഭിച്ചത് 1985 ജനുവരി ഒന്നിനാണ്. ദൂരദർശന്റെ പഴഞ്ചൻ പരിപാടികളിൽ മനംമടുത്ത മലയാളികളിലേക്ക് പുത്തൻ ദൃശ്യാനുഭവമായി 1993 ആഗസ്റ്റ് 30-ന് ഏഷ്യാനെറ്റും 1998-ൽ സൂര്യയും രണ്ടുവർഷ

ത്തിനുശേഷം 2000 ആഗസ്റ്റ് 16-ന് കൈരളിയും കടന്നുവന്നു. 2002 ആഗസ്റ്റ് ഒന്നിനാണ് ജീവൻ ചാനലിന്റെ കടന്നുവരവ്. പിന്നീട് ഇന്ത്യാവിഷനും പാട്ടുകൾക്കു മാത്രമായി 2005 ജനുവരി 16-ന് ആരംഭിച്ച കിരൺ ഇപ്പോൾ ഫുൾടൈം സിനിമ ചാനലാണ്. 2005 ഫെബ്രുവരി 26-ന് ശാലോം ചാനലും 2005 ഏപ്രിൽ 14-ന് അമൃത ടി.വി.യും മലയാളികളുടെ സ്വീകരണ മുറിയിലെത്തി.

മലയാളിക്ക് ടെലിവിഷൻ മുഖ്യമായും വിനോദാപാധിയാണ്. ഭൂരിപക്ഷം പ്രേക്ഷകരും വൈകുന്നേരം 6 മുതൽ 10 വരെയുള്ള സമയങ്ങളിൽ വ്യത്യസ്ത പ്രോഗ്രാമുകൾക്കായി അപകടത്തിനു മുന്നിലെ ആൾക്കൂട്ടംപോലെ ടി.വി.ക്കു മുന്നിൽ കൂടുന്നു.

1.1 പരസ്യങ്ങളിലെ രഹസ്യങ്ങൾ

പരസ്യവരുമാനത്തിലൂടെയാണ് ചാനലുകളുടെ നിലനിൽപ്പ്. അതിനാൽ തന്നെ ടി.വി. പരസ്യപ്രചാരണ മാധ്യമമായി മാറിയിരിക്കുന്നു. ജനങ്ങള ആകർഷിക്കലാണ് പരസ്യകമ്പനികളുടെ ലക്ഷ്യം. അതിനായി പരസ്യനിർമ്മാതാക്കൾ ജനഹിതം അറിഞ്ഞുതന്നെ പരസ്യ മോഡലുകളുടെ നഗ്നതയെ പരമാവധി ചൂഷണം ചെയ്യുന്നു. ഇതിനായി സ്ത്രീപുരുഷ നഗ്നതയെ പരമാവധി ഉപയോഗിച്ച് സ്ത്രീപുരുഷ നഗ്നതയെ ഇവർ ആഘോഷിക്കുകയാണ്. സമൂഹത്തിലാണെങ്കിൽ നഗ്നതാ പ്രദർശനം തന്നെ ഒരു നിസ്സാരകാര്യമാണ്. എല്ലാ മാധ്യമങ്ങളിലും അതിന്റെ തള്ളിക്കയറ്റമാണ്. അടിവസ്ത്രത്തിന്റെ പരസ്യത്തിന് അതു ധരിച്ച സ്ത്രീയോ പുരുഷനോ വേണമായിരിക്കാം. എന്നാൽ സിഗരറ്റിന്റെയും, മദ്യത്തിന്റെയും, ബൈക്കിന്റെയും, ഷേവിംഗ് ബ്ലേഡിന്റെ പരസ്യത്തിൽവരെ നഗ്നസുന്ദരികളെ പ്രദർശിപ്പിക്കുന്നത് തീർത്തും പരിതാപകരമാണ്. i10 കാറിന്റെ, റക്സോണ സോപ്പിന്റെ, എൽ.എം.എൽ. ബൈക്ക് തുടങ്ങിയ ഉല്പന്നങ്ങളെയെല്ലാം പരസ്യനിർമ്മാതാക്കൾ ഉപമിക്കുന്നത് സ്ത്രീശരീരത്തോടാണ്. അകാരണമായി സ്ത്രീ ശരീരം പ്രദർശിപ്പിക്കുന്നത് ഇന്നൊരു രോഗമായി മിക്ക ചാനൽ പരസ്യങ്ങളിലും കാണാം.

1.2 സീരിയലുകൾ - അഭിനയങ്ങൾ - വില്പനകൾ

ഇന്ത്യയിൽ കേബിൾ ടെലിവിഷൻ വരുന്നത് 1991 മുതലാണ്. അതോടെ പല പുതു ചാനലുകളും യുവത്വത്തിന്റെ ജീവിതത്തിൽ അഭിവാജ്യഘടകമായി മാറി. ദൂരദർശനെ മാത്രം ആശ്രയിച്ചിരുന്ന

ജനങ്ങൾ കേബിൾ വന്നതോടെ അവയെ ജീവിതത്തിന്റെ ഭാഗമാക്കി മാറ്റി. ഏഴുമണിക്ക് ശേഷം ഒട്ടുമിക്ക ജനങ്ങളും (ആൺപെൺ വ്യത്യാസമില്ലാതെ സീരിയലുകൾക്ക് മുമ്പിലാണ്). ഞങ്ങളുടെ നാട്ടിൽ ഈ സീരിയൽ കാണലിനെപരിഹസിച്ച് ഒരു ചൊല്ല് തന്നെ രൂപപ്പെട്ടിട്ടുണ്ട്. "പണ്ടൊക്കെ കയ്യിന്മേ തസ്ബി, ഇപ്പോക്കെ കയ്യിന്മേ റിമോട്ട്."

പണ്ട് കാലങ്ങളിൽ സന്ധ്യാസമയത്ത് പ്രായം ചെന്ന ഉമ്മൂമ്മാമാരുടെ കയ്യിൽ തസ്ബി ഓതി പ്രപഞ്ചനാഥനായ അല്ലാഹുവിനെസ്തുതിക്കുകയായിരിക്കും. ഇന്ന് തസ്ബിയുടെ സ്ഥാനത്ത് എല്ലാ ഉമ്മൂമ്മാമാരുടെയും കയ്യിൽ സന്ധ്യാസമയങ്ങളിൽ റിമോട്ടാണ്. അതുംവെച്ച് ചാനൽ മാറ്റിയാണവർ സമയം ചിലവഴിക്കുന്നത്. പലസീരിയലുകളിലും സ്ത്രീകൾ സ്ത്രീകൾക്കുതന്നെ പാരപണിയുന്ന കാഴ്ചയാണ് നാം കാണുന്നത്. മഴവിൽ മനോരമയിലെ 'ബാലാമണി'യ്ക്ക് കവിത എന്തു മാത്രം ദ്രോഹങ്ങളാണ് ചെയ്യുന്നത്. ഏഷ്യാനെറ്റിൽ സംപ്രേഷണം ചെയ്യുന്ന ഓട്ടോഗ്രാഫ് എന്ന സീരിയലിൽ ടീനേജുകാരുടെ കഥയാണ് പറയുന്നത്. ഒരു +2 സ്കൂളിൽ സംഭവിക്കുവാൻ തക്ക കഥയാണോ സീരിയലിൽ അരങ്ങേറുന്നത്. ആ പ്രായത്തിലെ കുട്ടികൾ ഇതെല്ലാം കണ്ടാൽ എങ്ങിനെ അടങ്ങിയിരിക്കും. ഇതുകാണുവാനും പ്രേക്ഷകർ ധാരാളമാണ്.

കുടുംബസീരിയലുകൾ എല്ലാ ചാനലിലും ഉണ്ട്. ഇതിലെ പ്രമേയങ്ങൾ അമ്മായിയമ്മ മരുമകൾ വഴക്കും നിസ്സഹായനായി നിൽക്കുന്ന പുരുഷ കഥാപാത്രങ്ങളുമാണ് ആണ്. അല്ലെങ്കിൽ ഒരു സ്ത്രീയുടെ സ്വസ്ഥജീവിതം തകർക്കാൻ കച്ചകെട്ടി ഇറങ്ങിയ മറ്റൊരു സ്ത്രീ. അതിനെസഹായിക്കുന്ന ഒരു പുരുഷ കഥാപാത്രവും.

1.3 ആൽബങ്ങളുടെ അതിപ്രസരം

ടി.വി. ചാനലുകളിൽ ഇന്ന് ആൽബങ്ങൾ ചവറുപോലെയാണ്. പക്ഷേ ഒന്നിനും തന്നെ വേണ്ട നിലവാരമില്ലെന്നു മാത്രം. ഇന്ന് നിരത്തിലിറങ്ങിയാൽ എല്ലായിടത്തും ആൽബങ്ങളുടെ ഫ്ളെക്സാണ്. ആൽബത്തിലെ നടീനടന്മാരെ തട്ടീട്ടും മുട്ടീട്ടും നിരത്തിൽകൂടി നടക്കുവാൻ കൂടി വയ്യാതായിരിക്കുന്നു. മിക്ക കേരളീയ ആൽബങ്ങളും ഇന്ത്യൻ/വിദേശ ആൽബങ്ങളുടെ കോപ്പികളാണ്. മാപ്പിളപാട്ടുകളെയാണ് ഏറ്റവും അധികം ആൽബമെന്ന ആഭാസത്തിനു

കൂട്ടുപിടിച്ചിരിക്കുന്നത്. ഇതിനുവേണ്ടി എന്റർടെയ്ൻമെന്റ് ചാന ലുകൾ വരെയുണ്ട്. ചാനൽ പേരുകൾ ബഹുരസമാണ്. കപ്പ, ചേന, ചേമ്പ് കാച്ചിൽ, കിഴങ്ങ് അങ്ങിനെനീണ്ടുപോവും ഇതിലെയെല്ലാം പരിപാടികൾക്കും ഇതേപേരുതന്നെയാണ്. ഉദാ: അവിയൽ ലൈവ്, സ്റ്റാർജാം, തൈക്കുടം, കപ്പ വീക്കെൻഡർ ഇങ്ങനെപോവുന്നു പേരു കൾ. ആൽബങ്ങളിലെ വിഷയം നഗ്നതയും രതിയും മേമ്പൊടിക്ക് അല്പം പ്രണയവുമാണ്.

1.4 പരിധി ലംഘിക്കുന്ന അവതാരകർ

ഏതു പരിപാടിയും നന്നാവുന്നത് അതിന്റെ അവതാരകൻ നന്നാ വുമ്പോഴാണ്. അവരുടെ സംഭാഷണം, പെരുമാറ്റം, വേഷവിധാനം എന്നിവയൊക്കെ പ്രേക്ഷകരെ ആകർഷിക്കുന്നതായിരിക്കണം.

മലയാളികൾ പ്രതീക്ഷയോടെ വരവേറ്റ മ്യൂസിക് ചാനലായി രുന്നു കിരൺ ടി. വി. പക്ഷേ അവതാരകർ അതിലെ ഓരോ പരി പാടിയും വസ്ത്രധാരണ രീതികൊണ്ടും സംഭാഷണശൈലി കൊണ്ടും മോശമാക്കികൊണ്ടിരുന്നു.

ഉദാഹരണത്തിന് രാവിലെ ഒമ്പതു മണിക്കും വൈകിട്ട് അഞ്ചു മണിക്കും അവതരിപ്പിക്കുന്ന പരിപാടിയുടെ അവതാരകയുടെ വേഷം കണ്ടിട്ട് ഒരിക്കൽ ഒരു സ്ത്രീ വിളിച്ചു പറഞ്ഞുവത്രേ. മോൾ ദയവുചെയ്ത് ഇങ്ങനെയുള്ള വസ്ത്രങ്ങൾ ധരിച്ച് പരിപാടി അവ തരിപ്പിക്കാൻ വരരുത്. അതുപോലെ ഏഷ്യാനെറ്റിലെ ഒരു പരിപാ ടിയുടെ അവതാരികയുടെ സംസാരശൈലി അടുത്തിടെ ഏറെ ചർച്ചാവിഷയമായതാണ്. കുറെക്കൂടി പരിപാടി അവതരിപ്പിക്കാൻ അവർക്ക് അവസരം ലഭിച്ചെങ്കിൽ അവരുടെ അവതരണശൈലി യെക്കുറിച്ച് ആരെങ്കിലും റിസർച്ചിനുവരെ മുതിർന്നേനേ.

1.5 കോമഡി പ്രവാഹം

ഏഷ്യാനെറ്റ് തുടക്കമിട്ട 'സിനിമാല'യായിരുന്നു മറ്റു ചാനലു കൾക്ക് ഇത്തരം പരിപാടികളാരംഭിക്കാൻ പ്രേരകമായത്. പിന്നീട് എല്ലാ ചാനലിലും ഇത്തരം പരിപാടികളുടെ വെള്ളപൊക്കമായി രുന്നു. 'സിനിമാല'യ്ക്കു പകരം സൂര്യയിൽ 'നുറുങ്ങുകൾ' തുട ങ്ങി. പക്ഷേ നുറുങ്ങുകൾ നുറുങ്ങി നുറുങ്ങി അവസാനിച്ചു. സിനി മാല ഇപ്പോഴും ഉണ്ട്. പക്ഷേ പ്രേക്ഷകർ തീരെ ഇല്ല.

സിനിമാസീനുകൾ കാണിച്ചുകൊണ്ടുള്ള കോമഡിഷോകൾ ആരംഭിച്ചതും ഏഷ്യാനെറ്റ് തന്നെയാണ്. ഏഷ്യാനെറ്റിൽ അത്

കോമഡി ഷോയായും, സൂര്യയിൽ കോമഡിടൈം ആയും കപ്പയിൽ കോമഡി ഗ്രിഡ് ആയും കൈരളിയിൽ ജഗതി ജഗതിമയമായും ജീവനിൽ വ്യത്യസ്ത ചിരിമധുരം തുടങ്ങിയ പേരുകളിൽ ഈ പരിപാടികൾ അറിയപ്പെടുന്നു. ആദ്യമൊക്കെ പ്രേക്ഷകർക്ക് വ്യത്യസ്തത അനുഭവപ്പെട്ടെങ്കിലും കണ്ടുമടുത്ത കോമഡിസിനിമാരംഗങ്ങളുടെ ആവർത്തനം, മിമിക്രികാട്ടൽ, ഫോൺ സംഭാഷണം എന്നിവയെല്ലാം പ്രേക്ഷകരുടെ ക്ഷമയെ പരീക്ഷിക്കുകയാണ് ചെയ്തത്.

സമകാലീന ഹാസ്യപരിപാടികളായ ജനകീയം ജാനകി, പരിഭവം പാർവ്വതി, ധിം തരികിട തോം, ഗുലുമാൽ ഭായ് തുടങ്ങിയ പരിപാടികൾ ഒന്നിന്റെ പകർപ്പ് തന്നെയായിട്ടാണ് പ്രേക്ഷകനു മുന്നിലെത്തുന്നത്. ഏഷ്യാനെറ്റിൽ തുടങ്ങിയ കോമഡി സ്റ്റാർസ് ഒരുവിധം നിലവാരമുള്ള പ്രോഗ്രാം ആയിരുന്നു. അതിന്റെ ചുവടുപിടിച്ച് കോമഡി എക്സ്പ്രസ്, കോമിക്കോള, ചിരിയോചിരി, ചിരിമസിനിമ തുടങ്ങി ഒട്ടനവധി പ്രോഗ്രാമുകൾ പ്രേക്ഷകർക്ക് മുന്നിലെത്തി.

എല്ലാത്തിലും തന്നെ ചിരിയ്ക്കുവേണ്ടിയുള്ള ചിരിയായും തമാശയ്ക്കു വേണ്ടിയുള്ള തമാശയായും നിന്നിടത്തുതന്നെ നിന്നു. കേൾക്കുന്നവർക്ക് അതൊരു കോമഡിയാണെന്ന് പോലും മനസിലാവാതുള്ളതായിരുന്നു മിക്ക പരിപാടികളിലെയും കോമഡികൾ. അതുപോലെ ജനത്തിനെചിരിപ്പിക്കുവാനായി അശ്ലീലം കലർന്ന കോമഡിയും പ്രേക്ഷകർക്കു മുന്നിലെത്തി. ആദ്യമൊക്കെ സഹിക്കാവുന്ന തരത്തിലുള്ള അശ്ലീല കോമഡിയായിരുന്നെങ്കിൽ പിന്നീടത് പരിധികൾ ലംഘിച്ചു. കുടുംബമായിരുന്ന് കാണാൻ പറ്റാത്ത സ്ഥിതിയിലേക്കെത്തി. ആദ്യമൊക്കെ അശ്ലീലതയെ വിധികർത്താക്കൾ വിലക്കിയിരുന്നു. പിന്നീടായപ്പോൾ അവർക്കും പറയാനൊന്നുമില്ലാതായി.

1.6 ഭക്തിയുടെ മേലുള്ള കടന്നുകയറ്റം

ചാനലുകൾ എല്ലാ കാലത്തും ജനങ്ങളുടെ ഭക്തിയെ ചൂഷണം ചെയ്തിരുന്നു. ഏഷ്യാനെറ്റിലെ കടമറ്റത്ത് കത്തനാർ, കൈലാസനാഥൻ, ഗന്ധർവ്വയാമം തുടങ്ങിയവയും സൂര്യയിലെ ഏഴിലംപാല, ദൂരദർശനിൽ ജയ്മഹനുമാൻ തുടങ്ങി ഒട്ടനവധി ഭക്തിസീരിയലുകൾ രംഗപ്രവേശം ചെയ്തു. ജനപ്രീതി നേടിയ 'കടമറ്റത്ത് കത്തനാർ' എന്ന സീരിയലിലെ കത്തനാരായി വേഷമിട്ട പ്രകാശ്പോൾ

ഒരിക്കൽ ഏഷ്യാനെറ്റിലെ സംഗീത ക്വിസ് പരിപാടിയിൽ അതിഥിയായെത്തി. അവതാരകൻ പ്രകാശ് പോളിനോട് മറക്കാത്ത ഒരു അനുഭവത്തെക്കുറിച്ച് ചോദിച്ചപ്പോൾ അദ്ദേഹം ഒരു സംഭവം പറഞ്ഞു. ഒരിക്കൽ ഒരു ചടങ്ങിന് ഞാൻ മുഖ്യാതിഥിയായെത്തിയപ്പോൾ ഒരു സ്ത്രീ വേദിയിൽ നിന്ന് സ്റ്റേജിലേക്ക് കടന്നുവന്ന് എന്റെ കാൽതൊട്ട് വന്ദിച്ചു. എന്തു ചെയ്യണമെന്നറിയാതെ ഞാൻ പരിഭ്രമിച്ചു.

വളർന്നുവരുന്ന ചാനൽ സംസ്കാരത്തിലെ ഇരയാണ് ആ സ്ത്രീ ചാനൽ / മാധ്യമങ്ങളാണിന്ന് മലയാളിയുടെ ജീവിതശൈലി, ഭക്തി മുതലായവയെ തീരുമാനിക്കുന്നത്. ഏഷ്യാനെറ്റിൽ 'കണ്ണാടി' എന്ന വാർത്താധിഷ്ഠിത പരിപാടി തുടങ്ങിയപ്പോൾ സൂര്യ 'അണിയറ'യും കൈരളി 'സാക്ഷി'യും ഇന്ത്യാവിഷൻ 'പൊളിട്രിക്സും' തുടങ്ങി. (മാധ്യമങ്ങളുടെ അധിനിവേഷം : 2005, 165)

1.7 വിരസമാകുന്ന ചർച്ചകൾ

ഇന്ത്യാവിഷൻ ന്യൂസ് ചാനൽ തുടങ്ങിയത് എൻ.ഡി.ടി.വി. 24x7 എന്ന ഇംഗ്ലീഷ് വാർത്താചാനലിനെഅനുകരിച്ചാണ്. ഇന്ത്യാവിഷന്റെ ചുവടുപിടിച്ച് മാതൃഭൂമി, മനോരമ, റിപ്പോർട്ടർ, ഏഷ്യാനെറ്റ് തുടങ്ങിയവരും ന്യൂസ്ചാനൽ ആരംഭിച്ചു. എല്ലാ ചാനലുകളിലും രാത്രി 9 മണിക്കുള്ള ചർച്ചകൾ ഏതാണ്ട് ഒരേ സ്വഭാവം പുലർത്തുന്നവയാണ്.

1.8 ചൈനീസ് മുതൽ ചാളക്കറിവരെ

ഇന്ന് ഏതു ചാനൽ മാറ്റിയാലും പ്രധാനഇനമാണ് കുക്കറി ഷോ. ടേയ്സ്റ്റ് ടൈം, കുക്കറി, പാചകപ്പുര, ഷെഫ് മാസ്റ്റർ, ചില്ലിറൈസ്, റൈസ് & ഷൈൻ, ക്രിയേറ്റീവ് ഷെഫ് ഇങ്ങനെനീണ്ടപോകുന്നു പേരുകൾ. പാചക പരിപാടിയിൽ ആദ്യമാദ്യം അവതരിപ്പിച്ചിരുന്നത് വെസ്റ്റേൺ പാചകവിധികളാണ്.

പക്ഷേ ഇത് സാധാരണക്കാരന് സങ്കല്പിക്കാൻ പോലുമാവില്ല എന്നത് ചാനലുകാർക്ക് അറിയില്ലായിരുന്നു. അതു ബോധ്യമായപ്പോൾ അവർ നമ്മുടെ നാടൻകറികളിലേക്ക് തിരിച്ചുവന്നു. ഇപ്പോൾ കുക്കറിഷോയിൽ നാടൻ വിഭവങ്ങൾ തയ്യാറാക്കുന്ന തിരക്കിലാണ്, നാടൻ കപ്പയും ചാളക്കറിയും ചേനയും ചേമ്പുമെല്ലാം അങ്ങിനെചാനൽ വഴിയെങ്കിലും മലയാളിക്കു മുന്നിലെത്തി പക്ഷേ ഇതിന് എത്രത്തോളം പ്രേക്ഷകരുണ്ട് എന്നതു കണ്ടറിയണം.

ഉപസംഹാരം

1. അനുകരണം വഴിയായി പ്രേക്ഷകർക്ക് ചാനൽ പരിപാടികളോടുള്ള മതിപ്പ് കുറയുന്നു.

2. ചാനൽ പരിപാടികളോടുള്ള മമതയില്ലായ്മ നിമിത്തം പ്രേക്ഷകർ കുറയുന്നു.

3. അനുകരണവും അശ്ലീലതയും വഴിയായി ചാനലുകളുടെ അന്തസ്സും ആഭിജാത്യവും കുറഞ്ഞു പോകുന്നു.

4. ചാനലുകളുടെ പെരുപ്പം നിമിത്തം സാമൂഹിക ബന്ധങ്ങൾക്ക് വിള്ളൽ വീഴുന്നു.

5. ചാനൽ പരിപാടികൾ നിമിത്തം സമൂഹത്തിലെ ജനങ്ങളുടെ ഇടയിൽ അനുകരണ സാധ്യത കൂടുന്നു. ഇത് പല വിപത്തുകളിലും ചെന്നവസാനിക്കും.

6. സത്യസന്ധത, മാന്യത തുടങ്ങിയ വാക്കുകൾക്ക് ചാനൽ പരിപാടികളിൽ സ്ഥാനമില്ല. ചാനൽ പരിപാടികൾ എല്ലാ സീമകളും ലംഘിച്ച് ഒരു പോപ് സംസ്കാരത്തിലേക്ക് പ്രേക്ഷകരെ എത്തിക്കുകയാണ് ചെയ്യുന്നത്.

7. ജനത്തിന് ഏതു പരിപാടികൾ കാണണമെന്ന സംശയമാണ്.

8. കുട്ടികൾക്ക് ചാനൽ മാറ്റാനുള്ള വ്യഗ്രത, അടിപിടി.

സഹായകഗ്രന്ഥങ്ങൾ

1. ഫ്രാൻസിസ് കാരയ്ക്കാട്ട് (എഡി): മാധ്യമങ്ങളുടെ അധിനിവേഷം, 2005, ഡോൺബോസ്കോ കോളേജ്, ജേണലിസം ഡിപ്പാർട്ട്മെന്റ്, കണ്ണൂർ യൂണിവേഴ്സിറ്റി.

○○

14

മാധ്യമസന്ദേശം: മാറുന്ന കാലം, മാറുന്ന പ്രവണതകൾ

ഡോൺ ബോസ്കോ

സമൂഹത്തിൽ നിലവിലുള്ള അധികാരഘടനയെ പ്രതിഫലിപ്പിക്കുകയും അതേസമയം തന്നെ, ആ അധികാരഘടനയെ മാറ്റിമറിക്കുകയും ചെയ്യുന്ന ഇരട്ടദൗത്യമാണ് പലപ്പോഴും മാധ്യമങ്ങൾക്ക് ഏറ്റെടുക്കേണ്ടി വരുന്നത്. അധികാരഘടനയെ പ്രതിഫലിപ്പിക്കുന്നു എന്നതുകൊണ്ടു തന്നെ മാധ്യമങ്ങളുടെ സ്വഭാവം അധികാരത്തിന്റെ പ്രതിച്ഛായയിൽത്തന്നെ കാണപ്പെടുന്നത് യാദൃശ്ചികമല്ല. അധികാരഘടനയെ മാറ്റിമറിക്കുക എന്ന അതിന്റെ പ്രഖ്യാപിതലക്ഷ്യത്തിൽ നിന്ന് അതിനാൽ തന്നെ അത് അകന്നു പോവുകയും ചെയ്യുന്നു. മേൽസൂചിപ്പിച്ച വൈരുദ്ധ്യങ്ങൾ (അധികാരഘടനയെ മാറ്റിമറിക്കുക, അധികാര ഘടനയെ പ്രതിഫലിപ്പിക്കുക) തികച്ചും തൊഴിൽ പരമാകുന്നതാണ് യാഥാർത്ഥ്യം.

നേരെമറിച്ച് അത് ആത്മനിഷ്ഠമായാൽ ആ വൈരുദ്ധ്യം ദൗത്യമായി ഏറ്റെടുക്കുന്നതിന് ബുദ്ധിമുട്ട് വരികയില്ല. നിർഭാഗ്യവശാൽ മാധ്യമപ്രവർത്തകർ തൊഴിലാളികൾ തന്നെയായി മാറുന്നു എന്നതാണ് സത്യം. അതിനാൽത്തന്നെ മാധ്യമപ്രവർത്തനം യാന്ത്രികമായി മാറുകയും അതുകൊണ്ട് അതിലെ വിശ്വാസ്യതയ്ക്ക് കോട്ടവും സംഭവിക്കുന്നു.

0.1 ഭരണകൂടത്തിന്റെ താൽപര്യം - മീഡിയാ സിൻഡിക്കേറ്റ്

ഇവിടെ ഭരണകൂടം എന്ന പദം കൊണ്ട് ഉദ്ദേശിക്കുന്നത് അധികാര സംവിധാനങ്ങളെ മാത്രമല്ല. അതോടൊപ്പം ആ സംവിധാനത്തിൽ കടന്നു കയറി അവരവരുടെ താല്പര്യങ്ങൾക്ക് വിധേയ

മായി പ്രവർത്തിക്കാൻ അതിനെ നിർബന്ധിതമാക്കുന്ന ബാഹ്യശക്തികളെക്കൂടിയാണ്.

ഭരണകൂടതാല്പര്യങ്ങൾ എല്ലാക്കാലത്തും സാധാരണ ജനതയുടെ ജീവിതങ്ങളെ പലരീതിയിൽ സ്വാധീനിക്കുന്നു. ആ സ്വാധീനം ജനതയ്ക്ക് ഗുണവും ദോഷവുമായി ഭവിക്കാം. ചിലർക്ക് ചിലത് നല്ലതെങ്കിൽ മറ്റു ചിലർക്ക് അത് ദോഷവുമാണ്. നിർഭാഗ്യവശാൽ വർത്തമാനകാലത്തെ ഭരണകൂടപ്രവർത്തനത്തിന്റെ സ്വാധീനം ന്യൂനപക്ഷത്തിന് ഗുണവും ഭൂരിപക്ഷത്തിന് പ്രതിസന്ധിയുമായി ഭവിക്കുന്നു എന്നഅവസ്ഥയുമുണ്ട്. ഇത്തരമൊരു ഘട്ടത്തിൽ പ്രചാരണസംവിധാനങ്ങളെ തങ്ങൾക്കനുകൂലമായി നിലനിർത്താൻ അധികാരം ശ്രമിക്കുന്നു. ആ ശ്രമം ആജ്ഞാസ്വരത്തിൽ മാത്രമായിരിക്കില്ല. അത് അനുനയമാകാം മറ്റുവഴികളിലൂടെയുമാകാം.

ഒരു വ്യവസായമെന്ന നിലയിൽ നിലനിൽപ്പിനു വേണ്ടി നടത്തേണ്ടി വരുന്ന ഒത്തുതീർപ്പുകൾ പലപ്പോഴും പരസ്യദാതാക്കൾക്കും പത്രത്തിന്റെ വില്പനയെ സ്വാധീനിക്കാൻ കെല്പുള്ള സംഘടിത ശക്തികൾക്കും പുറത്തു നിന്നുകൊണ്ടുതന്നെ മാധ്യമപ്രവർത്തനങ്ങളിൽ ഇടപെടാൻ കഴിയുന്ന സാഹചര്യം സൃഷ്ടിക്കുന്നു. ലോകവ്യാപകമായിത്തന്നെ ഈ പ്രവണത ശക്തിപ്പെട്ടു വരികയാണ്. അധികാരത്തിന്റെ ആജ്ഞാശക്തിയും വ്യവസായത്തിന്റെ കച്ചവടതാല്പര്യങ്ങളും അതിന്റെ ബുദ്ധിയും ഒന്നുചേർന്നുകൊണ്ട് ചെലുത്തുന്ന സ്വാധീനം മാധ്യമങ്ങൾക്കുള്ളിൽ ഒരുതരം പ്രത്യേക വർഷത്തെ സൃഷ്ടിക്കുന്നു. മീഡിയാ സിൻഡിക്കേറ്റ് എന്ന പേരിട്ട് അതിനെ വിളിച്ചതിൽ യുക്തിക്കുറവൊന്നുമില്ല. ആ വർഷമാണ് ഇന്നത്തെ മാധ്യമലോകത്തെ ഭരിക്കുന്നത്. അതിനാൽ തന്നെ ഭരണവിരുദ്ധ പ്രക്ഷോഭകരെ വേട്ടയാടുമ്പോഴും അവരിൽ ചിലർ തീവ്രവാദികളായി മുദ്രകുത്തപ്പെടുമ്പോഴും മാധ്യമലോകം ഒന്നുകിൽ മൗനം പാലിക്കുന്നു. അല്ലെങ്കിൽ വാർത്തകളെ ഭരണകൂടതാല്പര്യങ്ങൾക്കനുസരിച്ച് വക്രീകരിക്കുന്നു. ഇതുരണ്ടും ഗൗരവകരമായ യാഥാർത്ഥ്യമാണ്.

ഒപ്പം കുറ്റകരമായ അനാസ്ഥയും. എതിർക്കപ്പെടേണ്ട ഈ ദ്വന്ദ സാഹചര്യത്തിനെതിരു നിൽക്കുന്ന മാധ്യമങ്ങൾ തീരെയില്ലെന്ന് ഇതിലൂടെ പറഞ്ഞു വയ്ക്കുന്നില്ല. എന്നാൽ ഈ പ്രതിയോഗികൾ തന്നെ മറ്റു ചില താല്പര്യങ്ങൾക്കുകൂടി വഴങ്ങേണ്ടി വരുന്നു എന്ന അവസ്ഥയുമുണ്ട്. അത് രാഷ്ട്രീയമാകാം മതമാകാം. ഇരു രണ്ടുമല്ലെങ്കിൽ അതാത് സാഹചര്യങ്ങളിലുദയം കൊള്ളുന്ന മാനേജ്മെന്റ്

താല്പര്യവുമാകാം. എങ്ങനെയൊക്കെ ചിന്തിച്ചാലും ഇരകൾക്കൊപ്പം നിൽക്കുന്നു എന്ന പ്രതിച്ഛായ സൃഷ്ടിക്കാനേ ഏത് മാധ്യമവും ശ്രമിക്കുന്നുള്ളു എന്ന് വിലയിരുത്തേണ്ടി വരും. ആ മനോഭാവം ഒരു സുപ്രഭാതത്തിൽ വന്നു ഭവിച്ചതുമല്ല. അതിനു പിന്നിൽ പ്രവർത്തനത്തിന്റെ നൈരന്തര്യമുണ്ട്. അങ്ങനെ മാറിവന്ന ഇന്നത്തെ സാഹചര്യത്തിന് ഇനിയൊരു മാറ്റം എന്ന്? അത് എങ്ങനെ? എന്ന ചോദ്യങ്ങളും ഉദിക്കുന്നു.

ചോദ്യങ്ങളുടെ ഉത്തരങ്ങൾ വർത്തമാനകാലം തരില്ല. അത് തീരുമാനിക്കുകയും തരികയും ചെയ്യുന്നത് ഭാവികാലമാണ്. എന്ന് ഉത്തരം കിട്ടുമെന്നത് പറയാനാകില്ലെങ്കിലും എന്തായിരിക്കും ഉത്തരം എന്നത് ഇന്നത്തെ സാമൂഹ്യ സാഹചര്യം വച്ച് പറയാനാകും. വരാനിരിക്കുന്ന മാറ്റം ഒട്ടും ആശാവഹമാകില്ല. എന്നതുകൊണ്ട് തന്നെയാണത്. അപ്പോൾ, ഭരണകൂടതാല്പര്യം പരിഗണിച്ച് അതിന്റെ മർദ്ദനോപകരണമായ എക്സിക്യൂട്ടീവ് അഥവാ ഉദ്യോഗവൃന്ദം നിരപരാധികളെ വേട്ടയാടുമ്പോൾ മാധ്യമങ്ങൾ കൈക്കൊള്ളുന്ന അപായകരമായ മൗനം നൽകുന്ന സന്ദേശവും മറ്റൊന്നല്ല. ഞങ്ങൾ ഉറക്കം നടിച്ചുകൊള്ളാം നിങ്ങൾ നിങ്ങളുടെ വേട്ട തുടർന്നുകൊള്ളൂ എന്നാണ് ആ മൗനത്തിന്റെ അർത്ഥം. ആ അർത്ഥം ഞങ്ങൾ മുൻകൂട്ടി വ്യാഖ്യാനിച്ചിട്ടുണ്ട്. എന്നെല്ലാം ചിലർ പറയുന്നു. ശരിയാണ്, അത് അവർ വ്യാഖ്യാനിച്ചിട്ടുണ്ട്. എന്നിരുന്നാലും അതിനെതിരെ എന്താണ് ആ വ്യാഖ്യാതാക്കൾ ചെയ്യുന്നത് എന്നൊരു ചോദ്യം അവിടെ ബാക്കിയാകുന്നു.

0.2. ഭൗതികവും ആത്മീയവും കീഴടക്കുമ്പോൾ

എന്തിനുവേണ്ടിയാണോ ഒരു പ്രസിദ്ധീകരണം നിലകൊള്ളുന്നത്, അതിനു നേരെ ഘടകവിരുദ്ധമായ ആശയഗതിക്കും അതിന്റെ പ്രയോക്താക്കൾക്കും ആ പ്രസിദ്ധീകരണത്തിൽ ലഭിക്കുന്ന പരിഗണനയുടെ അളവു തന്നെയാണ് ആ പ്രസിദ്ധീകരണം പുലർത്തുന്ന മൂല്യബോധത്തിന്റെയും അളവുകോൽ. ഈ പ്രസ്താവനക്ക് അത് നടത്തിയ കാലത്തേക്കാൾ ഏറെ പ്രസക്തി ഇന്നുമുണ്ട്.

2014 ജൂലൈ മാസം 9-ാം തീയതിയാണ് ഊരുഭൂമി സംരക്ഷിക്കാനും വംശനാശത്തിൽ നിന്ന് രക്ഷനേടാൻ നടപടി ആവശ്യപ്പെട്ടും ആദിവാസികൾ സെക്രട്ടറിയേറ്റ് നടയ്ക്കൽ ആദിവാസിഗോത്രമഹാസഭയുടെ നേതൃത്വത്തിൽ അനിശ്ചിതകാല നില്പുസമരം ആരംഭിക്കുന്നത്. അതിന് ഇക്കഴിഞ്ഞ തിരുവോണക്കാലത്തും തീരു

മാനമുണ്ടായില്ല. അവരുടെ എങ്ങുമെത്താത്ത നിൽപ്പ് മാത്രം ബാക്കിയാകുന്നു. 2001-ൽ ഏ.കെ. ആന്റണി സർക്കാരിന്റെ കാലത്ത് 48 ദിവസത്തെ കുടിൽ കെട്ടി സമരത്തെത്തുടർന്ന് ഒപ്പു വച്ച കരാറിലെ വ്യവസ്ഥകൾ നടപ്പിലാക്കണമെന്നു മാത്രമാണ് അവരുടെ ആവശ്യം. അതിനു നേരെ അനുഭാവപൂർണ്ണമായ ഒരു നോട്ടം പോലും ഇന്നിതുവരെ സർക്കാരിന്റെ ഭാഗത്തു നിന്നും ഉണ്ടായിട്ടില്ല. അവർക്കതിനു സമയമമില്ലായിരിക്കാം. ധനമൂലധന ശക്തികളുടെ കുതിപ്പിനൊപ്പം അവർക്ക് വേഗം കൂട്ടാൻ ഓടുന്ന സർക്കാർ സംവിധാനത്തിനും സാരഥികൾക്കും അതിന് എവിടെയാണ് സമയം?

അതിലെ രാഷ്ട്രീയ വശങ്ങൾ ചർച്ചചെയ്താൽ മറ്റൊരു പ്രബന്ധം അതിനായി അവതരിപ്പിക്കേണ്ടി വരും. ഇക്കാര്യത്തിൽ നമ്മുടെ മാധ്യമങ്ങളുടെ നിലപാട് എന്തായിരുന്നു എന്നാണിവിടത്തെ വിഷയം. അത് ബോധപൂർവ്വമായ ഒരു വഴിമാറ്റമല്ലേ എന്ന കാര്യവും ഇവിടെ പരിശോധിക്കുന്നു.

മേൽ സൂചിപ്പിച്ച ജൂലൈമാസം മുഴുവൻ മാധ്യമങ്ങൾ ചർച്ചാവിഷയമാക്കിയത് ദിലീപ് മഞ്ജുവാര്യർ വിവാഹമോചനവും ശ്രീമതി വാര്യരുടെ മോചനവ്യാപാരക്കത്തുമായിരുന്നു. അതിലെ വാക്കുകൾ ഏറെ താല്പര്യമെടുത്ത് മാധ്യമലോകം വിശകലനം ചെയ്തു. 'സുഹൃത്തുക്കളെ പഴി പറയരുത്, അവർ എല്ലാക്കാലത്തും താങ്ങായി നിന്നവരാണ്. ദിലീപേട്ടന് കലാരംഗത്തും ജീവിതത്തിലും എല്ലാവിധ ഉന്നതിയും ഉണ്ടാവട്ടെ. മീനൂട്ടിക്ക് അച്ഛനോടുള്ള സ്നേഹം മറ്റാരേക്കാളും നന്നായി അറിയാം. അവളെ എനിക്കൊപ്പം വിട്ടുകിട്ടാൻ ഒരിക്കലും കോടതിയെ സമീപിക്കില്ല. അമ്മ അവൾക്ക് അകലെയല്ല...' ഇങ്ങനെ പോകുന്നു അവരുടെ വാക്കുകൾ. ജീവിതം ഇടയിൽ വച്ച് മുറിഞ്ഞു പോയ ഒരു പെണ്ണിന്റെ വിഷമവും വിഹ്വലതയും അതിൽ വായിക്കാം. അത് മനസ്സിലാക്കുന്നു. അതിനുമപ്പുറം ഭർത്തൃ സവിധം നിന്നു നേടിയ സ്വത്തുവകകൾ ത്യജിക്കാനുള്ള അവരുടെ ആത്മാഭിമാനവും കണ്ടില്ലെന്നു നടിക്കുന്നില്ല. എന്നാൽ, ഒരു വിവാഹമോചനം, അത് പ്രശസ്തരായ വ്യക്തികളായതിനാൽ അതിന് ലഭിക്കുന്ന സ്ഥാനപരമായ പ്രാധാന്യം എന്നതിൽ കവിഞ്ഞ് എന്താണിതിന് മൂല്യമുള്ളത്? അക്കാലമത്രയും മുൻപേജുകളിൽ നിറഞ്ഞ ഗാസയിലെ കൂട്ടക്കുരുതികളെ എത്രപേർ ഓർമയിൽ വയ്ക്കുന്നു. നിരപരാധികളായ പാലസ്തീനിയൻ പൗരന്മാരെ ഇസ്രയേൽ വധിച്ചു എന്നതുമാത്രമല്ല അവിടത്തെ വസ്തുത. മറിച്ച്

സ്ത്രീകളേയും പിഞ്ചുകുഞ്ഞുങ്ങളേയും തിരഞ്ഞുപിടിച്ച് കൂട്ടക്കൊല നടത്തിയ സയണിസ്റ്റ് ഭരണകൂടം നടപ്പാക്കിയത് അക്ഷരാർത്ഥത്തിൽ വംശഹത്യയായിരുന്നു. അത് ഞങ്ങൾ വാർത്തയാക്കിയില്ലേ എന്ന ചോദ്യം ന്യായീകരണത്തിനായി ഉന്നയിക്കാം. പക്ഷേ ഒന്നാം പേജിന്റെ മുകളിൽ മഞ്ജുവിന്റെ ബഹുവർണ്ണചിത്രം (ഇത്രയും പ്രായമായിട്ടും ചുളിവില്ലാത്ത മുഖവും, നരകയറാത്ത മുടിയും സൂക്ഷിക്കുന്നത് ഒരു കല തന്നെയാണ്). കൊടുത്തതോടെ തീർന്നു! 1975- ജൂൺ 26-ന് അർദ്ധരാത്രിയിൽ അടിയന്തിരാവസ്ഥ പ്രഖ്യാപിച്ചു കൊണ്ട് അർധഫാസിസ്റ്റ് ഭരണത്തിന്, ഭരണകൂടഭീകരതയ്ക്ക് തുടക്കം കുറിച്ചപ്പോൾ മുഖപ്രസംഗമെഴുതാതെ ആ കോളം ശൂന്യമാക്കിയിട്ട് പ്രതിഷേധിച്ച മാധ്യമപാരമ്പര്യമുള്ള നമ്മുടെ നാട്ടിലാണ് ഇങ്ങനെ നടക്കുന്നത് എന്നതു കൂടി ചിന്തിക്കുമ്പോഴാണ് മേൽപ്പറഞ്ഞ കാര്യങ്ങൾക്ക് പ്രാധാന്യമേറുന്നത്. അതിന്റെ വെളിച്ചത്തിൽ പറഞ്ഞാൽ ഇത് ബോധപൂർവ്വമായ ഒരു വഴിതിരിച്ചുവിടൽ തന്നെയാണ്. അപ്പോൾ അത് ആർക്കു വേണ്ടിയാണ് ? ഭരണകൂടത്തിനു വേണ്ടിത്തന്നെ. ആ കൂട്ടക്കൊലകളിൽ പ്രതിഷേധിച്ചുള്ള പതിവു പ്രസ്താവനകൾ ഒഴിച്ചാൽ മറ്റൊന്നും നമ്മുടെ ഭരണകർത്താക്കൾ ചെയ്തില്ല. ഇസ്രയേലുമായി ചേർന്നുള്ള ആയുധവില്പനക്കരാറും മറ്റുമെല്ലാം ഇതോടൊപ്പം ചേർത്തുവായിച്ചാൽ ചിത്രം പൂർണ്ണമാകും.

ആത്മീയത നിറഞ്ഞ അന്തരീക്ഷത്തെ സൃഷ്ടിക്കുക എന്നത് മാധ്യമലോകത്തെ ഒരു പ്രത്യേക പ്രവണതയാണ്. അത് യാദൃശ്ചികമല്ല. അങ്ങനെയൊരു അന്തരീക്ഷം സൃഷ്ടിക്കപ്പെട്ടാൽ അതുവഴിയുണ്ടാകുന്ന ശക്തമായ ഒരു മറ മറ്റു പലതിനും മറുമരുന്നാകുന്നു. അടുത്ത കാലത്ത് കരുനാഗപ്പള്ളിയിൽ ബാധയൊഴിപ്പിക്കലിന്റെ പേരിൽ നടന്ന ക്രൂരമായ ഒരു കൊലപാതകം ഭീകരമായ പല വസ്തുതകളിലേക്കും വിരൽ ചൂണ്ടുന്നു. നമ്മുടെ നാട്ടിലെ വിദ്യാസമ്പന്നരും സമൂഹത്തിൽ മാന്യരെന്നു കരുതപ്പെടുന്നവർ പോലും ഇത്തരം അന്ധവിശ്വാസങ്ങളിൽ അടിപ്പെടുന്നു. എന്തുകൊണ്ടാണ് ഇതെന്ന് അന്വേഷിക്കുമ്പോഴാണ് പല പരസ്യങ്ങളിലും നമ്മുടെ കണ്ണുകൾ ഉടക്കുന്നത്. സർവ്വ ദോഷത്തിനും പരിഹാരം, ശത്രുദോഷത്തിൽ നിന്നും അകന്നു മാറാം, വൈരികളെ ഭയപ്പെടാതിരിക്കാൻ, സർവ്വൈശ്വര്യത്തിന് ഇത്യാദി തലക്കെട്ടുകളിലുള്ള പരസ്യങ്ങൾ വരുന്നത് മിക്കവരേയും ആകാംഷ രിതരാക്കും.പത്തു ദിവസം അത് തുടർച്ചയായി വായിച്ചാൽ പരീക്ഷണത്തിന് ആവേശമുയരും

എന്നത് യാഥാർത്ഥ്യമാണ്. പത്തു ദിനം അത് തുടർച്ചയായി വായിക്കുന്ന പത്തിലൊരുവൻ അതിനിറങ്ങിത്തിരിച്ചാൽ അത്ഭുതമില്ല. ഇതിനെതിരെ നടപടിയുണ്ടായാൽ അത് മതത്തിനും മതവിശ്വാസത്തിനും മേലുള്ള കടന്നു കയറ്റമായി വ്യാഖ്യാനിക്കപ്പെടും. പരസ്യം കൊടുക്കുന്നു, അതിനെതിരെ എഴുതുന്നു, എതിർക്കുന്നവർക്കെതിരെ തിരിഞ്ഞ് ജനാഭിപ്രായം രൂപീകരിക്കുന്നു ഇവ മൂന്നും ഒരേ മാധ്യമം തന്നെ ചെയ്യുമ്പോൾ അത് സങ്കീർണ്ണമായ ഒരു പ്രശ്നമായി ഭവിക്കുന്നു.

ആ മൂന്നു കാര്യങ്ങളിലെ ശരിയേത് തെറ്റേത് എന്ന ചിന്തിക്കുന്നയാൾ ആത്മഹത്യ ചെയ്താലും അത്ഭുതപ്പെടേണ്ടതില്ല. നെറിവില്ലാത്ത മാധ്യമപ്രവർത്തനത്തിന്റെ ഇരകളായും ഇവിടെ വായനക്കാർ മാറുന്നു. ഇതിനെതിരെ ആർക്കും വരാനാവില്ല. വന്നാൽ അത് മാധ്യമഅവകാശത്തിൻ മേലുള്ള കടന്നുകയറ്റമായി വ്യാഖ്യാനിക്കപ്പെടും. ഇതിനിടയിൽ എവിടെയാണ് നീതിയും ന്യായവും നടപ്പാക്കപ്പെടുക എന്നത് ഉത്തരമില്ലാത്ത ചോദ്യമാണ്. ഉത്തരം വർത്തമാനകാലം തരില്ലെന്നതാണ് വസ്തുത. ഭാവിയോ ഇരുളാർന്ന യാഥാർത്ഥ്യവും ആളുകൾ വഴിയേതെന്നറിയാതെ പകച്ചില്ലെങ്കിലേ അത്ഭുതമുള്ളു.

0.3 ഇരകൾക്കൊപ്പമോ വേട്ടക്കാരൻ ?

മുയലിനൊപ്പം ഓടുക വേട്ടപ്പട്ടിക്കൊപ്പം കുരയ്ക്കുക. എന്നൊരു നാടൻചൊല്ലിനെ അന്വർത്ഥമാക്കുന്ന തരത്തിലുള്ളതാണ് ഇന്നത്തെ മാധ്യമപ്രവർത്തനമെന്നു പറഞ്ഞാൽ അതിൽ അല്പം പോലും അതിശയോക്തിയുണ്ടാവില്ല. ഞങ്ങൾ ഇരകൾക്കൊപ്പമാണെന്ന പ്രഖ്യാപനം നടത്തുമ്പോൾ തന്നെ വേട്ടക്കാർ നടത്തുന്ന ചായസത്ക്കാരത്തിനെത്തുവാൻ സമയം വൈകുമോ എന്ന് ഉത്കണ്ഠാകുലരാകുന്ന മാധ്യമധർമ്മം നിർവ്വഹിക്കപ്പെടുന്ന ന്യൂജനറേഷൻ. കാലഘട്ടത്തിൽ ആശാവഹമായി ഒന്നുമില്ല. കാരണം, മനുഷ്യന്റെ അതിക്രമങ്ങൾ തങ്ങളുടെ പ്രവർത്തനങ്ങളിലെ ശരികേടുകളുടെ ഉല്പന്നമാണ്. അപ്പോൾ തന്റെ നീതികേടിനെ ചോദ്യം ചെയ്യുന്ന നീതിമാനെ ശത്രുവായിക്കരുതി അവനെ ആക്രമിച്ചു കീഴ്പ്പെടുത്തുന്ന ആക്രമണ തന്ത്രം സ്വീകരിക്കുവാനാണ് ഏല്ലാവരും താല്പര്യപ്പെടുക.

സ്വയം നന്നാവുക എന്ന ചിന്ത ഒരിക്കലുമുണ്ടാകില്ല. അതുതന്നെയാണ് ഇന്നത്തെ മാധ്യമപ്രവർത്തനത്തിന്റെ പ്രത്യേകത. പത്ര

ധർമ്മം മറക്കുന്നു എന്ന ആരോപണത്തിനുള്ള മാധ്യമ മറുപടിയാണ് നിങ്ങൾ തീവ്രവാദിയാണ് എന്നത്.

ആവശ്യമില്ലാത്തതിനെ (എന്ന് അവർ കരുതുന്നതിനെ) മാറ്റി നിർത്തുക എന്ന സാമാന്യ ധർമ്മം ഇന്നില്ല. അനാവശ്യമായതിനെ അവസാനിപ്പിക്കുക എന്ന മാറിയ നീതി യെയാണ് പാലസ്തീനിലെ വംശഹത്യ, ശ്രീലങ്കൻ തമിഴരുടെ കൂട്ടക്കൊല, അവിശ്വാസികളുടെ തിരസ്ക്കാരം എന്ന മതഭാഷ്യം എന്നിവ കൊണ്ട് സൂചിപ്പിക്കുന്നത്. ആ ഉന്മൂലന സിദ്ധാന്തം അവതരിപ്പിക്കുമ്പോൾ അതിലൂടെ വരുന്ന നല്ല ഭാവിയെ പ്രതീക്ഷയോടെ കാണാൻ വീക്ഷിതരെ പ്രചാരകർ നിർബന്ധിതരാക്കുകയാണ് അക്ഷരാർത്ഥത്തിൽ ചെയ്യുന്നത്. അത് ഭരണ വർഗതാല്പര്യത്തിനനുസൃതമായി അവതരിപ്പിക്കുന്നതിനായി എല്ലാ രാജ്യത്തെ മാധ്യമങ്ങളും ഒരേ രീതിയിൽ പ്രവർത്തിക്കുന്നു.

ജനീവ യൂണിവേഴ്സിറ്റിയിലെ ചരിത്രവിദ്യാർത്ഥിയായ ജൊനാഥൻ ബൗഡിനെ തൃപ്രയാ റിൽ വച്ച് കേരളാ പോലീസ് അറസ്റ്റ് ചെയ്യുകയുണ്ടായി. ഇത്തരം അറസ്റ്റുകൾ ഒരുപാട് നടക്കുന്നുവെങ്കിലും അത് വാർത്തയാകാറില്ലെന്നതാണ് വാസ്തവം. എന്നാൽ ഇവിടെ ഇര ഒരു വിദേശ പൗരനായതിനാൽ അതിന് വൻവാർത്താ പ്രാധാന്യമുണ്ടായി. മാവോയിസ്റ്റ് എന്നാരോപിക്കപ്പെട്ടാണ് ഈ അറസ്റ്റ്. മാവോയിസ്റ്റുകൾ തൃപ്രയാറിൽ സംഘടിപ്പിച്ച ഒരു രക്ഷസാക്ഷി അനുസ്മരണത്തെ മാവോയിസ്റ്റ് രഹസ്യയോഗമാക്കി ചിത്രീകരിച്ചായിരുന്നു അറസ്റ്റ്. നൂറുകണക്കിന് പോസ്റ്ററുകളും നോട്ടീസുകളും അച്ചടിച്ച് വിതരണം ചെയ്ത് നടത്തപ്പെട്ട ആ യോഗത്തിലെ ഒരു ക്ഷണിതാവോ പ്രാസംഗികനോ ആയിരുന്നില്ല ജൊനാഥൻ.

പത്രവാർത്തകണ്ട് യാദൃശ്ചികമായി അതിൽ വരികയായിരുന്നു. കമ്മ്യൂണിസ്റ്റ് പ്രസ്ഥാനങ്ങളെപ്പറ്റി ഗവേഷണം നടത്തുന്ന ജൊനാഥൻ ഒരു ഇടതുപക്ഷ അനുഭാവി കൂടിയായതിനാൽ താല്പര്യമുണ്ടാവുക സ്വാഭാവികമാണ്. ഈ വസ്തുതകളെ തമസ്കരിച്ച് അറസ്റ്റ് ചെയ്യപ്പെട്ട അദ്ദേഹത്തെ മാവോയിസ്റ്റ് തീവ്രവാദിയാക്കുന്നതിന് മാധ്യമങ്ങൾ ആവതും ശ്രമിച്ചു. അതായത് രാജ്യത്തെ ഇടതുപക്ഷ പ്രസ്ഥാനങ്ങളെല്ലാം തന്നെ വിദേശ ബന്ധമുള്ളവരാണെന്നും ആ ബന്ധം നല്ലതല്ലെന്നുമുള്ള പോലീസ് തിരക്കഥ ശരിയായി നടപ്പാക്കുവാൻ മാധ്യമങ്ങൾ. തങ്ങൾക്കു കിട്ടിയ ഭാഗം ഭംഗിയായി അഭിനയിച്ചു. ആദിവാസികളുടെ അവകാശസമരങ്ങളിലും ബ്ലേഡ് മാഫിയക്കെതിരെയുള്ള ചെറുത്തുനിൽപ്പിലുമെല്ലാം നായകത്വം വഹിച്ച

വയനാട് പുൽപ്പള്ളിയിലെ തോണിച്ചാൽ ആദിവാസിക്കോളനി നിവാസിയായ ചാത്തന്റെ അറസ്റ്റിനേയും ഇതോടൊപ്പം ചേർത്ത് വായിക്കണം. ജൊനാഥന്റേത് വിദേശ ഭീകരബന്ധം ആരോപിച്ചുള്ള അറസ്റ്റെങ്കിൽ ചാത്തന്റേത് സ്വദേശതീവ്രവാദ പ്രസ്ഥാനബന്ധം ആരോപിച്ചായിരുന്നു. ആദിവാസി വികസന മുന്നണി എന്ന സംഘടന രൂപീകരിച്ച് 1986 മുതൽ പൊതുരംഗത്തുള്ള ചാത്തൻ ജയിലിലടക്കപ്പെട്ട വേളയിൽ അദ്ദേഹത്തെ പിടികിട്ടാപ്പുള്ളിയായി പ്രഖ്യാപിച്ച പോലീസ് ഭീകരതക്കെതിരെ ഒരു മാധ്യമവും ഒന്നും ഉരിയാടിക്കണ്ടില്ല. മാവോയിസം എന്നത് അത്രക്ക് വെറുക്കപ്പെടേണ്ട ഒന്നാണെന്ന് ധാരണ പൊതുസമൂഹത്തിലേക്ക് എത്തിക്കുകയാണവർ.

യഥാർത്ഥത്തിൽ അതൊരു കുറ്റമാണോ? മർദ്ദിത ജനതതിക്കായുള്ള പോരാട്ടത്തിൽ സ്വന്തമായുള്ള ഒരു സൈനിക ശാസ്ത്രം തന്നെ ആവിഷ്ക്കരിച്ച് പ്രയോഗിച്ച മഹാനായ മാവോയുടെ ഈ ശാസ്ത്രത്തെ നമ്മുടെ കാലത്തെ ഏറ്റവും ഉയർന്ന മാർക്സിസ്റ്റ് തത്ത്വശാസ്ത്രമായി കരുതുന്നു. ലോകം മുഴുവൻ ഇന്ന് അതിന്റെ പഠനത്തിലും വിശകലനത്തിലും പ്രയോഗത്തിലുമാണെങ്കിൽ ഇന്ത്യയിൽ മാത്രം അത് തീവ്രവാദമായി മുദ്രകുത്തുമ്പോൾ അതിനെ എതിർക്കേണ്ടവർ തന്നെ മർദ്ദകർക്കൊപ്പം ചേരുന്ന വിരോധാഭാസമാണിവിടെ. മാവോയുടെ നേതൃത്വത്തിൽ 1940 കളിൽ ചൈനീസ് വിപ്ലവം നടക്കുമ്പോൾ വിപ്ലവകാരികൾക്ക് ചികിത്സാ സഹായമെത്തിക്കാൻ പുറപ്പെട്ട ഒരു മെഡിക്കൽ സംഘത്തിന് വഴി മദ്ധ്യേ നമ്മുടെ രാജ്യത്ത് വച്ച് സ്വസ്ഥമായ വിശ്രമത്തിനും ആഹാരത്തിനുമുള്ള അവസരമൊരുക്കി ആദരപൂർവ്വം യാത്രയയച്ച ജവഹർലാൽ നെഹ്റുവിന്റെ പാരമ്പര്യം നമ്മുടെ മാധ്യമങ്ങൾ മറക്കുന്നത് ബോധപൂർവ്വം തന്നെയാണ്. അത്തരമൊരു സ്ഥിതിവിശേഷം വന്നു ചേർന്നതിനു പിന്നിൽ പ്രവർത്തനത്തിന്റെ ഒരു നിരന്തര അവസ്ഥയുമുണ്ട്.

മുസ്ലീംങ്ങളെല്ലാം തീവ്രവാദികളല്ല എന്നാൽ തീവ്രവാദികളെല്ലാം മുസ്ലീംങ്ങളാണ്. എന്ന വാക്കുകളിലെ വ്യർത്ഥത സത്യമാക്കുവാൻ ഗുജറാത്ത് കലാപത്തെ ഉദാഹരണമായിക്കണ്ട് നമ്മുടെ മനസ്സുകളെ മാറ്റിമറിക്കുന്നതിൽ മാധ്യമങ്ങൾ തന്ത്രപരമായ പങ്കുവഹിക്കുകയുണ്ടായി എന്നോർക്കണം. ഇന്ത്യയിൽ മുസ്ലിംങ്ങളായിരിക്കുക എന്നത് വളരെ പ്രയാസമേറിയ ഒരു വസ്തുതയാണെന്ന പ്രസ്താവനയും അതോടൊപ്പം ചേർത്തുവായിക്കണം. ഇടതുപക്ഷപ്രവർത്തകരെന്നു സ്വയം പറയുന്ന ഫേസ്ബുക്ക് ജീവികളുടെ മൂരിലീഗ് എന്ന

സംബോധനയേയും മറ്റൊന്നായി കരുതേണ്ടതില്ല. അത് വിലയിരുത്തുമ്പോൾ ഇന്ത്യൻ മുസ്ലിംങ്ങൾ/ന്യൂനപക്ഷങ്ങൾ എന്ന അവസ്ഥയെ ഏറെ ഭയാനകമായ അവസ്ഥയായ കണക്കിലെടുക്കണം.

ഇന്ത്യൻ ജനാധിപത്യ അധികാരവ്യവസ്ഥ 31 ശതമാനത്തിന്റെ മാത്രം പിന്തുണയെ മാത്രം അടിസ്ഥാനപ്പെടുത്തി ഭരണകൂടത്തെ നിർവചിച്ചുവെന്ന ഉത്കണ്ഠാഭരിതമായ സ്ഥിതി വിശേഷമാണിന്ന്. 69 ശതമാനവും തിരസ്ക്കരിച്ച ഒരു കക്ഷി അധികാരമേറിയതിനു പിന്നിൽ വ്യക്തമായ മാധ്യമപ്രവർത്തനം നടന്നിട്ടുണ്ട്. അഥവാ നടത്തിയിട്ടുണ്ട്. എ.ഡി. 32-ൽ നടന്ന മഹത്തായ ആ രക്തസാക്ഷിത്വത്തോടു ചേർത്ത് പ്രചരിച്ചു വരുന്ന ഒരു നാടോടിക്കഥയെ പരാമർശിച്ചു കൊണ്ട് ഈ ഭാഗം അവസാനിപ്പിക്കാമെന്നു തോന്നുന്നു.

റോമൻ പ്രൊക്യൂറേറ്റർ പന്തിയോസ് പീലാത്തോസ് വധശിക്ഷ വിധിക്കാൻ നിർബ്ബന്ധിതനായ ആ നസ്രായനെ കുറ്റവിചാരണക്കു ശേഷം അദ്ദേഹത്തെ അന്നത്തെ ഭീകര ശിക്ഷാവിധിയായ കുരിശേറ്റലിലേക്കു ഇനി ഏതാനും മിനിറ്റുകൾ മാത്രം. റോമൻ സഹസ്രാധിപൻ കബീലസ് തന്റെ സേവകനായ മാൽക്കൂസിനെ യേശുക്രിസ്തുവിനേയും രണ്ട് കള്ളന്മാരെയും കുരിശിൽ തറയ്ക്കുവാൻ ഇരുമ്പാണി കൊണ്ടുവരാൻ അയക്കുന്നു. മാൽക്കുസ് ഇരുമ്പുപണിക്കാരനോടാവശ്യപ്പെട്ടത് ഒമ്പത് ആണിയായിരുന്നു. പണിക്കാരൻ നൽകിയതാകട്ടെ പന്ത്രണ്ട് ആണിയും! എന്താണ് കൂടുതൽ നൽകുന്നതെന്ന മാൽക്കൂസിന്റെ ചോദ്യത്തിന് ഒന്നടിക്കുമ്പോൾ വളഞ്ഞു പോയാലും ഒരു കാരണവശാലും വധശിക്ഷ നടപ്പാക്കാതിരിക്കുന്ന സ്ഥിതിവരരുതെന്നായിരുന്നു കൊല്ലന്റെ മറുപടി. മാധ്യമപ്രവർത്തനത്തെ ഇതേ വാക്കുകൾ ചേർത്തുകൊണ്ട് വ്യാഖ്യാനിക്കാം. ഏതെങ്കിലും വാർത്തകൾ വിശ്വസനീയമല്ലെന്ന് അവർക്കു തോന്നിയാൽ അതിനെ ശരിയെന്ന വ്യാഖ്യാനത്തിലെത്തിക്കുവാൻ നൂറ് ഉപകഥകൾ ആ റിപ്പോർട്ടിൽ ഒപ്പം വികാരപരമായി ചേർത്തിട്ടുണ്ടാകും. അപ്പോൾ, ഒരു കാരണവശാലും അത് ആളുകൾക്ക് വിശ്വസിക്കാനാകാത്ത അവസ്ഥയുണ്ടാകരുത് എന്ന നിർബന്ധം അവർ കാണിക്കുന്നു എന്ന് വരുന്നു. ആവർത്തിച്ച് ആയിരം പ്രാവശ്യം പറയുന്ന ഒരു കള്ളം അവസാനം സത്യമായി വരും. എന്ന ഗീബൽസിയൻ തന്ത്രത്തിന്റെ /ഫാസിസത്തിന്റെ മറ്റൊരു വശം തന്നെയാണിത്. ഫാസിസ്റ്റ് ഭരണ രീതി മറ്റൊന്നല്ല. ഇത്തരം മാനസികാവസ്ഥയിലേക്ക് അവരെ മാറ്റുന്നതിന് മാധ്യമങ്ങൾ വഹിക്കുന്ന

പങ്ക് ചെറുതല്ല. ഒന്നിനെക്കുറിച്ചും അവരെ ചിന്തിപ്പിക്കാതിരിക്കുക എന്ന അവസ്ഥാ വിശേഷം സൃഷ്ടിക്കുക എന്നതാണ് അതിന്റെ പ്രധാന വഴി. കണ്ണീർ സീരിയൽ, പ്രേത പരമ്പര എന്നിവ ഒരു വഴിയെങ്കിൽ എസ്.എം.എസ്. മത്സരമായി വ്യാഖ്യാനിക്കപ്പെടുന്ന റിയാലിറ്റി ഷോ മറ്റൊരു മാർക്ഷഗമാണ്. ഇതിലൂടെ ധനമൂലധന ശക്തികൾ നേടുന്ന ലാഭത്തെ വിവരിക്കുവാൻ മറ്റൊരു സാമ്പത്തിക പ്രബന്ധം വേണ്ടി വരും. അങ്ങനെ വിലയിരുത്തുമ്പോൾ ക്രമസമാധാന പരിപാലനത്തിനപ്പുറം ഭരണകൂട അധികാരം സാധാരണ പൗരജീവിതത്തെ വിനാശകരമായി സ്വാധീനിക്കുന്നതിനു പിന്നിൽ വൻ മാധ്യമഗൂഢാലോചനയുണ്ടെന്ന ആരോപണം ശക്തമണെന്നും അത് വാസ്തവമാണെന്നും തീരുമാനിക്കേണ്ടി വരും.

നിഗമനങ്ങൾ

നിരവധിപുരോഗമന പ്രസ്ഥാനങ്ങളും സാംസ്കാരിക നായകരും ഉഴുതുമറിച്ച ഈ മണ്ണിൽ ഇന്ന് നടക്കുന്നത് എന്തെന്നു ചോദിച്ചാൽ സത്യസന്ധമായ ഒരുത്തരം പറയാനാവില്ല. അതിനാൽ തന്നെ ഇത് പ്രതിഷേധത്തിന്റെ കാലമല്ല മറിച്ച് പ്രക്ഷേഭത്തിന്റെ കാലമല്ലേ എന്ന് ചിന്തിച്ചാൽ അതിൽ ഒട്ടും അതിശയോക്തിയുമില്ല.

2005 ഡിസംബർ 14ാം തീയതി ജസ്റ്റിസ് കെ.എസ്. രാധാകൃഷ്ണനും ജസ്റ്റിസ് കെ. പത്മനാഭൻ നായരും ചേർന് കലാലയ രാഷ്ട്രീയത്തെ നിരോധിച്ചത് യാദൃശ്ചികമായി കാണരുത്. അത് നിയമവിദ്യാർത്ഥിയായ ഒരു പ്രകാശൻ സമൂഹനന്മക്കായി നൽകിയ പരാതിയുടെ പുറത്തുണ്ടായ വിധിന്യായവുമല്ലെന്ന അതിന്റെ സർവ്വവശങ്ങളും ചിന്തിച്ചാൽ മനസ്സിലാക്കാം. അത് ആഗോളവത്ക്കരണമെന്ന അജണ്ടയുടെ വിധിനിർണ്ണയമായി കണക്കാക്കേണ്ടി വരും. പുതുതലമുറയെ അരാഷ്ട്രീയവത്ക്കരിക്കുന്നതിൽ ആ വിധി ചെലുത്തിയ സ്വാധീനവും അതുവഴി ജാതിമത സങ്കുചിത ശക്തികൾ നേടിയ സ്വാധീനവും വലുതാണ്. അതിന്റെ പ്രചരണമേറ്റെടുത്ത മാധ്യമ പ്രവർത്തനം വച്ചു ചിന്തിക്കുമ്പോൾ ആദർശാധിഷ്ഠിത വാർത്താപ്രചരണമെന്നതിനെ കച്ചവടമായി കണ്ടതിന്റെ സമസ്തമേഖലകളിലേക്കും കടന്നു ചെല്ലേണ്ടി വരും.

ആ വഴിയിലൂടെ, പ്രതിപക്ഷമില്ലാതെ ഭരണം നയിക്കുന്ന ന്യൂനപക്ഷ പിന്തുണ മാത്രമുള്ള ഒരു രാഷ്ട്രീയ കക്ഷിയുടെ അധികാരാരോഹണത്തിലേക്ക് നയിച്ച മാധ്യമപ്രവർത്തനത്തെ വിലയിരുത്തിയാൽ ആദർശമെന്നത് ഇന്ന് മാധ്യമലോകത്ത് വിസ്മരിക്കപ്പെട്ട

ഒരു വാക്കായി വ്യാഖ്യാനിക്കാം. ഇനിയൊരു തിരിച്ചുപോക്കുണ്ടോ എന്ന ചോദ്യത്തിന് കാലം മറുപടി പറയേണ്ടി വരും, അതുകൊണ്ടു തന്നെ നാം വിസ്മരിക്കപ്പെട്ട 69 ശതമാനത്തിനായി ശബ്ദിച്ചു കൊണ്ട് മാധ്യമലോകത്തെ തിരുത്തി ആദർശത്തിലേക്ക് കൊണ്ടു വരിക എന്ന ദൗത്യം ഏറ്റെടുക്കേണ്ട കാലമാണ് ഈ ഇരുപ ത്തൊന്നാം നൂറ്റാണ്ട്. അതിലൂടെ, ഇന്നുവരെ അധികാരിവർഗം മാധ്യമലോകത്ത് നടത്തിയ ഇടപെടൽ ഗുണകരമായിരുന്നില്ലെന്ന മറുവശവും ആ നിഗമനത്തിനുണ്ട്.

○○

15

പരസ്യങ്ങളുടെ പ്രത്യയശാസ്ത്രം

ഷിന്റു പോൾ

ജീവന് ശ്വാസം എന്നതുപോലെയാണ് ഉല്പന്നങ്ങൾക്ക് പരസ്യങ്ങൾ. ഒരു ഉല്പന്നം മനുഷ്യൻ വാങ്ങുന്നത് പരസ്യംകണ്ട് തൃപ്തിപ്പെട്ടുകൊണ്ടാണ്. അതായത് മനുഷ്യന്റെ ചിന്താശേഷിയെ പരസ്യങ്ങൾ കീഴടക്കുകയാണ്. ഏത് ഉത്പന്നം വാങ്ങുമ്പോഴും കുറഞ്ഞ മുതൽമുടക്കിൽ കൂടുതൽമൂല്യമുള്ളവ തെരഞ്ഞെടുക്കുവാനാണ് പൊതുസമൂഹത്തിന് താല്പര്യം. ഈ താല്പര്യത്തെ തങ്ങൾക്കനുകൂലമാക്കുകയാണ് പരസ്യങ്ങൾ ചെയ്യുന്നത്.

പ്രത്യയശാസ്ത്രം

ഒരു വ്യക്തിയുടേയോ സമൂഹത്തിന്റേയോ ലക്ഷ്യങ്ങളേയും പ്രതീക്ഷകളേയും പ്രവർത്തനങ്ങളേയും കുറിച്ച് പ്രതിപാദിക്കുന്ന ഒരു കൂട്ടം ആശയങ്ങളെയാണ് പ്രത്യയശാസ്ത്രം എന്നു പറയുന്നത്.[1] സാമാന്യജ്ഞാനപരമായി, തത്ത്വശാസ്ത്ര ചായ്‌വോടെ ചിന്തിച്ചാൽ പ്രത്യയശാസ്ത്രത്തെ അനേക വിഷയങ്ങളടങ്ങിയ ഒരു വീക്ഷണമായോ അല്ലെങ്കിൽ സമൂഹത്തിലെ ആധിപത്യവർഗ്ഗം അംഗങ്ങൾക്കായി മുന്നോട്ടു വച്ച ആശയങ്ങളുടെ കൂട്ടമായോ കാണാം. നേരത്തെ തന്നെ നിലവിലുണ്ടായിരുന്ന ആശയങ്ങളോട് ആഖ്യാനപരമായ ചിന്താ പ്രിക്രിയയിലൂടെ കെട്ടുപാടുറപ്പിക്കുന്നതിലൂടെ സമൂഹത്തിൽ വാഗ്ദാനങ്ങൾ ചെയ്യുക എന്നത് പ്രത്യയശാസ്ത്രത്തിന്റെ പ്രഥമ ലക്ഷ്യമാണ്. പൊതുവിഷയങ്ങളെ ബാധിക്കുന്ന വേർതിരിച്ചെടുത്ത ചിന്താവ്യവസ്ഥയായതിനാൽ പ്രത്യയശാസ്ത്രങ്ങൾ രാഷ്ട്രതന്ത്രത്തിന്റെ കേന്ദ്രബിന്ദുവായി പ്രവർത്തിക്കുന്നു. ഉള്ളിന്റെ ഉള്ളിൽ ഓരോ മേഖലയും ഒരു പ്രത്യയശാസ്ത്രത്തെ

പിൻതുടരുകയും ഇതിലൂടെ സമൂഹം കാര്യങ്ങൾ കാണുകയും ചെയ്യുന്നു. എങ്ങനെയാണ് പരസ്യങ്ങൾ അതിന്റെ പ്രത്യയ ശാസ്ത്രം നിർമ്മിക്കുന്നത് എന്നതാണ് ഈ ലേഖനത്തിലൂടെ അന്വേഷിക്കുന്നത്. പരസ്യങ്ങളുടെ ലക്ഷ്യം ഉത്പന്നത്തിന്റെ വിപണിയാണ്. അതിനായി പരസ്യങ്ങളിൽ പൊതുവെകാണുന്ന സവിശേഷതകളെ അപഗ്രഥിക്കുകയാണിവിടെ.

പരസ്യം : ചരിത്രവും വളർച്ചയും

പരസ്യം ആര്? എവിടെ? എന്ന് ? എപ്പോൾ? തുടങ്ങി എന്നതിനെകുറിച്ച് വ്യക്തതയില്ലെങ്കിലും അതിന് മനുഷ്യരാശിയോളം പഴക്കമുള്ളതായി കരുതപ്പെടുന്നു. ആയിരത്തിലേറെ വർഷങ്ങൾക്കു മുമ്പ് ബാബിലോണിൽ പരസ്യങ്ങൾ ഉപയോഗിച്ചിരുന്നതിന്റെ തെളിവുകൾ ലഭിച്ചിട്ടുണ്ട്. അവിടെനിന്ന് കണ്ടെത്തിയ കളിമൺ കുറിപ്പടികളിൽ ഒരുപച്ചമരുന്ന് വിൽപ്പനക്കാരന്റേയും ഷൂ നിർമ്മാതാവിന്റേയും കച്ചവട സന്ദേശങ്ങൾ കൊത്തിവച്ചിരുന്നു. ആധുനിക പരസ്യങ്ങളുടെ മാതൃകകൾ എന്ന് ചൂണ്ടിക്കാണിക്കാൻ കഴിയുന്ന തരത്തിലുള്ള പരസ്യങ്ങളുടെ അവശിഷ്ടങ്ങൾ റോമിലെ പോംപെലിൽനിന്ന് കണ്ടെത്തിയിട്ടുണ്ട്. എ.ഡി. 79 ആണ് ഇവയുടെ കാലഘട്ടമെന്ന് തെയിയിക്കപ്പെട്ടിട്ടുണ്ട്. അച്ചടിയുടെ കണ്ടുപിടുത്തവും അച്ചുകളുടെ കടന്നുവരവും പരസ്യരംഗം കൂടുതൽ നൂതനമാക്കി. പരസ്യരംഗത്തേക്ക് കൂടുതൽ മാധ്യമങ്ങൾ കടന്നു വന്നു. പത്രങ്ങൾ, ലഘുനോട്ടീസ്, പോസ്റ്റർ എന്നിവയാണ് ഈ പുതിയ മാധ്യമങ്ങൾ.

വ്യവസായ വിപ്ലവം പരസ്യമേഖലയുടെ വൻ കുതിച്ചു ചാട്ടത്തിന് വഴി തെളിച്ചു. പുതിയ യന്ത്രങ്ങളുടെ കണ്ടുപിടുത്തം ഉല്പാദനം വർദ്ധിപ്പിക്കാൻ ഉല്പാദകരെ സഹായിച്ചു. ഇവയുടെ വിപണത്തിന് പരസ്യങ്ങൾ ഏറെ സഹായിച്ചു. 1833-ൽ ബെഞ്ചമിൻ ഡേയുടെ ന്യൂയോർക്ക് സൺ പെന്നി പ്രസ്സ് എന്ന ആശയം മുന്നോട്ടു വെച്ചപ്പോൾ പരസ്യങ്ങൾക്കാണ് അത് ഏറ്റവും പ്രയോജനകരമായത്. ഈ സമയം മുതൽക്കാണ് പരസ്യങ്ങൾ വശീകരണ സന്ദേശം എന്നതിലേക്ക് രൂപാന്തരം പ്രാപിച്ചത്. അതുപോലെ പത്രപ്രസ്ഥാനങ്ങളുടെ സാമ്പത്തിക അടിത്തറ എന്ന നിലയിലേക്കും പരസ്യങ്ങൾ വളർന്നതും പെന്നിപ്രസിന്റെ സമയത്താണ്.

പരസ്യങ്ങൾ ഇന്ന്

21-ാം നൂറ്റാണ്ടിലെ പരസ്യങ്ങൾ നൂതനമായ മുഖച്ഛായ കൈവ

രിച്ചിക്കുന്നു. പത്ത് വർഷങ്ങൾക്ക് മുമ്പുള്ള പരസ്യങ്ങളിൽ നിന്ന് തികച്ചും വ്യത്യസ്തമാണ് ഇന്നത്തെ പരസ്യങ്ങൾ. ഉല്പന്നത്തിന്റെ ഗുണങ്ങൾ വിവരിച്ച്, തങ്ങളുടെ ഉല്പന്നം എത്തരത്തിലാണ് വിപണിയിലെ മറ്റുള്ളവയേക്കാൾ മികച്ചു നിൽക്കുന്നതെന്ന് സ്ഥാപിക്കാനാണ് മിക്ക പരസ്യങ്ങളും ശ്രമിക്കുന്നത്.

പരസ്യങ്ങളിലെ അധാർമ്മികത

ഒരു ഉല്പന്നത്തിനു തന്നെ വളരെയേറെ ബ്രാൻഡുകളായപ്പോൾ ഏതു വിധേനയും തങ്ങളുടെ ഉല്പന്നം വിറ്റഴിക്കുക എന്നതായി ഉല്പാദകരുടെ ലക്ഷ്യം. പോരായ്മകളെ മറച്ച് ഗുണം എടുത്തുകാട്ടുക എന്ന ശൈലി വിട്ട്, പരസ്യങ്ങൾ ഇന്ന് ജനങ്ങളെ വശീകരിക്കാൻ തുടങ്ങിയിരിക്കുന്നു. ജനശ്രദ്ധനേടിയെടുക്കുന്നതിനും ജനങ്ങളുടെ മനസ്സിൽ തങ്ങളുടെ ഉല്പന്നത്തിനെ തന്നെ പ്രതിഷ്ഠിക്കുന്നതിനും വേണ്ടി മര്യാദയുടെ ഏത് സീമയും ലംഘിക്കാൻ ഇന്ന് പരസ്യങ്ങൾ തയ്യാറാകുന്നു.

ഇത് പരസ്യങ്ങളുടെ വിശ്വാസ്യതയെ തകർത്തു. ഇത്തരം പരസ്യങ്ങളെ നിയന്ത്രിക്കുന്നതിൽ ഇവയെല്ലാം പരാജയപ്പെടുകയാണ് ഉണ്ടായത്. കാണികളെ വശീകരിച്ച് എങ്ങനേയും തങ്ങളുടെ ഉല്പന്നം വിറ്റഴിക്കുക എന്ന ലക്ഷ്യത്തിനു പിന്നാലെ പായുന്ന ഇത്തരം പരസ്യങ്ങളെ അതിന്റെ സ്വഭാവമനുസരിച്ച് തരംതിരിക്കുകയാണിവിടെ.

1. അതിഭാവുകത്വം, മിസ്റെപ്രസന്റേഷൻ, കുറവുകൾ മറയ്ക്കുന്നു.

യുക്തിക്ക് നിരക്കാത്ത തരത്തിലുള്ള അതിഭാവുകത്വം നിറഞ്ഞ പരസ്യങ്ങളാണ് ഇവിടെ ഉദ്ദേശിക്കുന്നത്. സോപ്പുപൊടി, ടൂത്ത്പേസ്റ്റ്, ടോയ്‌ലറ്റ് ക്ലീനർ തുടങ്ങിയവയുടെ പരസ്യങ്ങളിലാണ് ഇത്തരം അതിഭാവുകത്വം കടന്നുവരുന്നത്. തുണിയിലെ കറകളെ നിശേഷം കഴുകിക്കളയുന്നു എന്ന് പറയുമ്പോൾ അത് തുണിയുടെ പഴക്കം കുറയ്ക്കുന്നു എന്ന വസ്തുത ഇവിടെ മറച്ചു വയ്ക്കുന്നു. കോൾഗേറ്റ് ടൂത്ത്പേസ്റ്റിന്റെ പരസ്യമായ നോ ജെംസ് നോ കാവിറ്റിസ് മറ്റൊരു ഉദാഹരണമാണ്.

ജനങ്ങൾക്കിടയിൽ വളരെ പ്രചാരമുള്ള ഒരു ബ്രാൻഡിന്റെ പേരിനോട് സാമ്യമുള്ള പേരിട്ട് ഉപഭോക്താവിനെ വഞ്ചിച്ച് ഉല്പന്നം വിറ്റഴിക്കുന്ന രീതിയാണ്. ഉദാ:- സ്കൂബിഡേ ബാഗിനോട് സാമ്യ

മുള്ള ഡൂബിഡ്ഡേ ബാഗുകൾ, സെവൻ അപ് എന്ന ശീതള പാനീയത്തിനോട് സാമ്യമുള്ള തംസ് അപ് തുടങ്ങിയവ ഉദാഹരണങ്ങളാണ്.

തങ്ങളുടെ ഉൽപന്നം ഉപയോഗിച്ചാലുണ്ടാകുന്ന മേന്മയെക്കുറിച്ച് പറഞ്ഞ് ഉല്പന്നം വാങ്ങാൻ പ്രേരിപ്പിക്കുന്നതരം പരസ്യങ്ങളാണിവ. ഇത്തരം പരസ്യങ്ങളിൽ ഉല്പന്നംകൊണ്ടുണ്ടാകുന്ന ദോഷവശത്തെക്കുറിച്ച് സംസാരിക്കുന്നതേയില്ല. കോൾഗേറ്റ് വിസിബിൾവൈറ്റ്, വിക്സ് ആക്ഷൻ 500 തുടങ്ങിയ പരസ്യങ്ങൾ ഉദാഹരണങ്ങളാണ്. തങ്ങളുടെ ടൂത്ത് പേസ്റ്റ് ഉപയോഗിക്കുമ്പോൾ പല്ലുകളിലെ മഞ്ഞനിറം പോകുമെന്ന് പറയുമ്പോൾ അത് മോണയുടെ ബലം കുറയ്ക്കുക കൂടി ചെയ്യുമെന്ന വസ്തുത മറച്ചുവയ്ക്കുന്നു.

2. മത്സരങ്ങൾ, ഡിസ്കൗണ്ട്, സമ്മാനങ്ങൾ

ഇന്ന് ഡിസ്കൗണ്ടിലൂടെ വിറ്റഴിക്കുന്ന ഉല്പന്നങ്ങളിൽ കൂടുതൽ പങ്കും പഴയ സ്റ്റോക്കാണ്. സാധാരണയായി തുണിക്കടകളിൽ കണ്ടുവരുന്ന വാഗ്ദാനങ്ങൾ എല്ലാംതന്നെ ഇത്തരത്തിലുള്ളവയാണ്. ്കേല്ല്യാൺ പണിക്കൂലി വെട്ടിക്കുറച്ചിരിക്കുന്നു. മാലകൾക്ക് 5% മുതൽ വളകൾക്ക് 6% മുതൽ' എന്നിങ്ങനെയാണ് പരസ്യം. പക്ഷെ വാങ്ങാൻ ചെല്ലുമ്പോൾ ചില പ്രത്യേക വിഭാഗത്തിലുള്ളതിന് മാത്രമേ ഡിസ്കൗണ്ട് ബാധകമാകുന്നുള്ളൂ.

3. സാക്ഷ്യപത്രങ്ങളുടെ ദുരുപയോഗം

ഒരു ഉല്പന്നത്തിന്റെ മോഡലായ പ്രശസ്ത വ്യക്തി സ്വന്തം അനുഭവത്തിൽ നിന്നെന്നപോലെയാണ് ആ ഉല്പന്നത്തിന്റെ ഗുണങ്ങളെക്കുറിച്ച് പറയുക. ഈ പറച്ചിലിന് യാതൊരു ഉറപ്പും പറയാൻ കഴിയില്ല. ഉദാഹരണമായി ഇന്ദുലേഖ ഹെയർ ഓയിലിന്റെ പരസ്യം നോക്കുക. അതിലെ മോഡലുകളൊന്നും (ലെന, അനൂപ്മേനോൻ, ആൻ അഗസ്റ്റിൻ, അർച്ചന കവി) ആ എണ്ണ ഉപയോഗിക്കുന്നവരോ അതിന്റെ ഗുണഫലം അനുഭവിക്കുന്നവരോ ആകണമെന്നില്ല.

4. മോശം ചിത്രീകരണം.

ലൈംഗിക ചുവയുള്ള ചിത്രങ്ങളുമായും, പരസ്യവാചകങ്ങളുമായും, ദ്വയാർത്ഥ പ്രയോഗത്തിലൂടെ എടുക്കുന്ന പരസ്യങ്ങളെ ഈ വകുപ്പിൽ പെടുത്താം. കൈത്താൻ ഫാനിന്റെ പരസ്യം, ഡയ

റിമിൽക്ക് ഷോട്സിന്റെ 'മനസ്സിലൊരു ലഡു പൊട്ടി' തുടങ്ങിയവ ഉദാഹരണങ്ങളാണ്. ഇതിൽ കൈത്താൻ ഫാനിന്റെ പരസ്യം ASCI (Advertising Standared Council of India) യുടെ നിർദ്ദേശ പ്രകാരം പിൻവലിക്കേണ്ടി വന്നു.

5. കണക്കുകൾ വളച്ചൊടിക്കുക.

കണക്കുകൾ ഉയർത്തിക്കാണിച്ച് ഉല്പന്നം വിറ്റഴിക്കുന്നതാണ് ഇവിടെ ഉദ്ദേശിക്കുന്നത്. ഇത്തരം പരസ്യങ്ങൾ തങ്ങളുടെ ഉല്പന്നമാണ് വിപണിയിൽ മുൻപന്തിയിൽ നിൽക്കുന്നതെന്ന ബോധം ജനങ്ങളിൽ സൃഷ്ടിക്കുന്നു. മലയാളത്തിലെ പ്രമുഖ ദിനപത്രങ്ങളുടെ പരസ്യങ്ങൾ ഈ വകുപ്പിൽപ്പെടുന്നവയാണ്. മലയാളത്തിലെ തൊട്ടടുത്ത ദിനപത്രത്തെക്കാൾ ഒരുലക്ഷത്തിലധികം കോപ്പികൾക്കുമുന്നിലാണ് എന്നിങ്ങനെയാണ് പരസ്യങ്ങൾ.

6. സബ്ളിമിനൽ പരസ്യങ്ങൾ

പരസ്യം വീക്ഷിക്കുന്ന വ്യക്തിയുടെ മനസ്സിൽ ഇതാണ് കൂടുതൽ മഹത്തരം എന്ന തരത്തിൽ ഹിപ്നോട്ടിക്ക് ആഘാതം സൃഷ്ടിക്കുന്നു. സബ്ളിമിനൽ എന്നവാക്കിന്റെ അർത്ഥം മഹത്ത്വീകരണം, ബാഷ്പീകരണം ഉദാത്തമാക്കൽ എന്നിങ്ങനെയാണ്.

വാക്കിന്റെ അർത്ഥം സൂചിപ്പിക്കുന്നതുപോലെ ബോധമനസ്സിന് മനസ്സിലാകാത്തത്ര വേഗതയിൽ പരസ്യവാചകം കടത്തി വിട്ട് ഉപബോധമനസ്സിനെ സ്വാധീനിക്കുകയാണ് ഈ പരസ്യങ്ങൾ ചെയ്യുന്നത്.

7. വിവാദം, സമ്മർദ്ദം

വെടക്കാക്കി തനിക്കാക്കുക എന്ന മലയാളത്തിലെ ചൊല്ലു തന്നെയാണ് ഇത്തരം പരസ്യങ്ങളുടെയും അടിസ്ഥാനം. കെയ്ത്താൻ ഫാനിന്റെ പരസ്യം ഉദാഹരണമാണ്. ഫാനിന്റെ കാറ്റുമൂലം നഗ്നയാകുന്ന സ്ത്രീയെ ചിത്രീകരിക്കുക വഴി വിവാദമുണ്ടാക്കി തങ്ങളുടെ ഉത്പന്നങ്ങൾ വിറ്റഴിക്കുകയാണ് കമ്പനി ചെയ്തത്. തുടർന്ന് ഈ പരസ്യം നിരോധിച്ചു.

ഉല്പന്നം വാങ്ങാനുള്ള സമ്മർദ്ദം ഉപഭോക്താവിലുണ്ടാക്കുകയാണ് ഇത്തരം പരസ്യങ്ങൾ ചെയ്യുന്നത്. നിശ്ചിത സമയത്തേക്കോ മറ്റോ കൊടുക്കുന്ന ആനുകൂല്യങ്ങൾ വിവരിക്കുന്ന ഇത്തരം പരസ്യങ്ങൾ ഉല്പന്നം ഉടൻ തന്നെ തീരുകയാണെന്നും അത് ഉടൻ

വാങ്ങണമെന്നുമുള്ള ബോധം പ്രേക്ഷകരിൽ സൃഷ്ടിക്കുന്നു. അടുത്ത ഒരുമണിക്കൂറിനുള്ളിൽ ഓർഡർ ചെയ്യുമ്പോൾ മറ്റൊന്ന് സൗജന്യമായി ലഭിക്കുന്നു, ഇത് സ്റ്റോക്ക് തീരുന്നതുവരെമാത്രം എന്നിങ്ങനെയുള്ള ടെലിഷോപ്പ് പരസ്യങ്ങൾ ഇവയ്ക്ക് ഉദാഹരണമാണ്.

8. അഡ്വെട്രോറിയൽ

വാർത്തയാണെന്ന് തെറ്റിദ്ധരിക്കത്തക്ക വിധം പരസ്യം നൽകുന്ന രീതിയാണ് അഡ്വെട്രോറിയൽ എന്ന് അറിയപ്പെടുന്നത്. ഇങ്ങനെ പരസ്യം നൽകുന്നതുമൂലം പരസ്യത്തിന്റെ വിശ്വസ്യതവർദ്ധിക്കുന്നു. നല്ലൊരു ശതമാനം വായനക്കാർക്കും വാർത്തയും അഡ്വെർട്രോറിയലും വേറിട്ട് മനസ്സിലാക്കാൻ കഴിയുന്നില്ലെന്നതാണ് വാസ്തവം. ജോൺസൺസ് ബേബി മസാജിംഗ് ഓയിൽ, ധാത്രി ഹെയർകെയർഓയിൽ തുടങ്ങിയവയുടെ പരസ്യങ്ങൾ ഉദാഹരണങ്ങളാണ്.

ഉപസംഹാരം

ഇന്നത്തെ പൊതുസമൂഹം വ്യത്യസ്തത ആഗ്രഹിക്കുന്നവരാണ്. അവരുടെ ചിന്തകളെ സ്വാധീനിക്കാൻ കഴിഞ്ഞെങ്കിൽ മാത്രമേ ഏതൊരുൽപ്പന്നത്തിനും വിപണിയിൽ നിലനിൽപ്പുള്ളു. ടെലിവിഷന്റെ കടന്നുവരവ് ഇതിന് ആക്കം കൂട്ടി. പത്തുവർഷം മുമ്പ് പരസ്യങ്ങൾ കാണിക്കാൻ മടിച്ചിരുന്ന പലതും യാതൊരു മടിയും കൂടാതെ ഇന്ന് അവതരിപ്പിക്കുന്നു. അതിഭാവുകത്വത്തിന്റേയും അധാർമ്മികതയുടേയുമൊക്കെ പാതയിൽ സഞ്ചരിക്കുന്ന ഇത്തരം പരസ്യങ്ങൾ പുതുതലമുറയെ നശിപ്പിക്കുക കൂടി ചെയ്യുന്നുണ്ട്. അച്ഛന്റേയോ അമ്മയുടേയോ കൈപിടിച്ച് ഷോപ്പിങ്ങിന് പോയിരുന്ന തലമുറയുടെകാലം അവസാനിച്ചു. വിപണിയിലെ ഉല്പന്നങ്ങളിൽ ഏതാണ് തന്റെ വീട്ടിൽ വേണ്ടതെന്ന് തെരഞ്ഞെടുക്കാൻ പുതുതലമുറയ്ക്കറിയാം. നിസാരമായ സോപ്പുപോലും ഏത് ബ്രാൻഡ് വേണമെന്ന് തീരുമാനിക്കുന്നത് വീട്ടിലെ കുട്ടികളാണ്. യുവത്വം എന്താഗ്രഹിക്കുന്നുവോ അതിനു പിന്നാലെയാണ് പരസ്യലോകം എന്നത് വസ്തുതയാണ്.

ഉല്പന്നങ്ങൾ വിപണി കീഴടക്കുമ്പോൾ അത് സ്വന്തമാക്കാൻ സാധിക്കാത്ത പൊതുസമൂഹത്തിലെ ചിലരിലെങ്കിലും അത് വേദന സൃഷ്ടിക്കുന്നു. പരസ്യം കണ്ട് മോഹിക്കുന്ന കുഞ്ഞുങ്ങൾ സാധ

നങ്ങൾക്ക് വേണ്ടി വാശിപിടിക്കുന്നു. ഇത് ലഭിക്കാതെ വരുമ്പോൾ അത് കുഞ്ഞുങ്ങളിൽ വിഷാദരോഗത്തിന്‌വരെ കാരണമാകുമെന്ന് പഠനങ്ങൾ തെളിയിക്കുന്നു. ഇങ്ങനെ വളരെയധികം പ്രത്യാഘാതങ്ങൾ പരസ്യങ്ങൾ സമൂഹത്തിൽ സൃഷ്ടിക്കുന്നുണ്ടെങ്കിൽ കൂടി പരസ്യലോകം മുമ്പോട്ടുതന്നെ കുതിക്കുകയാണ്. എല്ലാ പരസ്യങ്ങളും പരസ്പരം ചെളിവാരിയെറിയാനും നുണ പ്രചരിപ്പിക്കാനും മത്സരിക്കുമ്പോൾ അതിൽ വിശ്വാസ്യതയോടെ നുണ പറയുന്ന ഉല്പന്നം വിജയിക്കുന്നതായി കാണാൻ കഴിയും. ഇത് സമൂഹത്തിൽ സംസ്ക്കാരശൂന്യത സൃഷ്ടിച്ചേക്കാം. ഇപ്രകാരമുള്ള സവിശേഷതകൾ ചേർന്നാണ് പരസ്യം അതിന്റെ പ്രത്യയശാസ്ത്രം രൂപപ്പെടുത്തിയെടുക്കുന്നത്.

കുറിപ്പുകൾ

1. www.wikipedia.org., പ്രത്യയശാസ്ത്രം.

○○

16

ന്യൂജനറേഷൻ സിനിമകളിലെ സ്ത്രീ മുന്നേറ്റങ്ങൾ

സിന്ധു പി.എൻ

എക്കാലത്തും സംരക്ഷിക്കപ്പെടേണ്ടവളാണ് സ്ത്രീ എന്ന നിലയിലാണ് 'മനുസ്മൃതി'യുടെ കാലം തൊട്ട് സ്ത്രീയെ പരിഗണിക്കപ്പെട്ടു പോന്നിട്ടുള്ളത്. എന്നാൽ പുതിയ കാലഘട്ടത്തിലെ സ്ത്രീ സ്വതന്ത്രയാണ്. സ്വന്തം കാലിൽ നില്ക്കാൻ പ്രാപ്തയാണ്. എങ്കിലും അവൾ ചൂഷണത്തിനും വഞ്ചനകൾക്കും ഇരയായിത്തീരുന്നു. സ്ത്രീ അനുഭവിക്കേണ്ടി വന്ന യാതനകളുടെ കഥകൾ അതാതു കാലഘട്ടങ്ങളിലെ സാഹിത്യത്തിനു വിഷയമായിത്തീർന്നിട്ടുണ്ട്. ഇതിന്റെ പ്രതിഫലനമാണ് സിനിമയിലും കാണുന്നത്. ആദ്യകാല സിനിമകളിലെ സ്ത്രീകഥാപാത്രങ്ങളിൽ നിന്നും തികച്ചും വ്യത്യസ്തയാണ് ന്യൂജനറേഷൻ സിനിമകളിലെ സ്ത്രീകഥാപാത്രങ്ങൾ. സമകാല സ്ത്രീ മുന്നേറ്റ കഥകൾ പ്രതിഫലിപ്പിക്കുന്നതിൽ ന്യൂജനറേഷൻ സിനിമകൾ എത്രമാത്രം അനുയോജ്യമാണ് എന്ന അന്വേഷണമാണ് ഈ പ്രബന്ധരചനയിലൂടെ ലക്ഷ്യമാക്കിയിട്ടുള്ളത്. ഇതിനായി 'കളിമണ്ണ്', '22 ഫീമെയിൽ കോട്ടയം', 'ഹൗ ഓൾഡ് ആർ യൂ?' എന്നീ ചിത്രങ്ങളെയാണ് ഉദാഹരണമായി എടുത്തിട്ടുള്ളത്.

മസ്തിഷ്ക മരണം സംഭവിച്ച ഭർത്താവിൽ നിന്ന് അത്യാധു

നിക മെഡിക്കൽ സയൻസിന്റെ സഹായത്തോടെ ഗർഭിണിയാവുന്ന ഒരു സ്ത്രീ നേരിടേണ്ടി വരുന്ന വെല്ലുവിളികളാണ് ബ്ലെസി 'കളിമണ്ണ്' എന്ന സിനിമയിൽ പ്രമേയമായി സ്വീകരിച്ചിട്ടുള്ളത്. ഒരു സ്ത്രീയെ സംബന്ധിച്ചിടത്തോളം സ്ത്രീത്വം പൂർണ്ണമാവുന്നത് അമ്മയാകുന്നതിലൂടെയാണ്. സ്ത്രീയുടെ ഏറ്റവും വലിയ ശക്തിയാണ് മാതൃത്വം. അത് നിഷേധിക്കുക എന്നു വെച്ചാൽ അവളുടെ ശക്തിയെ അടിച്ചമർത്തുക എന്നു തന്നെയാണർത്ഥം. ഇതും പീഢനം തന്നെ. മക്കൾ പ്രായമാകുമ്പോൾ അമ്മമാരോടു കാട്ടുന്ന അവഗണനയും മറ്റൊരു തരത്തിലുള്ള പീഢനം തന്നെയാണ്. പ്രായപൂർത്തിയാകാത്ത പിഞ്ചുകുഞ്ഞുങ്ങൾ വരെ പിച്ചിച്ചീന്തപ്പെടുന്നു. ഇങ്ങനെനോക്കുമ്പോൾ സ്ത്രീകൾ അനുദിനം പീഢിപ്പിക്കപ്പെടുന്നു.

എന്നാൽ ഇതിനെതിരെ ശക്തമായി പ്രതികരിക്കുമ്പോഴാണ് സ്ത്രീ കരുത്തു തെളിയിക്കുന്നത്. ഈ സിനിമയിലെ മീര അത്തരത്തിലുള്ളൊരു കഥാപാത്രമാണ്. മസ്തിഷ്ക മരണം സംഭവിച്ച ഭർത്താവിന്റെ അവയവങ്ങൾ മരണത്തിനു മുമ്പായി ദാനം ചെയ്യാൻ പ്രോത്സാഹിപ്പിക്കുന്ന ഡോക്ടർമാർ, ജീവനു തുല്യം സ്നേഹിച്ച ഭർത്താവിൽ നിന്നും ഗർഭം ധരിക്കുന്നതിനു നിയമവശം തേടാൻ ആവശ്യപ്പെടുന്നു.

ടെലിവിഷൻ ചാനലുകളിലെ ചർച്ചയിലൂടെ ആത്മീയാചാര്യൻമാർ ജഢത്തിൽ നിന്ന് കുഞ്ഞുണ്ടാവുന്നത് മതപരമായി തെറ്റായി കാണുന്നു. എന്നാൽ നിയമപരമായി ഈ അവകാശത്തിന് മീര അർഹത നേടുന്നു. ഈ സന്ദർഭത്തിൽ സിനിമയിലെ ടി.വി. ചാനലിലൂടെ സാറാജോസഫ് പ്രതികരിക്കുന്നതിങ്ങനെയാണ്. സ്ത്രീത്വം പൂർണ്ണമാകുന്നത് അമ്മയാകുന്നതിലൂടെയാണ്. ഭർത്താവിൽ നിന്ന് ഗർഭം ധരിക്കുക എന്നത് സ്ത്രീയുടെ അവകാശമാണ്. അതിനെ ചോദ്യം ചെയ്യാൻ മറ്റു പുരുഷൻമാർക്ക് എന്തവകാശമാണുള്ളത്? I wants to be a mother എന്നാണ് മീര മാധ്യമങ്ങൾക്കു മുന്നിൽ പ്രതികരിക്കുന്നത്.

അങ്ങനെ മാധ്യമലോകം ചൂടുള്ള വാർത്തയായി ദൃശ്യവത്കരിക്കുന്നു. ഇതിനെക്കുറിച്ച് ന്യൂസ് ചാനലുകൾ ചർച്ചകൾ തന്നെ സംഘടിപ്പിക്കുന്നു. സ്ത്രീകൾ രഹസ്യമായി നടത്തേണ്ട കാര്യങ്ങൾ പരസ്യമാക്കിയത് അശ്ലീലമായിപ്പോയി എന്ന് സിനിമയിലെ മാധ്യമരംഗം വിലയിരുത്തുന്നു. എന്നാൽ സമൂഹത്തിലെ ആൺകോയ്മ പഠിപ്പിച്ച സോഷ്യൽ സയൻസിലാണ് ഇത് അശ്ലീലമാകുന്നതെന്ന്

സ്ത്രീകൾ തന്നെ വിലയിരുത്തുന്നു. സ്ത്രീയെ ഒരു ഉപഭോഗവസ്തുവായി കാണുന്നവർക്കു മാത്രമാണ് ഇത്തരം ദൃശ്യങ്ങൾ അശ്ലീലമായി തോന്നുന്നത്.

ഗർഭിണികളായ സ്ത്രീകളെ താണുവണങ്ങുന്ന ഒരു സംസ്ക്കാരം ഭാരതത്തിന് മുമ്പ് ഉണ്ടായിരുന്നത്രെ. താണുതൊഴുതില്ലെങ്കിലും, മാനസീകമായും, ശാരീരികമായും പീഢിപ്പിക്കാതിരിക്കുക എന്നാണ് പുതിയ സംസ്ക്കാരത്തിന്റെ പ്രതിനിധികളോട് എനിക്കു പറയുവാനുള്ളത്.

ആഷിക് അബു സംവിധാനം ചെയ്ത '22 ഫീമെയിൽ കോട്ടയം' എന്ന സിനിമ സ്ത്രീമുന്നേറ്റത്തിന്റെ മറ്റൊരു മുഖമാണ് പ്രകടമാക്കുന്നത്. വിദേശത്ത് നേഴ്സ് ആയി ജോലി നോക്കുന്ന ധാരാളം പെൺകുട്ടികൾ നമ്മുടെ നാട്ടിലുണ്ട്. പല രീതിയിൽ വഞ്ചിക്കപ്പെടുന്ന, പീഢിപ്പിക്കപ്പെടുന്ന നേഴ്സുമാരുടെ കഥകളും നാം നിത്യേന കേട്ടുകൊണ്ടിരിക്കുന്നു. ഇത്തരം കേസുകൾ നിയമത്തിനു മുന്നിൽ നീതി ലഭിക്കാതെ തേഞ്ഞുമാഞ്ഞു പോകുന്നു. ഈ സിനിമയിലെ ടെസ്സാ കെ. എബ്രഹാം എന്ന പെൺകുട്ടി ഒരു നേഴ്സാണ്. വിദേശത്തേക്കു പോകാനുള്ള ശ്രമത്തിനിടയിലാണ് സിറിൾ എന്ന യുവാവുമായി പ്രണയത്തിലാവുന്നത്. എന്നാൽ ആ ചെറുപ്പക്കാരൻ അവളുടെ പ്രണയത്തെ ചൂഷണം ചെയ്യുന്നു. തന്റെ ഉപയോഗശേഷം മറ്റുള്ളവർക്ക് വിൽക്കുന്ന അനേകം പെൺകുട്ടികളിൽ ഒരാളായി ടെസ്സയെയും അയാൾ കാണുന്നു. അങ്ങനെ ടെസ്സാ രണ്ടുതവണ പീഢീപ്പിക്കപ്പെടുന്നു. മയക്കുമരുന്നുമായി ബന്ധിപ്പിച്ച് ചതിയിൽപ്പെടുത്തി ജയിയിലുമാക്കുന്നു. നിയമത്തിനു മുന്നിൽ നീതിയ്ക്കു വേണ്ടി കാത്തുനിൽക്കാതെ, തന്നെ ചതിയിൽപ്പെടുത്തിയവർക്കുള്ള ശിക്ഷ അവൾ തന്നെ നൽകുന്നു.

തന്നെ രണ്ടുതവണ പീഢനമേൽപ്പിച്ച ഡോക്ടർക്കു നല്കിയ ശിക്ഷ മൂർഖൻപാമ്പിനെ കൊണ്ടു കൊത്തിച്ചു കൊല്ലുകയായിരുന്നു. പ്രണയം നടിച്ച് ചതിയിൽപ്പെടുത്തിയ കാമുകന് ശിക്ഷ നൽകിയത് Male Organ ഓപ്പറേഷൻ ചെയ്തു നീക്കുന്നതിലൂടെയായിരുന്നു. ഒന്നും നഷ്ടപ്പെടാനില്ലാത്തവളുടെ പ്രതികാരം എന്നു വേണമെങ്കിൽ ഇതിനെ വിശേഷിപ്പിക്കാവുന്നതാണ്. ഇവിടെയാണ് സ്ത്രീയുടെ ശക്തി നാം തിരിച്ചറിയുന്നത്. സ്ത്രീക്കു നേരെയുള്ള അതിക്രമങ്ങൾക്കു നേരെ സ്ത്രീകൾ തന്നെ പ്രതികരിക്കണം എന്ന സന്ദേശമാണ് ഈ സിനിമ നൽകുന്നത്.

'ഹൗ ഓൾഡ് ആർ യു' എന്ന സിനിമയിലെ നിരുപമ രാജീവ്

എന്ന കഥാപാത്രം സ്ത്രീ മുന്നേറ്റത്തിന്റെ മറ്റൊരു പ്രതിനിധിയാണ്. Who decides the expiry date of the dream of a women? എന്ന ചോദ്യം അവളെ രാഷ്ട്രപതിയുമായുള്ള കൂടിക്കാഴ്ചയ്ക്കു വരെ വഴിയൊരുക്കുന്നു. ഒരുപാട് കഴിവുകളുള്ള പെൺകുട്ടികൾ നമ്മുടെ കലാലയങ്ങളിൽ നിന്ന് പുറത്തിറങ്ങുന്നുണ്ട്.

നല്ല പ്രതികരണശേഷിയുള്ള, ഇച്ഛാശക്തിയുള്ള ഈ പെൺകുട്ടികൾ കുടുംബജീവിതത്തിലേക്കു പ്രവേശിക്കുന്നതോടെ തിരശ്ശീലക്കു പിന്നിലേക്ക് ഉൾവലിയുകയാണ്. എന്തുകൊണ്ടാണിങ്ങനെ സംഭവിക്കുന്നത്? അവരുടെ കഴിവും ശക്തിയും ചോർന്നുപോവാനുള്ള കാരണമെന്താണ്? ഈ ചോദ്യങ്ങൾക്കുള്ള മറുപടിയാണ് നിരുപമ രാജീവ് എന്ന കഥാപാത്രം. പ്രായം ഒരു സ്ത്രീയ്ക്ക് അവളുടെ കഴിവുകളെ പ്രകടിപ്പിക്കുന്നതിന് ഒരു തടസ്സമാവുന്നില്ലെന്ന് നിരുപമ തെളിയിക്കുന്നു. ഒരു വയസ്സു കൂടിപ്പോയതിന്റെ പേരിൽ വിദേശകമ്പനികൾ ജോലിയ്ക്ക് അവസരം നിഷേധിക്കുമ്പോൾ സ്വന്തം പരിശ്രമത്താൽ സ്ത്രീകളുടെ ഒരു കൂട്ടായ്മ ഉണ്ടാക്കിയെടുക്കാനും അതിലൂടെ സമൂഹത്തിൽ ഒരു സമുന്നത പദവി നേടിയെടുക്കാനും അവൾക്കു കഴിയുന്നു. അവസരത്തിനൊത്തുയരാനും, വെല്ലുവിളികളെ സ്വീകരിക്കാനും അവൾ കാട്ടിയ മനക്കരുത്താണ് ഒരു നല്ല പദവി അവൾക്കു നേടിക്കൊടുത്തത്.

സ്ത്രീ അവളുടെ ശക്തി തിരിച്ചറിയണം എന്ന സന്ദേശമാണ് ഈ സിനിമ നൽകുന്നത്. ഇവിടെ നിരുപമയ്ക്ക് അവളുടെ ശക്തി തിരിച്ചറിയാനും, മുന്നിലേയ്ക്കു വരാനും ഒരു കൂട്ടുകാരിയുടെ സഹായം ആവശ്യമായി വന്നു. അച്ഛൻ മരിച്ചതിനെ തുടർന്ന് കിട്ടിയ ജോലിയും, കുടുംബവുമായി ഒരു സാധാരണ കുടുംബിനിയായി ഒതുങ്ങിക്കഴിഞ്ഞിരുന്ന നിരുപമയ്ക്ക് ഭർത്താവിന്റെ ഭാഗത്തു നിന്നും കളിയാക്കലും കുറ്റപ്പെടുത്തലുമല്ലാതെ ഒരു പരിഗണനയും ലഭിച്ചിരുന്നില്ല. പഴയകാല കലാലയ ജീവിതത്തിലെ ശക്തമായ മുന്നേറ്റങ്ങളെക്കുറിച്ച് കൂട്ടുകാരി ഓർമ്മിപ്പിക്കുകയും, നിനക്കിനിയും സമൂ;ഹത്തിനു വേണ്ടി എന്തെങ്കിലുമൊക്കെ ചെയ്യാൻ കഴിയുമെന്ന വാക്കുകളും അവളെ ശക്തിപ്പെടുത്തുകയാണ്. ഓരോ വ്യക്തിയും ഇവിടെ ജീവിച്ചിരുന്നു എന്നതിനു തെളിവായി അവരവരുടെ Signature പതിപ്പിക്കണം.

ഉന്നതപദവികളിൽ എത്തിച്ചേർന്ന മഹതികളുടെ ചിത്രങ്ങൾ പ്രദർശിപ്പിച്ച ശേഷം be the next? എന്ന ചോദ്യത്തിലാണ് ചിത്രം അവസാനിക്കുന്നത്. I am the next എന്ന് ഉറച്ച ശബ്ദത്തിൽ പറ

യാൻ ഓരോ സ്ത്രീയും തയ്യാറാവണം. അവിടെയാണ് സ്ത്രീയുടെ വിജയം. ചരിത്രരേഖകളിൽ കൈയ്യൊപ്പു പതിപ്പിക്കാൻ ഓരോ സ്ത്രീയ്ക്കും കഴിയട്ടെ.

സ്ത്രീ മുന്നേറ്റത്തിന്റെ കഥകൾ ദൃശ്യവത്ക്കരിക്കുന്നതിലൂടെ ഓരോ സ്ത്രീയും അവളുടെ ശക്തി തിരിച്ചറിയുകയാണ് ചെയ്യുന്നത്. അതുകൊണ്ടു തന്നെ സിനിമ ശക്തമായ ഒരു മാധ്യമമായി ഞാൻ കാണുന്നു.

○○

www.ingramcontent.com/pod-product-compliance
Lightning Source LLC
LaVergne TN
LVHW090308051026
849518LV00005B/1695